കഥയുടെ കാറ്റിൽ

kadhayude kattil
stories

•

e v sreedharan

•

first chintha edition
january 2015

•

published
chintha publishers, thiruvananthapuram

•

typesetting
minerva graphotechs, attukal

•

printed at
Repro India Ltd, Mumbai.

•

cover
bloofish

•

price
rupees two hundred and ten only

വിതരണം
ദേശാഭിമാനി ബുക്ക് ഹൗസ്
H O തിരുവനന്തപുരം-695 035
phone: 0471-2303026, 6063026
www.chinthapublishers.com
chinthapublishers@gmail.com

ബ്രാഞ്ചുകൾ
ഹെഡ്ഡാഫീസ് ബ്രാഞ്ച് കുന്നുകുഴി • സ്റ്റാച്യു തിരുവനന്തപുരം • കെ എസ് ആർ ടി സി ബസ് സ്റ്റേഷൻ ആലപ്പുഴ • കെ എസ് ആർ ടി സി ബസ് സ്റ്റേഷൻ എറണാകുളം • ചിറ്റൂർ റോഡ് എറണാകുളം • മച്ചിങ്ങൽ ലെയ്ൻ തൃശൂർ • ഐ ജി റോഡ് കോഴിക്കോട് • മാവൂർ റോഡ് കോഴിക്കോട് • എൻ ജി ഒ യൂണിയൻ ബിൽഡിങ് കണ്ണൂർ • സെൻട്രൽ ബസ് ടെർമിനൽ കോംപ്ലക്സ് താവക്കര കണ്ണൂർ

CO - 1992 / 3356

കഥയുടെ കാറ്റിൽ

കഥകൾ

ഇ വി ശ്രീധരൻ

ചിന്ത പബ്ലിഷേഴ്സ്
തിരുവനന്തപുരം-695 035
വില : ₹ 210

ഇ വി ശ്രീധരൻ

തൊഴിൽ പത്രപ്രവർത്തനം അത് തുടങ്ങിത് മദ്രാസിൽ. തിരുവനന്തപുരത്ത് *കലാകൗമുദി*യിൽ മുപ്പതുകൊല്ല ത്തോളം ജോലി ചെയ്തു. പിന്നീട് എം ഗോവിന്ദന്റെ പത്രാ ധിപത്യത്തിൽ മദ്രാസിൽ വച്ചുനടന്ന *സമീക്ഷ* രണ്ടുകൊ ല്ലത്തോളം തിരുവനന്തപുരത്തുനിന്നു നടത്തി. ഇപ്പോൾ കോൺഗ്രസിന്റെ മുഖപത്രമായ *വീക്ഷണ*ത്തിന്റെ തിരുവ നന്തപുരം എഡിഷനിൽ ന്യൂസ് എഡിറ്ററാണ്.

കഥകളും നോവലുകളും ലേഖന സമാഹാരങ്ങളുമൊക്കെ യായി മുപ്പത്തഞ്ചോളം പുസ്തകങ്ങൾ എഴുതിയിട്ടുണ്ട്. കോഴിക്കോട് ജില്ലയുടെ വടക്കേ അറ്റത്തുള്ള ചോമ്പാൽ ആണ് സ്വദേശം.

ഉള്ളടക്കം

എന്റെ കഥയുടെ കാറ്റിലൂടെ

ഈ കഥാസമാഹാരത്തിലെ ആദ്യത്തെ പതിമൂന്ന് കഥകൾ പുസ്തകരൂപത്തിൽ വന്നതല്ല. കഴിഞ്ഞ രണ്ടു കൊല്ലത്തിനിടയിൽ ആനുകാലിക പ്രസിദ്ധീകരണങ്ങളിൽ എഴുതിയ കഥകളാണ്. മറ്റു കഥകൾ എന്റെ എല്ലാ കഥാസമാഹാരങ്ങളിൽനിന്നുമായി എന്റെ സ്നേഹിതൻ ഡോ. രവീന്ദ്രൻ വെങ്ങാനൂർ തെരഞ്ഞെടുത്തതാണ്. ഈ കഥാസമാഹാരത്തിന് പഴയതും പുതിയതുമായ രണ്ടു മുഖങ്ങൾ ഉണ്ടെന്നാണ് പറഞ്ഞത്. എന്നാൽ, എന്നെ സംബന്ധിച്ചിടത്തോളം ഈ കഥകൾക്ക് ഒരു മുഖമേയുള്ളൂ.

പത്രപ്രവർത്തനമാണ് ജീവിക്കാനായി എനിക്ക് ദൈവം തെരഞ്ഞെടുത്തുതന്ന ജോലി. സാഹിത്യതാൽപ്പര്യമാണ് എന്നെ പത്രപ്രവർത്തനരംഗത്തെത്തിച്ചത്. ജീവിക്കാൻ പ്രേരിപ്പിച്ച സാഹിത്യമെഴുത്തുതന്നെയാണ് ഇപ്പോഴും എന്റെ ആത്മമണ്ഡലം. അങ്ങനെയാവുമ്പോൾ എന്റെ ജീവിത സമ്പാദ്യം കുറേ കഥകളാണ്. ഈ സത്യം അതിന്റെ യഥാർഥ അർഥത്തിൽ മനസിലാക്കിയ ഒരാളാണ് ഡോ. രവീന്ദ്രൻ. കാൽ നൂറ്റാണ്ടിലേറെക്കാലമായി രവിയും ഞാനും സുഹൃത്തുക്കളാണ്. അദ്ദേഹം മനുഷ്യൻ എന്ന സങ്കൽപ്പത്തെക്കുറിച്ച് പ്രത്യേകമായൊരു വീക്ഷണം വച്ചുപുലർത്തുന്നയാളാണ്. എന്നെ ജ്യേഷ്ഠനായി ദത്തെടുത്തുവെന്നാണ് രവി പറയുക. ഞങ്ങൾ ജ്യേഷ്ഠാനുജന്മാരെപ്പോലെയാണ് തിരുവനന്തപുരത്ത് ജീവിച്ചുപോന്നിട്ടുള്ളത്. എന്നാൽ ഡോക്ടർ രവീന്ദ്രന് ജ്യേഷ്ഠനുമില്ല; എനിക്ക് അനുജനുമില്ല. പവിത്രമായ ഒരു ബന്ധത്തിലെ രണ്ടു കഥാപാത്രങ്ങളാണ് ഞങ്ങൾ എന്ന് ഇരുവരും വിശ്വസിച്ചുപോരുന്നു. എന്തെല്ലാം അഭിപ്രായവ്യത്യാസങ്ങൾ വച്ചുപുലർത്തുമ്പോഴും; എത്രയെല്ലാം തർക്കിക്കുമ്പോഴും. എന്റെ ജീവിതത്തിന്റെയും ജീവന്റെയും

---

* ആദ്യപതിപ്പിലെഴുതിയത്

കാവൽക്കാരനായി പൊട്ടിച്ചിരിച്ചും ഉറക്കെ സംസാരിച്ചും ചിലപ്പോൾ തെറിവിളിച്ചും എന്റെ ജീവിതത്തിലൂടെ അദ്ദേഹം നടന്നു. ആ നടപ്പ് എന്റെ ജീവിതത്തിന് ഏതോ തരത്തിലുള്ള പുതിയൊരു ശക്തി പകർന്നു തന്നു. ആദിയുമന്തവുമില്ലാത്ത ജനനമരണസ്വരൂപമായ സംസാരപ്രവാഹത്തിന്റെ തീരത്ത് രവി ചിരിച്ചുകൊണ്ട് നിൽക്കുന്നു. ഒരിക്കൽ എന്റെ ഒരു രോഗത്തെക്കുറിച്ച് ഞാൻ രവിയുമായി സംസാരിക്കുകയായിരുന്നു. അപ്പോൾ രവി പറഞ്ഞു: "എന്തിന് ബേജാറാവുന്നു? ഇനിയും നിങ്ങളെ എത്രയെത്ര രോഗങ്ങൾ കാത്തിരിക്കുന്നു."

എന്റെ ഏതാണ്ടെല്ലാ കഥകളും ലേഖനങ്ങളും ഡോ. രവീന്ദ്രൻ വായിച്ചിട്ടുണ്ട് എന്ന് എനിക്ക് തോന്നുന്നു. ഇങ്ങനെ ഒരു വായനക്കാരൻ എനിക്ക് വേറെ ഉണ്ടായിട്ടില്ല. അദ്ദേഹത്തിന്റെ ചിന്തയും ആശയങ്ങളും എന്നെ നന്നായി സ്വാധീനിച്ചിട്ടുമുണ്ട്. ജീവിതത്തെക്കുറിച്ചും സാഹിത്യത്തെക്കുറിച്ചും രാഷ്ട്രീയത്തെക്കുറിച്ചുമൊക്കെ ഞാനും ഡോ. രവിയും ഡോ. മിർസയും തമ്മിൽ സംസാരിച്ചു തർക്കിച്ച അനേകം സന്ദർഭങ്ങൾ മായാത്ത ഓർമയായി മനസിലെവിടെയോ ഉണ്ട്. ഡിസംബർ മാസമാകുമ്പോൾ ഡോ. മിർസ ലണ്ടനിൽനിന്ന് മഞ്ഞിലൂടെ പറന്നെത്തുന്നു. ഡോ. മിർസയ്ക്ക് സൈക്യാട്രി പോലെത്തന്നെയാണ് സാഹിത്യവും ചിത്രകലയും മാർക്സിസവുമൊക്കെ. വാൻഗോഖിന്റെ മനോരോഗത്തെക്കുറിച്ച് (ഈ രോഗമില്ലെങ്കിൽ വാൻഗോഖില്ല) വാൻഗോഖിന്റെ പെയിന്റിങ്ങുകൾവച്ചാണ് ഡോ. മിർസ സംസാരിക്കുക. ഇന്ന് വാൻഗോഖുണ്ടായിരുന്നെങ്കിൽ ആ രോഗം മിർസ മാറ്റിയേനെ. രോഗം മാറിയാൽ വാൻഗോഖിന്റെ പെയിന്റിങ് ഉണ്ടാവുകയില്ല. ഡോ. മിർസ ഓരോ കൊല്ലവും യൂറോപ്പിലെ പുതിയ അറിവുകൾ ഡിസംബർ പാതിയാകുമ്പോൾ മനസിന്റെ സഞ്ചിയിലിട്ട് തിരുവനന്തപുരത്തേക്ക് കൊണ്ടുവരുന്നു. ഡോ. മിർസയുടെ മനസിന്റെ ആകാശത്തിൽ വിചിത്രമായ മഴവില്ലുകൾ വിരിയാറുണ്ട്. ഏഴു നിറങ്ങൾക്കപ്പുറത്തേക്കു പോകുന്ന മഴവില്ലുകൾ.

ഈ രണ്ട് ഡോക്ടർമാർക്കും എഴുത്തറിയാം. എന്നാൽ രണ്ടുപേരും അങ്ങനെയൊന്നും കേറിപ്പിടിച്ചെഴുതുന്നില്ല. നമ്മുടെ സാമൂഹിക - രാഷ്ട്രീയ ജീവിതത്തെക്കുറിച്ച് അഗാധമായിത്തന്നെ ധരിച്ചുവച്ച ഒരാളാണ് ഡോ. രവീന്ദ്രൻ. ഇത്തരം കാര്യങ്ങളെക്കുറിച്ച് കാര്യമായെഴുതാൻ കഴിയുന്ന ഈ ഡോക്ടർ ഒന്നുമെഴുതിയില്ലല്ലോ എന്ന് ഞാൻ ആലോചിക്കാറുണ്ട്. എപ്പോഴെങ്കിലുമെഴുതുന്ന ചെറിയ കുറിപ്പുകൾ നമ്മെ വല്ലാതെ ഈ ഡോക്ടറിലേക്ക് മാടിവിളിക്കുന്നു. എഴുതിയില്ലെങ്കിലും അദ്ദേഹത്തിന് മറ്റുള്ളവരുടെ എഴുത്തിനെ നന്നായി മാനിക്കാൻ കഴിയുന്നു. ചീത്ത എഴുത്തിനെ കഠിനമായ അമർഷത്തോടെ വലിച്ചെറിയുന്നു. എന്തെങ്കിലും എഴുതിക്കൂടേയെന്ന് ഞാൻ പലപ്പോഴും ചോദിക്കാറുണ്ട്. അപ്പോഴെല്ലാം രവി പറഞ്ഞതിങ്ങനെ: "എഴുത്ത് എന്റെ മനസിലുണ്ടാവാം, പക്ഷേ, എഴുത്തൊന്നും എനിക്ക് വേണ്ട. മനുഷ്യന്റെ ഹൃദയസ്പന്ദനം കേൾക്കുകയാണ് എന്റെ ജന്മവിധി. സ്റ്റെതസ്കോപ്പാണ് എന്റെ ആയുധം. ഞാൻ

കടന്നുപോന്ന ജീവിതത്തിലാണ് എനിക്ക് പൂർണ വിശ്വാസം. ആ ജീവിതമാണ് എന്റെ എഴുത്ത്."

ആ സ്റ്റെതസ്കോപ്പ് എന്റെ കഥകളുടെ നെഞ്ചിൽ വച്ചപ്പോൾ അദ്ദേഹത്തിനു ലഭിച്ച ഹൃദയസ്വരം എങ്ങനെയുള്ളതായിരുന്നുവെന്ന് എനിക്കറിഞ്ഞുകൂടാ. ഒരുപക്ഷേ, എന്റെ കഥയുടെ ഹൃദയം പുറപ്പെടുവിച്ച അപസ്വരത്തെ ആയിരിക്കാം അദ്ദേഹം ആദരിച്ചതും സ്നേഹിച്ചതും. സ്വരഭംഗിയെക്കാൾ അപസ്വരങ്ങളും ദുരന്തങ്ങളുമാണ് എന്റെ കഥകളിലുള്ളതെന്ന് എനിക്കും നന്നായറിയാം. എന്റെ കഥകൾക്ക് ഇതുവരെയും ചിരിക്കാൻ കഴിഞ്ഞിട്ടില്ല. എന്തുകൊണ്ടോ എനിക്കും എന്റെ കഥകൾക്കും ചിരിക്കാനേ അറിഞ്ഞുകൂടാ.

ഞാൻ ഡോ. രവീന്ദ്രനിലേക്കുതന്നെ വരികയാണ്. രവി ഒരു ഡോക്ടറെന്ന നിലയിൽ അദ്ദേഹത്തിന്റെ കർമം പരിപാവനമായി നിർവഹിച്ചുകൊണ്ടിരിക്കുന്നതിനു സാക്ഷിയാണ് ഞാൻ. ഒരു ചെറിയ ഡോക്ടർ തിരുവനന്തപുരം ജില്ലയിലെ ഒരു ചെറിയ പ്രദേശത്ത് ചെയ്യേണ്ടുന്ന കാര്യങ്ങളെല്ലാം ചെയ്തിട്ടുണ്ട് എന്നത് എന്റെ അറിവ്. മനുഷ്യസ്നേഹിയും കർമവിശുദ്ധനുമായ ഈ ഡോക്ടർ എന്റെ പ്രിയമിത്രമായിത്തീർന്നത് ജാതകംതന്നെ തീരുമാനിച്ചതായിരിക്കാം.

എന്റെ പുസ്തകത്തിനു മുമ്പിലിരുന്നുകൊണ്ട് എന്തിന് ഞാൻ ഈ വരികൾ കുറിക്കുന്നുവെന്ന് ആരാനും ചോദിക്കാതിരിക്കുകയില്ല. എന്റെ ഇങ്ങനെയൊരു പുസ്തകം ഡോ. രവീന്ദ്രന്റെ മനസിൽ നിന്നിറങ്ങിവന്നതാണെന്ന് ഉത്തരം. ഒരു നാൾ രവി പറയുന്നു: "നിങ്ങളുടെ കുറച്ചു കഥകൾ എനിക്ക് വേണം."

"എന്തിന്?"

"എനിക്ക് പുസ്തകമാക്കാൻ."

"ആര് വിൽക്കും?"

"ഞാൻ വിൽക്കും. എനിക്ക് വിൽക്കാൻ കഴിഞ്ഞില്ലെങ്കിൽ കേരളത്തിലെ ലൈബ്രറികൾക്ക് വെറുതേ കൊടുക്കും. ഞാൻ ജോലി ചെയ്തുണ്ടാക്കിയ പണംകൊണ്ടാണച്ചടിക്കുന്നത്. അതിനെക്കുറിച്ച് നിങ്ങളാലോചിക്കണ്ട."

"നിങ്ങളുടെ പണം നഷ്ടപ്പെടുന്നത് എന്നെ വിഷമിപ്പിക്കും."

"എന്റെ മുമ്പിൽ ലാഭനഷ്ടങ്ങളുടെ കോളമില്ല. എന്റെ സ്റ്റെതസ്കോപ്പും രോഗികളും ഞാനും മാത്രം."

ആദ്യമൊന്നും ഞാൻ രവിയുടെ മുമ്പിൽ ഇക്കാര്യത്തിനു വഴങ്ങിയില്ല. എന്നാൽ രവി എന്റെ കഥകൾ ആവശ്യപ്പെട്ടുകൊണ്ടേയിരുന്നു. ഒരു നാൾ ഉച്ചയ്ക്ക്, തിരുവനന്തപുരത്തെ സുഭാഷ് നഗറിലെ എന്റെ വാടകവീട്ടിലെ ഡൈനിങ് ടേബിളിനുമുമ്പിൽ ഞാനും ഡോ. രവിയും വിജു വി നായരും ഇരിക്കുന്നു. രാഷ്ട്രീയമൊക്കെ ഉറക്കെ സംസാരിച്ചു തളർന്നതിനു ശേഷം എന്റെ കുറേ കഥകൾ പുസ്തകമാക്കുന്ന കാര്യം രവി വീണ്ടും ഡൈനിങ് ടേബിളിലേക്കെടുത്തിടുന്നു. നിങ്ങൾ കഥ തരൂ,

വിജു വി നായർ അതിനൊരു മുഖക്കുറിപ്പെഴുതണം. ഞങ്ങൾ ഇരുവരോടുമുള്ള ഹൃദയപൂർണമായ ഒരു കൽപ്പനയായിരുന്നു അത്. അന്നു ഞാനും വിജുവും രവിയുടെ മനസിന്റെ വഴിക്ക് വഴങ്ങി. അങ്ങനെ വിജു എന്റെ ഈ സമാഹാരത്തിലെ കഥകൾ വായിച്ച് ഒരു ആമുഖം എഴുതിത്തന്നു. അങ്ങനെയൊക്കെയാണ് ഇങ്ങനെയൊരു പുസ്തകം ഉണ്ടാവുന്നത്. ഇത് രവിയുടെയും വിജുവിന്റെയും പുസ്തകം കൂടിയാണ്.

ഈ സമ്മതസംഭാഷണത്തിനു ശേഷം നാലഞ്ചുദിവസം കഴിഞ്ഞ് ഒരുനാൾ കാലത്തു പത്തരമണിക്ക് രവി ചിരിച്ചു ബഹളമുണ്ടാക്കിക്കൊണ്ട് എന്റെ വീട്ടിൽ വരുന്നു. എന്റെ പുസ്തകം പ്രസിദ്ധീകരിക്കാൻ അദ്ദേഹവും അദ്ദേഹത്തിന്റെ ഭാര്യ ഡോ. ആഗ്നസും ചേർന്ന് ഒരു ഏർപ്പാട് ഉണ്ടാക്കിയിരിക്കുന്നു, 'അക്ഷര' എന്ന പേരിൽ. ഞാൻ ചിരിച്ചു. ആ പേര് വഞ്ചിയൂരിൽ റജിസ്റ്റർ ചെയ്തിട്ടാണ് രവി വന്നിരിക്കുന്നത്. അദ്ദേഹത്തിന്റെ വീടിന്റെ പേരും അക്ഷര എന്നാണ്. അക്ഷരംകൊണ്ടേ മനുഷ്യൻ നന്നാവുകയുള്ളൂവെന്ന് അദ്ദേഹം വിശ്വസിക്കുന്നുമുണ്ട്. ഈ വിശ്വാസം അറിവിന്റെയും അന്വേഷണത്തിന്റെയും മണ്ഡലത്തിൽ അദ്ദേഹത്തിന് പുതിയ പുതിയ ചിറകുകൾ നൽകുന്നു. എന്റെ ഈ കഥകൾ ലാഭേച്ഛയൊന്നുമില്ലാതെ തന്റെ അധ്വാനത്തിൽനിന്നുള്ള പണം ചെലവാക്കി രവി പ്രസിദ്ധീകരിക്കുന്നു. ഡോ. രവീന്ദ്രനും എന്റെ കഥകൾക്കു മുമ്പിൽ കുറേ ദിവസം ചെലവഴിച്ച വിജു വി നായർക്കും ഞാൻ ഈ പുസ്തകം സമർപ്പിച്ചുകൊള്ളുന്നു. ഒരു കാര്യം കൂടി പറഞ്ഞുകൊണ്ട് ഞാൻ ഈ കുറിപ്പ് അവസാനിപ്പിക്കാം. സാഹിത്യത്തിലും ജീവിതത്തിലും എന്റെയും ഡോ. രവീന്ദ്രന്റെയും ഡോ. മിർസയുടെയും വിജുവിന്റെയുമൊക്കെ പ്രിയപ്പെട്ട സ്നേഹിതനാണ് കേരളകൗമുദിയിലെ ശ്രീ. കെ പി സദാനന്ദൻ. ഞങ്ങൾ കെ പി എസ് എന്ന് വിളിക്കുന്ന സദാനന്ദൻ മൂന്നിലധികം വർഷമായി എന്റെ കഥകൾ മനസിലിട്ടു നടക്കുകയാണ്. സദാനന്ദൻ എന്റെ കഥകളെക്കുറിച്ചെഴുതിയ കുറേ ഭാഗങ്ങളുടെ ഫോട്ടോസ്റ്റാറ്റ് കോപ്പികൾ എനിക്ക് തന്നിട്ടുണ്ട്. ഇനിയും കുറേ എഴുതാനുണ്ടെന്ന് സദാനന്ദൻ എന്നോട് പറയാറുണ്ട്. എന്റെ കഥകളിൽ സദാനന്ദൻ എന്താണ് കണ്ടെത്തുന്നതെന്ന് എനിക്കറിയില്ല. എങ്ങനെ എന്റെ കഥകൾ അദ്ദേഹത്തിന്റെ മനസിലേക്ക് കയറിക്കൂടിയെന്നും എനിക്കറിയില്ല. ഒരു സന്യാസിയെപ്പോലെ ജീവിക്കുന്ന ശ്രീ. കെ പി സദാനന്ദന്റെ എന്റെ കഥകളെക്കുറിച്ചുള്ള ആലോചനയ്ക്ക് ഈ പുസ്തകത്തെ മുൻനിർത്തി ഞാൻ നന്ദി രേഖപ്പെടുത്തുന്നു. മനുഷ്യത്വത്തിന് ഉപ്പ് കൂടുമ്പോൾ ചിലരൊക്കെ ഭ്രാന്തിന്റെ ലക്ഷണങ്ങൾ കാണിച്ചേക്കാം. ഈ ഭ്രാന്തിന്റെ അംശം കുറെയൊക്കെ ഇല്ലാത്തവർക്ക് മനുഷ്യരാവാനും കഴിയുകയില്ല. ഇങ്ങനെയുള്ള ഭ്രാന്തിലൂടെ മനുഷ്യത്വത്തെ സ്വപ്നം കാണുന്നവരാണ് ഡോ. രവീന്ദ്രനും ഡോ. കെ എ എച്ച് മിർസയും കെ പി സദാനന്ദനും വിജു വി നായരുമൊക്കെ. ഇവരുടെയൊക്കെ ഇടയിൽ മൂന്നു പതിറ്റാണ്ടുകളോളം ജീവിക്കാൻ കഴിഞ്ഞത് ഒരു മഹാഭാഗ്യമായി ഞാൻ കരുതുന്നു.

നൂറു ശതമാനവും സ്നേഹിതന്മാരുടെ ഇടയിൽ ജീവിച്ച ശ്രീ. എം ഗോവിന്ദൻ പണ്ട് എന്റെ മദ്രാസ് നാളുകളിൽ പറയാറുണ്ടായിരുന്നു: “ഞാൻ എന്റെ സ്നേഹിതന്മാരുടെ ഇടയിലാണ് ജീവിച്ചത്. അതുകൊണ്ട് സ്നേഹിതന്മാരുടെ ഇടയിൽ ജീവിതം ജീവിച്ചുതീർക്കുക.”

എല്ലാം കഴിയുമ്പോൾ ജീവിതം വെറുമൊരോർമയായി മാറുന്നു. മനുഷ്യൻ അവസാനം അയവിറക്കുന്ന ഓർമകൾക്കായി ആകാശവും കടലും മഴവില്ലും പൂക്കളും കാറ്റും മഴയും കാത്തിരിക്കുന്നുവെന്ന സത്യത്തിൽ എന്റെ മനസ്സ് ഊന്നിനിൽക്കുന്നു. ഈ കഥകൾ ആകാശത്തിനും കടലിനുമുള്ളതാണ്. മഴവില്ലിനും പൂക്കൾക്കുമുള്ളതാണ്. കാറ്റിനും മഴയ്ക്കുമുള്ളതാണ്. മനുഷ്യനൊമ്പരങ്ങൾക്കും ദുരന്തങ്ങൾക്കുമുള്ളതാണ്.

ഇ വി ശ്രീധരൻ

അവതാരിക

രാഗം പന്തുവരാളി

വിജു വി നായർ

ഇതൊരു അവതാരികയല്ല. കഥയ്ക്ക് അവതാരിക ആവശ്യമില്ല; കഥാകൃത്തിനും. അടിക്കുറിപ്പു വേണ്ടത് ചിത്രത്തിനല്ല ചിത്രം കണ്ടാൽ മനസിലാകാത്തവർക്കാണ്. ഇ വി ശ്രീധരനും ഈ കഥകളും അവതരണം എന്ന പോഴത്തം അർഹിക്കുന്നില്ല. എന്നിട്ടും ഇങ്ങനെയൊരു മുഖക്കുറിപ്പഭ്യാസം എന്തിനാണെന്ന ചോദ്യം മിച്ചം. ഉത്തരം, മൂന്നുപേർക്കറിയാം - കഥാകൃത്ത്, ഇതെഴുതുന്നയാൾ, ഡോ. രവീന്ദ്രൻ വെങ്ങാന്നൂർ. ആ ഉത്തരവും ഒരു കൊച്ചു കഥയാണ്. നമ്മുടെയൊക്കെ ചെറിയ ജീവിതത്തിലെ കഥയില്ലായ്മകളിൽ പിറക്കുന്ന ഒന്ന്. പറയുന്നതോടെ അതിന്റെ കഥ കഴിയും. സ്വകാര്യതയിലാണ് എന്തും തീവ്രമാകുക. അതുകൊണ്ട്, ഒട്ടും ശിൽപ്പഭദ്രമല്ലാത്ത ഈ ജീവിതത്തിൽ അങ്ങനെ ചില്ലറ തീവ്രതകളും കിടന്നോട്ടെ.

ഇ വി ശ്രീധരൻ ചോമ്പാൽക്കാരനാണ്. വടക്കൻപാട്ടും മാഹിപ്പുഴയും അറബിക്കടലും കമ്യൂണിസവുമൊക്കെ ഉറുമിവീശുന്ന മലബാറിലെ ചോമ്പാക്കടപ്പുറത്തിന്റെ വിത്ത്. അത്, എം ഗോവിന്ദന്റെ മദിരാശിയിലും ഗോവിന്ദനെ ആവശ്യമില്ലാത്ത പുതിയ കേരളത്തിലും അത്തരം ആവശ്യങ്ങൾ അശ്ലീലമാകുന്ന തിരുവനന്തപുരത്തുമൊക്കെയായി മുളച്ചുവളർന്നു. പത്രപ്രവർത്തനത്തിൽ കാൽനൂറ്റാണ്ട്; അവാർഡും ആചാരവെടിയും മുഴുക്കാപ്പുമില്ലാതെ പിന്നിട്ടു. ഭാര്യ, മക്കൾ, കുടുംബം, വീട്, ബാങ്കുബാലൻസ് ഇത്യാദി മഹത്തായ ജീവിതവിജയങ്ങൾ ലോകത്തിനു കാഴ്ചവച്ചില്ല. ജീവൽസാഹിത്യത്തെയോ സാഹിത്യജീവിതത്തെയോപറ്റി കാലികവും ചരിത്രപരവുമായ അഭിമുഖങ്ങൾ നൽകി അനുഗ്രഹിച്ചില്ല. ഗോവിന്ദന്റെ ലാസ്റ്റ് ഡിസൈപ്പിളായിക്കൊണ്ട് മൂന്നു വാല്യങ്ങളിലായി എന്റെ

---

* ആദ്യപതിപ്പിലെഴുതിയത്

തത്വാന്വേഷണ പരീക്ഷണങ്ങൾ എന്ന വീരേതിഹാസം രചിച്ചില്ല. മലയാളസാഹിത്യത്തിൽ വിപ്ലവാത്മക പരിവർത്തനങ്ങൾ നടത്തി വിമർശകരത്നങ്ങളെയും ആരാധകലക്ഷങ്ങളെയും സൃഷ്ടിച്ചില്ല. കോഴിക്കോട്ടോ തിരുവനന്തപുരത്തോ ക്ലിക്കുകൾ ഉണ്ടാക്കി സാംസ്കാരിക ചരിത്രത്തിൽ ഇടംപിടിച്ചില്ല. സാഹിത്യ അക്കാദമിയുടെ റോൾ ഓഫ് ഓണറിൽ കയറാൻ പാകത്തിൽ ഡി. ലിറ്റുമായില്ല.

കുറച്ചു കഥകൾ എഴുതി എന്നതുമാത്രമാണ് ഈ മനുഷ്യന്റെ ജീവിതാപരാധം.

അതങ്ങ് എഴുതിപ്പോയതാണ്. കാരണം ഒന്ന് കഥ. കാരണം രണ്ട് ജീവിതം. ഇവ തമ്മിൽ എന്തൊക്കെയോ അവിഹിതബന്ധങ്ങൾ ഉണ്ടെന്നാണല്ലോ വയ്പ്. ജീവിതം കണ്ടുവളർന്ന ഒരാൾക്ക്, അതു കാണാനുള്ള കണ്ണും അക്കഥ പറയാനുള്ള നാവുമുണ്ടെങ്കിൽ എന്തു സംഭവിക്കുമോ അതേ ഇ വി ശ്രീധരന്റെ കാര്യത്തിലുണ്ടായിട്ടുള്ളൂ. എഴുത്തുകാരെല്ലാം നിസ്സാരമായി അവകാശപ്പെടുന്ന രണ്ടു ഘടകങ്ങളാണല്ലോ ഇപ്പറഞ്ഞ രണ്ടും. അതുകൊണ്ടോ എന്തോ, നമുക്കു എഴുത്തുകാരേയുള്ളൂ- പേന എടുത്തവനൊക്കെ എഴുത്തച്ഛൻ. റൊമാന്റിസിസം, റിയലിസം, മോഡേണിസം, പോസ്റ്റ് മോഡേണിസം എന്നുവേണ്ട, വായനയുടെ നാനാത്വത്തിലേക്ക് എഴുത്തിനെ വിപുലപ്പെടുത്തുന്ന ജനായത്തപ്രവണതകൾവരെ സുലഭമായ നമ്മുടെ സാഹിത്യചരിത്രത്തിൽ ഇ വി ശ്രീധരന് ഒരു കസേരയും മേശയും പിടിച്ചിട്ടുകൊടുക്കാനുള്ള ശ്രമമൊന്നുമല്ലിത്. ആരോടും പരാതിയില്ലാതെ ജീവിതത്തിന്റെ ഓരംപറ്റി നടന്നുമറയുന്ന ഒരാൾ നമുക്കിടയിൽ സമൗനം വച്ചുപോകുന്ന ഒരു കണ്ണാടി. അതിൽ തെളിയുന്ന ചില കാഴ്ചകൾ. അതിലെവിടൊക്കെയോ നിങ്ങളും ഞാനും അയാളുമുണ്ട്. നമ്മുടെയൊക്കെ അംശഛേദങ്ങൾ...... മറന്നുവച്ച അനുഭവഖണ്ഡങ്ങൾ...... ഒരുപക്ഷേ കാണാതെപോയ കുത്തും കോമയും. കഥയ്ക്ക് അങ്ങനെയുമൊരു ചരിത്രമില്ലേ? രേഖീയ ചരിത്രത്തിന്റെ ഭദ്രഭാവനകൾക്കു വശംവദമാകാത്ത നേരുകളുടെ ആപേക്ഷികമെങ്കിലും ഒട്ടും അപ്രസക്തമല്ലാത്ത, ചോരച്ചാലുകൾ. അതിൽ ചിലത് ഈ ചോമ്പാക്കാരൻ തൊട്ടുവയ്ക്കുന്നു.

തീക്കട്ടയിലും മഞ്ഞണിക്കൊമ്പത്തുമൊന്നും അതുകയറിത്തൊടുന്നില്ല. അക്ഷരങ്ങളിൽ അഗ്നി കത്തിച്ചുകളയുമെന്ന വാശിയുമില്ല. എന്നുവച്ച്, പുറമേ ശാന്തമെന്നു തോന്നുന്ന ഈ കഥാലോകം കാനനച്ഛായയിലെ ആടുമേയ്ക്കലൊന്നുമല്ല. സരളമായ ആഖ്യാനത്തിനിടയിൽ അശാന്തിയുടെ വിത്തും കൈക്കോട്ടുമിരിക്കുന്നു. മനുഷ്യജീവിതത്തിന്റെ ആഴി വാരുന്നവർക്ക് പൂമുടിക്കെട്ടും പവിഴാധരവുമൊന്നുമല്ല കിട്ടുക. അതു ജീവിതത്തിന്റെ ഒരു സ്വഭാവമാണ്. പരിഷ്കാരികൾക്ക്, സ്വഭാവദൂഷ്യം എന്നും വിളിക്കാം.

'രാഘവേട്ടൻ' എന്ന കഥ നോക്കുക. മരണത്തിനു മുന്നിലെ മനുഷ്യപ്പെരുമാറ്റത്തിന്റെ കഥയാണ്. ഊർധ്വൻ വലിക്കുന്ന ഒരു വൃദ്ധദേ

ഹത്തെ സാക്ഷിയാക്കി ഇവിടെ മരണത്തിലേക്കല്ല, ജീവിതത്തിലേക്കാണ് കഥ നമ്മെ വിളിച്ചുകൊണ്ടുപോകുന്നത്. മാധവൻനായരുടെ അർധ-ജഡത്തെവച്ച് മരണം കളിക്കുകയാണ്, ജീവിതവുമായി. ആത്മസുഹൃത്തിന് മുന്തിയ ക്രിമറ്റോറിയം തരപ്പെടുത്തുവാനുള്ള രാഘവേട്ടന്റെ നെട്ടോട്ടം, കണ്ടുനിൽക്കുന്നവരുടെ പ്രായോഗികമായ അസ്വസ്ഥതകൾ. ജീവിതത്തിന് നിഷ്ഠുരമായ പ്രായോഗികതകളുണ്ട്; പ്രയോറിറ്റികളും. (മരണത്തിന് അങ്ങനെയൊന്നുമില്ല) ഒടുവിൽ അവ, മരണത്തെയും തോൽപ്പിക്കുകയാണ് - ശവമാടം കിട്ടാൻ കൊടുക്കുന്ന ആയിരം ഉറുപ്പിക കൈമടക്കിലൂടെ.

'ശ്രീകൃഷ്ണവിലാസ'ത്തിലെ കുഞ്ഞാമേട്ടൻ ആ പ്രായോഗികതയ്ക്ക് മറ്റൊരു മാനം തീർക്കുന്നു. ഭാര്യ, മക്കൾ, കുടുംബം ഒക്കെയാണ് പൊതുവിൽ ജീവിതപ്രായോഗികതയുടെ തന്ത്രസമുച്ചയം. എന്നാൽ, 'വെപ്പാട്ടി' യിൽ ആ കടമ നിർവഹിക്കാൻ പുതിയ വീടൊരുക്കുമ്പോൾ ജീവിതം അതിന്റെ മറ്റൊരു നേരിലേക്കു പ്രായോഗികതയെ കൂട്ടിക്കൊണ്ടുപോകുന്നു.

ആ കാഴ്ചയുടെ മറ്റൊരു പരിവട്ടമാണ് 'ഇങ്ങനെയൊക്കെയാണ് എന്റെ ജീവിതവിശേഷങ്ങൾ.' ഡോ. രാജൻനമ്പ്യാർ ഇഷ്ടപ്പെട്ടു കെട്ടിയ ഭാര്യ അയാളുടെ ജീവിതത്തിൽനിന്ന് ഇറങ്ങിപ്പോകുന്നു. ഒന്നല്ല, രണ്ടു വട്ടം. മുലകുടി മാറാത്ത പെൺകുഞ്ഞിനെയും സ്നേഹിക്കുന്ന ഭർത്താവിനെയും ഇട്ട്, മിണ്ടാതെ മുങ്ങിയ ആ ഭാര്യ ചിത്തരോഗിയോ കാമലോലിതയോ ആരുമാവട്ടെ. ആ രണ്ട് അവസ്ഥകളുടെ ജാതകപ്പൊരുത്തവും അവിടെയിരിക്കട്ടെ. സ്പിനോസ പറഞ്ഞു, ദൈവം വിശദാംശങ്ങളിലാണ്. മനുഷ്യൻ പക്ഷേ, അനുഭവങ്ങളുടെ ആകെത്തുകയിലാണ്. രാജൻ നമ്പ്യാർക്ക് വിശദമായ അനുഭവം രണ്ടേയുള്ളൂ - ഒളിച്ചു പോവുന്ന ഭാര്യയും വളർന്നുവരുന്ന മകളും. ജീവിതത്തിൽ പറയത്തക്ക നിശ്ചയങ്ങളൊന്നുമില്ലാത്ത അയാൾക്കുവേണ്ടി മകൾ ജാസ്മിൻ നിശ്ചയമെടുക്കുന്നു - അങ്ങനെയൊരമ്മയെ ഇനി നമുക്കുവേണ്ട.

ഇവിടെ രാജൻ നമ്പ്യാരുടെ കുമ്പസാരങ്ങളിൽ, 'ആണത്ത'ത്തിന്റെ ഇല്ലായ്മകളിൽപ്പോലും, നമ്മൾ ആ സ്ത്രീയെ വെറുക്കുന്നില്ല. വെറുപ്പ് എന്ന വികാരം ഈ കഥകളെ ഒഴിഞ്ഞുനിൽക്കുന്നു. ഇത് ജീവിതത്തെ, അതിന്റെ അർഥാനർഥങ്ങളും നിസ്സാരതകളുമെല്ലാം കൂട്ടിത്തന്നെ അംഗീകരിക്കുന്ന ഒരു നിലപാടാണ്. ജീവിതത്തിനുമുന്നിൽ സാധാരണക്കാരാണ് എല്ലാ മനുഷ്യരും. വലുത്, ജീവിതമാണ്. അതിന്റെ നീക്കുപോക്കുകളിൽ ഇരകൾ മാത്രമാണ് കഥാപാത്രങ്ങൾ ഓരോന്നും. ഇവിടെ ഹ്യൂമനിസത്തിന്റെ ഒരു കാറ്റടിക്കുന്നുണ്ടോ? ഇസച്ചെപ്പുകളിലടയ്ക്കാൻ പറ്റാത്ത ഒരു നേർത്ത കാറ്റ്. അത് ഇ വി ശ്രീധരന്റെ കഥകളിൽ ഒരു സ്ഥിരം സാന്നിധ്യമാണ്.

'പാടുന്നതൊരു സാവേരി' യിൽ മാധവേട്ടൻ പറയുന്നുണ്ട്. "ജീവിതത്തെപ്പറ്റി വലുതായൊന്നും ആലോചിക്കേണ്ട. അതിനെ അതിന്റെ വഴിക്കങ്ങു വിട്ടേക്കണം."

വ്യക്തിത്വത്തിന്റെ അഴിഞ്ഞുപോക്ക്, അതിന്റെ ധൂസരമായ അടരുകളിലേക്ക് മനസിനെ നയിക്കും. വ്യവസ്ഥാപിത ജീവിതത്തിന് ഒട്ടും സുഖകരമല്ല ആ അനുഭവം. എല്ലാം ശിൽപ്പഭദ്രമാണെന്ന് ഉറപ്പുവരുത്തിക്കൊണ്ടിരിക്കെ ജീവിതം നിർമലമായ ചില തുറിച്ചുനോട്ടം നടത്തും, വ്യക്തിക്കുനേരെ. വിഷ്ണു എന്ന പേരിൽ ജീവിച്ചിരുന്നിട്ട് അയാൾ ആ ജീവിതത്തിൽ നിന്ന് പിരിയുന്നു (*നേതി നേതി* എന്ന കഥ). ഒരു പേരിലെന്തിരിക്കുന്നു എന്നതു പഴയ നേരമ്പോക്കാണ്. പേര് ആളെ ചുമക്കുന്നു എന്നതാണു പുതിയ നേര്. 'വിഷ്ണു' ചുമക്കുന്ന ആൾ കുമാരദാസ് ചുമക്കുന്ന ആളെ കണ്ടു മിണ്ടുന്നു. കടലിന്റെ ക്യാൻവാസിൽ ജീവിതത്തിന്റെ ശ്ലഥബിംബങ്ങൾ പതിക്കുകയാണിവിടെ. പലതരം ബാധകളുടെ കൂടാരമല്ലേ വ്യക്തി എന്ന ദേഹം? അത് individual അല്ല, dividual ആണെന്ന് ആർക്കാണറിഞ്ഞുകൂടാത്തത്? ബാധാവേശത്തിന്റെ തിരയാളലിൽനിന്ന് ശരിക്കുള്ള സ്വത്വത്തെ തിരഞ്ഞുപിടിക്കാൻ പക്ഷെ ആർക്കാണാവുക? വിഷ്ണുവും മോഹൻദാസും മുരുകേശനുമൊക്കെ ഒരു ദേഹത്ത് നിൽക്കുന്നു. കുമാരദാസും ചന്ദ്രശേഖരനും പങ്കജാക്ഷനുമൊക്കെ മറ്റൊരെണ്ണത്തിൽ. എത്രയോ ഞാനാണ് 'ഞാനി'ൽ. ഇതിലേതാണു ഞാൻ? 'അറിയില്ല.' അതുകൊണ്ട് പ്രാചീനമായ ആ ഉപായമെടുക്കുന്നു – നേതിനേതി. ബാധകൾ അടയുമ്പോൾ ഒരുപക്ഷേ മായ നീങ്ങിയേക്കാം.

സ്വന്തം മാനസിക പ്രതിസന്ധിയെക്കുറിച്ചുള്ള സ്വപ്നദർശനമാണ് ഇപ്പറഞ്ഞ കഥകൾ. പ്രത്യക്ഷകാരണങ്ങളൊന്നും കൂടാതെതന്നെ സംവേദനശീലനായ ഒരാൾക്ക് തന്റെ അസ്തിത്വം ദാരുണമായി പരിമിതമാണെന്നും കൺമുമ്പിലെ യാഥാർഥ്യങ്ങൾ അർഥരാഹിത്യത്തിന്റെ മുഖമറയാണെന്നും തോന്നും. നിലനിൽപ്പിന്റെ ചോർച്ചയെപ്പറ്റി അഥവാ ഉള്ളിലെ വിള്ളലുകളെപ്പറ്റി ബോധ്യമുണ്ടാവാം. വശ്യവും ഭയാനകവുമായ ഈ വിടവുകളും ശൂന്യതയും അസ്തിത്വത്തിന്റെ ഉള്ളിൽത്തന്നെയുള്ള സാന്നിധ്യമാണ്. ജീവിതത്തിന്റെ സാധാരണമട്ടിനുള്ളിലെ വിറയലാണത്. ഈ ഉൽക്കണ്ഠതന്നെയാണ് സത്യത്തിൽ അസ്തിത്വം. അതിഭൗതികമായ ഒന്നല്ലത്. മനുഷ്യജീവിതത്തിന്റെ നിസ്സാരത എഴുത്തുകാരനെ ശൂന്യതാബോധത്തിലേക്കു നയിക്കാം. പല എഴുത്തുകാരിലും ഇരുട്ട് ഒരു സ്ഥിരം പ്രതീകമാവുന്നത് അങ്ങനെയാണ് – ഫിലിപ് ലാർകിൻ തൊട്ട് ഇടശ്ശേരിവരെ. മിസ്റ്റിക്കുകൾ പോലും ഇരുളിനെ ഗൗരവമായെടുത്തവരാണല്ലോ. തമസ്സിൽ നിന്ന് ജ്യോതിസ്സിലേക്കുള്ള പ്രാർഥിച്ചുണർത്തലോർക്കുക. ഇ വി ശ്രീധരൻ പക്ഷേ ശൂന്യതാവാദിയല്ല. ജ്യോതിർഗമയ പ്രാർഥന ചെയ്യാനും ഒരുക്കമല്ല. ഇതൊരു ഗോവിന്ദൻസ്പിരിറ്റാണ്.

'സ്വപ്നദർശികളുടെ ജീവിതം' നോക്കുക. സബിത, ഷേണായ്, ഞാൻ. അയ്യങ്കാളിയിൽ ഗവേഷണത്തിനുവരുന്ന പുതുയുവത്വമാണ് സബിത. അവളെ അയയ്ക്കുന്നത് കഥ പറയുന്നയാളിന്റെ സുഹൃത്തും ചരിത്രപണ്ഡിതനുമായ ഷേണായ്. എഴുത്ത്, ചരിത്രത്തിന്റെ തൊലിപ്പു

റത്തുനിന്ന് ജീവിതത്തിന്റെ ദൂരങ്ങളിലേക്ക് പോകുമ്പോൾ കഥ മെല്ലെ പിന്നോട്ടു വലിക്കുന്നു. സബിതയുടെ ആത്മഹത്യാവിവരം (എന്തിനാണങ്ങനെ ചെയ്തു എന്ന് കഥപറയുന്നയാൾക്ക് അജ്ഞാതം) കഥയ്ക്ക് വിരാമമിടുന്നു. ജീവിതത്തിന്റെ കാളിമയിലേക്കു നോക്കുന്നവൻ മൗനിയായിപ്പോകുന്നതുകൊണ്ടല്ലിത്. ലീനമായ പിരിമുറുക്കമുള്ള അന്തരീക്ഷത്തിൽ, ഒരു കേന്ദ്രത്തിൽ നിന്നുകൊണ്ടു കഥ പറയുന്നു. പറന്നുപറന്നു പോകുമ്പോഴും അദൃശ്യമായ ഒരു ചരട്. അതിന്റെ പിടി. അതിൽ സംഭവങ്ങളുടെ പിച്ചിമൊട്ടുകൾ കോർത്ത മാല. മൊട്ടോരോന്നും അല്ലിവിടർത്തി നോക്കുമ്പോൾ അന്ധാളിപ്പുകളല്ല, നിർമ്മമമായ ഓരോ സ്തബ്ധതകളാണുണ്ടാവുക. ഓരോ സംഭവവും ജീവിതത്തിൽ നിന്നുള്ള പുറത്താകലുകളാണ്. ഓരോ വട്ടം പുറത്താകുമ്പോഴും ജീവിതം ശൂന്യമാവുകയല്ല പുതിയ പുറത്താകലുകൾക്കായി സ്വതന്ത്രമാവുകയാണ്. കഥ, സ്വതന്ത്രമാകൽ കൂടിയാണ് - എഴുതുന്നവനും വായിക്കുന്നവനും.

'ശ്രീവൽസ' ത്തിലെ വിഷ്ണു സ്വയം വിറ്റ് ആ സ്വാതന്ത്ര്യം നേടാൻ പുറപ്പെട്ടവനാണ്. അത്, മൂർമാർക്കറ്റിലെ വാണിഭപ്പെണ്ണുങ്ങളുടെ സ്വന്തം വിൽക്കലല്ല. മാംസവിൽപ്പന കരാർപ്പണി മാത്രമാണല്ലോ. ദൈവം എന്ന ഹാസ്യമൂർത്തിക്കു മുന്നിലൂടെ കമാലുദ്ദീൻ എന്ന കമ്പോളത്തിന് 'ഉപയോഗപ്രദ'മായ സ്വന്തം അവകാശങ്ങളെല്ലാം വിൽക്കുന്നയാൾ. കമ്പോളമെന്ന ഭീമൻസത്വം. അതിന്റെ ഹൃദയമില്ലാത്ത ക്രയവിക്രയങ്ങൾക്കു നേരെ മനുഷ്യൻ നടത്തുന്ന ചവിട്ടാണീ വിൽപ്പന. ജീവിതത്തിന്റെ നിസ്സഹായത എന്നൊന്നും പറഞ്ഞ് ചെറുതാകാൻ ഹൃദയത്തിനു മനസില്ല. അവൻ പേശിമുറുക്കി ആഞ്ഞുചവിട്ടുന്നു. ദൈവംതമ്പുരാനായ വിഷ്ണു അതിനെയൊരു ശ്രീവത്സമായി ലളിതവൽക്കരിച്ചേക്കാം. പക്ഷെ മനുഷ്യനായ വിഷ്ണു ഇവിടെ ഹാസ്യമൂർത്തിയായി ദൈവത്തെയും തോൽപ്പിക്കുന്നു.

ജീവിതത്തിൽ മുറിവേറ്റവരും തോറ്റമ്പിയവരും ഏകാകികളുമായ മനുഷ്യാംശങ്ങൾ എല്ലാ കഥകളിലുമുണ്ട്. ചിലപ്പോൾ ഒരു മുഴുവൻ കഥാപാത്രമായി, ചിലപ്പോൾ ഓരോ കഥാപാത്രത്തിന്റെയും അംശഭേദങ്ങളായി. മരണം ഇവിടെ മൗനാനുഭവമാണ്. പലർക്കും സ്വജീവിതത്തിലെ നഷ്ടങ്ങളോടോ പോരായ്മകളോടോ ബന്ധപ്പെട്ടാണത് തെളിയുന്നത്. മുക്തിയുടെ മോഹനവാഗ്ദാനങ്ങളില്ലാത്ത മൂർച്ചയുറ്റ വിറയലായി.

മരണം പറയാൻ പോകുന്നൊരു ബാലക്കുറുപ്പുണ്ട്, 'തുരീയ' ത്തിൽ. വിവരം കേൾക്കേണ്ടയാൾ, കുറുപ്പറിയാതെ മരിച്ചുകിടപ്പാണ്. കുന്നുമ്മക്കരയ്ക്കും മരുതോങ്കരയ്ക്കുമിടയിലെ ജീവിതയാത്രയിൽ ഓർമയുടെ ഉമ്മറത്തുകൊളുത്തിയ ബലിവിളക്ക്. അതിലൂടെ വരുന്ന മരണത്തിന്റെ നിറവും മണവും. ജന്മത്തിന്റെ സ്ഥായീസ്പർശങ്ങൾ. അതിനു മുന്നിൽ കഥാകൃത്ത് വിറകൊള്ളുന്നു.

എങ്കിലും മരണമല്ല, ഈ കഥാകൃത്തിന്റെ അശാന്തി, ജീവിതമാണ്. ഒരർഥത്തിൽ മരണവും ദൈവവുമൊക്കെ മനുഷ്യജീവിതം എന്ന സാഗ

രസമീക്ഷയ്ക്കുമുന്നിൽ എത്രയോ പാവങ്ങൾ. ദൈവത്തിന്റെ വിചാരണ മാത്രമാണ് ദൈവം; ആ വിചാരണ ദൈവവുമായി ശാശ്വത സംഘർഷത്തിലുമാണ്. ജീവിതത്തിന്റെ കാര്യം അങ്ങനെയല്ലല്ലോ. 'കണാരച്ചന്റെ ജീവിതത്തിലൂടെ' പോയിനോക്കുക. കല്ലാമലയുടെ സ്പന്ദിക്കുന്ന ചരിത്രം തന്നെ അതാണെന്നു തോന്നിപ്പോകും. ആരൊക്കെയല്ല അയാളുടെ മക്കൾ? കണാരച്ചൻ, കല്ലാമലയുടെ പ്രലോഭനവും വെല്ലുവിളിയുമാണ്. എല്ലാവരും വന്ന വഴിയുടെ അസ്തിത്വം അങ്ങനെയാണ്. ജീവിതം നിരപേക്ഷമാണ്. മനുഷ്യർക്കാണ് വ്യാജമായ ഔചിത്യങ്ങളും പ്രയോറിറ്റികളും. ആ മുഖംമൂടികൾ, നേരിനുനേർ നിൽക്കുമ്പോൾ കഥ പറഞ്ഞുരിഞ്ഞുവീഴും. ചരിത്രത്തിന് നേരുപറയാൻ ധൈര്യക്കുറവില്ല. ഔചിത്യത്തിന്റെ പ്രശ്നങ്ങൾ അതിനെ അലട്ടുന്നില്ല. നേരാണെന്നുവച്ച് എല്ലാമങ്ങു പറയാമോ എന്നാണു ചോദ്യമെങ്കിൽ, കാലത്തിന്റെ ബീജങ്ങൾക്കു നുണയേശില്ല എന്നേ പറയാനുള്ളു – കണാരച്ചൻ എന്ന ചരിത്രം സാക്ഷി.

ഇങ്ങനെ ജീവിതത്തിന്റെ നേർയാഥാർഥ്യങ്ങൾ തരുന്ന നിസ്സഹായതകളിൽ നിന്ന് അവയ്ക്കുള്ളിലെ നിർമലസത്യങ്ങളിലേക്കു പ്രവേശിക്കുമ്പോൾ യുക്തി അപ്രസക്തമാകും. കഥാകൃത്ത് ദാർശനികതയിലേക്കു ചെല്ലുന്നത് അപ്പോഴാണ്. അത്, ഏതെങ്കിലും വ്യവസ്ഥാപിത ദർശനങ്ങളുടെ വിഴുപ്പലക്കല്ല. ജീവിതത്തിന്റെ ആത്മാവിലേക്കുള്ള പ്രവേശനങ്ങളാണ്. ഈ കഥാകൃത്തിൽ പ്രത്യയശാസ്ത്ര തിരസ്കാരങ്ങളുടെ കഥകൾ ആ പ്രവേശം വരച്ചിടുന്നു. ഇത് പല പ്രകാരേണ സംഭവിക്കാം.

ഒന്നാമത്, എല്ലാത്തരം വ്യവസ്ഥിതികളോടും കലഹിക്കുന്ന പ്രതിസ്വത്വമെന്ന നിലയിൽ. നിഷേധങ്ങളിലൂടെ അന്യവൽക്കരണം സംഭവിക്കുന്നതുകൊണ്ടല്ലിത്. ജീവിതമെന്ന വ്യവസ്ഥാപിതത്വവും ആത്യന്തികമായി അന്യവൽക്കരണമുണ്ടാക്കും. സ്വത്വ പ്രതിസന്ധി അങ്ങനെയുമാവാം. സന്നിഹിതത്വം ഇല്ലാതാകുമ്പോൾ വ്യക്തിക്കും പ്രസ്ഥാനത്തിനുമൊക്കെ ഈ പ്രതിസന്ധിയും തിരസ്കാരവുമുണ്ടാകും. 'തിരുവാലപ്പെണ്ണൊരുത്തി....' എന്ന കഥയിൽ ഫ്യൂഡലിസത്തിന്റെ രതിമൂർത്തിയായ അരുമന നമ്പ്യാർ അതിന്റെ സാക്ഷ്യമാണ്. പ്രത്യക്ഷത്തിൽ അധികാരാധീശതകളുടെ ഭോഗമൂർത്തിയായ നമ്പ്യാർക്കു പക്ഷെ ഒന്നിനോടും സന്നിഹിതത്വമില്ല. എല്ലാത്തരം അധികാരത്തിന്റെയും ഉടമയുടെയും വിധിയാണത്. സെൻസ് ഓഫ് ബിലോങ്ങിങ് ഇല്ലാത്ത ജീവിതം, മറ്റെന്തെല്ലാമുണ്ടെങ്കിലും ആളെ റദ്ദാക്കുന്നു. വ്യക്തിയെപ്പോലെ പ്രസ്ഥാനങ്ങൾക്കും ഇതാണു ജീവിതവിധി.

രാഷ്ട്രീയത്തിന്റെ ധ്വനി തോന്നിക്കുമെങ്കിലും ഇവയൊന്നും രാഷ്ട്രീയകഥകളല്ല. അങ്ങനെയൊരു ലാഞ്ചനയേൽപ്പിക്കാതെ ഒരു രാഷ്ട്രീയ കഥ ഈ സമാഹാരത്തിൽ പതിയിരിപ്പുണ്ട് – 'ആലി നാദാപുരത്തു പോയപ്പോൾ.' നാദാപുരത്തെ കലാപങ്ങളുടെ പശ്ചാത്തലത്തിൽ കുന്നിമലയുടെ ചുവട്തേടിയിറങ്ങുകയാണ് ആലി. അല്ലാഹുവിനു തുറന്നുവച്ച കാശുമായിട്ടാണ് പോക്ക്. അതിൽ പ്രത്യക്ഷത്തിൽ ഒന്നും വീഴുന്നില്ലെങ്കിലും,

എല്ലാം വീഴുന്നുണ്ട്. "വല്യങ്ങാടീന്നല്ലേ പറണേ..... എന്നിട്ടും എട്ടു മണിക്കുമുമ്പേ ഇർട്ട്." ആലി രാഷ്ട്രീയമാണു പറയുന്നത്. "ഈ ബലാല്ങ്ങളെന്താ തൊണ്ടകീറിപ്പറേന്നേ?" ആലി പരിഹസിക്കുന്നത് നമ്മുടെ അർഥരാഹിത്യത്തെയാണ്. "ഉറുമി വീശിപ്പേടിപ്പിക്കീം ഇവറ്റീങ്ങളെ" - ആലി ഓർമിപ്പിക്കുന്നതു ചരിത്രമാണ്. നേര്, ഇങ്ങനെ ലളിതമായിട്ടല്ലേ കിടക്കുന്നത്? അതിനപ്പുറത്തെ കാര്യങ്ങൾക്കു വേണ്ടിയുള്ള കടിപിടി, സാമൂഹ്യരാഷ്ട്രീയം, വേദാന്തം ഒക്കെത്തന്നെ ആലി എന്ന ചരിത്രാവബോധത്തിനു മുന്നിൽ കേവലം ബലാലങ്ങ്ളാവുകയാണ്. ചരിത്രകൽപ്പനയും ലളിതമാണ് - "മര്യാദയ്ക്ക് ജീവിച്ചോളീൻ." അല്ലാഹു ഓനോടു ഓതുന്നതും അതുതന്നെയല്ലേ.

അടിസ്ഥാനപരമായി ചന്ദനഗന്ധം കുന്നിമലേന്റെ ചോട്ടിലും തീണ്ടാരിയൊഴിഞ്ഞ കുഞ്ഞാനൂന്റെ ചോട്ടിലുമായി വീതിച്ചുകിടക്കുമ്പോൾ അങ്ങാടി എട്ടുമണിക്ക് അടക്കേണ്ടിവരില്ലല്ലോ. ആലിക്കതറിയാം, നമുക്കും. പിന്നാർക്കാണറിയാൻ പാടില്ലാത്തത്? അതാണു കഥയുടെ രാഷ്ട്രീയം.

ജീവിതത്തിന്റെ നിരാശകൾ; അവയിൽ ആരോപിക്കപ്പെടുന്ന വലിപ്പങ്ങൾ. രണ്ടിനുമിടയിൽപ്പെടുന്ന മനുഷ്യർ ഈ കഥാകൃത്തിനെ ഉണർത്തിയെടുക്കുന്ന പ്രമേയങ്ങളാണവ. അതിലൊരു സ്ഥലകാലരാഷ്ട്രീയമുണ്ട്. വൈചാരികത, വൈകാരികതയെ കടിഞ്ഞാണിട്ടുനിർത്തുന്ന ആഖ്യാനപ്രകൃതം. രൂപഭദ്രതയെപ്പറ്റിയോ ഭംഗംവരുത്തലിനെപ്പറ്റിയോ ഒന്നും കൂസലില്ല. തച്ചന്റെ അത്തരം സൂത്രങ്ങളിലല്ല കണ്ണ്. കഥ പറയുന്നതിലാണ് കമ്പം. ഇതൊരു വടക്കൻപാട്ടുരീതിയാണ്. പാട്ടിന് ചൊൽവഴക്കമാണ്, മെയ്വഴക്കമല്ല. മെയ്വഴക്കം പാട്ടിലെ ചരിത്രത്തിനാണ്. ആദ്യകാല കഥകളിൽ നിന്ന് 1990 - കളുടെ ഒടുവിലെത്തുമ്പോൾ കഥനത്തിൽ വ്യക്തമായ മാറ്റം കാണാം. ജനിച്ചു വളർന്ന ചുറ്റുവട്ടത്തിന്റെ പ്രാദേശിക ഭാഷയും ജീവിത രീതികളും തനിമയോടെ തലയുയർത്തിത്തുടങ്ങുന്നു. മദിരാശി, തിരുവനന്തപുരം ജീവിതത്തിനുശേഷമുള്ള ഒരു മടങ്ങിപ്പോക്കല്ലിത്; വീണ്ടെടുപ്പാണ്. അതാകട്ടെ കേവലം ഭാഷയുടെ മുദ്രണങ്ങളിൽ ഒതുങ്ങുന്നതല്ല. കാഴ്ചയുടെ പരിവട്ടത്തിന് വേരുകളുടെ വീണ്ടെടുപ്പ് വരുത്തുന്ന മാറ്റങ്ങളാണ്. 'തിരുവാലപ്പെണ്ണൊരുത്തിവന്നേ' അതിന്റെ സൂചനയാണ്.

വടക്കൻപാട്ട് ഈ ചോമ്പാക്കാരന്റെ ചോരയിലുണ്ട്. ഒരു പാട്ടായല്ല; ജീവിതബോധത്തിന്റെ ഈണമായിട്ട്. വടക്കൻ പാട്ടിന് മൂന്നു ചേരുവകളുണ്ട്. സ്ഥലരാശി, താളം, സമൂഹചരിതം. ഇതു മൂന്നും സമഞ്ജസമായി സമ്മേളിക്കുന്നു അരുമന നമ്പ്യാരുടെ കഥയിൽ. നറേഷന് വടക്കൻപാട്ടിന്റെ ദ്രുതമായ ഇമ്പം. അന്തരീക്ഷസൃഷ്ടിക്കും പാത്രസൃഷ്ടിക്കും മേൽപ്പറഞ്ഞ ചേരുവകളുടെ പ്രയോഗം. അന്തരീക്ഷം തന്നെ ഒരു കഥാപാത്രമാണിവിടെ. ഫ്യൂഡലിസം, തിമിർത്താടുന്ന രതിയാകുന്നു. രതീയതയുടെ പ്രകടനങ്ങൾ അധികാരത്തിന്റെ ചിഹ്നനടനമാണ്. രതി

യുടെ അതിസുഖത്തിലൂടെ അതിന്റെ തിരസ്കാരമാണ് കഥ നിർവഹിക്കുന്നത്. മ്ളേച്ഛതയും അറപ്പും ദ്യോതിപ്പിക്കുക വഴി കേന്ദ്രപ്രമേയത്തിന്റെ നിന്ദ്യത സൃഷ്ടിക്കുന്നു. ഈ ചവിട്ട്, നാട്ടുവ്യവസ്ഥയും കമ്യൂണിസവും, വടക്കൻ പാട്ടും വരെ ഏറ്റുവാങ്ങുന്നുണ്ട്. പെണ്ണും പണിയും പാട്ടും അടിയാളന്മാരും ഉപഭോഗത്തിന്റെ യന്ത്രങ്ങളുമാകുമ്പോൾ ആ ചവിട്ടിന് ഗരിമയേറുന്നു. ഒടുവിൽ തിരുവാല ചെത്തിയെടുക്കുന്ന ലിംഗം അരുമനയുടേതല്ല; ഇപ്പറഞ്ഞ മുഴുവൻ ശക്തിപ്രയോഗങ്ങളുടെയും നാഭിയാണ്. ജീവിതത്തിലെ ഫാലിക് ഇമേജ്, അതിന്റെ പ്രാക്തനമായ മുഴുവൻ ബിംബശക്തിയോടെയും പിഴുതെറിയപ്പെടാനുള്ള ഉഴവിന്റെ അക്രമാസക്തമായ ഒരശാന്തി കഥയിൽ പ്രതിഫലിക്കുന്നു.

ഇങ്ങനെ പല കഥകൾ സ്വത്വത്തിന്റെ പല മേഖലകളിലേക്കു കൂട്ടിക്കൊണ്ടുപോകുമ്പോഴും ചില രൂപങ്ങൾ സദാ ഒപ്പം വരും. കടൽ, പെണ്ണ്....... അങ്ങനെ ചിലർ. കടൽ ഈ കഥകളിൽ ഒരേസമയം ശാന്തിയും അശാന്തിയുമാണ്. കഥകളുടെ സ്ഥലരാശിക്ക് സവിശേഷമായ ഒരു എടുപ്പുകൊടുക്കുന്നത് കടലാണ്. ചിലപ്പോൾ നേരിട്ടും പലപ്പോഴും പരോക്ഷമായും കടൽ സ്ഥിരസാന്നിധ്യമാണ്. മലബാറിലും മദിരാശിയിലും തിരുവനന്തപുരത്തും ഈ കഥാകൃത്തിനെ വിടാതെ കവർന്ന കഥാപാത്രമാണത്. കടപ്പുറത്തിരുന്നും കടൽവിഭവങ്ങൾ ഒരുക്കിയുമാണീ കടൽസാന്നിധ്യം പ്രവേശിക്കാറ്. കരയ്ക്കു സാധ്യമല്ലാത്തൊരു വിശാലതയുടെ ക്യാൻവാസ് അതു പകരുന്നുണ്ട്. ആഴമുറയുന്ന ഈ പശ്ചാത്തലത്തിൽ ചെറിയ ജീവിതതീരങ്ങളും ചെറിയ മനുഷ്യരും പെരുമാറുമ്പോൾ കഥയുടെ ഗരിമയേറുന്നു. ഈ കടൽ പക്ഷെ കവിയാറില്ല. എല്ലാമൊതുക്കി കരയ്ക്കൊരു ക്യാൻവാസായി അതങ്ങനെ. കഥയ്ക്ക് ജീവിതംപോലെ.

പെണ്ണിന്റെ പാത്രീകരണം പക്ഷെ അങ്ങനെയല്ല. 'കാർത്തികയുടെ കാല'ത്തിലെ കാർത്തിക, 'ലബോറട്ടറിയിലെ പൂക്കളി'ലെ മീനാമേനോൻ, 'സ്വപ്നദർശികളി'ലെ സബിത, 'ശരണംനാരായണീയ'ത്തിലെ ലക്ഷ്മിക്കുട്ടി, 'തിരുവാലപ്പെണ്ണൊരുത്തി'യിലെ തിരുവാല...... പെണ്ണ് പല രൂപത്തിൽ വരുന്നുണ്ട്. എങ്കിലും ഭാവം ഏറക്കുറെ സമാനമാണ്. സന്ദർഭാനുസരണം പ്രത്യക്ഷങ്ങളും പെരുമാറ്റങ്ങളും മാറുന്നുണ്ടെങ്കിലും കഥകളിൽ പൊതുവേ പെണ്ണ് ഒന്നാണ്. അവൾ കൂടുതലായി പരിശോധിക്കപ്പെടുന്നില്ല. സ്ത്രീ, സമസ്യയാണെന്നൊന്നും പറയുകയല്ലിവിടെ. ജീവിതത്തിനാണ് ആ പ്രയോഗം കൂടുതലിണങ്ങുക. പൂരണം കഥാകൃത്തിന്റെ പണിയുമല്ല. പൂരിപ്പിക്കാത്ത പെൺകാഴ്ചകളാണ് ഇവിടെ നിറയുന്നത്. ചിലപ്പോൾ അവൾ സബിതയെപ്പോലെ പടർന്നുകയറി തൂങ്ങിച്ചാവും. ചിലപ്പോൾ തിരുവാലയെപ്പോലെ പരിചകൊണ്ട് ഉറുമിയറക്കും. മിക്കപ്പോഴും കാർത്തികയെപ്പോലെ സമരസപ്പെടും. ഒരർഥത്തിൽ, സബിതയുടേതും തിരുവാലയുടെതും പോലും പൊരുത്തപ്പെടലുകളല്ലേ? ജീവിതമുയർത്തിയ സന്ദിഗ്ധതകളോടുള്ള വലിയ സന്ധിചെയ്യലുകൾ.

എങ്കിലും ഈ കഥകളിൽ ജീവിതക്കാഴ്ച നടത്തുന്നത് പുരുഷനാണ്. പെണ്ണ്, ഓരോ വരവിലും ഒഴിഞ്ഞുതന്നെ നിൽക്കുന്നു.

അത്, കാഴ്ചയുടെ ഓരോരോ രീതികളാണ്. അതുകൊണ്ടുതന്നെ ആരുടെ കഥയും പൂർണമാകുന്നില്ല. ഒരു കഥയും സ്വയം വിരാമമിടുന്നില്ല. കാലത്തിന്റെ നെഞ്ചിൽ തലവച്ച് കഥ കാത്തിരിക്കുകയാണ്.

നമുക്കു നമ്മുടെ സ്ഥലകാലങ്ങളിലേക്കു വരാം. മലയാളിയെപ്പോലെ, മലയാളത്തിലെ ആധുനികതയും പലതരം ആധുനികതകളുടെ സങ്കരമാണ്. അതിൽ അസ്തിത്വദർശനങ്ങളുടെ സ്വാധീനത മുറ്റിനിൽപ്പുണ്ട്. ആ കാലത്ത് എഴുതിത്തുടങ്ങിയ ഇ വി ശ്രീധരന്റെ ആദ്യകാല കഥകളിൽ ജീവിതത്തിന്റെ നിരർഥകത നിബിഡമാണ്. എങ്കിലും, അതു മെല്ലെ നിരപക്ഷേ കാഴ്ചയായി മാറുന്നു. ആധുനികോത്തരമായ ഒരു ഭാവത്തിലേക്ക്. ആ ഭാവം, പലരും കണ്ട ഭാവം നടിച്ചില്ല. നിരൂപകർക്കു കമ്പം ജനപ്രിയനാമങ്ങളെയും എഴുത്തിലെ എസ്റ്റാബ്ളിഷ്മെന്റുകളെയുമായിരുന്നു. ആധുനികത, യാഥാർഥ്യങ്ങളിൽ നിന്നകന്ന് ഭംഗിയും സ്വാധീനശക്തിയും മുറ്റിയ ആകർഷണമൂർത്തിയായിക്കഴിഞ്ഞിരുന്നല്ലോ. ദുർഗ്രഹത, ദുർമ്മേദസ്, ആഗ്രഹചിന്ത തുടങ്ങി ഒരുപാട് കയ്യും തലയും അതിനുണ്ടായി. പിന്നെപ്പിന്നെ പരീക്ഷണങ്ങളാൽ അതിനെ പുഷ്ടിപ്പെടുത്തിയ തച്ചന്മാരുണ്ടായി. അപ്പോൾ വിമർശനത്തിന്റെ താലപ്പൊലി അവർക്കു ചുറ്റിലുമായി. കൂട്ടത്തിൽ, മുന്നിൽക്കയറി നടക്കാൻ വിമർശകർക്കും പൂതിയായി. അധികാരത്തന്റെ പ്രശ്നങ്ങളായിരുന്നു എല്ലാ മനസിലും. അതിനിടെ ഇ വി ശ്രീധരനെപ്പോലെ ചിലർ കൂട്ടത്തിൽപ്പെടാതെ കഥയെഴുതിക്കൊണ്ടിരുന്നു. തങ്ങളുടെ രീതിയിൽ. സ്വന്തം മനസ്സുകൊണ്ട്. ഒരുപാടു അറയുള്ള ആധുനികതയുടെ ചെപ്പിൽ വേണമെങ്കിൽ ഒതുക്കാം. വെറുതേവിടാം. ഭാഗ്യത്തിന് ഗൗനക്കുറവുമൂലം പ്രസ്ഥാനക്കണ്ണ് ഏറ്റില്ല.

സാഹിത്യത്തെ ആധുനികതയിൽ നിന്നു മോചിപ്പിക്കാൻ മിഗ് – 21 ൽ ചില സൈബോർഗുകളെത്തി. ആധുനികതയെ രാകിയെടുത്ത് ഉത്തരാധുനികം ലേബലൊട്ടിക്കുന്ന പഴയ സൂപ്പർസ്റ്റാറുകളും. എല്ലാവരും പണിപ്പെടുന്നത് മാറ്റമുണ്ടാക്കാൻ. പദ്മനാഭനും എം ടിയുംപോലെ മാറ്റത്തെ പരീക്ഷക്കാത്ത ചിലരുണ്ട്. ഈ സാഹിത്യസാമ്രാജ്യത്തിന്റെ ധാരാവാഹികളാകാതെ ഇ വി ശ്രീധരനെപ്പോലെ ചിലർ. അവർ കഥയെഴുതുകയാണ്.

അങ്ങനെ എഴുതുന്നവർ തങ്ങൾക്ക് അപരിചിതമായ മേഖലകളിലേക്ക് ഒന്നും കയറിപ്പോകുന്നില്ല. അറിയാത്തതു പറയുന്നുമില്ല. പരിചയിച്ച മേഖലകളിൽപ്പോലും അവർ അന്യരാണ്. കാമുവിന്റെ ഔട്ട്സൈഡറല്ല. ജീവിതത്തോടുള്ള ഒരു പ്രത്യേക പ്രതികരണമാണ് ഈ കാണിനില. അത് മോഹിപ്പിക്കുന്ന മുദ്രകളൊന്നും വീഴ്ത്തില്ല. കാഴ്ചയുടെ വാവട്ടം വലുതാകുമ്പോൾ അതങ്ങനെയാണ്. ജിദ്ദു കൃഷ്ണമൂർത്തി പറഞ്ഞതുപോലെ, the bird in its flight, leaves no marks. അല്ലെങ്കിൽത്തന്നെ

ജീവിതംകൊണ്ട് എന്തു മുദ്രയാണു വീഴ്ത്തുക? നിശ്ചയങ്ങളിലുള്ള വിശ്വാസമായിരുന്നു ആധുനികതയുടെ മുദ്ര. നിയന്ത്രണത്തിന്റെ സാധ്യതകളിലുള്ള വിശ്വാസം. അത്തരം ഉറപ്പിലുള്ള വിശ്വാസത്തകർച്ചയാണ് ഉത്തരാധുനികത. ഒന്നിന്റെയും ഉടമസ്ഥത ആർക്കുമില്ലാത്ത അവസ്ഥ. കഥയിൽ നേരത്തെതന്നെ ഇ വി ശ്രീധരൻ അത്തരമൊരു ഛായ ധ്വനിപ്പിച്ചിരുന്നു. ആധുനികതയുടെ ദുർഗ്രഹതകൾ ചിന്തുന്ന പതിവും. അവലംബിക്കാൻവേണ്ടി അവലംബിക്കുന്ന ഉത്തരാധുനികമട്ടുകൾ ആ കഥകളിലില്ല. പക്ഷെ ഭ്രമത്തെ വാങ്മയമാക്കുന്ന രീതി, ഇതിവൃത്തസമാനമായ വിവരണം, നിരീക്ഷണങ്ങൾ...... ഇവയൊന്നും ഒരാധുനികതയുടെയും രീതിയല്ലെന്നോർക്കണം.

വേണ്ട. നമുക്ക് ഇസങ്ങളുടെ ഭൂതച്ചെപ്പുകളിൽ ഈ കഥകളെ അടയ്ക്കണ്ട. അവ എഴുതിപ്പോയ അപരാധത്തിന് ഈ മനുഷ്യനെ പിടിച്ചൊരു സപ്രമഞ്ചത്തിൽ ഇരുത്തുകയും വേണ്ട. ‘പാടുന്നതൊരു സാവേരി’യിലെ രാധാരാമനെപ്പോലെ അയാൾ ഈ ‘യൂസ്‌ലെസ് ജീവിതം’ ജീവിച്ചോട്ടെ..... “ഇതാണോ ജീവിതം” ...... എന്നു ചോദിച്ചുകൊണ്ടിരുന്നോട്ടെ. എന്നിട്ട് വല്ലപ്പോഴും തോന്നിയമട്ടിൽ ഇങ്ങനെയൊക്കെ എഴുതിക്കോട്ടെ. .... “ചില ചില്ലറ വിശേഷങ്ങൾ. നീലാകാശം പുരപ്പുറത്തുനിന്നു വീണു. എന്റെ കഞ്ഞിയിൽ നിന്നു ചോര പൊടിയുന്നു. എന്റെ കൺമുന്നിൽ മഴവില്ല് കത്തിപ്പാളുന്നു......”

ഈ രാഗം പന്തുവരാളിയാണ്. രണ്ടറ്റം എരിഞ്ഞുതീരുന്നൊരു മെഴുകുതിരി. എരിഞ്ഞോട്ടെ, അത്.

കണാരച്ചന്റെ ജീവിതത്തിലൂടെ

കണാരച്ചന് തൊണ്ണൂറു വയസ്സൊക്കെ എന്നോ കഴിഞ്ഞുകാണും. എന്നാൽ പത്തറുപത്തെട്ടു വയസ്സു കഴിഞ്ഞുവെന്നാണ് കണാരച്ചൻ പറയുക. കണാരച്ചൻ വയസ്സു പറയുന്നതുകേട്ടാൽ ആളുകൾ ചിരിക്കും. മൂത്തമകൻ സാമിക്കുട്ടി എഴുപത്തിയൊന്നാം വയസ്സിലാണ് കഴിഞ്ഞ കൊല്ലം മരിച്ചത്. ചരമകോളത്തിൽ മകന്റെ എഴുപത്തിയൊന്നു വയസ്സു കണ്ടപ്പോൾ കണാരച്ചൻ പറഞ്ഞതിങ്ങനെ, "പത്രക്കാരൊക്കെ സൊള്ള മ്മാരാ. ഓനൊരു അമ്പത്രണ്ട് അമ്പത്തിമൂന്നു വയസ്സേ കാണൂ."

കണാരച്ചന്റെ ആരോഗ്യം കല്ലാമലയിലെ കിഴവന്മാർ അസൂയയോടെയാണ് കാണാറ്. ഒരുകാലത്ത് കണാരച്ചൻ കല്ലാമലയിലെ കാമദേവനായിരുന്നു. അസൂയയ്ക്കു പിന്നെ കാരണമൊന്നും വേണ്ടല്ലോ. ഈയിടെ ആരോടോ കണാരച്ചൻ പറഞ്ഞുപോലും, 'പതിനേഴു വയസ്സ്ള്ള പെണ്ണിനെ കെട്ടിത്തന്നാ ഓളെക്കണാരൻ ഇപ്രായത്തിലും വർഷംതോറും പ്രസവിപ്പിക്കും.'

'ജീവിക്ക്മ്മം കുശാലായി ജീവിക്കണം' ഇതാണ് കണാരച്ചന്റെ തത്വശാസ്ത്രം.

കല്ലാമലയാണ് കണാരച്ചന്റെ ലോകം. കല്ലാമലയ്ക്കപ്പുറത്തെ ലോകം കണാരച്ചന് ഇഷ്ടവുമല്ല. മദ്രാസിലും മംഗലാപുരത്തുമൊന്നും പോയിട്ടില്ല. കോഴിക്കോടും കണ്ണൂരും പോലും കണ്ടിട്ടുണ്ടോയെന്നു സംശയമാണ്. വിമാനവും കപ്പലും കണ്ടിട്ടില്ല. കല്ലാമലദേശത്ത് ഒതുങ്ങിക്കൂടി സുഖിച്ചങ്ങു രസിച്ചു.

കല്ലാമലയുടെ മുക്കാൽ നൂറ്റാണ്ടിലേറെക്കാലം മനസിലുണ്ട്. കണാരച്ചനാണ് കല്ലാമലയുടെ കഴിഞ്ഞ നൂറ്റാണ്ടിന്റെ ചരിത്രകാരൻ. കണാരച്ചൻ പറയുന്ന കല്ലാമലയുടെ ചരിത്രത്തിൽ ഒരുപാട് അശ്ലീലം കാണും. കല്ലാമലയുടെ അശ്ലീലത്തിന്റെ കാവൽക്കാരനാണദ്ദേഹം. മാധുര്യം

കലർന്ന് ചരിത്രത്തിൽ നിന്നൊഴുകിവരുന്ന ഈ അശ്ലീലത്തിന് വല്ലാത്തൊരു രസമാണ്. മരിച്ചു മണ്ണടിഞ്ഞവർ കണാരച്ചൻ എന്ന അശ്ലീല ചരിത്രകാരനിലൂടെ പുനരുജ്ജീവിക്കുന്നു.

കല്ലാമലയുടെ ചരിത്രകാരൻ കല്ലാമല അങ്ങാടിയിൽ കണാരച്ചൻ എന്ന പേരിലറിയപ്പെടാൻ തുടങ്ങിയത് എന്നു മുതലാണെന്ന് എനിക്കറിഞ്ഞുകൂടാ. ഞാനറിയുന്ന കാലംമുതലേ കണാരച്ചനാണ്. എന്റെ കൗതുകത്തിലേക്കും സ്നേഹത്തിലേക്കും കണാരച്ചൻ കടന്നുകൂടിയിട്ട് ഇരുപതുകൊല്ലമെങ്കിലും കഴിഞ്ഞുകാണും.

കൊല്ലത്തിൽ രണ്ടോ മൂന്നോ തവണയേ ഞാൻ എന്റെ നാടായ കല്ലാമലയിൽ എത്തുന്നുള്ളൂ. എന്റെ നാട്ടുവാസത്തിന് ഒരാഴ്ചയോ കൂടിയാൽ പത്തു ദിവസമോ മാത്രമേ ദൈർഘ്യമുണ്ടാവുകയുള്ളൂ. ഈ നാട്ടുവാസത്തിൽ മിക്ക ദിവസവും ഞാൻ കണാരച്ചനെ കാണും. എന്നിൽ കണാരച്ചനുള്ള ആദ്യത്തെ കൗതുകം ചുവന്ന കള്ളാണ്. റമ്മായിരിക്കാം, ബ്രാണ്ടിയായിരിക്കാം, വിസ്കിയായിരിക്കാം. റമ്മും ബ്രാണ്ടിയും വിസ്കിയുമൊക്കെ കണാരച്ചന് ചുവന്ന മദ്യമാണ്. രണ്ടാമത്തെ കൗതുകം കഥ കേൾക്കാനിരുന്നുകൊടുക്കുമെന്നതാണ്. എനിക്കാകട്ടെ, കണാരച്ചന്റെ കഥ രസമുള്ളതുമായിരുന്നു.

എന്റെ നാട്ടുവാസത്തിൽ മിക്കവാറും ദിവസവും ഞാൻ കണാരച്ചന് ചുവന്ന കള്ള് വാങ്ങിക്കൊടുക്കുമായിരുന്നു. ഒരുകണക്കിൽ കണാരച്ചന് ചുവന്ന കള്ള് വാങ്ങിക്കൊടുക്കാൻ വേണ്ടിക്കൂടിയാണ് ഞാൻ നാട്ടിലെത്തുന്നത്. അതിന്റെ അർഥം എനിക്കറിഞ്ഞുകൂടാ.

ചുവന്നകള്ള് വാങ്ങിക്കൊടുക്കുന്നത് ഞങ്ങൾ തമ്മിലുള്ള ഒരു രഹസ്യബന്ധം കൂടിയാണ്. രണ്ടുപേർ രണ്ടുകാലത്തിൽ ജീവിച്ചു പങ്കിടുന്ന ഒരാത്മബന്ധമെന്നൊക്കെ നമുക്ക് ആധുനിക സാഹിത്യഭാഷയിൽ പറയാം. എവിടെനിന്നു വന്നു, എങ്ങോട്ടുപോകുന്നു എന്നൊന്നും അറിഞ്ഞുകൂടാത്ത രണ്ടു മനുഷ്യർ തമ്മിലുള്ള ബന്ധം. ഇതിന് അസ്തിത്വവാദത്തിന്റെ ബലം ഞാൻ നൽകുന്നില്ല. അയാം സോറി, ഴാങ് പോൾ സാർത്ര്. ഞാൻ കണാരച്ചനിലേക്കുതന്നെ പോവുകയാണ്. എന്റെ ഗ്രാമത്തിലെ ഒരു വലിയ കഥാപാത്രത്തിലേക്ക്. അദ്ദേഹം ആരായിരുന്നു. എന്തൊക്കെയായിരുന്നുവെന്ന് ഇപ്പോഴും എനിക്കറിഞ്ഞുകൂടാ. അദ്ദേഹത്തിന്റെ ജീവചരിത്രത്തിൽ നിന്ന് ഒരു കൊച്ചുകഥയുണ്ടാക്കാനുള്ള കഴിവേ എനിക്കുള്ളൂ. ദൈവംതമ്പുരാനാണേ സത്യം, ഈ കണാരച്ചൻ ആരായിരുന്നുവെന്ന് എനിക്കറിഞ്ഞുകൂടാ.

“ആലോലമാടിപ്പൂളഞ്ഞാടിയോടും പെണ്ണാളേ നിന്നമ്പിളിക്കീറിൽ ഞാനൊന്നൂയലാടട്ടേ......” എന്നിങ്ങനെയൊക്കെ കണാരച്ചൻ പാടുന്ന പാട്ടിന്റെ അർഥവും എനിക്കറിയില്ല. വാസ്തവത്തിൽ കണാരച്ചൻ ഒരു വലിയ പാട്ടുകാരനാണ്. എത്രയെത്ര പാട്ടുകളാണ് കണാരച്ചൻ കല്ലാമല അങ്ങാടിയിൽ പാടിയിട്ടുള്ളത്! എല്ലാവരും കേട്ടുരസിച്ചു. ചിരിച്ചു. ആർക്കും ഒന്നും മനസിലായിട്ടുണ്ടാവില്ല. എവിടെനിന്നു കിട്ടി ഈ പാട്ടു

കൾ തനിക്കെന്ന് കണാരച്ചൻ ആരോടും പറഞ്ഞില്ല. കേട്ടുപഠിച്ചതോ, സ്വയം ഉണ്ടാക്കിപ്പാടിയതോ എന്നും ആർക്കുമറിയില്ല. വടക്കൻപാട്ട് പാടിപ്പാടി ചില നേരങ്ങളിൽ താനൊരു കവിയായിപ്പോയിട്ടുണ്ടാവണം. കണാരച്ചൻ എങ്ങനെയൊക്കെയോ ഒരു കവികൂടിയായിരുന്നെന്നാണ് എനിക്കു തോന്നുന്നത്.

കണാരച്ചൻ കാലത്തു വീട്ടിൽ നിന്ന് വല്ലതും കഴിച്ച് കട്ടികുറഞ്ഞ ഒരു പുതപ്പും പുതച്ച് അങ്ങാടിയിലേക്കിറങ്ങും. കുപ്പായത്തിനുപകരമാണ് പുതപ്പ്. കുപ്പായം ധരിച്ച കണാരച്ചനെ ഞാൻ കണ്ടിട്ടുമില്ല.

കല്ലാമല അങ്ങാടിയിൽ കണാരച്ചനെ അറിഞ്ഞുകൂടാത്ത ആരുമില്ല. അങ്ങനെ ആരെങ്കിലുമുണ്ടായാൽ കണാരച്ചൻ തലയുയർത്തി, നെഞ്ചു വിരിച്ചു ചോദിക്കും— അറിഞ്ഞൂടേ കണാരനെ, കണ്ടംപറമ്പത്ത് കണാരനെ, കെ പി കണാരനെ?

വാസ്തവത്തിൽ ആരാണ് ഈ കെ പി കണാരൻ?

കല്ലാമലപ്രദേശത്തു നടക്കുന്ന കല്യാണങ്ങളും മരണവും അമ്പലത്തിലെ ഉത്സവങ്ങളും രാഷ്ട്രീയ സാംസ്കാരിക യോഗങ്ങളും കണാരച്ചൻ ഒഴിവാക്കാറില്ല. കല്ലാമലയുടെ ജീവിതത്തിലൂടെ അതിശയകരമായ ഒരു നടപ്പാണ് കണാരച്ചൻ നടന്നത്. മരിച്ചവരുടെ രഹസ്യവും ചരിത്രവും കണാരച്ചൻ വിവരിക്കുമ്പോൾ നമ്മൾ ഞെട്ടിപ്പോകും. പലർക്കും കിഴവനെ ആട്ടിപ്പായിക്കാനും അടിച്ചുകൊല്ലാനും തോന്നും. ഈ കിഴവൻ മരിച്ചുപോകണേയെന്നു പ്രാർഥിക്കുന്ന പലരുമുണ്ട് കല്ലാമല അങ്ങാടിയിൽ.

കണാരച്ചൻ ഓർമയിൽ സൂക്ഷിക്കുന്ന കാര്യങ്ങൾ കല്ലാമലയിലെ പലരുടെയും കൊമ്പൊടിക്കുന്നു. ഇതു തീരെ ശരിയല്ല കണാരച്ചാ എന്ന് എനിക്ക് പലപ്പോഴും തോന്നിയിട്ടുണ്ട്.

ഒരു കൊല്ലം മുമ്പൊരുനാൾ എന്റെ സ്നേഹിതൻ ബാലഗോപാലന്റെ അമ്മ കോമത്തെ അമ്മു അമ്മാട്ട്യാർ മരിച്ചുപോയി. കോമത്തുകാർ വലിയ തറവാട്ടുകാരായിരുന്നു. കളരിക്കുറുപ്പന്മാരുടെ തറവാട്. കടത്തനാട്ടിനെ കിടിലംകൊള്ളിച്ച കളരിഗുരുക്കൾ കോമപ്പക്കുറുപ്പിന്റെ മകളാണ് കോമത്ത് അമ്മു അമ്മാട്ട്യാർ. ദാനശീലയായ അമ്മു അമ്മാട്ട്യാറെ കല്ലാമലക്കാർക്കെല്ലാം വലിയ ആദരവായിരുന്നു. വീട്ടിൽ വെന്ത ആഹാരം കോമത്തുതറവാട്ടിൽ കയറിവരുന്നവർക്കെല്ലാം വിളമ്പിക്കൊടുക്കും. പകൽനേരത്ത് അഞ്ചാറു പുറമേക്കാർക്ക് ആഹാരം കൊടുത്തില്ലെങ്കിൽ അമ്മയ്ക്കു രാത്രി ഉറക്കം വരാൻ ഒരുപാടു വൈകുമെന്ന് ബാലഗോപാലൻ പണ്ടേ എന്നോടു പറയുമായിരുന്നു. അമ്മു അമ്മാട്ട്യാർ ഒരുപാടുതവണ എനിക്കും വിളമ്പിത്തന്നിട്ടുണ്ട്. ആ കറികളുടെ രുചി ഇപ്പോഴും എന്റെ നാവിൽ പറ്റിപ്പിടിച്ചുകിടപ്പുണ്ട്.

ബാലഗോപാലന്റെ അച്ഛൻ നാരായണൻനമ്പ്യാരെ ബാലഗോപാലന് ഇഷ്ടമല്ലായിരുന്നു. എനിക്കും തീരെ ഇഷ്ടമല്ലായിരുന്നു. അദ്ദേഹത്തെക്കുറിച്ച് ഒരുപാടു ചീത്തക്കഥകളുണ്ടായിരുന്നു കല്ലാമലപ്രദേശത്ത്.

അദ്ദേഹം മുഴുക്കുടിയനും രാത്രികാലങ്ങളിൽ പാവപ്പെട്ട പെണ്ണുങ്ങളുടെ വീടിന്റെ ചെററവാതിൽ പൊക്കി വ്യഭിചരിക്കുന്നയാളുമായിരുന്നു. ഇതെല്ലാം ബാലഗോപാലനും അറിയാമായിരുന്നു. അവനാരോടു പറയാൻ....... എന്നോടു പറഞ്ഞാൽ ഞാൻ പറയും, എല്ലാം നിന്റെ തോന്നലാ........ ഒരു രാത്രി കുങ്കിയമ്മയുടെ വീട്ടിലേക്ക് നാരായണൻനമ്പ്യാർ കയറിപ്പോകുന്നതും കുങ്കിയമ്മ വാതിൽ തുറന്നുകൊടുക്കുന്നതും ഞാൻ കണ്ടിട്ടുണ്ട്. നാലഞ്ചുമാസത്തിനുശേഷം കുങ്കിയമ്മ കെട്ടിത്തൂങ്ങിച്ചത്തതും ഞാൻ കണ്ടിട്ടുണ്ട്. അപ്പോഴെല്ലാം പല കഥകളും കല്ലാമലയിൽ പ്രചരിച്ചിരുന്നു. കണാരച്ചന്റെ പാട്ടുകളുടെ അർഥം പിടികിട്ടാത്തതുപോലെത്തന്നെ കുങ്കിയമ്മ കെട്ടിത്തൂങ്ങിയതിന്റെ അർഥവും എനിക്കു പിടികിട്ടിയില്ല. ഇതൊന്നും അങ്ങനെ പിടികിട്ടുന്ന കാര്യങ്ങളല്ല. എന്തായാലും പത്തുപന്ത്രണ്ടുകൊല്ലം മുമ്പൊരുനാൾ നാരായണൻനമ്പ്യാർ സന്യാസത്തിനുപോയി. സന്യാസത്തിനുപോയതോ, എവിടെയെങ്കിലും മുങ്ങിച്ചാവാൻ പോയതോ എന്നൊന്നും ആർക്കുമറിയില്ല. കുങ്കിയമ്മ കെട്ടിത്തൂങ്ങിച്ചത്തതിന്റെ സന്യാസമായിരിക്കാം. അച്ഛൻ എവിടെയായിരിക്കും ബാലഗോപാലാ എന്നു ഞാൻ ചോദിച്ചപ്പോൾ അവൻ പറഞ്ഞു:

നരനായിങ്ങനെ ജനിച്ചു ഭൂമിയിൽ
നരകവാരിധി നടുവിൽ ഞാൻ,
ഈ നരകത്തീന്നെന്നെ കരകേറ്റേണമേ
തിരുവൈക്കം വാഴും ശിവശംഭോ.......

ങ്........ എന്തോ തിരിയുന്നു ബാലഗോപാലാ...... എങ്കിലും ഒന്നും തിരിയുന്നില്ല. തിരിഞ്ഞിട്ടും കാര്യമില്ല.

ങാ...... ഞാൻ പറഞ്ഞുവന്നത് ബാലഗോപാലന്റെ അമ്മ അമ്മു അമ്മോട്ട്യാറുടെ മരണത്തെക്കുറിച്ചാണ്. അമ്മു അമ്മോട്ട്യാർ മരിച്ചത് ഞാൻ നാട്ടിലുള്ള ഒരു ദിവസം പുലർച്ചെയായിരുന്നു. പുലർച്ചെ നാലുമണിക്കായിരുന്നുവെന്നു തോന്നുന്നു. എന്നാലും രാവിലെ എട്ടുമണി കഴിഞ്ഞാണ് ഞാൻ കോമത്ത് എത്തിയത്. ഞാൻ ചെല്ലുമ്പോൾ കോമത്തെ നടയിൽ പ്രശസ്തമായ ആ ചെമ്പകമരത്തോടു ചാരി കണാരച്ചൻ ഇരിക്കുന്നുണ്ടായിരുന്നു. അമ്മു അമ്മോട്ട്യാറെയും ബാലഗോപാലനെയും സരസ്വതിയെയുമൊക്കെ കണ്ട് മുറ്റത്തൊക്കെ കുറേനേരം നിന്ന് ഞാൻ വീടിന്റെ നടയിലേക്കു നടന്നുവന്നു.

ശവസംസ്കാരം പന്ത്രണ്ടുമണിക്കാണ്. വീട്ടുവളപ്പിൽത്തന്നെ ദഹിപ്പിക്കുകയാണ്. എന്തായാലും കഴിഞ്ഞിട്ടുപോകാം. ചെമ്പകമരത്തിനടുത്തേക്കുവന്നപ്പോൾ, ചെമ്പകമരത്തോടു ചാരിയിരുന്നു കണാരച്ചൻ പൊട്ടിക്കരയുകയായിരുന്നു. പൊട്ടിക്കരയുന്ന കണാരച്ചനെ ആരും ശ്രദ്ധിക്കുന്നുണ്ടായിരുന്നില്ല. ഞാൻ ചുമ്മാ കരയുന്ന കണാരച്ചന്റെ അടുത്തു ചെന്നിരുന്നു. കണാരച്ചൻ അപ്രതീക്ഷിതമായി എന്റെ തോളിലേക്കു തല ചായ്ച്ചുവച്ചു. കരച്ചിലിനിടയിലൂടെ എന്തൊക്കെയോ പുലമ്പിക്കൊണ്ടിരിക്കുകയായിരുന്നു. കണാരച്ചൻ കണ്ണീരിനിടയിലൂടെ പുലമ്പുന്ന വാക്കു

കളുടെ ഒരർഥവും എനിക്കു പിടികിട്ടിയില്ല. എന്റെ തോളിൽ നിന്നു തലയെടുത്ത്, കണ്ണുതുടച്ച് ശാന്തനായിരുന്നുകൊണ്ട് കണാരച്ചൻ പറഞ്ഞു: "മോനേ, പന്ത്രണ്ടുമണിക്ക് കത്തിക്കരീന്നത് എന്റെ ഭാര്യാ....... ബാലഗോപാലൻ എന്റെ മോനാ........."

ഞാൻ ചുറ്റും പേടിയോടെ നോക്കി. ആരെങ്കിലും എന്തെങ്കിലും കേൾക്കുന്നുണ്ടോ? കണാരച്ചനു ഭ്രാന്തുപിടിച്ചോ? പേടിച്ചുകൊണ്ടു തന്നെ ഞാൻ കണാരച്ചന്റെ അടുത്തിരുന്നു. കണാരച്ചാ, ഇങ്ങനെയൊന്നും സംസാരിക്കല്ലേയെന്നു ഞാൻ പതുക്കെ കാതിൽ പറഞ്ഞു. അന്നേരം കണാരച്ചൻ എന്റെ മുഖത്തേക്കു തുറിച്ചുനോക്കിക്കൊണ്ട് എന്നോടു ചോദിച്ചു: "സത്യം പറയണ്ടേ മോനേ? ബാലഗോപാലനെ നോക്ക്, ആരെ രൂപാ...... കണാരനെ മുറിച്ചുവച്ച പോലില്ലേ........ഓനെന്റെ മോനാ....... അയില്ലെന്താ സംശയം?"

ഞാൻ മിണ്ടാതെ കുറേനേരമിരുന്നു. റോഡിലിറങ്ങി നാലഞ്ചു സിഗരറ്റ് വലിച്ചു. നാരങ്ങാവെള്ളവും ചായയും കുടിച്ചു. വീണ്ടും ബാലഗോപാലന്റെ അടുത്തുപോയിരുന്നു. അമ്മു അമ്മാട്ട്യാറെ ഒരിക്കൽക്കൂടി ചെന്നുകണ്ടു. എന്തൊക്കെയോ അവസാനിക്കുന്നു.

പന്ത്രണ്ടുമണിക്ക് അമ്മു അമ്മാട്ട്യാറെ ചിതയിലേക്കു പൊക്കിയെടുക്കുമ്പോൾ ഞാനും താങ്ങായി ചുമലിലേറ്റി.

ബാലഗോപാലൻ അവന്റെ അമ്മയെ കത്തിച്ചു. കത്തിത്തീരുമ്പോഴും കണാരച്ചൻ ചിതയുടെ മുമ്പിൽത്തന്നെ ഇരിക്കുന്നുണ്ടായിരുന്നു. കണാരച്ചൻ ചിതയുടെ മുമ്പിൽ നിന്ന് എപ്പോൾ എഴുന്നേറ്റുപോയി എന്നറിയില്ല. എന്താ, എന്തെല്ലാമാണിത്....... ദൈവം ഒന്നും വിട്ടുതരുന്നില്ല....... ബാലഗോപാലൻ പറഞ്ഞതുപോലെ...........തിരുവൈക്കംവാഴും ശിവശംഭോ......

അടുത്ത ദിവസം വൈകുന്നേരം ബാലഗോപാലനെ കാണാൻ ഞാൻ കോമത്തു ചെന്നപ്പോൾ ബാലഗോപാലൻ എന്നോടു പറഞ്ഞു: "അമ്മ വയസ്സായി മരിച്ചു. അച്ഛൻ എവിടെയോ സന്യാസിയായിട്ടു പോയി. എന്തിനു ഞാനുണ്ടായി എന്നെനിക്കറിയില്ല. ഈ കണാരൻ എന്ന കിഴവൻ എന്തൊക്കെയാ എന്നെപ്പറ്റിയും എന്റെ അമ്മയെപ്പറ്റിയും പറഞ്ഞു നടക്കുന്നത് ഈ നാട്ടിൽ? എനിക്കു ഭ്രാന്തുപിടിക്കുന്നു. ജീവിക്കാൻ തീരെ വയ്യ. ജീവിക്കാൻ ഇനി ഒരു മോഹോല്യ....."

കരഞ്ഞുകൊണ്ടിരുന്ന ബാലഗോപാലന്റെ കണ്ണ് തുടച്ചുകൊടുത്തുകൊണ്ട് ഞാൻ പറഞ്ഞു: "ആരെങ്കിലും എന്തേലും പറഞ്ഞോട്ടെ ബാലഗോപാലാ..... അവരൊക്കെ ഭ്രാന്തന്മാരെന്നു വിചാരിച്ചാ മതി."

എന്നിട്ട് ബാലഗോപാലന്റെ സ്ഥാനത്ത് ഞാനായിരുന്നേനേ എന്നായിരുന്നു മനസ്സ് അപ്പോൾ പറഞ്ഞുകൊണ്ടിരുന്നത്. എന്തിന് കണാരച്ചനെ ചവിട്ടിക്കൊല്ലണമെന്നും ഞാൻ ആലോചിക്കാതിരുന്നില്ല. ഞാൻ പെട്ടെന്ന് ഇറങ്ങി നടന്നു. കണാരച്ചൻ കടത്തിണ്ണയിൽ ഇരുന്ന ആരോടോ പഴങ്കഥ പറയുന്നത് ഞാൻ കണ്ടു.

വാസ്തവത്തിൽ ഇതൊക്കെ കണാരച്ചൻ ചുമ്മാ ഉണ്ടാക്കിപ്പറയുന്നതൊന്നുമല്ല. ഒരുപക്ഷെ, നമുക്കൂഹിക്കാൻ പറ്റാത്ത, അങ്ങനെയോ എങ്ങനെയോ ഉള്ള ഒരു ജീവിതമാണ് യുവാവായിരുന്ന കണാരൻ കല്ലാമലപ്രദേശത്ത് ജീവിച്ചത്. ആ ജീവിതം എങ്ങനെയൊക്കെയായിരുന്നെന്നാർക്കറിയാം! എങ്ങനെയൊക്കെയോ ജീവിച്ച ഒരു മനുഷ്യന്റെ ജീവിതത്തിൽ നിന്ന് ഞാൻ ഒരു കഥ പിടിച്ചെടുക്കുന്നുവെന്നുമാത്രം. ഈ കഥ എന്തിനുവേണ്ടിയാണെന്ന് എനിക്കും അറിഞ്ഞുകൂടാ.

ജാതിമതഭേദമെന്യേ കല്ലാമലയിലെ എല്ലാ സമ്പന്നവീടുകളിലും കണാരന് പ്രവേശനമുണ്ടായിരുന്നു. വലിയ വീടുകളിലെ വിറകുകീറലും പറമ്പുകിളയ്ക്കലും തെങ്ങുവെട്ടലും കണാരച്ചന്റെ കുത്തകയായിരുന്നു. വീട്ടിൽ ആണുങ്ങളില്ലാത്ത സമയത്ത് പെണ്ണുങ്ങളെ നിരുപദ്രവകരമായ അശ്ലീലം പറഞ്ഞു രസിപ്പിക്കലും കണാരന്റെ ജോലിയായിരുന്നു. കണാരന്റെ അശ്ലീലകഥ കേൾക്കാൻ പെണ്ണുങ്ങൾക്കും വലിയ ഇഷ്ടമായിരുന്നു. വാതിൽപ്പാളിക്കു പുറകെ മറഞ്ഞുനിന്നുകൊണ്ടാണ് തറവാട്ടമ്മമാർ കഥ കേൾക്കുക എന്ന് കണാരച്ചൻ ഒരിക്കൽ എന്നോടു പറഞ്ഞിട്ടുണ്ട്. പെണ്ണുങ്ങളെ വീഴ്ത്താനുള്ള കഥകളാണ് കണാരൻ പറയുക. വീണാൽ വീണതുതന്നെ. അക്കാര്യത്തിൽ കണാരൻ ഒന്നാന്തരമൊരു കലാകാരനായിരുന്നു. കാമകല കലയാണെങ്കിൽ ആ കലയുടെ വലിയൊരു കലാകാരൻ തന്നെ കണാരൻ. ദീർഘകായനും സുന്ദരക്കുട്ടപ്പനുമായ കണാരനെ ഏതു വലിയ വീട്ടിലെ പെണ്ണും കിടപ്പറയിലേക്കാശിച്ചു. യുവാവായിരുന്ന കണാരച്ചനെ ഞാൻ ഭാവനയിൽ കാണാറുണ്ട്. അടുക്കളമുറ്റത്തുനിന്ന് വിറകുകീറുന്നത് സ്വന്തം ശരീരംകൊണ്ടുള്ള ഒരു കലയായി മാറ്റിയിരുന്നിരിക്കണം കണ്ടംപറമ്പത്തെ കെ പി കണാരൻ. വിറകുകീറി വിയർപ്പിൽക്കുളിച്ച കണാരനെയായിരുന്നു തറവാട്ടമ്മമാർക്കാവശ്യം. അങ്ങനെ കണാരൻ വിറകുകീറലും വിയർപ്പുമായി കല്ലാമലയിലെ പെണ്ണുങ്ങളുടെ രഹസ്യസുഖത്തിലെ പങ്കാളിയായി. ഹാവില്ലോ കെല്ലീസ് താങ്കൾക്കെന്തെങ്കിലും പറയാനുണ്ടോ? കണാരച്ചന് ഹാവില്ലോ കെല്ലീസിനെ പരിചയമില്ലെന്ന് ഞാൻ പറയേണ്ടതില്ലല്ലോ.

കണാരച്ചൻ എന്നോ എന്നോടു പറഞ്ഞിട്ടുണ്ട്: ‘‘കഴുത്തിനു കീഴ് ഭൂമിയിൽ ഒരാണിനും പെണ്ണിനും ജാതിയും മതോം വിദ്യാഭ്യാസോം തറവാടിത്തോന്നില്ല്യ. നമ്മളെയൊക്കെ ഈ ജീവിതത്തിന് എന്തോന്നർഥം?’’

എവിടെയോ കണാരച്ചൻ ദാർശനികനാവുന്നതുപോലെ എനിക്കു തോന്നി. ദർശനം ദാർശനികം. കണാരച്ചനെപ്പോലെ എനിക്കും ഏതോ ഭ്രാന്താ....... ഒന്നുമില്ല...... ഒന്നുമില്ല....... എല്ലാം പൂജ്യം.

കണാരച്ചൻ പറഞ്ഞുതുടങ്ങിയാൽ നമ്മൾ അദ്ദേഹത്തിന്റെ മുമ്പിൽ ഇരുന്നുപോകും. പെണ്ണുങ്ങളുമായി ബന്ധപ്പെട്ട കഥകളാണ് എപ്പോഴും അദ്ദേഹത്തിനു പറയാനുണ്ടായിരിക്കുക. കെ പി കണാരന്റെ യുവത്വകാലം കല്ലാമലയിലെ എല്ലാ പെണ്ണുങ്ങൾക്കും ഇഷ്ടമായിരുന്നുവെന്നാണ് കണാരച്ചൻ പറയുക.

കുഞ്ഞിരാമൻ വൈദ്യരുടെ കടത്തിണ്ണയിൽ നിന്നുകൊണ്ട് ഒരു വൈകുന്നേരം എന്നോടു കണാരച്ഛൻ സംസാരിക്കുകയായിരുന്നു. അന്നേരം അമലപ്പുറത്തെ ദേവകിടീച്ചർ സ്കൂൾവിട്ടു നടന്നുവരികയായിരുന്നു. കണാരച്ഛൻ ദേവകിടീച്ചറെ കൈമുട്ടി വിളിച്ചു. ദേവകിടീച്ചർ വേഗം കണാരച്ഛന്റെ അടുത്തേക്കു നടന്നുവന്നു.

"എന്തൊക്കെയുണ്ട് കണാരൻമൂപ്പരേ?" ദേവകിടീച്ചർ.

"അച്ഛാന്നു വിളി ദേവകീ, കണാരനെ."

ദേവകിടീച്ചർ എന്റെ മുഖത്തേക്കുനോക്കി ഞെട്ടുന്നു. ഞാൻ മുഖം തിരിക്കുന്നു.

"അമ്മയ്ക്കൊക്കെ സുഖമാണോ? വാതരോഗത്തിന്റെ അസുഖമുണ്ടെന്നുകേട്ടല്ലോ. ശരിയോ ദേവകീ..."

ദേവകിടീച്ചർ നിന്നു പൊരിയുകയായിരുന്നു. വീണ്ടും എന്തൊക്കെയോ ചോദിക്കുകയായിരുന്നു കണാരച്ഛൻ ദേവകിടീച്ചറോട്. വാടിത്തളർന്ന മുഖവുമായി ദേവകി ടീച്ചർ നടന്നുപോയപ്പോൾ കണാരച്ഛൻ പൊട്ടിച്ചിരിച്ചു. ഞാൻ കണാരച്ഛന്റെ മുഖത്തേക്കു സൂക്ഷിച്ചു നോക്കി. കുഞ്ഞിരാമൻ വൈദ്യർ രണ്ടുകൈയും താടിക്കുകുത്തി ഇരിക്കുകയായിരുന്നു. കണാരച്ഛൻ അപ്പോഴും ഓർമകളിലേക്കു മറഞ്ഞു ചിരിക്കുകയായിരുന്നു. സത്യത്തിന്റെ ചിരി ഇങ്ങനെ ചിരിക്കാമോയെന്നു ഞാൻ ആലോചിച്ചു. ചിരിയൊന്നടക്കിയിട്ട് കുഞ്ഞിരാമൻ വൈദ്യർ കേൾക്കത്തക്കവിധത്തിൽ കണാരച്ഛൻ എന്നോട് ഒരു കഥ പറയാൻ തുടങ്ങി: "അമലപ്പുറത്തെ അമ്മുക്കുട്ടീന്റെ മോളായിത്. അമ്മുക്കുട്ടീലെനിക്ക് രണ്ടു മക്കളുണ്ട്. അനിയൻ ഗോപാലകൃഷ്ണനും ദേവകീം. രണ്ടും എന്റെ മക്കളാ. രാഘവേട്ടനോട് അമ്മുക്കുട്ടി മനസിൽ പറഞ്ഞിട്ടുണ്ടാവും, രാഘവേട്ടൻ അടുത്തുകിടന്നോ രാത്രീല്.

എന്നാൽ മക്കളെ കെ പി കണാരൻ ഉണ്ടാക്കി. "ഞാനാ അച്ഛനെന്ന് ദേവകിക്കും ഗോപാലകൃഷ്ണനുമറിയാം. ദേവകീന്റെ മുഖം എന്റെ മുഖമല്ലേ?"

കുഞ്ഞിരാമൻ വൈദ്യർ വിഷമത്തോടെ എന്റെ മുഖത്തേക്കുനോക്കി. അപ്പോൾ എനിക്കും നല്ല വിഷമമുണ്ടായിരുന്നു. പ്രത്യേകിച്ചും ദേവകി ടീച്ചറുടെ മുഖമോർത്തപ്പോൾ.

കണാരച്ഛൻ ജീവിതപുരാണം തുടങ്ങി: "ഞാനീ കല്ലാമല ആടി നടന്നോനാ. ഏതാണ്ടൊരു തച്ചോളി ഒതേനനെപ്പോലെ. വിറകുവെട്ടീം വെള്ളംകോരീം ഞാൻ ഒരുപാടു മക്കളെണ്ടാക്കി. അവരെയെല്ലാം കണാരനറിയാം. അവരെ കണാരൻ മക്കളേന്നു വിളിക്കും. അവരിക്കൊന്നെന്നെ അച്ഛാന്ന് വിളിക്കാമ്പറ്റൂല്ല. അക്കണക്കില് കണാരനൊരുപാടു മക്കള്ണ്ട് നാട്ടില്. ഞാനിന്നാട്ടിലാരാന്നാ വിചാരിച്ചേ? കല്ലാമലയങ്ങാടീലൂടെ നടന്നുപോകുന്ന കുറേ സുന്ദരിപ്പെമ്പിള്ളേരും കണാരന്റെ മക്കളാ. ഈ വയസുകാലത്ത് കണാരന് അവരെ മക്കളേന്നു വിളിച്ചൂടേ? എന്താന്നാടോ, സത്യം പറഞ്ഞു മരിച്ചുകൂടേ? കണാരൻ സത്യം പറേമ്പം നിങ്ങളൊ

ക്കെന്തിനാ പേടിക്ക്ന്നേ? നിങ്ങളൊക്കെ കള്ളന്മാരാ. ശരീരോല്ല, മനസ്സോല്ല. കണാരൻ ശരീരംകൊണ്ട് സത്യം കളിച്ചോനാ. കണാരൻ കള്ളം പറയൂല്ല. കണാരനെ ഒരു പെണ്ണ് കാമിച്ചാ കണാരൻ മടങ്ങൂല്ല. എന്നാൽ കണാരൻ ബലാത്സംഗം ചെയ്യൂല്ല. ചെയ്തിട്ടൂല്ല. കണാരനെ ആശിക്കുന്ന പെണ്ണുങ്ങളെ സുഖിപ്പിക്കലായിരുന്നു കണാരന്റെ ജീവിതം."

എന്നിട്ട് കണാരച്ചൻ പൊട്ടിക്കരഞ്ഞുകൊണ്ട് എഴുന്നേറ്റുപോയി. കുഞ്ഞുരാമൻവൈദ്യർ താടിയിൽ നിന്നു കൈയെടുത്തിട്ട് എന്നോടു പറഞ്ഞു: "എല്ലാം നേരായിരിക്കാം. എല്ലാ നേരും ഇങ്ങനെ തുറന്നുപറേണ്ടതാണോന്നാ എന്റെ സംശയം."

ഒന്നും പറയാതെ ഞാൻ നേരെ ചോമ്പാക്കടപ്പുറത്തേക്കു നടന്നു. വെയിലൊഴിഞ്ഞ കടപ്പുറത്ത് സന്ധ്യയാവുന്നതുവരെ മലർന്നുകിടന്നു.

എനിക്കാകട്ടെ, കണാരച്ചനെ വെറുക്കാനും സ്നേഹിക്കാനും കഴിയുന്നില്ലായിരുന്നു. കണാരച്ചന്റെ ജന്മം എനിക്ക് ഒരദ്ഭുതമായിരുന്നു. ശരീരംകൊണ്ട് ഞാൻ കാലത്തെ കളിപ്പിച്ചു എന്നാണോ ഈ കിഴവൻ പറയുന്നത് എന്നും ഞാൻ എന്നോടുതന്നെ ചോദിക്കാറുണ്ട്. എന്തായാലും കണാരച്ചൻ ഒരു ജീവിതം സ്വന്തമായൊന്നാടിത്തീർത്തു. വാസ്തവത്തിൽ ഴാങ് പോൾ സാർത്ര്, ജീവിതം ആടിത്തീർക്കാൻ മാത്രമുള്ളതല്ലേ? ജീവിതമാടിയാടി കണാരച്ചൻ മറഞ്ഞു. കണാരച്ചൻ എങ്ങോട്ടോ പോയി. കണാരച്ചനെ ഒരുമാസമായി കല്ലാമല അങ്ങാടിയിൽ കാണാനില്ല. തൂങ്ങിമരിച്ചിട്ടില്ല, കിണറ്റിൽ തുള്ളിമരിച്ചിട്ടില്ല. അജ്ഞാതശവമായിട്ടില്ല, ആരും കൊന്നിട്ടുമില്ല, മരിച്ചു ചിതയിലേക്കു പോയിട്ടുമില്ല, കാശിയിലേക്കു പോകാനിടയുമില്ല.

അതിപ്പോൾ എന്താ ചെയ്യ്യാ? പലരും പലതും പറയുന്നു. കണാരച്ചൻ കല്ലാമലയിൽ നിന്ന് അപ്രത്യക്ഷനായി എന്നതാണ് സത്യം. മാഹിയിലെ ബാറിൽ കണാരച്ചനെ കണ്ടവരുണ്ട്. കണ്ണൂരങ്ങാടിയിൽ കണ്ടവരുണ്ട്. മൂകാംബികയിൽ കണ്ടവരുണ്ട്. ഇതെല്ലാം ആളുകൾ വെറുതെ പറയുന്നതാ. കണാരച്ചൻ എങ്ങോട്ടോ പോയി. ദൈവമേ, കണാരച്ചൻ ഇപ്പോൾ എവിടെയായിരിക്കും?

തിരുവാലപ്പെണ്ണൊരുത്തി വന്നേ.....

കാലമൊരുപാടു മുമ്പ്. ആ കാലത്തിൽ നിന്നൊരു കഥ. അരുമന നമ്പ്യാരുടെ ജീവിതത്തിൽനിന്നാണ് ഈ കഥയെ പിടിച്ചുകൊണ്ടു വരുന്നത്. അരുമന ഒരു കടത്തനാടൻ പ്രദേശമാണ്. തച്ചോളി ഒതേനനും കണ്ടാച്ചേരി ചാപ്പനും ചന്തുവും ഉണ്ണിയാർച്ചയുമൊക്കെ പെരുമാറിയ നാട്. വടക്കൻ പാട്ടിന്റെ നാട്, കളരിപ്പയറ്റിന്റെ നാട്, വയലേലകളുടെ നാട്, പച്ചയാം വിരിപ്പിട്ടമ്മാനമാടുന്ന നാട്, ചെറുശ്ശേരി നടന്നു പോയ വയൽ വരമ്പുകളുടെ നാട്, തമ്പുരാക്കന്മാരുടെയും അടിയാളന്മാരുടെയും നാട്.

അരുമന കുഞ്ഞപ്പ നമ്പ്യാരും കോട്ടൂർ ഉണ്ണിനമ്പ്യാരും കാഞ്ഞി രത്തുങ്കൽ കോമക്കുറുപ്പും നെട്ടൂർ രാമക്കുറുപ്പുമൊക്കെ പുറമേരി കോവി ലകത്തിന്റെയും ആയഞ്ചേരി കോവിലകത്തിന്റെയും പേരിൽ ഭരിച്ചു വില സിയ നാട്. പെണ്ണും മണ്ണും വിണ്ണും നമ്പ്യാന്മാരുടെയും കുറുപ്പന്മാരു ടെയും സ്വന്തമായ നാട്. തച്ചോളിപ്പാട്ടും ഉണ്ണിയാർച്ചപ്പാട്ടും പാടിപ്പാടി രമിച്ചവരുടെ നാട്.

രാജാക്കന്മാരെപ്പോലെ അരുമന നമ്പ്യാർകുടുംബം കാലാകാലമായി അരുമന പ്രദേശം ഭരിച്ചുകൊണ്ടിരിക്കുകയായിരുന്നു. അരുമന കുടുംബത്തിലെ പതിനൊന്നാമത്തെ നമ്പ്യാരാണ് അരുമന കുഞ്ഞപ്പ നമ്പ്യാർ. ചരിത്രത്തിലൂടെ കടന്നുവന്ന ഒരു കുടുംബം. അരുമനത്തറ വാട്ടുകാർ പേരുകേട്ട കളരി ഗുരുക്കന്മാർ. തച്ചോളി ഒതേനനുമായി എന്തോ സമ്മന്തബന്ധം പോലുമുണ്ട് അരുമന നമ്പ്യാർകുടുംബത്തിന്. അങ്ങനെയുള്ള അരുമന നമ്പ്യാർ കുടുംബം കുഞ്ഞപ്പനമ്പ്യാരിലെത്തി ആളിക്കത്തിക്കരിഞ്ഞുപോയി. ചോര വാർന്നില്ലാതായി. ചോര വാർന്നു വാർന്നില്ലാതായെന്നു കവി. ആ കവി ഒരു ചോരക്കവി. രക്തസാക്ഷികൾ ക്കായി മോഹിക്കുന്ന കവി.

അരുമന കുഞ്ഞപ്പനമ്പ്യാർ വെളുത്തു സുന്ദരനായ ആജാനബാഹു.

മാർബിളിൽ കടഞ്ഞെടുത്ത മനുഷ്യരൂപം. അരുമനയിലെ സുന്ദരിപ്പെണ്ണുങ്ങളുടെ ഉറക്കറ സ്വപ്നങ്ങളിലെ രാജകുമാരൻ. വാൾപ്പയറ്റിന്റെയും ഉറുമിപ്പയറ്റിന്റെയും അവസാന വാചകം. പറന്നുവെട്ടും അരുമനയുടെ വാൾപ്പയറ്റ്. കൊടുങ്കാറ്റുപോലെ ചുഴറ്റിയടിക്കുന്ന ഉറുമിപ്പയറ്റ്. അരുമന നമ്പ്യാർ പറന്നുവെട്ടുമ്പോൾ ആണിനും പെണ്ണിനും എന്തോ പെരുവിരലിൽനിന്ന് മൂർദ്ധാവിലേക്ക് തരിച്ചുകയറും. തരിച്ചുകയറിക്കയറി തളർന്നുവീഴും. തരിച്ചുകയറുന്നതെന്താണെന്നാർക്കും തിരിയാറില്ല.

അരുമനയുടെ ഉറുമിപ്പയറ്റ് കണ്ട് കോലോത്തെ കുഞ്ഞിന്നാണിത്തമ്പുരാട്ടി ഒരിക്കൽ തലചുറ്റി വീണിട്ടുണ്ട്. അരുമനയുടെ ഉറുമിപ്പയറ്റിനു മുമ്പിൽ തലചുറ്റിവീണ കുഞ്ഞിന്നാണിത്തമ്പുരാട്ടി അരുമനയെ കോലോത്തേക്ക് ക്ഷണിച്ചു. ഉറുമിപ്പയറ്റുവീരന്റെ മുമ്പിൽ എല്ലാം മറന്ന് കുഞ്ഞിന്നാണിത്തമ്പുരാട്ടി ഉടുതുണിയഴിച്ചു മലർന്നു കിടന്നുപോലും. ഇങ്ങനെയെന്തെല്ലാം കഥകളാണ് അരുമനയിലുള്ളത്. ആലാച്യത്ത് അമ്മുക്കുട്ടി, കോമത്തെ കോമളം, കാഞ്ഞിരംപുറത്തെ അമ്മാളുക്കുട്ടി, കുഞ്ഞിപ്പുരക്കലെ തങ്കമ്മ, സാവാരിപ്പുറത്തെ അമ്മുക്കുട്ടി, വല്യാമ്പറത്തെ മാണിക്കം എന്നിങ്ങനെയുള്ള അരുമനയിലെ ലോകസുന്ദരിമാരെ കളരിപ്പയറ്റ് അഭ്യസിപ്പിച്ചത് കുഞ്ഞപ്പനമ്പ്യാരായിരുന്നു. ഈ ലോകസുന്ദരിമാരെല്ലാം കുഞ്ഞപ്പനമ്പ്യാരുടെ സ്വത്തായിരുന്നു. ആലാച്യത്തെ അമ്മുക്കുട്ടി പാവം ഗോപാലൻനായരുടെ പേരിൽ കുഞ്ഞപ്പനമ്പ്യാരുടെ ഒരാൺകുഞ്ഞിനെ പ്രസവിച്ചിട്ടുമുണ്ട്. കളരി പഠിക്കാനെത്തുന്ന പെൺകുട്ടികളെ അരുമന നമ്പ്യാർ വില്ലുപോലെ വളച്ച് വെണ്ണയാക്കി മാറ്റും. ചില വില്ലുകളെ മഴവില്ലുകളാക്കി, മഴവില്ലിന്റെ ചാറു പിഴിഞ്ഞു കുടിക്കും. പെണ്ണുങ്ങളെ കളരിക്കാരികളായി കുഞ്ഞപ്പനമ്പ്യാരുടെ കയ്യിൽ കിട്ടിയാൽ ഉടഞ്ഞുതീർന്നതുതന്നെ. അമ്പഴങ്ങപോലെ ഈമ്പിക്കുടിക്കുമെന്നു മാണിയമ്മ. പുത്തൻകലമുടയ്ക്കുന്നതുപോലെ ഉടച്ചുകളയുമെന്ന് അച്ചുണ്ണിനമ്പ്യാർ. പെണ്ണുങ്ങൾക്കോ കുഞ്ഞപ്പനമ്പ്യാർ തച്ചോളി ഒതേനനും. എത്രയോ തറവാട്ടു പെണ്ണുങ്ങളെ കുഞ്ഞപ്പനമ്പ്യാർ കാലുകൊണ്ടും കൈകൊണ്ടും കടിച്ചുകീറിയിട്ടുണ്ട്. കുഞ്ഞപ്പനമ്പ്യാരൊന്നു തൊടാൻ അരുമനയിലെ പെണ്ണുങ്ങൾ നോമ്പുനോറ്റു. അരുമനയിലെ പെണ്ണുങ്ങളൊക്കെ വാസ്തവത്തിൽ, കുഞ്ഞപ്പനമ്പ്യാരുടെ അടിമകളോ ആരാധികമാരോ ആയിരുന്നു. അരുമനപ്പെണ്ണുങ്ങളുടെ അടിമനസ്സിൽ കുഞ്ഞപ്പനമ്പ്യാർ വീരനായകൻ മാത്രമല്ല, പ്രാണപ്രിയനുമായിരുന്നു. കാമദേവനായിരുന്നു. കുഞ്ഞപ്പനമ്പ്യാർ കാമത്തിനും പ്രണയത്തിനുമപ്പുറത്തെന്തോ ആയിരുന്നു.

കുഞ്ഞപ്പനമ്പ്യാരുടെ ജീവിതം ഒരു രാജാവിന്റേതായിരുന്നു. തിയ്യന്മാർക്കും മാപ്പിളമാർക്കും പുലയന്മാർക്കും കുഞ്ഞപ്പനമ്പ്യാർ തമ്പുരാനായിരുന്നു. കാച്ചിമുണ്ടുടുത്ത് സെന്റ് പുരട്ടി സുറുമയിട്ട പെണ്ണുങ്ങളെ കളരിപ്പയറ്റു പഠിപ്പിക്കാൻ കിട്ടിയില്ലെങ്കിലും, അവരിൽ നിന്നാശിച്ച പെണ്ണുങ്ങളെയൊക്കെ കുഞ്ഞപ്പനമ്പ്യാർ ആവശ്യത്തിനു

വശത്താക്കിയിരുന്നു. അരുമനയിലെ രാവൊക്കെ കുഞ്ഞപ്പനമ്പ്യാരുടേതും അദ്ദേഹത്തിന്റെ എട്ട് ബാറ്ററിയിട്ട ടോർച്ചിന്റേതുമായിരുന്നു. ഉമ്മച്ചിമാരെയും തിയ്യത്തിമാരെയും പുലച്ചിമാരെയും പ്രാപിക്കാൻ പോകുമ്പോൾ കുഞ്ഞപ്പനമ്പ്യാരുടെ ആയുധം ഈ ടോർച്ചായിരുന്നു. നായർ തറവാടുകളിലേക്കു പോകുമ്പോൾ ഉക്കത്ത് ഉറുമി ചുരുട്ടി വെക്കും. അരുമന കുഞ്ഞപ്പനമ്പ്യാർ വെറുപ്പോടെ ഉറുമിയൊന്നു വീശിയാൽ ഏത് കൊലകൊമ്പനും അകന്നുപോകും. വീശിപ്പുളയുന്ന ഉറുമിയോടൊപ്പം കുഞ്ഞപ്പനമ്പ്യാരും പുളയും. കുഞ്ഞപ്പനമ്പ്യാരുടെ ഉറുമിപ്പയറ്റ് മാന്ത്രികമായിരുന്നു. രാവണനെപ്പോലും ഉറുമിയിൽ ചുഴറ്റിയെടുക്കും. കുഞ്ഞപ്പനമ്പ്യാർ ഉറുമി വീശിയാൽ കാല് നിലത്തായിരിക്കില്ല, വായുവിലായിരിക്കും.

അരുമന കുഞ്ഞപ്പനമ്പ്യാരെക്കുറിച്ച് പി വി കെ കടത്തനാട് എന്ന കമ്യൂണിസ്റ്റ് കവി എഴുതിയ ഖണ്ഡകാവ്യത്തിൽ നിന്നാണ് ഞാൻ കൂടുതൽ കാര്യങ്ങൾ മനസിലാക്കുന്നത്. പി വി കെ കടത്തനാടും ഒരു നമ്പ്യാരായിരുന്നു. ജീവിക്കാൻ വേറെ നിവൃത്തിയൊന്നുമില്ലാത്തതു കൊണ്ട് കമ്യൂണിസ്റ്റുകാരനായിപ്പോയ ഒരാളാണ് പി വി കെ. പി വി കെ കടത്തനാട് അരുമന കുഞ്ഞപ്പനമ്പ്യാരുടെ കാലത്തെ കടത്തനാട്ടിലെ ഒരു വലിയ സാഹിത്യകാരനായിരുന്നു. അരുമന കുഞ്ഞപ്പനമ്പ്യാരെക്കുറിച്ച് പലതരം പാട്ടുപുസ്തകങ്ങളെഴുതിയാണ് പി വി കെ കവിയായത്. അരുമനയെക്കുറിച്ചുള്ള പി വി കെയുടെ ഒരു പാട്ടുപുസ്തകത്തിലെ കഥ പറയാം: അരുമന പുലർച്ചെ ഉണരുന്നു. കുറെനേരം തറവാട്ടുമുറ്റത്തൂടെയും വയലിലൂടെയും നടക്കുന്നു. തിരിച്ച് ഉമ്മറമുറിയിലെത്തുമ്പോൾ ഭാര്യയെപ്പോലുള്ള വേലക്കാരി ചെട്ടിച്ചിരിയമ്മ അരുമനയുടെ ദേഹത്തു പുരട്ടാൻ കുഴമ്പുമായി നിൽക്കുന്നു. അരുമനയുടെ ദേഹമാസകലം ചെട്ടിച്ചിരിയമ്മ കുഴമ്പ് പുരട്ടുന്നു. പിന്നെ, ചെട്ടിച്ചിരിയമ്മയുടെ തുണിയഴിച്ച്, ചെട്ടിച്ചിരിയമ്മയുടെ മേലാകെ അരുമനനമ്പ്യാർ കുഴമ്പ് പുരട്ടിക്കൊടുക്കുന്നു. ഇത് അരുമന നമ്പ്യാരുടെ ഒരു പുലർകാല വിനോദമാണ്. പിന്നെ, കുറെനേരം ചെട്ടിച്ചിരിയമ്മയും കുഞ്ഞപ്പനമ്പ്യാരും തമ്മിൽ ശരീരംകൊണ്ട് വാൾപ്പയറ്റും ഉറുമിപ്പയറ്റും. അതിനുശേഷം ചെട്ടിച്ചിരിയമ്മ ചൂടുവെള്ളം കൊണ്ട് കുഞ്ഞപ്പനമ്പ്യാരെ കുളിപ്പിക്കുന്നു. കുളിയവസാനിക്കുന്നത് രണ്ടുപേരും ഒരുമിച്ച് കുളിച്ചുകൊണ്ടായിരിക്കും. കുളികഴിഞ്ഞ കുഞ്ഞപ്പനമ്പ്യാർ കോണകം കെട്ടി തൂവെള്ള മുണ്ടുടുത്ത് ആരോ മറന്നിട്ട പായപോലെ കോടിക്കിടക്കുന്ന തളർവാതം പിടിച്ച സ്വന്തം ഭാര്യ മാധവിയമ്മയുടെ മുമ്പിൽ ചെന്നു നിൽക്കുന്നു. കളരിപരമ്പരകളെയും പരദേവതകളെയും വിളിച്ചു പ്രാർഥിക്കുന്നു. പ്രാർഥനയ്ക്കുശേഷം മാധവിയമ്മയുടെ മുലഞെട്ടിൽ തൊട്ടും തുടയിൽ തടവിയും മാധവിയമ്മയുടെ തുണിയഴിച്ചിട്ട് പരദേവതകളോട് വീണ്ടുമെന്തോ പ്രാർഥിച്ചും തിരിച്ചുപോരുന്നു. ചെട്ടിച്ചിരിയമ്മ ഓടിവന്ന് മാധവിയമ്മയുടെ തുണിയുടുപ്പിക്കുന്നു. മാധവിയമ്മ കരഞ്ഞുകരഞ്ഞ്

കണ്ണടയ്ക്കുന്നു. പിന്നെ ചെട്ടിച്ചിരിയമ്മ മാധവിയമ്മയ്ക്ക് കഞ്ഞിവാരിക്കൊടുക്കുന്നു.

ചെട്ടിച്ചിരിയമ്മയെ കുഞ്ഞപ്പനമ്പ്യാർക്ക് പൊള്ളാച്ചിയിൽ നിന്നൊരണ്ണാച്ചി കൊണ്ടക്കൊടുത്തതാണ്. വേലക്കാരിയെന്ന നിലയിൽ ചെട്ടിച്ചിരിയമ്മയെ നമ്പ്യാർക്ക് നന്നായി ഇഷ്ടപ്പെട്ടു. പിന്നീട്, കുഞ്ഞപ്പ നമ്പ്യാർ ചെട്ടിച്ചിരിയമ്മയെ തന്റെ എല്ലാ ഇഷ്ടങ്ങളിലും കുടുക്കിയിട്ടു. എന്തെല്ലാം ചെട്ടിച്ചിരിയമ്മ കാണിച്ചാലും മാധവിയമ്മയുടെ ജീവന്റെ കാവൽക്കാരി ചെട്ടിച്ചിരിയമ്മയായിരുന്നു. മൂത്ത ഏടത്തിയെപ്പോലെയാണ് മാധവിയമ്മ ചെട്ടിച്ചിരിയമ്മയെ കരുതിയിരുന്നത്. മാധവിയെപ്പോലെതന്നെ ചെട്ടിച്ചിരിയമ്മക്കും ജീവിതത്തോടിഷ്ടമുണ്ടായിരുന്നില്ല.

ജീവിതം പൂർണമായി മടുത്തുവെന്നു തോന്നിയപ്പോൾ ഒരുനാൾ ചെട്ടിച്ചിരിയമ്മ അരുമന കുഞ്ഞപ്പനമ്പ്യാരോടു പറഞ്ഞു: “ചെട്ടിച്ചിരിക്ക് ജീവിതം മടുത്തു. ഇന്ന് പുലർച്ചെ ചെട്ടിച്ചിരി തൂങ്ങിച്ചാവും. ഒന്നും വിചാരിക്കണ്ട. ചെട്ടിച്ചിരിക്ക് ജീവിതം മടുത്തിട്ടാ എന്റെ പൊന്നു കുഞ്ഞപ്പേ. ചെട്ടിച്ചിരി ഒരു ദിവസം തൂങ്ങിച്ചത്തൂന്നങ്ങ് വിചാരിച്ചാമതി. വേറൊരു ചെട്ടിച്ചിരിയെ കണ്ടുപിടിക്കാനെന്താ പ്രയാസം. തൂങ്ങിച്ചാവുന്നേന് ചെട്ടിച്ചിരിക്കെന്ത് പേടിക്കാനാ? വേട്ടിട്ടൂല്ല, പെറ്റിട്ടൂല്ല. കുഞ്ഞപ്പനമ്പ്യാരെ സുഖിപ്പിച്ചിട്ട്യേയുള്ളൂ. എന്തിനാ എന്റെ ഈ ജീവിതോം കിടപ്പും. ചെട്ടിച്ചിരിക്കെല്ലാം മടുത്തു... മടുത്തു... മടുത്തു...”

“നീയ്യ് ചെട്ടിച്ചിരീ, പുലർച്ചെ തൂങ്ങിച്ചാവാം പൂവാ..?”

“തന്നെ നമ്പ്യാറേ...”

അരുമന കുഞ്ഞപ്പനമ്പ്യാർ അലറിച്ചിരിച്ചു. ചെട്ടിച്ചിരിക്ക് പല്ലിളിച്ചു കാണിച്ചു. ചെട്ടിച്ചിരിയമ്മയുടെ മുലയിൽ കുറെനേരം തൂങ്ങിനിന്നു. മുഖത്ത് ഒരു കടത്തനാടൻ കളരിയുമ്മ കൊടുത്തു. ചെട്ടിച്ചിരിയമ്മയെ വാൾപ്പയറ്റിനിരയാക്കി. അതിനുശേഷം ദേഹത്താകെ ഉറുമി വീശി. എന്നിട്ട് ചെട്ടിച്ചിരിയമ്മയെ പൊക്കിയെടുത്ത് മേലോട്ടെറിഞ്ഞു. നിലത്തുവീണ ചെട്ടിച്ചിരിയമ്മയെ വാരിയെടുത്ത് ഒന്ന് ഉമ്മവച്ചു. പിന്നീട് നേരെ നിർത്തി ചങ്ക് പിടിച്ച് ഞെക്കിക്കൊന്നു. നമ്പ്യാർ ചെട്ടിച്ചിരിയമ്മയുടെ മരിച്ചു തുറിച്ച കണ്ണ് അടച്ചുകൊടുത്തു. കുങ്കർ പുലയരുടെയും മകൻ ബാലന്റെയും സഹായത്തോടെ ചെട്ടിച്ചിരിയമ്മയെ പുഴയിൽ കൊണ്ടിട്ടു. നാലഞ്ചു ദിവസത്തിനുശേഷം ചെട്ടിച്ചിരിയമ്മ ഇരിങ്ങൽ കടപ്പുറത്ത് പൊങ്ങി.

പി വി കെ കടത്തനാട് തന്റെ പാട്ട് ഇങ്ങനെയാണവസാനിപ്പിച്ചത്:

ചെട്ടിച്ചിരി കടപ്പുറത്തുപൊങ്ങിയേ
അരുമനക്കൊണ്ടോന്ന് കത്തിച്ചേ
കത്തിയ പുകമണത്തേ അരുമനനമ്പ്യാർ
എന്നിട്ടങ്ങ് പോയേ അരുമനനമ്പ്യാർ
പോയേ പോയേ അരുമനനമ്പ്യാർ
പോയേരം ഇണചേർന്നേ
പാവം തളർവാതം മാധവിയോട്

എന്തെന്തു ക്രൂരം...
എന്തെന്തു ക്രൂരം...
വരിക കമ്യൂണിസമേ...
വരിക വരിക കമ്യൂണിസമേ...
അരുമനത്തറവാട് തകർക്കാൻ
ലോകജന്മിത്തം തകർക്കാൻ
ജന്മിത്തമേ വരികയായ്...
ഞങ്ങൾ വരികയായ്....

പാവം പി വി കെ കടത്തനാട്. കല്യാണം കഴിച്ചിട്ടില്ല. സ്വന്തമായൊരു കുടിലില്ല. എന്നാലും വിപ്ലവകവിയാണ്. അവസാനം എവിടെയോ അജ്ഞാതശവമായി കിടന്നുവെന്നാണ് കേൾവി. കമ്യൂണിസ്റ്റുകാർക്ക് ചെങ്കൊടി പുതപ്പിക്കാനുള്ള അവസരം പോലുമുണ്ടായില്ല.

പോയേ പോയേ പി വി കെ കടത്തനാട്...
സ്വപ്നങ്ങളിൽ നിന്നോടിപ്പോയേ കടത്തനാട്...
വടക്കൻപാട്ടിന്റെ നാട്ടുകാരനാണേ....
തച്ചോളിയല്ലോമനകുഞ്ഞ്യോതേനാ
ഉറുമിപ്പയറ്റിൽ ജോമ്മാരെ കണ്ടിച്ചോളേ
ഉണ്ണിയാർച്ചേ...
പോയേ.. പോയേ...
പി വി കെ കടത്തനാട്...
(ഈ കവിത എഴുതിയത് ഇ വി ശ്രീധരൻ)

അരുമന കുഞ്ഞപ്പനമ്പ്യാരെക്കുറിച്ച് പി വി കെ കടത്തനാട് കവിതയെഴുതി. പി വി കെ കടത്തനാടിനെക്കുറിച്ച് ഞാനായ ഇ വി ശ്രീധരൻ കവിതയെഴുതിനോക്കി. ഞങ്ങളൊക്കെ വടക്കൻപാട്ടിന്റെ കടത്തനാടന്മാരാണ്. ഞങ്ങൾക്കൊക്കെ എന്തൊക്കെയോ ഉണ്ട് വെറും പാട്ടായിപ്പറയാൻ.

ഈണമുണ്ട് ഓണമുണ്ട്
നാളോം വയലുണ്ട്
കോമത്തെ കുങ്കിയുണ്ട്
കോലോത്തെ നാണിയുണ്ട്
ചെട്ടിച്ചിരിയുണ്ട്
തിമ്മാതിരിയമ്മയുണ്ട്
തിമ്മാതിരിത്തിറയുണ്ടേ...
(കവിത ശരിയാവുന്നില്ല- ഇ വി ശ്രീധരൻ)

പി വി കെ കടത്തനാട്ടിൽനിന്ന് നമുക്ക് വീണ്ടും അരുമന കുഞ്ഞപ്പനമ്പ്യാരിലേക്കു വരാം.

കുങ്കർ പുലയരുടെ മകൻ ബാലൻ നാദാപുരത്തൊരു പെണ്ണന്വേഷിച്ചു. ബാലനും കുങ്കർ പുലയരും ആണ്ടിപ്പുലയരും പെണ്ണിനെ ചെന്നുകണ്ടു. ബാലന് പെണ്ണിനെ നന്നായി ഇഷ്ടപ്പെട്ടു. വെളുത്ത പെണ്ണാണ്. തമ്പുരാട്ടിക്കുട്ടിയെപ്പോലെയുള്ള പെണ്ണാണ്. നാട്ടിപ്പാട്ടും

നാട്ടിപ്പാട്ടിന് വായ്പ്പാട്ടും പാടുന്ന പെണ്ണ്. ഇപ്പെണ്ണിനേ കെട്ടൂന്ന് ബാലൻ തീരുമാനിച്ചു. പി വി കെ കടത്തനാടിന്റെ നാവിലൂടെ ബാലൻ പാടി:

പെണ്ണാണവൾ പെണ്ണാണേ
തിരുവാലപ്പെണ്ണെന്റെ പെണ്ണാണേ...
തിരുവാല ചിരിച്ചപ്പോൾ
നിലാവിന്റെ മുമ്പിൽ
തിരുവാലേ..ക്കണ്ടേ...
തിരുവാലേ......
നിൻതിരുമുമ്പിൽ ഞാൻ വാടിപ്പോയേ...
പൊന്നുംമാണ്ട സ്വത്തുംമാണ്ട, പെണ്ണൊരുത്തിമതി...

കുങ്കർ പുലയരും ബാലനും അരുമനനമ്പ്യാരെ ചെന്നുകണ്ട് കാര്യം പറഞ്ഞു. അരുമന നമ്പ്യാർ ചിരിച്ചുകൊണ്ടനുവാദം നൽകി.

“കഴിച്ചോളൂ, കഴിച്ചോളൂ... ആർഭാടോന്നും വേണ്ട. കമ്മ്യൂണിഷ്ടാരെ കല്യാണത്തിന് ക്ഷണിക്കണ്ട.”

കുങ്കർ പുലയരും ബാലനും അത് സമ്മതിച്ചു.

“പെണ്ണ് വെളുത്തിട്ടോ, കറുത്തിട്ടോ...?”

“വെളുത്തിട്ടാ തമ്പ്രാ...”

“ആരോഗ്യണ്ടോ....?”

“നല്ലാരോഗ്യാ...”

“പേരെന്താ...?”

“തിരുവാല, നാളും തിരുവാതിര്യാ...”

“നാട്ടിപ്പണിയറിയോ...?”

“അറിയാന്നെല്ല, നാട്ടിപ്പാട്ട് കലാകാരിയാ... വായ്പ്പാട്ടുകാരിയാ.”

“അപ്പോൾ നമ്മുടെ കണ്ടത്തിലേക്ക് വലിയൊരു പാട്ടുകാരി വരുന്നു. കൊള്ളാം... കൊള്ളാം...”

അരുമന നമ്പ്യാരൊന്നു പൊട്ടിച്ചിരിച്ചു.

ബാലന്റെ കല്യാണത്തിന് ആയിരം രൂപയാണ് അരുമന നമ്പ്യാർ കൊടുത്തത്. കൂടെ രണ്ടുചാക്കരിയും രണ്ട് നേന്ത്രക്കുലയും. ഇത് അരുമനയിലാകെ സംസാരവിഷയമായി. ആയിരം രൂപയോ! പിന്നെ ആളുകളോർത്തു, അരുമനത്തറവാട്ടിലെ വലിയ പുലയരുടെ മകന്റെ കല്യാണമല്ലേ... എന്നാലും തിയ്യമ്മാർക്കും ജോമ്മാർക്കും ചിരിവന്നു. അരുമനയാണേ... അരുമനയാണേ...

കല്യാണം കേമമായിത്തന്നെ നടന്നു. കല്യാണത്തലേരാത്രിയിൽ എട്ട് പെട്രോൾമാക്സും പെട്ടിപ്പാട്ടുമുണ്ടായിരുന്നു. പന്ത്രണ്ട് മൈൽ നടന്നുള്ള കല്യാണപ്പാർട്ടിയുടെ യാത്ര വലിയൊരു കാഴ്ചയായിരുന്നുവെന്ന് പി വി കെ കടത്തനാട് പാട്ടായെഴുതിയിട്ടുണ്ട്.

പെണ്ണിനെ പുരയ്ക്കകത്ത് കയറ്റിയ ഉടനെ കുങ്കർ പുലയരും ബാലനും അരുമന തമ്പ്രാനെ ചെന്നുകണ്ടു. അരുമന തമ്പ്രാൻ ബാലനെ ആശീർവദിച്ചു. എല്ലാ അനുഗ്രഹങ്ങളും നേർന്നു.

അന്ന് അരുമന കുഞ്ഞപ്പനമ്പ്യാർ സൂര്യനസ്തമിക്കുന്നതിനുമുമ്പേ മേലാകെ കുഴമ്പിട്ടു. മെയ്യുഴിഞ്ഞ് സ്വയം നാലഞ്ച് അഭ്യാസം നടത്തി. സന്ധ്യ കഴിഞ്ഞപ്പോൾ പയറുപൊടി തേച്ച് ചൂടുവെള്ളത്തിൽ കുളിച്ചു. പട്ടുകോണകംകെട്ടി, തൂവെള്ള മൽമൽ മുണ്ടുടുത്ത് കസവുവേഷ്ടി പുതച്ച്, വാഴത്തോട്ടത്തിൽ വീഴുന്ന നിലാവിനെ നോക്കി ആസ്വദിച്ച് അരുമന നമ്പ്യാർ രാത്രി പത്തുമണിവരെ ഇരുന്നു. പത്തുമണി കഴിഞ്ഞപ്പോൾ ഒരു കറുത്ത പൂച്ച മച്ചിൽ നിന്നെടുത്ത് മുറ്റത്തേക്കു ചാടി. അശുഭ ലക്ഷണം, അരുമന നമ്പ്യാർ പിറുപിറുത്തു. പന്ത്രണ്ടു മണി കഴിഞ്ഞു. ഒരു മണി കഴിഞ്ഞു. പുറത്തൊരനക്കവും കേട്ടില്ല. അത്താഴം മുടക്കി അരുമന നമ്പ്യാർ ചാരുകസാലയിൽത്തന്നെ കിടന്നു. നമ്പ്യാരുടെ ആ രാവ് പുലർന്നത് ചാരുകസാലയിൽ നിന്നായിരുന്നു. കണ്ണു തുറന്നപ്പോൾ എല്ലാം തല്ലിപ്പൊളിക്കാനാണ് തോന്നിയത്. ആചാരം തെറ്റിക്കുന്ന ആരെയും അരുമന നമ്പ്യാർ വിടില്ല. നമ്പ്യാർ മനസിൽ ശപഥം ചെയ്തു കൊണ്ടേയിരുന്നു.

നിത്യകർമവും കുളിയും കഴിഞ്ഞ് പാൽക്കഞ്ഞിയും കുടിച്ച് അരുമന നമ്പ്യാർ ചാരുകസാലയിൽ വന്നിരിപ്പായി. ഏറെനേരം അങ്ങനെയിരുന്നിട്ട് നമ്പ്യാർ അടുക്കളയിലേക്കു വന്നു. കറിക്കരിയുന്ന ജാനൂട്ടിയെ ഒന്നു തുറിച്ചുനോക്കി. ജാനൂട്ടി, ചെട്ടിച്ചിരിയമ്മയുടെ സഹായിയായിരുന്നു. ചെട്ടിച്ചിരിയമ്മയില്ലാതായപ്പോൾ ജാനൂട്ടിയാണ് അരുമനത്തറവാടിന്റെ അടുക്കളച്ചുമതലക്കാരി.

അരുമന നമ്പ്യാർ ജാനൂട്ടിയെ തുറിച്ചുനോക്കിക്കൊണ്ടിരിക്കേ, ജാനൂട്ടി കടക്കണ്ണുകൊണ്ടൊന്നു ചിരിച്ചു.

"അടുക്കള വാതില് പൂട്ടി, കുളിമുറീപ്പോയിക്കുളിച്ച്, ഒറ്റമുണ്ടുടുത്ത് വാടീ എന്റെ ഉറക്കറ മുറിയിലേക്ക്..."

എന്നിട്ടോടിച്ചെന്ന് ജാനൂട്ടിയുടെ ശരീരത്തിലൊരു വാൾപ്പയറ്റ് നടത്തി. വലതുകൈ ഉറുമിയാക്കി ജാനൂട്ടിയുടെ ശരീരത്തിലൊന്നു വീശി. അരുമന നമ്പ്യാരെ കൈയിൽക്കിട്ടിയ സന്തോഷത്തിൽ ജാനൂട്ടി കോളാമ്പിപ്പൂവായി വിടർന്നൊന്നാടി.

കുളിച്ച് ചന്ദനക്കുറിതൊട്ട് ഒറ്റമുണ്ടുടുത്ത് റവുക്കയും കെട്ടി ജാനൂട്ടി അരുമന നമ്പ്യാരുടെ കിടപ്പറയിലേക്ക് ചെല്ലുമ്പോൾ നമ്പ്യാർ നഗ്നനായി ഏതോ ഗുരുക്കൾക്കുനേരെ വാൾ വീശുകയായിരുന്നു. ജാനൂട്ടി പക്ഷെ, പേടിച്ചില്ല. റവുക്കയും ഒറ്റമുണ്ടുമഴിച്ച് ജാനൂട്ടി നമ്പ്യാരുടെ മുമ്പിൽ നിന്നു. അരുമന നമ്പ്യാർ ശാന്തനായി, ജാനൂട്ടിയെ മാറോടടക്കി കുറെനേരം കരഞ്ഞു. കരഞ്ഞു കരഞ്ഞങ്ങ് ജാനൂട്ടിയെ ചവിട്ടിയെറിഞ്ഞു.

കരയുന്ന നമ്പ്യാരുടെ കണ്ണീരൊപ്പി ജാനൂട്ടി അരുമന നമ്പ്യാരെ വശത്താക്കി. അവസാനം അവശയായി എഴുന്നേറ്റുപോകുന്ന ജാനൂട്ടിയോട് അരുമന നമ്പ്യാർ പറഞ്ഞു: "ആചാരം തെറ്റിക്കുന്ന ആരെയും അരുമന നമ്പ്യാർ ബാക്കിവെച്ചേക്കില്ല."

എന്നിട്ട് വലതുകാലുയർത്തി ജാനൂട്ടിയുടെ ചന്തിക്കൊരടി. ജാനൂട്ടി

യുടെ ചന്തിയൊന്നു കുലുങ്ങി. ജാനൂട്ടി ദൂരെ തെറിച്ചുവീണു. ജാനൂട്ടിയെ രണ്ടുകൈകൊണ്ടുമുയർത്തിപ്പിടിച്ച് നെഞ്ചോടുചേർത്തൊരുമ്മ. അപ്പോൾ ജാനൂട്ടി ഒരു തുമ്പപ്പൂ ചിരി ചിരിച്ചു.

ആറു ദിവസം അരുമന നമ്പ്യാർ പുറത്തിറങ്ങിയില്ല. കുഴമ്പിടലും കുളിയും ഭാഗവതപാരായണവും ജാനൂട്ടിയുമായിക്കഴിഞ്ഞു. നമ്പ്യാരെ സുഖിപ്പിച്ചു സുഖിപ്പിച്ചു തളർന്നുകിടക്കുമ്പോൾ ജാനൂട്ടി ചോദിച്ചു: "ഞാനാരാ, അരുമനനമ്പ്യാർക്ക്...?"

"ചോദ്യം വേണ്ട, ആചാരം. ഉറുമിയെടുക്കട്ടെ നിന്നെ വെട്ടിനുറുക്കാൻ."

ഏഴാം ദിവസം അരുമനനമ്പ്യാർ ഞാറിടുന്ന സ്വന്തം നാളോവയലിലേക്കിറങ്ങി. വെള്ളിയാഴ്ച രാവിലെ. ഇരുപതിലേറെ പെണ്ണുങ്ങൾ ഞാറിടുകയായിരുന്നു. കുങ്കർ പുലയർ തമ്പ്രാന്റെ അടുത്തേക്കോടി വന്നു കാലുപിടിച്ചു. കാൽക്കൽ വീണ കുങ്കർപുലയരെ അരുമന തമ്പ്രാൻ വലതുകാൽകൊണ്ട് വായുവിലേക്ക് എടുത്തെറിഞ്ഞു. വയലിൽക്കിടക്കുന്ന കുങ്കർപുലയരോട് നമ്പ്യാർ പറഞ്ഞു: "ആചാരം തെറ്റിച്ച നായിന്റെ മോനേ... നിന്നേം നിന്റെ മോൻ ബാലനേയും ഓന്റോള് നാദാപുരംകാരി തിരുവാലേം അരുമനനമ്പ്യാർ കരിച്ചു വളമാക്കി നാളോവയലിലിടും. കുങ്കറേ... നിന്റെ കുടുംബം എന്റെ കൃഷിക്ക് വളമാകും. നാദാപുരത്തെ പുലയാടിപ്പെണ്ണ് തിരുവാലേം വച്ച് കുങ്കറേ, നായിന്റെമോനേ അരുമന കുഞ്ഞപ്പക്കെതിരെ പൊരുത്വാ...?"

അരുമന നമ്പ്യാർക്കരിശം മൂത്തു. നാട്ടിപ്പണിക്കാരിപ്പെണ്ണുങ്ങളിൽ ചിലരുടെ ചന്തിക്കോരോ ചവിട്ടുകൊടുത്തു. ചെളിക്കണ്ടത്തിലെ ആണുങ്ങളും പെണ്ണുങ്ങളും പേടിച്ചുവിറച്ചുനിന്നു. അവരുടെ തുണിയഴിഞ്ഞു.

"എല്ലാത്തിനേം വെട്ടിനുറുക്കണം."

നമ്പ്യാർ ഭ്രാന്തുപിടിച്ച ഒരു കൊടുങ്കാറ്റുപോലെ അരുമനത്തറവാട്ടിലേക്ക് തിരിച്ചുനടന്നു. ഉച്ചയാവുന്നതുവരെ നമ്പ്യാരുടെ അമർഷം മുഴുവൻ സഹിച്ചത് ജാനൂട്ടിയാണ്. അത് ജാനൂട്ടിക്കൊരു സുഖമായിരുന്നു. ആരാ നെഞ്ചത്ത് കിടക്കുന്നത്? അരുമന നമ്പ്യാർ.

ഒരുനിമിഷം ജാനൂട്ടി ചിരിച്ചുകൊണ്ടു പറഞ്ഞു.

"ഗർഭാവ്വോന്നാ തോന്നൽ.'

"പെറ്റോ, അഞ്ചാറെണ്ണത്തെ പെറ്റോ... എത്ര പെണ്ണുങ്ങൾ പെറ്റിട്ടുണ്ട്, അരുമനേന്റെ പിള്ളാരേ... നീയും പെറ്റോ..."

എന്നിട്ട് ജാനൂട്ടിക്ക് ഒറ്റച്ചവിട്ട്. ചവിട്ടിന്റെ ആഘാതത്തിൽ നിന്ന് ജാനൂട്ടി വീണ്ടുമെഴുന്നേറ്റു. നമ്പ്യാരുടെ അടുത്തുവന്നു കിടന്നു. അരുമന നമ്പ്യാർ ജാനൂട്ടിയെ ഉറുമിപോലെ മടക്കി അരയിൽവച്ചു. അരയിലെ ഉറുമിയായ ജാനൂട്ടിയോട് അരുമന നമ്പ്യാർ തന്റെ എല്ലാ സങ്കടവും പറഞ്ഞു. ജാനൂട്ടി അരുമന നമ്പ്യാരുടെ ചെവിയിൽ ഉപദേശിച്ചു: "അരുമനേ, കിണ്ണം മുട്ടിയറിയിക്ക് കുങ്കർ പുലയരുടെ കുടുംബം ഇനി

അരുമനക്കാരുടെ വയലിൽ പണിക്ക് വരണ്ടാന്ന്. കുങ്കർ പുലയന്റെ ഇഷ്ടക്കാരും വേണ്ടാന്ന്..."

അരുമന നമ്പ്യാർക്കത് ബുദ്ധിയായി തോന്നി.

പിറ്റേന്നു രാവിലെ പെരാന്തൻ ഗോപാലക്കുറുപ്പ് നാളോംവയലിൽ കിണ്ണം മുട്ടിയറിയിച്ചു.

"അരുമനക്കാരുടെ വയൽപ്പണിക്കിനി കുങ്കർപുലയരും മകൻ ബാലനും കുങ്കർപുലയരുടെ ബന്ധുക്കളും ഇഷ്ടക്കാരും പണിക്ക് വരാൻ പാടില്ല... ഈ ഉത്തരവു ലംഘിച്ചാൽ ഇപ്പറഞ്ഞാളുകളുടെ തല നാളോം വയലിൽ വീഴും..."

അരുമന ദേശവും നാളോം വയലും വിറച്ചു. കമ്യൂണിസ്റ്റുകാർ നാലഞ്ചുപേർ രഹസ്യമായാലോചിച്ചു. അവർക്കൊരു പോംവഴിയും കണ്ടെത്താനായില്ല. അവരിലൊരാൾ പറഞ്ഞു: "ബാലൻ കല്യാണം കഴിച്ചതാ കൊഴപ്പം. ഓനും ഓന്റെ ഒരു നാദാപുരം തിരുവാലേം."

നാളോം വയലിൽ ഞാറ്റുപാട്ടില്ലാതായി. പെണ്ണുങ്ങളും ആണുങ്ങളും ചിരിക്കാതായി. പതിനഞ്ചാളുകൾക്കാണ് അരുമന നമ്പ്യാർ വിലക്കേർ പ്പെടുത്തിയത്. അവരുടെ വീടുകൾ പട്ടിണിയായി. ബാലൻ എല്ലാവരെയും വിളിച്ചുകൂട്ടിയിട്ട് പറഞ്ഞു: "നമ്മൾക്ക് പൊഴക്കരേപ്പോയി കൈതവെട്ടി പായ് മടഞ്ഞു ജീവിക്കാം."

അതിനാരും തയ്യാറല്ലായിരുന്നു. അവരുടെ മനസിൽ അമർഷം ഞെരിപിരികൊണ്ടു. ഇറങ്ങിപ്പോരുമ്പോൾ ആണ്ടിപ്പുലയർ പറഞ്ഞു: "നിയ്യ് ഒരു തിരുവാലേം കെട്ടി നാടുമുടിഞ്ഞു."

തിരുവാല കുടിലിനകത്തുനിന്ന് നെഞ്ചുപൊട്ടിക്കരയുന്നുണ്ടായിരുന്നു. ബാലൻ അവളെ സമാധാനിപ്പിക്കുന്നതിനിടയിൽ പറഞ്ഞു: "നമ്മൾക്ക് തിരുവാലേ അരുമനേന്നോടിപ്പോകാം. ഒന്നിനും ഭയപ്പെട വേണ്ട."

ബാലൻ പുറത്തിറങ്ങിയപ്പോൾ തിരുവാല കുങ്കർ പുലയരുടെ അടുത്ത് ചെന്നിരുന്നു. "അച്ഛാ, അച്ഛൻ തമ്പ്രാനെ ചെന്നുകാണ്. ഞാം പൂവ്വാം."

"മോള് പോണ്ട. തമ്പ്രാം ഞമ്മളെ കൊല്ലട്ടെ." കുങ്കർ പുലയർ കരയുകയായിരുന്നു.

"അച്ഛാ, കരയല്ലേ... അരുമനേലെ ആചാരം മുടക്കണ്ട. ഞാം പറേണെ അച്ഛൻ കേട്ടില്ലേല് തിരുവാല തൂങ്ങിച്ചാവും. ഇത് കട്ടായം. അച്ഛൻ പോയിറ്റ് പറ തിരുവാല ഇന്ന് അന്തികഴിഞ്ഞാ വെരൂന്ന്. ബാലേട്ടനൊന്നുമറിയണ്ട. ബാലേട്ടനറിഞ്ഞാ കൊഴപ്പാവും."

എന്നിട്ട് തിരുവാല കുളിക്കാൻ പോയി. ശരീരമാകെ ചെറുപയറു പൊടി തേച്ചുകുളിച്ചു. അതിനുശേഷം വാസനസോപ്പു തേച്ചുകുളിച്ചു. കുളികഴിഞ്ഞ് തിരുവാല മലമൽ മുണ്ടുകൊണ്ട് തറ്റുടുത്തു. റവുക്ക കെട്ടി തമ്പുരാട്ടിക്കുട്ടിയെപ്പോലെ അണിഞ്ഞൊരുങ്ങി. നെറ്റിയിൽ കറുത്ത പൊട്ടുതൊട്ടു. തിരുവാല പുറത്തുവരുമ്പോൾ കുങ്കർ പുലയർ

ഉണ്ടായിരുന്നില്ല. കുങ്കർ പുലയർ അരുമനത്തറവാട്ടിന്റെ മുറ്റത്ത് കൈകൂപ്പി നിൽക്കുകയായിരുന്നു.

"അന്തികഴിഞ്ഞാ തിരുവാല വരും തമ്പ്രാ..."

"എച്ചില് അരുമന നമ്പ്യാര് തൊടാറില്ല..."

"തമ്പ്രാ സത്യം പറയ്യാ, ബാലൻ തിരുവാലയെ തൊട്ടിട്ടില്ല."

"കുങ്കറാ ഓളോടി ഒറങ്ങുന്നേ?"

അരുമനനമ്പ്യാർ പല്ലുഞെരിച്ചു.

"ബാലൻ പേടിച്ച് നടക്കാ. ആചാരം തെറ്റൂല്ല."

"വരട്ടെ, വരട്ടെ, ആ എമലാടക്കൂത്തിച്ചിയെ ഒന്നു കാണാമല്ലോ. അരുമന നമ്പ്യാർക്കോളെ വേണ്ട. അപ്പെണ്ണിനോട് രണ്ടു ചോദ്യം ചോദിക്കാനുണ്ട്. തമ്പുരാട്ടിക്കുട്ട്യോട് വെരാൻ പറ."

സന്ധ്യ കഴിഞ്ഞു. വയലുകൾ ഇരുണ്ടു. വയലുകളിൽനിന്നു മാക്രികൾ കരയാൻ തുടങ്ങി. അരുമന നമ്പ്യാർ ആശയക്കുഴപ്പത്തിലായി. തൊട്ടോ അവളെ ബാലൻ? അവളെ തൊടാൻ അവന് ധൈര്യമുണ്ടാവില്ല.

ദൂരെ അരുമന നമ്പ്യാർ ഒരു നിഴൽ കണ്ടു. ഉമ്മറത്തെ വിളക്കണച്ച് അരുമന നമ്പ്യാർ ശ്വാസമടക്കിപ്പിടിച്ച് ഇരുന്നു. ആ രൂപം അടുത്തടുത്തു വരികയായിരുന്നു. കസവുവേഷ്ടി പുതച്ച ആ രൂപം അരുമന നമ്പ്യാരുടെ മുമ്പിൽ കൈകൂപ്പിനിന്നു.

"തിരുവാലക്കൂത്തിച്ചിയാ...?"

"തെന്നെ തമ്പ്രാ.."

"പൂമുഖമുറീക്കേറ്..."

പൂമുഖമുറിയിൽ വിറച്ചുനിൽക്കുകയായിരുന്ന തിരുവാലയെ അരുമന നമ്പ്യാരൊന്നു നോക്കി. ഒരു നിമിഷം ഞെട്ടിപ്പോയി. തമ്പ്രാട്ടിക്കുട്ടിതന്നെ.

"അരുമന നമ്പ്യാർ എച്ചില് തൊടാറില്ല."

"തിരുവാല എച്ചിലായിറ്റില്ല."

"മധുവിധു കഴിഞ്ഞിട്ട് വരാന്ന് വിചാരിച്ചു അല്ലേ...?"

"ബാലേട്ടനെന്നെ തൊട്ടിറ്റില്ല."

"പിന്നെന്തേനും വെരാത്തെ...?"

"ഭയംകൊണ്ട്...."

"പരദേവതയാണെ തൊട്ടിറ്റില്ല. പരദേവതയാണെ തമ്പ്രാ തൊട്ടിറ്റില്ല."

നാലഞ്ചു നിമിഷം മിണ്ടാതെ നിന്നിട്ട് അരുമന നമ്പ്യാർ തിരുവാലയുടെ കസവുമേലാട നീക്കി. കൈ ഉറുമിയാക്കി വീശി.

"തമ്പ്രാട്ടിക്കുട്ടിതന്നെടീ നീ തിരുവാലേ... ബാലനെന്താ നിന്റോടി ഉറങ്ങാനർഹത. തിരുവാല ഇനി അരുമന നമ്പ്യാരുടെ സ്വന്തമാ..."

അരുമന നമ്പ്യാർ തിരുവാലയെ മാറോടടക്കിപ്പിടിച്ച് അവളെ കുറെനേരം കാർന്നുതിന്നു. അരുമന നമ്പ്യാരുടെ കാമം തിരുവാലയുടെ ശരീരത്തിൽ ഒരു ഭ്രാന്തൻ ചുഴലിക്കാറ്റായി തകർത്തുവീശുമ്പോൾ

നമ്പ്യാരുടെ ലിംഗം കത്തികൊണ്ട് തിരുവാല മുരടോടെ അറുത്തെടുത്തു. ചോരയിൽ കുളിച്ച കത്തി ചുണ്ടത്തുവച്ച് തിരുവാല പൊട്ടിച്ചിരിച്ചു. നമ്പ്യാർ അമ്മേ... പരദേവതേ.. എന്നലറിക്കൊണ്ട് പിന്നോട്ടു മറിഞ്ഞുവീണു. പിടഞ്ഞലറുന്ന നമ്പ്യാരുടെ ശരീരത്തിൽ വെട്ടിവെട്ടി നമ്പ്യാരെ ചോരക്കളത്തിലാക്കി തിരുവാല ഇറങ്ങി ഓടിയില്ല. നമ്പ്യാർ കുറെനേരം പിടയുന്നത് നോക്കിനിന്നു. നമ്പ്യാരുടെ അനക്കമില്ലാതായപ്പോൾ തിരുവാല മുറിതുറന്നു പുറത്തുവന്നു. ജാനൂട്ടിയും രണ്ടുവാല്യക്കാരും പുറത്ത് പകച്ചുനിൽക്കുകയായിരുന്നു. കസവുമുണ്ട് പുതച്ച് തിരുവാല അവരുടെ മുമ്പിൽനിന്ന് ഇരുട്ടിലേക്ക് ഓടിപ്പോയി. പിന്നെ തിരുവാലയെ ആരും കണ്ടിട്ടില്ല. ബാലനും കുങ്കർ പുലയരും കണ്ടിട്ടില്ല. അവൾ നാദാപുരത്തും പോയിട്ടില്ല.

അരുമന നമ്പ്യാരെ കൊന്നത് ബാലനാണെന്ന വാർത്ത അരുമനയിൽ പരന്നപ്പോൾ ബാലൻ പുഴയിൽ ചാടി ചത്തുകളഞ്ഞു. പേടിച്ചരണ്ട കുങ്കർ പുലയരും ഭാര്യ ചെറുമാച്ചിയും എങ്ങോട്ടോ നാടുകടന്നു.

പിന്നീടുണ്ടായ സംഭവങ്ങളെക്കുറിച്ച് പി വി കെ കടത്തനാടിന്റെ പാട്ടുകളിലില്ല. അരുമന കൊലക്കേസ് തെളിവില്ലാതെ പാളിപ്പോയെന്നൊരു പാട്ട്, 'സരോജിനിക്കുട്ടിയുടെ കടുംകൈ' എന്ന പാട്ടെഴുതിയ വി പി ജി മയ്യന്നൂരിന്റെ 'അരുമന കൊലക്കേസ്' എന്ന പാട്ടുപുസ്തകത്തിൽ ഞാൻ വായിച്ചിട്ടുണ്ട്. വി പി ജി മയ്യന്നൂർ തിരുവാലയെക്കുറിച്ച് വേറെയും പാട്ടുകൾ എഴുതിയിട്ടുണ്ട്. ആ പാട്ടുകളിൽ ചിലതൊക്കെ ഇപ്പോഴും എനിക്കറിയാം.

"തിരുവാലപ്പെണ്ണൊരുത്തി
അരുമനയിൽവന്നേ...
നാദാപുരത്തുന്നൊരു
ഉണ്ണിയാർച്ച അരുമനയിൽ വന്നേ..."

നേതി നേതി

വിഷ്ണു എന്ന പേരിൽ അയാൾ ജീവിച്ചിരിക്കുന്നുണ്ടെങ്കിലും അയാൾ ജീവിതത്തിൽ നിന്നു വിട്ടുപോയിട്ട്, അല്ലെങ്കിൽ ജീവിച്ചു കൊണ്ടുതന്നെ ജീവിതം ഉപേക്ഷിച്ചിട്ട് ഏഴുവർഷത്തിലേറെയായി. വിഷ്ണുവിന്റെ വീട്ടുകാരോ ബന്ധുക്കളോ സ്നേഹിതന്മാരോ അയാൾ ജോലി ചെയ്ത പരസ്യക്കമ്പനിയിലെ സഹപ്രവർത്തകരോ ഇക്കാര്യം മനസിലാക്കിയിട്ടേയില്ല.

വേറൊരു പരസ്യക്കമ്പനി സ്വന്തമായി തുടങ്ങാൻ പോകുന്നുവെന്നു പറഞ്ഞിട്ടാണ് മൂന്നുകൊല്ലം മുമ്പ് വിഷ്ണു പരസ്യക്കമ്പനിയിലെ ജോലി ഉപേക്ഷിച്ചത്. താൻ സ്വന്തമായി ഒരു പരസ്യക്കമ്പനി തുടങ്ങുന്നുവെന്നു പറഞ്ഞപ്പോൾ വിഷ്ണുവിന്റെ സഹപ്രവർത്തകർ അത്ഭുതത്തോടുകൂടിയാണ് അയാളെ നോക്കിയത്. എവിടെയോ എന്തോ രഹസ്യമുണ്ട്. ചിലർ അങ്ങനെ ആലോചിച്ചു.

ഇരുപതാം തീയതിക്കുമുമ്പേ കടംവാങ്ങിത്തുടങ്ങുന്ന വിഷ്ണു സ്വന്തമായി പുതിയൊരു പരസ്യക്കമ്പനി തുടങ്ങുന്നെന്നോ ? ചിലർ പറഞ്ഞു, വട്ടായിപ്പോയെന്നു തോന്നുന്നു. ഈ മനുഷ്യനെ ആരോ കുഴിയിലിറക്കിയതായിരിക്കും. അല്ലെങ്കിൽ സദാ പുസ്തകം വായിച്ചുനടക്കുന്ന ഒരു സ്വപ്നജീവി.

വിഷ്ണു പറഞ്ഞത് അധികമാരും വിശ്വസിച്ചില്ല. വിഷ്ണുവിന് വിഷ്ണുവിനെയും വിശ്വാസമുണ്ടായിരുന്നില്ല. അയാൾ അയാളിൽ നിന്നു തന്നെ പലപ്പോഴും ഒളിച്ചോടാറുണ്ട്.

വിഷ്ണുവിനുനേരെ നിശ്ശബ്ദമായി ഇഴഞ്ഞുവന്ന പുച്ഛവും പരിഹാസവും വിഷ്ണു അറിയുന്നുണ്ടായിരുന്നു. അവയൊന്നും ഒരർഥത്തിലും അയാളെ ബാധിച്ചിരുന്നില്ല. ഏഴുകൊല്ലംമുമ്പ് മറ്റൊരു ലോകത്തേക്കു പോയ മനുഷ്യൻ ഇപ്പോഴും ഈ ലോകത്തുണ്ടെന്നു വിശ്വസിക്കുന്ന പരി

ചയക്കാരെയും സ്നേഹിതന്മാരെയും നോക്കി വിഷ്ണു ചിരിച്ചുകൊണ്ടിരുന്നു.

ഒരു വൈകുന്നേരം വിഷ്ണു കടൽക്കരയിലൂടെ നടക്കുമ്പോൾ പഴയ പരസ്യക്കമ്പനിയിലെ ഒരു സഹപ്രവർത്തകനെ കണ്ടു. വാസ്തവത്തിൽ വിഷ്ണു കണ്ടതല്ല. വിഷ്ണുവിനെ കണ്ടിട്ട് കുമാരദാസ് ഓടിവന്നതാണ്. പിന്നിൽ നിന്നോടിവന്ന കുമാരദാസ് വിഷ്ണുവിന്റെ കൈപിടിച്ചുകൊണ്ടു ചോദിച്ചു:" വിഷ്ണു, എന്നെ അറിയുമോ?"

വിഷ്ണു കുമാരദാസിനെ ഒന്നു സൂക്ഷിച്ചുനോക്കിയിട്ടു പറഞ്ഞു: "ഇല്ലല്ലോ, നിങ്ങൾ ആരാണ് ?"

അന്നേരം കുമാരദാസിന് അൽപ്പം വിഷമം തോന്നി. വിഷ്ണുവിന്റെ മുഖത്ത് ഒരുതരം നിർവികാരഭാവമായിരുന്നു. കുമാരദാസ് എന്തിനൊക്കെയോ വീർപ്പുമുട്ടുന്നുണ്ടായിരുന്നു. വിഷ്ണുവിനെക്കുറിച്ച് എല്ലാ കാര്യങ്ങളുമറിയണം. ഇപ്പോൾ എവിടെയാണ് ജോലി ചെയ്യുന്നത്? പുതിയ പരസ്യക്കമ്പനി തുടങ്ങിയോ? എവിടെയാണിപ്പോൾ താമസിക്കുന്നത്? ഈ നഗരത്തിൽ നിന്നും പോയെന്നാണ് പലരും ധരിച്ചിരിക്കുന്നത്. പോയിട്ടില്ല എന്നറിഞ്ഞപ്പോൾ വല്ലാതെ സന്തോഷം തോന്നുന്നു. നാട്ടിൽ ഇടയ്ക്കിടെ പോകാറുണ്ടോ? മദ്യപാനവും പുകവലിയുമൊക്കെ എങ്ങനെ? വല്ല ഡയബറ്റിക്സോ മറ്റോ?

കുമാരദാസ് ഇടയ്ക്കിടെ വിഷ്ണുവിന്റെ കൈപിടിക്കുന്നുണ്ടായിരുന്നു. വിഷ്ണു കുമാരദാസിന്റെ സാന്നിധ്യംപോലും അറിയുന്ന മട്ടുണ്ടായിരുന്നില്ല.

കടലിലേക്കു നോക്കിക്കൊണ്ട് വെള്ളമണലിൽ വിഷ്ണു ഇരുന്നു. വെള്ളമണലിൽ നോക്കിയിരിക്കുമ്പോൾ വിഷ്ണുവിന് എന്തൊക്കെയോ തോന്നും. നഷ്ടപ്പെട്ട ഏതോ നിധി കണ്ടെത്തിയതുപോലെ കുമാരദാസ്, വിഷ്ണുവിന്റെ മുമ്പിൽ ഇരുന്നു. "അതാ അവിടെ ഇരിക്കുന്നത് എന്റെ ഭാര്യയും കുട്ടികളുമാണ്. പച്ച സാരിയുടുത്ത സത്രീ, വിഷ്ണു അറിഞ്ഞില്ലല്ലോ. അവൾ ഒന്നുംകൂടി പ്രസവിച്ചു. മോനാ, പ്രസവം നിർത്തുകയും ചെയ്തു. ഒരു മോനും ഒരു മോളും. മോളിപ്പോൾ മൂന്നാം ക്ലാസിലാണ്. സെയ്ന്റ് ആന്റണീസിലാ. നന്നായി പഠിക്കും. അച്ഛൻ അവളുടെ പേർക്കെഴുതിവച്ച വീടും സ്ഥലവുമൊക്കെ ഞങ്ങൾക്ക് വിട്ടുതന്നു. അങ്ങനെ വാടകകൊടുക്കാതെ കഴിഞ്ഞുപോകുന്നു. ഇപ്പോൾ വലിയ വിഷമങ്ങളൊന്നുമില്ലാതെ ഒരുവിധം ജീവിതം തള്ളിക്കൊണ്ടുപോകാൻ കഴിയുന്നുണ്ട്. ദൈവം സഹായിച്ചു. ഞാനിപ്പോൾ വലിയ ഭക്തനാണ്. രാവിലെയും വൈകുന്നേരവും അമ്പലത്തിൽപ്പോകും. രാഷ്ട്രീയമൊക്കെ അപ്പാടെ ഉപേക്ഷിച്ചു. രാഷ്ട്രീയക്കാരെ എനിക്കിപ്പോൾ കണ്ടേകൂടാ. പിന്നെ, വിഷ്ണു ഒരു കാര്യമറിഞ്ഞോ? നമ്മുടെ ആർട്ടിസ്റ്റ് ജോസഫ് തൂപ്പുകാരി മാധവിക്കുട്ടിയെ കല്യാണംകളിച്ചു. ജോസഫിനെക്കാൾ പന്ത്രണ്ടുവയസ്സ് കൂടുതലാണവൾക്ക്. അല്ലെങ്കിലും പ്രായവ്യത്യാസം ഒരു പ്രശ്നമാണോ, മനസുകൊണ്ട് ഒരുമയുണ്ടെങ്കിൽ അവൻ ചെയ്തത് ഒരു

നല്ലകാര്യമായി എനിക്കു തോന്നുന്നു. മാനേജർക്ക് മാധവിക്കുട്ടിയിലൊരു കണ്ണുണ്ടായിരുന്നു. ആളുകൾ എന്തൊക്കെയോ പറയുന്നതുകേട്ടു. അയാളവളെ ഒരു ദിവസം കന്യാകുമാരിയിലേക്കു വിളിച്ചുകൊണ്ടുപോയെന്നാമറ്റോ. എന്തായാലും മാധവിക്കുട്ടി രക്ഷപ്പെട്ടു. ഇപ്പോൾ രണ്ടുപേരും സന്തോഷിച്ചു ജീവിക്കുകയാ. ദൈവം എല്ലാം കാണുന്നുണ്ട്. മാധവിക്കുട്ടി എന്നോടൊരിക്കൽ നൂറുരൂപ കടംവാങ്ങി. തന്നില്ല. ഒരു ദിവസം ഞാൻ ചോദിച്ചു. പഴയൊരു കടമുണ്ടല്ലോ നൂറുരൂപ. ബാക്കികൂടി ഇങ്ങ് തന്നേക്ക് എന്നാ മറുപടിയുണ്ടായത്. എന്നിട്ട്, മാധവിക്കുട്ടി കുണുങ്ങിയൊന്നു ചിരിച്ചു. കണ്ണിൽ കാമം വരുത്തി എന്നെ ആർത്തിയോടെ നോക്കി. ഞാൻ പേടിച്ചുപോയി. അവസാനം ഞാൻ ആ നൂറുരൂപയങ്ങ് വേണ്ടെന്നുവച്ചു. അക്കൗണ്ടന്റ് ഗോപാലക്കുറുപ്പിനെയും മാധവിക്കുട്ടി സ്വൽപ്പമൊന്നു വഹിച്ചതായി എനിക്കറിയാം. നിയ്യെന്താ വിഷ്ണു, ഒന്നും മിണ്ടാത്തെ? ഇതുവരെയും ഞാനല്ലേ സംസാരിച്ചുള്ളൂ. എന്താ, നിനക്ക് ജോലിയൊന്നുമില്ലേ? വിഷമത്തിലാണോ? നിന്റെ കണ്ണെന്താ ഇങ്ങനെ കലങ്ങിയിരിക്കുന്നത്?"

വിഷ്ണുവിന്റെ പാറപോലെയുള്ള ഇരിപ്പ് കുമാരദാസിന്റെ മുഖത്തെ ചിരിയും ആവേശവും മായ്ച്ചുകളഞ്ഞു. കുമാരദാസിന്റെ മുഖം മറ്റേതോ രീതിയിൽ രൂപാന്തരം പ്രാപിക്കുകയായിരുന്നു.

കുമാരദാസ് പറഞ്ഞു. "വിഷ്ണു, നിനക്കൊരു മര്യാദയുമില്ലല്ലോ. നീയെന്താ എന്നോടൊന്നും സംസാരിക്കാത്തത്? ഞാനേതോ ഒരു പുല്ലനാണെന്നാണോ നിന്റെ വിചാരം?"

അന്നേരം വിഷ്ണു കടൽത്തിരകളെ നോക്കി ചിരിച്ചുകൊണ്ട് ഇരുന്നു. ഇടയ്ക്കിടെ വിഷ്ണു കടലിനോടെന്തൊക്കെയോ സംസാരിക്കുന്നുണ്ടായിരുന്നു.

കുമാരദാസിന്റെ മുഖം കോപംകൊണ്ടു ചുവന്നു. ഇരുകൈയും കൂട്ടി ഞെരിച്ചുകൊണ്ട് കുമാരദാസ് പറഞ്ഞു. "എടാ വിഷ്ണു, നീ എന്നോടൊന്നു മിണ്ടെടാ. നാലു തെറിയെങ്കിലും വിളിക്കെടാ നീയെന്നെ."

"ഹേ, മനുഷ്യാ നിങ്ങൾ സംസാരിക്കുന്നത് വിഷ്ണുവിനോടല്ല. ഞാൻ വിഷ്ണുവല്ല. ഞാൻ മോഹൻദാസാണ്."

"എങ്കിൽ ഞാൻ കുമാരദാസല്ല, ഞാൻ ചന്ദ്രശേഖരനാണ്."

"ചന്ദ്രശേഖരന്റെ വീടെവിടെയാ? എന്താ ജോലി? കല്യാണം കഴിച്ചതാണോ?" മോഹൻദാസ് ചോദിച്ചു.

"മോഹൻദാസിന്റെ വീടെവിടെയാ? ഏതോ കൊണ്ണിയിൽ നിന്ന് നീയെങ്ങെനെയാ ഈ നഗരത്തിലെത്തിപ്പെട്ടത്? നിന്റെ സ്വന്തം സ്ഥലം അങ്ങ് മലബാറിലോ മറ്റോ ആണോ?" ചന്ദ്രശേഖരൻ ചോദിച്ചു.

"ഞാൻ മോഹൻദാസല്ല. മുരുകേശനാണ്."

"ഞാൻ ചന്ദ്രശേഖരനുമല്ല, ഞാൻ പങ്കജാക്ഷനാണ്."

അൽപ്പമകലെ പച്ചസാരിയിൽപ്പൊതിഞ്ഞ് വെള്ളമണലിൽ കുട്ടികളോടൊപ്പം കളിക്കുന്ന സ്ത്രീയെ ചൂണ്ടിക്കാണിച്ചിട്ട് മുരുകേശൻ പങ്കജാക്ഷനോടു പറഞ്ഞു. "നോക്കൂ, പച്ചസാരിയുടുത്ത ആ പെണ്ണിനെ,

അവൾ ഒരിക്കൽ എന്റെ കാമുകിയായിരുന്നു. ഞങ്ങൾ വർഷങ്ങളോളം പ്രേമിച്ചു ജീവിച്ചവരാണ്. അവളുടെ കഴുത്തിലും കവിളത്തും ഇപ്പോഴും എന്റെ കടിപ്പാടുകളുണ്ട്. പ്രേമം അശ്ലീലമാണെന്ന തിരിച്ചറിവുണ്ടായപ്പോൾ ഞാൻ അവളോട് എന്നെ പിരിഞ്ഞുപോകാൻ പറഞ്ഞു. അവൾ ഒരു വല്ലാത്ത ജന്തുവാണ്. പ്രേമരോഗം പിടിപെട്ട ജന്തു. ഇപ്പോഴും അവളെന്നെ ഇടങ്കണ്ണാലെ നോക്കിക്കൊണ്ടാ അവളുടെ മക്കളോടൊപ്പം കളിക്കുന്നത്."

പങ്കജാക്ഷന്റെ കണ്ണിൽനിന്നും തീപ്പൊരി ചിതറുകയായിരുന്നു. മൂക്കും മുടിയും വിറച്ചു. കൈ തരിക്കുന്നുണ്ടായിരുന്നു. ഒരു നിമിഷം തരിക്കുന്ന കൈ മുരുകേശന്റെ മുഖത്തേക്കടുത്തു. മുരുകേശൻ ആ കൈ ചിരികൊണ്ട് ഊതിയകറ്റി.

പങ്കജാക്ഷൻ തീക്കാറ്റായി മുരുകേശന്റെ പൂർവകാമുകിയുടെ അടുത്തേക്കോടി. മുരുകേശൻ വിഷ്ണുവായി തിരിഞ്ഞുനടന്നു. കടൽപ്പാലത്തിനടുത്തെത്തിയപ്പോൾ മുരുകേശൻ മുരുകേശനോടു ചോദിച്ചു. "ആരാ, ഈ വിഷ്ണു?"

പുതിയ ഒരു കഥകളി നടൻ

കഴിഞ്ഞാഴ്ച ഒരുനാൾ രാത്രിയിൽ, ചൊവ്വാഴ്ചയോ വെള്ളിയാഴ്ചയോ എന്നോർമയില്ല. വാക്ലാഫ് ഹാവൽ എന്നെ അന്വേഷിച്ച് തിരുവനന്തപുരത്തെ സുഭാഷ്നഗറിലെ എന്റെ വാടകവീട്ടിൽ വന്നു. ഹാവലിന്റ മുഖത്ത് മഞ്ഞിന്റെ മാറാലയുണ്ടായിരുന്നു. ആ മാറാല ഞാൻ ജുബ്ബയുടെ പുറംചട്ടകൊണ്ടു തുടച്ചുകൊടുത്തു. കണ്ണടയ്ക്കപ്പുറത്ത് ഹാവലിന്റെ കണ്ണുകൾ ചലിച്ചു. തോട്ടിൽ മീൻകുഞ്ഞുങ്ങളെന്നപോലെ.

ഞങ്ങൾ കുറേനേരം പരസ്പരം നോക്കിയിരുന്നു. കപ്പയും മത്തിക്കറിയും മുമ്പിൽ വച്ചുകൊടുത്തിട്ട് ഞാൻ ചോദിച്ചു:"എഡ്വേഡ് സെയ്ദ് മരിച്ചിട്ട് കാണാൻ പോയോ?"

"ഇല്ല. ആറുമാസം മുമ്പ് എന്നെ ഫോൺ വിളിച്ചപ്പോൾ കഴിയുന്നതും വേഗം മരിച്ചോളാൻ ഞാൻ പറഞ്ഞിരുന്നു."

"എഡ്വേഡ് സെയ്ദിപ്പോൾ എവിടെയായിരിക്കും?"

"ബെത്ത്ലഹേമിലോ, ഗോൽഗൊത്തയിലോ, റെഡ് സീയുടെ കരയിലോ ആയിരിക്കും. യേശുക്രിസ്തുവിനെ കാണാനുള്ള ശ്രമത്തിലായിരിക്കും സെയ്ദ്."

"ലാബോറട്ടറി തിയേറ്ററും ഗ്രോട്ടോസ്കിയൻ നാടകവിചാരങ്ങളുമുണ്ടോ ഇപ്പോൾ നിങ്ങളുടെ നാട്ടിലൊക്കെ?"

"ഞാൻ ഒന്നും അന്വേഷിക്കാറില്ല. എന്നാലും ഞാൻ നാടകത്തിലേക്കു തിരിച്ചുപോവുകയാണ്. ഗോർബച്ചേവിന്റെ ഒരു കത്തുണ്ടായിരുന്നു. അദ്ദേഹം റഷ്യയിൽ ഒരു പുതിയ പാർട്ടിയുണ്ടാക്കുന്നുണ്ട്. പിന്തുണ വേണമെന്നറിയിച്ചുകൊണ്ടുള്ള കത്ത്. ഞാൻ മറുപടി എഴുതിയില്ല. ഞാൻ പാർട്ടികളിലും ദേശീയതകളിലുമൊന്നും വിശ്വസിക്കുന്നില്ല. അതിരുകളില്ലാത്ത രാഷ്ട്രങ്ങളുടെ ഒരു ലോകമാണ് ഞാൻ സ്വപ്നം കാണുന്നത്. എന്നും എന്റെ സ്വപ്നം അതായിരുന്നു. അങ്ങനെയൊരു സ്വപ്നം

കാണാൻ കഴിഞ്ഞ ഒരാളായിരുന്നു ഗോർബച്ചേവെന്ന് എനിക്ക് ഇപ്പോൾ തോന്നുന്നില്ല. ഗോർബി ഞങ്ങളോടൊക്കെ തെറ്റു ചെയ്തതുപോലെ എനിക്ക് തോന്നുന്നു."

"സമാധാനത്തിന്റെ നോബൽപ്രൈസ് ഇക്കൊല്ലം കിട്ടുമെന്നൊക്കെ പറഞ്ഞുകേട്ടല്ലോ."

വാക്ലാഫ് ഹാവൽ പൊട്ടിച്ചിരിച്ചു. എന്നിട്ട് കുറേനേരം നിശ്ശബ്ദനായി. പിന്നെ ഒരു സിഗരറ്റെടുത്തുവലിച്ചു. മത്തിയും കപ്പയും നന്നായി കഴിക്കുന്നുണ്ടായിരുന്നു. സുഭാഷ്നഗറിന്റെ ആകാശത്തേക്കു നോക്കിയിരുന്നു. സുഭാഷ്നഗറിന്റെ ആകാശമെങ്ങനെയുണ്ടെന്നു ഞാൻ ചോദിച്ചപ്പോൾ ഹാവൽ പറഞ്ഞു, "കൊള്ളാം. മേഘത്തിനു നല്ല തണുപ്പുണ്ട്. നടരാജ നർത്തനത്തിന്റെ ചുടലശ്ശാന്തതയുമുണ്ട്."

"എവിടെനിന്നുകിട്ടി ചുടലശ്ശാന്തതയെന്ന ഈ പ്രയോഗം?"

"അതൊന്നും ഞാൻ പറയില്ല. അറിയാത്തതു പറയാൻ അറിഞ്ഞു കൂടാത്തതുകൊണ്ടാണ്."

"സമാധാന നോബൽപുരസ്കാരം ലഭിച്ച ഇറാനിലെ ഷിറിൻ എബാദി ആരാണ്?"

വാക്ലാഫ് ഹാവൽ പറഞ്ഞു:"എന്റെ അറിവനുസരിച്ച് കോഴിക്കോട്ടു നിന്ന് അമേരിക്കയിലേക്കു കുടിയേറിപ്പാർത്ത ഒരു ഇറാൻകാരിയാണ്. വക്കീലാണെന്നു കേട്ടിട്ടുണ്ട്. എന്താ, നല്ല വക്കീലന്മാർക്ക് നോബൽ. സമാധാന പുരസ്കാരം കിട്ടിക്കൂടേ?"

"നോബൽപ്രൈസിൽ നിന്ന് ജോൺപോൾ മാർപ്പാപ്പയും താങ്കളുമൊക്കെ തട്ടിപ്പോയതെന്തുകൊണ്ടാ?"

"ഇതിനെനിക്ക് ഉത്തരം പറയേണ്ട ആവശ്യമില്ല. എന്നാലും പറയാം. ജോൺപോൾ മാർപ്പാപ്പ ഒരു കൽക്കരി ഖനിത്തൊഴിലാളിയായിട്ടാണ് ജീവിതം തുടങ്ങിയത്. ഞാനാണെങ്കിൽ ഒരു നാടകക്കാരനായിട്ടും. ഞങ്ങൾ കമ്യൂണിസത്തിനും കത്തോലിക്കാമതത്തിനുമൊക്കെ അപ്പുറത്തേക്കു പോയവരാണ്. ഈ അർഥത്തിൽ എബാദി മികച്ച ഒരു അമേരിക്കക്കാരിയാണ്. നോബൽ സമ്മാനം തീരുമാനിക്കുന്നതുതന്നെ സാഹിത്യത്തിന്റെ ലോകവക്കീന്മാരല്ലേ? ഇറാനിലെ ഒരു അമേരിക്കൻ വക്കീലിന്റെ മുമ്പിൽ ഞങ്ങളൊക്കെ ആരെങ്കിലുമാണോ? നോബൽ സമാധാനപുരസ്കാരം ഒരു ഇറാനിയൻ വക്കീലിനു കിട്ടിയാലെന്താ? സ്വീഡിഷ് അക്കാദമിയിലേക്ക് ബീബിമാർകൂടി വരട്ടെ. ഞാനോ പോപ്പോ ഒന്നും നോബൽപ്രൈസിന് ഒരിക്കലും അർഹരല്ല. നോബൽപ്രൈസ് ഞങ്ങളെപ്പോലുള്ളവരെക്കൊണ്ടു ചെറുതാകണോ?"

പിന്നീട് രാഷ്ട്രീയമായി ഞങ്ങളുടെ ചർച്ചാവിഷയം. വാക്ലാഫ് ഹാവലിനു രാഷ്ട്രീയകാര്യത്തിൽ വലിയ താൽപ്പര്യമില്ലാത്തതുപോലെ തോന്നി. അദ്ദേഹം എന്റെ ചോദ്യങ്ങൾ മടുത്തപ്പോൾ എന്നോട് ഒരു ചെറുപുഞ്ചിരിയോടെ ചോദിച്ചു:"എന്താണിപ്പോഴും രാഷ്ട്രീയത്തെക്കുറിച്ചാലോചിക്കുന്നത്? ജനാധിപത്യരാജ്യമായ ഇന്ത്യയിലിപ്പോൾ ജനാധിപത്യ

മുണ്ടോ? ഇതുപോലെത്തന്നെ കമ്യൂണിസ്റ്റു രാഷ്ട്രങ്ങളിലും കമ്യൂണിസമുണ്ടായിരുന്നില്ല. എല്ലാ രാഷ്ട്രീയ വ്യവസ്ഥകളും അവയ്ക്കകത്തു തന്നെ അവയുടെ വിരുദ്ധവ്യവസ്ഥകളായിരുന്നു. ഈ വൈരുധ്യത്തിനകത്തേക്കാണ് മുതലാളിത്തം ഇപ്പോൾ പാഞ്ഞു കയറിയിരിക്കുന്നത്. ദസ് ക്യാപിറ്റലല്ല. യഥാർഥ ക്യാപിറ്റലാണിപ്പോൾ ലോകത്തിനാവശ്യം. ഇക്കാര്യം ഞാൻ പറഞ്ഞതായി നിങ്ങളുടെ ഇ കെ നായനാരോട് പറഞ്ഞേക്കണം. ലോക കമ്യൂണിസത്തിന്റെ ഇപ്പോഴത്തെ ഏറ്റവും വലിയ വക്താവാണല്ലോ നായനാർ.”

“മാർക്സിസത്തിന്റെ ഭാവിയെന്തായിരിക്കും?” ഞാൻ ചോദിച്ചു.

“മാർക്സിന്റേതായി മാർക്സിന്റെ ജീവചരിത്രം മാത്രമേ ബാക്കിയാവുകയുള്ളൂ.”

“ഇനി താങ്കളുടെ പരിപാടിയെന്താണ്?”

“ഞാൻ കേരളത്തിലേക്കുവന്നത് അൽപ്പം കഥകളി പഠിക്കാൻ കൂടിയാണ്. വീണ്ടും നാടകത്തിലേക്കുതന്നെ തിരിച്ചുപോകാൻ പരിപാടിയുണ്ട്. കേരളത്തിലെ രാഷ്ട്രീയനേതാക്കളുടെ പ്രസംഗങ്ങൾ കൂടി കുറച്ച് കേൾക്കണം. നല്ല ഹ്യൂമറും ഡ്രാമയുമൊക്കെയുള്ള പ്രസംഗങ്ങളാണെന്ന് എന്നോടാരോ പറഞ്ഞു. നിങ്ങളുടെ ഒരു വി എസ് അച്യുതാനന്ദനുണ്ടല്ലോ. അദ്ദേഹത്തിന്റെ പ്രസംഗമാണ് എനിക്ക് പ്രധാനമായും കേൾക്കേണ്ടത്. എന്റെ തിയേറ്റർ സങ്കൽപ്പത്തിന് ഈ പ്രസംഗങ്ങൾ വലിയൊരു മുതൽക്കൂട്ടായിരിക്കും.”

ഹാവൽ യാത്ര ചോദിച്ചു. അദ്ദേഹത്തോടൊപ്പം സെൻട്രൽ സറ്റേഷൻവരെ ഞാനും ചെന്നു. വാക്ലാഫ് ഹാവൽ കേരള കലാമണ്ഡലത്തിലേക്കു പോവുകയായിരുന്നു. ട്രെയിൻ നീങ്ങിയപ്പോൾ വാക്ലാഫ് ഹാവൽ കഥകളിയാടുന്നത് മനസിൽകണ്ടുകൊണ്ട് ഞാൻ സെൻട്രൽ സ്റ്റേഷനിൽനിന്നു തിരിച്ചുനടന്നു.

രാഘവേട്ടൻ

സെൻട്രൽ സ്റ്റേഷനിലെത്തുമ്പോൾ നല്ല തണുപ്പുണ്ടായിരുന്നു. ട്രെയിൻ പ്ലാറ്റ്ഫോമിലേക്ക് തള്ളിവിട്ടവരുടെയെല്ലാം മുഖത്ത് തണുപ്പിന്റെ അസ്വസ്ഥത.

എല്ലാക്കൊല്ലവും ഡിസംബറിൽ പഴയ ഓർമകൾ അയവിറക്കാനെന്നോണം മറ്റൊരു നഗരത്തിൽ നിന്ന് ഞാൻ ഈ മഹാനഗരത്തിലെത്തുന്നു. എന്തുകൊണ്ടോ, എന്റെ മനസിൽ ഇതാണെന്റെ നഗരം. രണ്ട് ഇഡ്ഡലിയും ഒരു വടയുമായിരുന്നു എന്റെ പ്രിയപ്പെട്ട പ്രാതൽ. തമിഴന്റെ സാമ്പാറും മോരും രസവുമായിരുന്നു എന്റെ ഉച്ചയൂണിന്റെ രസം. തമിഴ് സിനിമയിലൊഴുകിയ കണ്ണീരും വാൾപ്പയറ്റുമായിരുന്നു എന്റെ മനസിനെ രമിപ്പിച്ച വിനോദം. ഈ നഗരത്തിനു മുകളിൽ എരിയുന്ന സൂര്യനായിരുന്നു എന്റെ സൂര്യൻ. തമിഴത്തിയുടെ തലയിലെ ജമന്തിപ്പൂവായിരുന്നു എന്റെ പൂവ്. മറീനയായിരുന്നു എന്റെ കടൽത്തീരം. മറീനയിലോടിയ കുതിരകൾ എന്നെ ജീവിതത്തെക്കുറിച്ചെന്തൊക്കെയോ പഠിപ്പിച്ചിരുന്നു. ഇപ്പോൾ ഒന്നും എനിക്കറിയില്ല.

ഫുട്പാത്തിൽ നിന്ന് പഴയ മാസികകൾ വാങ്ങിക്കൂട്ടി, മൂന്നാന്തരം തമിഴ്സിനിമകൾ കണ്ട്, റോഡായ റോഡുകളിലൂടെയും കടൽത്തീരത്തൂടെയും അലഞ്ഞുതിരിഞ്ഞ് ഞാൻ തിരിച്ചുപോകുന്നു. എന്നാൽ, ഇത്തവണ വന്നത് പ്രമേഹത്തിനു ചികിത്സിക്കാൻ കൂടിയാണ്. ശരീരത്തിനകത്തെവിടെയൊക്കെയോ പ്രമേഹം കൊത്തിപ്പറിക്കുന്നുണ്ട്. പല്ലും കണ്ണും കിഡ്നിയുമൊക്കെ പരിശോധിച്ചുനോക്കണം. മൂന്നു പല്ലുകൾ പോകാനൊരുങ്ങി നിൽക്കുന്നു. കണ്ണിനും ചെറിയൊരു മങ്ങലുണ്ട്.

സ്റ്റേഷനിൽ കരുണൻ കാത്തിരിക്കുന്നുണ്ടായിരുന്നു. പ്ലാറ്റ്ഫോമിലൂടെ നടക്കുമ്പോൾ കരുണൻ പറഞ്ഞു: “വല്ലാതെ മെലിഞ്ഞുപോയല്ലോ. രോഗത്തെ മൈന്റ് ചെയ്യുന്നുണ്ടാവില്ല.”

ഇനിയും ഒരുപാട് രോഗങ്ങൾ എന്നെ കാത്തിരിക്കുന്നുണ്ടെന്നു പറഞ്ഞപ്പോൾ കരുണൻ ചിരിച്ചു. എന്നിട്ട് കരുണൻ പറഞ്ഞു: "നമ്മുടെ കെ വി മാധവൻനായർ സിങ്കിങ്ങ് സ്റ്റേജിലാ. എട്ടു ദിവസമായി ഹോസ്പിറ്റലിൽ കിടക്കുകയാ. വെറുതെ കിടത്തിയതാ. ഡോക്ടർ വീട്ടിലേക്കു കൊണ്ടുപൊയ്ക്കൊള്ളാൻ പറഞ്ഞു."

അപ്പോൾ ഇത്തവണ മാധവൻനായർ കത്തുന്നതുകൂടി കാണണം. മാധവൻനായർക്ക് വർഷങ്ങളായി ഒരുപാട് രോഗങ്ങളാ. എല്ലാം പ്രമേഹം കൊണ്ടുവന്നതാണെന്നാ മാധവൻനായർ പറഞ്ഞത്. എന്നിട്ടും പ്രമേഹത്തെ മാധവൻനായർ കാര്യമായെടുത്തിരുന്നില്ല.

"എഴുപത്തിരണ്ടു കഴിഞ്ഞു." കരുണൻ പറഞ്ഞു. വന്ന ആ ദിവസം തന്നെ ഉച്ചയോടെ മാധവൻനായരെ കാണാൻ ചെന്നു. ഞാൻ കാണുമ്പോൾ നേരിയൊരു ശ്വാസംവലി മാത്രമേ മാധവൻനായരുടേതായി ബാക്കിയുണ്ടായിരുന്നുള്ളൂ. എന്നിട്ടും മൂന്നു ദിവസം കഴിഞ്ഞു. എല്ലാവരും ഏതുനിമിഷവും മാധവൻനായരുടെ മരണം പ്രതീക്ഷിക്കുന്നുണ്ട്. വാസ്തവത്തിൽ എല്ലാവരുടെയും മനസിൽ എത്രയോ ദിവസങ്ങളായി മാധവൻനായർ മരിച്ചിട്ട്. ദൈവമേ ഇനിയും എന്തിനിങ്ങനെയെന്ന് എല്ലാവരും ആലോചിക്കുന്നുണ്ട്. ഒരാൾ മരിക്കുമെന്നു തീർച്ചയായാൽ ഇങ്ങനെയല്ലാതെ മറ്റെന്താലോചിക്കാൻ...... മരണത്തിനാണെങ്കിൽ ഒരുപാട് കളികളുണ്ട്. മരണം എപ്പോഴും മനുഷ്യനെ കളിയാക്കി രസിക്കുന്നു.

മാധവൻനായരുടെ ഭാര്യയും മക്കളുമൊക്കെ സാലിഗ്രാമിലെ വീട്ടിൽത്തന്നെയാണ്. നാട്ടിൽ നിന്ന് ആരൊക്കെയോ ബന്ധുക്കളും വന്നിട്ടുണ്ട്. അവരാരെങ്കിലും ആശുപത്രിയിലേക്ക് മാധവൻനായരെ കാണാൻ വന്നാൽ, അവരെ ഉടനെ രാഘവേട്ടൻ ഓട്ടോറിക്ഷയിൽ കയറ്റി വീട്ടിലേക്കയയ്ക്കും. രാഘവേട്ടൻ സദാ മാധവൻനായരുടെ അടുത്തുതന്നെയുണ്ട്. എന്തിനാ, ഈ കിടപ്പുകാണാൻ ആളുകളൊക്കെ വരുന്നതെന്നാ രാഘവേട്ടൻ ചോദിക്കുന്നത്. മതി, ഇവിടെ രാഘവൻ മതി എന്ന തീരുമാനത്തിലാണ് രാഘവേട്ടന്റെ നിൽപ്പ്.

രാഘവേട്ടൻ നേരാംവണ്ണം ആഹാരമൊന്നും കഴിക്കുന്നില്ലായിരുന്നു. മരിക്കാൻ കിടക്കുന്ന മാധവൻനായരെക്കുറിച്ച് ഞാനൊന്നുമോർത്തില്ല. ഇനിയെന്തോർക്കാൻ. കത്തിയങ്ങ് തീരും. അതുതന്നെ. പക്ഷെ, രാഘവേട്ടൻ എന്നെ സങ്കടപ്പെടുത്തുകയായിരുന്നു.

എപ്പോഴെങ്കിലുമൊന്ന് പുറത്തുപോവുക, ഓടിയെത്തുക, പരിപ്പുവടയും ചായയും മാത്രം. ഭക്ഷണം കഴിക്കാൻ പറ്റുന്നില്ലെന്നാണ് രാഘവേട്ടൻ പറഞ്ഞത്. കാജാബീഡി നിരന്തരം വലിക്കുന്നുമുണ്ടായിരുന്നു.

രാഘവേട്ടനെ ആസ്പത്രി വരാന്തയിൽ കാണാതാവുമ്പോൾ കരുണൻ പറയും:"ക്രിമറ്റോറിയം നോക്കി പോയതായിരിക്കും."

"മരിക്കുന്നതിനുമുമ്പ് വേണോ അത്?" ഞാൻ കരുണനോടു ചോദിച്ചു.

"എന്തായാലും അത് വേണ്ടേ? മാധവൻനായരെന്താ ഇനി എഴുന്നേ

റ്റുവരുമോ? മാധവൻനായർ ഇപ്പോൾത്തന്നെ മരിച്ചു. ആ ശ്വാസംവലി മറ്റെന്തോ ആണ്." എന്നിട്ട് കരുണൻ പുറത്തേക്കു നോക്കിനിന്നു.

"അതിപ്പോൾ മരിക്കാതെ..........." ഞാൻ വെറുതേ പറഞ്ഞു.

എന്നിട്ട് ഞാൻ തനിച്ച് വരാന്തയിലെ സിമന്റു ബഞ്ചിൽ വന്നിരുന്നു. അപ്പോഴും ആലോചിച്ചുകൊണ്ടിരുന്നത് രാഘവേട്ടനെക്കുറിച്ചായിരുന്നു.

മാധവൻനായരുടെ നാൽപ്പതുകൊല്ലത്തെ സ്നേഹിതനാണ് രാഘവേട്ടൻ. നാൽപ്പതുകൊല്ലവും അവർ ഇരുവരും ഒരു ഞെട്ടിൽ ഇരുപൂക്കളെപ്പോലെ ഹാർബറിൽ ഒരു സെക്ഷനിൽ ജോലിചെയ്തുകൊണ്ടിരിക്കുകയായിരുന്നു. രാഘവേട്ടനും മാധവൻനായരും ആത്മാർഥ സ്നേഹിതന്മാരായിരുന്നു. അവർ തമ്മിലുണ്ടായിരുന്ന ഏക അകലം മാധവൻനായർ കമ്യൂണിസ്റ്റും രാഘവേട്ടൻ ചെറിയതോതിലൊരു ഡി എം കെയുമായിരുന്നുവെന്നത് മാത്രമാണ്. രാഘവേട്ടനാണെങ്കിൽ ചിഹ്നത്തിൽ ഭ്രമിച്ചുപോയതാ, ഉദയസൂര്യനിൽ - എന്നോട് രാഘവേട്ടൻ പലപ്പോഴും ഉദയസൂര്യനെന്ന ചിഹ്നത്തെക്കുറിച്ച് സംസാരിച്ചിട്ടുണ്ട്.

മാധവൻനായർ ഇന്റർമീഡിയേറ്റ് തോറ്റ്, ദില്ലിയിലും മുംബൈയിലുമൊക്കെ ചുറ്റിത്തിരിഞ്ഞ് അൽപ്പം വൈകിയാണ് ഈ നഗരത്തിലെത്തിപ്പെട്ടത്. *ദസ് ക്യാപിറ്റ*ലും മാക്സിം ഗോർക്കിയും ടോൾസ്റ്റോയിയുമൊക്കെ വായിച്ചശേഷമാ മാധവൻനായരുടെ വരവ്. ആദ്യകാലത്തൊക്കെ സാഹിത്യമെഴുത്തും രാഷ്ട്രീയവുമൊക്കെ ഉണ്ടായിരുന്നു മാധവൻനായർക്ക്. എന്നാൽ, രാഘവേട്ടന് ഈവകയൊന്നും ഇല്ലായിരുന്നു. മനുഷ്യനിൽ മാത്രം വിശ്വസിച്ച ഒരാൾ. രാഘവേട്ടൻ മനുഷ്യനെ തേടിനടന്ന ഒരാളായിരുന്നു. അങ്ങനെയൊരാളെ രാഘവേട്ടൻ കണ്ടെത്തി, മാധവൻനായരെ.

രാഘവേട്ടൻ പത്താംക്ലാസ് പാസായി നാലഞ്ചുകൊല്ലം നാട്ടിൽ തൊഴിലും കൂലിയുമില്ലാതെ തെണ്ടി നടന്ന് എങ്ങനെയോ വാളയാർചുരം കടന്നിങ്ങ് പോന്നതാണ്.

പക്ഷെ, ആ വരവ് മോശമായില്ല. മാധവൻനായരുടെ ജീവിതവും രക്ഷപ്പെടുകയായിരുന്നു. ഇരുവർക്കും നല്ല ഒരു സ്നേഹിതനുണ്ടായിരുന്നു ഈ നഗരത്തിൽ. ഇരുവരുടെയും പ്രിയപ്പെട്ട ഒരാൾ. അദ്ദേഹം ജീവിച്ചത് ഇങ്ങനെയുള്ള കുറെ മാധവൻനായർമാർക്കുവേണ്ടിയും രാഘവേട്ടൻമാർക്കുവേണ്ടിയുമായിരുന്നു. ഒരു ഖദർവസ്ത്രത്തിനകത്ത് ഇടയ്ക്കിടെ അദ്ദേഹവും മാധവൻനായരെ അന്വേഷിച്ച് ആസ്പത്രി വരാന്തയിൽ വരുന്നുണ്ടായിരുന്നു. അദ്ദേഹം എല്ലാവരോടും ചിരിക്കുന്നുമുണ്ടായിരുന്നു. ആ ചിരി സ്നേഹത്തിൽനിന്നൂറുന്നതാണെന്ന് എനിക്കു തോന്നിയിരുന്നു.

ഇപ്പോൾ ചിരിക്കുന്നത് മാധവൻനായരോടാണ്. മരണത്തോടുള്ള ചിരി.

മാധവൻനായരും രാഘവേട്ടനും നഗരത്തിൽ ഒരു ജീവിതമുണ്ടാക്കി. കല്യാണം കഴിച്ചു. മക്കളും മരുമക്കളും പേരക്കിടാങ്ങളുമായി. പിന്നെ വയസന്മാരായിത്തീർന്നു. എന്നിട്ട്, എഴുപത്തിരണ്ടാം വയസിൽ മാധവൻ

നായർ മരിക്കാൻ കിടക്കുന്നു. രാഘവേട്ടന് അറുപതു വയസേ ആയി ട്ടുള്ളൂ.

എനിക്കൊരു കാര്യം മനസിലായി. മാധവൻനായരെ മരണത്തിനു വിട്ടുകൊടുക്കാൻ രാഘവേട്ടന് ഒട്ടും താൽപ്പര്യമുണ്ടായിരുന്നില്ല. കണ്ണീ രില്ലാതെ കരയുന്നുണ്ടായിരുന്നു. പക്ഷെ, എന്തുചെയ്യാനാ.........

സാധു മനുഷ്യനിപ്പോൾ മാധവൻനായർക്ക് ക്രിമറ്റോറിയം നോക്കി നടക്കുകയാണ്. രാഘവേട്ടനെ ദുഃഖിപ്പിച്ചിരുന്നത് ക്രിമറ്റോറിയം മാത്ര മാണെന്ന് മനസിലാക്കിയപ്പോൾ ഞാൻ വല്ലാതെ വിഷമിച്ചു. ഇടയ്ക്കിടെ രാഘവേട്ടൻ ക്രിമറ്റോറിയം നോക്കിപ്പോകുന്നുമുണ്ടായിരുന്നു. രാഘവേ ട്ടൻ പോകുന്നത് ക്രിമറ്റോറിയത്തിനുവേണ്ടിയാണെന്ന് കരുണനാണെ പ്പോഴും എന്നെ ഓർമപ്പെടുത്തിക്കൊണ്ടിരുന്നത്.

ഇന്നലെ ഉച്ചയ്ക്ക് ഞാനും രാഘവേട്ടനും മാത്രമേ ഉണ്ടായിരുന്നുള്ളൂ ആസ്പത്രി വരാന്തയിൽ മാധവൻനായരുടെ മരണവും കാത്ത്. ഞാൻ ഓർത്തുപോയി, ഇതാ ഒരാളുടെ മരണവും കാത്ത് രണ്ടു പാവങ്ങൾ......

മാധവൻനായരെ കാണാൻ വരുന്നവരുടെ കണ്ണുകളിൽ ഞങ്ങളോ ടൊരു ചോദ്യമുണ്ടായിരുന്നു. പോയില്ലേ, മാധവേട്ടൻ?

ഇല്ല. ഇനിയും പോയില്ല. കാത്തിരിക്കുകയല്ലാതെ വേറെന്തു ചെയ്യാൻ?

രാഘവേട്ടൻ എന്നോടു ചോദിച്ചു:“ നീ എന്നാ മാധവൻനായരെ കണ്ടത്?”

“ഹാർബറിൽ ജോലിക്കുവന്ന കാലത്ത്. എൺപതിലായിരിക്കും.”

“ശരിയാ, എൺപതിൽത്തന്നെ. നീ ജോലിക്കുവന്നപ്പോഴാ സുമതി ജനിച്ചത്. അവളുടെ നൂലുകെട്ടിന് നീ വന്നാരുന്നു. എൺപത്തിനാലിലല്ലേ നീ ജോലിവിട്ടത്?”

“എൺപത്തിനാല് അവസാനം.” ഞാൻ പറഞ്ഞു.

“മാധവൻനായരൊരു നല്ല മനുഷ്യനായിരുന്നു. കേട്ടോ. പക്ഷെ കമ്യൂ ണിസം കുറച്ച് കൂടുതലായിരുന്നു.”

അപ്പോൾ ഞാനൊന്നു ചിരിച്ചു. ചിരിച്ചുപോയതാ. നാക്കിലൊരുപാട് വാചകങ്ങൾ വരുന്നുണ്ടായിരുന്നു. ആ വാചകങ്ങളെല്ലാം ഞാൻ നാവിന്റെ അറ്റത്ത് ഒതുക്കിയിരുത്തി. മാധവൻനായർ മരിക്കാൻ കിടക്കുന്ന ആസ്പ ത്രിയുടെ വരാന്തയിലും പ്രോബ്ളം ഓഫ് കമ്യൂണിസം തന്നെ. എന്നും മാധവൻനായരുടെ മനസ്സിലും പ്രോബ്ളം ഓഫ് കമ്യൂണിസമായിരുന്നു. മാധവൻനായരെ അന്വേഷിച്ചുവരുന്നവരോട് രാഘവേട്ടൻ ഒന്നും മിണ്ടു ന്നുണ്ടായിരുന്നില്ല. അവരുടെ സാന്നിധ്യം അറിയാതെ, എന്തോ, ആലോ ചിച്ച് സിമന്റ് ബഞ്ചിന്റെ അറ്റത്ത് താടിക്കു കൈയും കൊടുത്തിരിക്കുക യായിരുന്നു. കുറേനേരം അങ്ങനെയിരുന്നിട്ട് രാഘവേട്ടൻ എന്നോടു പറഞ്ഞു: “എന്തൊരു കാലമാണിത്. നാലഞ്ചുദിവസമായി ഞാൻ ക്രിമ റ്റോറിയത്തിനു നടക്കുകയാ.”

“രാഘവേട്ടാ, അതിനു മാധവൻനായർ........”

"ഇവിടെ ക്രിമറ്റോറിയത്തിനിപ്പം വലിയ പാടാ. മാധവൻനായരെ ബസന്ത് ക്രിമറ്റോറിയത്തിൽത്തന്നെ കത്തിക്കണോന്നുള്ളത് എന്റെയൊരു ആഗ്രഹമാ. സിറ്റീലെ വല്യോമ്മാരെ കത്തിക്കുന്നിടത്തുതന്നെ മാധവൻനായരേം കത്തിക്കണം."

ഞാൻ ചോദിച്ചു:"രാഘവേട്ടാ.........."

ചൂളൈമേട്ടിലൊഴിവില്ല. അമഞ്ചിക്കരേലൊഴിവില്ല. ഡെഡ്ബോഡി ക്യൂ നിൽക്കുകയാ ക്രിമറ്റോറിയത്തില്. എന്തൊരു കാലമാ. മരിച്ചാ മാധവൻനായരെ രണ്ടു മണിക്കൂറിലധികം വച്ചുകൂടാ."

പണ്ടത്തെ കർക്കശനായ കമ്യൂണിസ്റ്റ് കഴിഞ്ഞ രണ്ടുമൂന്നു കൊല്ലമായി എന്നെ കാണുമ്പോഴെല്ലാം കമ്യൂണിസത്തെ തള്ളിപ്പറയുകയായിരുന്നു. തള്ളിപ്പറഞ്ഞു ക്ഷീണിക്കുമ്പോൾ മാധവൻനായരുടെ മുഖത്ത് നഷ്ടബോധത്തിന്റെ സാന്ദ്രമായ നിഴൽ കാണാമായിരുന്നു.

"എത്ര ദിവസമായി മരിച്ചുകിടക്കുന്നയാളാ. നീ ഇവിടെ ഇരിക്ക്. ഞാൻ ഒരു സ്ഥലംവരെ പോയിട്ട് വേഗം വരാം."

പോകുമ്പോൾ രാഘവേട്ടൻ എന്നോടു പറഞ്ഞു: "അവസാനത്തെ കയ്യൊന്നു നോക്കട്ടെ."

രാഘവേട്ടൻ പോയി അരമണിക്കൂർ കഴിഞ്ഞപ്പോൾ മാധവൻനായർ മരിച്ചുപോയി. ഞാൻ താഴോട്ട് പോയി ഓർമയുള്ള ഫോൺ നമ്പറുകളിലെല്ലാം വിളിച്ചു.

പതിനഞ്ചുമിനിട്ടിനകം കരുണനും മറ്റു നാലഞ്ചുപേരും ഓടിയെത്തി. മാധവൻനായർ മരിച്ചതിനെക്കുറിച്ചല്ല. എല്ലാവരും രാഘവേട്ടനെയായിരുന്നു അന്വേഷിച്ചുകൊണ്ടിരുന്നത്.

ഞാൻ കരുണനോട് ചോദിച്ചു:"ഇനിയിപ്പം എന്താ?"

"രാഘവേട്ടൻ വന്നേ തീരുമാനിച്ചുടൂ. ക്രിമറ്റോറിയം ശരിയായിട്ടില്ല. രാഘവേട്ടൻ നാലഞ്ച് ദിവസമായി ക്രിമറ്റോറിയത്തിനോടി നടക്കുകയാ."

"ഏതെങ്കിലുമൊരു ക്രിമറ്റോറിയം പോരേ?" ഞാൻ ചോദിച്ചു.

അന്നേരം കരുണൻ ഒരു ചെറുചിരിയോടെ പറഞ്ഞു:"ജീവിക്കുന്നതിനേക്കാൾ ബുദ്ധിമുട്ടാ, ഇവിടെ കത്തിത്തീരാൻ. മരിക്കുന്ന ആളുകളുടെ ബന്ധുക്കൾ അയാൾക്കുവേണ്ടി ക്രിമറ്റോറിയം നേരത്തെതന്നെ ഏർപ്പാടാക്കണം. മാധവൻനായർക്കുവേണ്ടി സിറ്റീലെ എല്ലാ ക്രിമറ്റോറിയത്തിലും രാഘവേട്ടൻ പോയതാ. രാഘവേട്ടൻ ഇടക്കിടെ ഓടുന്നത് ക്രിമറ്റോറിയത്തിലേക്കാ. മാധവൻനായരെ ബസന്ത് ക്രിമറ്റോറിയത്തിത്തന്നെ കത്തിക്കണോന്നൊരാഗ്രഹോണ്ട് രാഘവേട്ടന്."

എല്ലാവരും രാഘവേട്ടനെ കാത്തിരിക്കുകയായിരുന്നു. ആളുകൾ കൂടിക്കൊണ്ടിരുന്നു. എന്താ ആസ്പത്രീന്നെടുക്കാത്തതെന്നായി എല്ലാവരുടെയും മുഖത്ത്. എനിക്ക് അപരിചിതനായ ഒരു വൃദ്ധൻ എന്നോടു ചോദിച്ചു:"നാട്ടിലേക്ക് കൊണ്ടുപോകുന്നുണ്ടോ?"

അന്നേരം കരുണൻ പറഞ്ഞു:''നാട്ടിലാരാ ഉള്ളേ. മോനും മോളുമൊക്കെ ഇവിടെത്തന്നെയല്ലേ. അല്ലെങ്കിലെന്തൊരു നാട്. എല്ലാ നാടും ഒന്നുതന്നെ."

ഏതാ ക്രിമറ്റോറിയം-
ആരൊക്കെയോ ചോദിക്കുന്നുണ്ടായിരുന്നു
തീരുമാനിച്ചിട്ടില്ല
രാഘവേട്ടൻ വരണം.

കരുണൻ അസ്വസ്ഥനാവുന്നുണ്ടായിരുന്നു. എവിടെപ്പോയിക്കിടക്വാ ഈ രാഘവേട്ടൻ എന്ന് ഇടയ്ക്കിടെ ചോദിക്കുന്നുമുണ്ടായിരുന്നു. കരുണൻ രാഘവേട്ടനെ ചെറുതായൊന്നു ചീത്തപറഞ്ഞു. വട്ട് പിടിച്ചു നടക്കുകയായിരിക്കും.

"രാഘവേട്ടൻ വരട്ടെ, നമുക്ക് മറ്റു കാര്യങ്ങൾ നോക്കാം." ആരോ പറഞ്ഞു.

കരുണൻ അദ്ദേഹത്തെ തുറിച്ചുനോക്കുകയായിരുന്നു.

"അങ്ങനെയല്ല രാഘവേട്ടൻ വന്നേ എന്തും തീരുമാനിക്കൂ."

എല്ലാവരുടെയും കണ്ണുകൾ രാഘവേട്ടനെ തേടുകയായിരുന്നു. അകത്ത് മരിച്ചുകിടക്കുന്ന മാധവൻനായർക്ക് ഒരു പ്രസക്തിയുമില്ലാതായിപ്പോയതുപോലെ എനിക്കു തോന്നി.

കരുണൻ മാധവൻനായർ മരിച്ച വിവരം ആരോടൊക്കെയോ മൊബൈൽഫോണിലൂടെ വീണ്ടും വീണ്ടും വിളിച്ചുപറയുന്നുണ്ടായിരുന്നു. രാഘവേട്ടനെ കാത്തിരിക്കുകയാണെന്നും പറയുന്നുണ്ടായിരുന്നു.

എല്ലാവർക്കും സമയം പ്രശ്നമാവുന്നതുപോലെ തോന്നി. ക്രിമറ്റോറിയം കിട്ടാത്തത് ആസ്പത്രി വരാന്തയിൽ ചർച്ചയാവുകയായിരുന്നു. എല്ലാവർക്കും എവിടെയൊക്കെയോ പോകേണ്ടതുണ്ടാവാം.

കരുണൻ ക്ഷമകെട്ട് എന്തോ തീരുമാനവുമായി പുറത്തേക്കു പോകാൻ തുടങ്ങുമ്പോൾ വിയർത്തൊലിച്ച് രാഘവേട്ടൻ കയറിവന്നു. രാഘവേട്ടൻ തെരുവിലെ ഒരു ഭ്രാന്തനെപ്പോലെയുണ്ടായിരുന്നു.

എല്ലാവരും രാഘവേട്ടന്റെ അടുത്തേക്ക് നീങ്ങി. കരുണൻ സ്വൽപ്പം വെറുപ്പോടെ പറഞ്ഞു:"രാഘവേട്ടാ, മാധവൻനായര് പോയിട്ടൊരുപാട് നേരമായി. മാധവൻനായരിപ്പോൾ രാഘവേട്ടനെ നോക്കി ചിരിക്ക്വായിരിക്കും."

നെഞ്ചിൽ കൈവച്ചുകൊണ്ട് രാഘവേട്ടൻ എനിക്കും കരുണനുമിടയിൽ വന്നിരുന്നു. എന്നിട്ട് ഞങ്ങൾ ഇരുവരുടെയും കൈപിടിച്ചുകൊണ്ട് പറഞ്ഞു:"ഒപ്പിച്ചു. ബസന്ത് ക്രിമറ്റോറിയം തന്നെ ഒപ്പിച്ചു. അഞ്ഞൂറിന്റെ രണ്ടു നോട്ടങ്ങ് ഒരു നായിന്റെമോന് കൊടുത്തു."

എന്നിട്ട്, രാഘവേട്ടൻ കുറേനേരം കണ്ണടച്ച് ഇരുന്നു. ആരും ഒന്നും പറയുന്നുണ്ടായിരുന്നില്ല.

ഗാന്ധിജി അറിയാൻ

എഴുപത്തിയെട്ട് വയസുകഴിഞ്ഞിട്ടും ഞാൻ മരിച്ചില്ലയെന്നത് എന്റെ ജീവിതത്തിലെ ഒരു വലിയ നിർഭാഗ്യം തന്നെയാണ്. തിമിരത്തിന് ഒരു ഓപ്പറേഷൻ കഴിഞ്ഞതൊഴിച്ചാൽ, എനിക്കിപ്പോഴും രോഗമൊന്നുമില്ല. ഇപ്പോഴത്തെ നിലയ്ക്ക് ഒരുപക്ഷെ, അഞ്ചാറുകൊല്ലം കൂടി ഞാൻ ജീവിച്ചിരുന്നേക്കാം. ചിലപ്പോൾ പെട്ടെന്നായിരിക്കും ചരിഞ്ഞുവീഴുന്നത്. പെട്ടെന്ന് മലർന്നടിച്ചങ്ങ് വീണുപോകണേയെന്നാണ് എല്ലാവരെയും പോലെ എന്റെയും പ്രാർഥന. ഇതൊരു വെറും പ്രാർഥനമാത്രം. പ്രാർഥനകൾക്ക് ഫലമുണ്ടാകാറില്ലയെന്ന് ആർക്കാണറിയാത്തത്.

ഏതായാലും ശരീരത്തിന്റെ കാര്യത്തിൽ എന്നെ ദൈവം ഒരു ഉരുക്കുമനുഷ്യനായിത്തന്നെയാണ് സൃഷ്ടിച്ചത്. കുടുംബവൃക്ഷത്തിന്റെ ഏതോ അടിവേരിൽ നിന്ന് പകർന്നുകിട്ടിയതുതന്നെ. ഈ ഭാഗ്യവും അനുഗ്രഹവും തന്ന മനുഷ്യനോടു ഞാൻ നന്ദി പറയാറുണ്ട്. ആ മനുഷ്യൻ ഏതു കാലത്തായിരിക്കാം ജീവിച്ചത് ദൈവമേ.......

കാരണം എനിക്കിപ്പോഴും ലൈംഗികശക്തിപോലുമുണ്ടെന്നാണ് എന്റെ ഒരു തോന്നൽ. എന്നേക്കാൾ പ്രായംകൂടിയവർക്കും പ്രായം കുറഞ്ഞവർക്കും എന്നോട് അസൂയയാണ്. ഞാനിപ്പോഴും കോഴിബിരിയാണിയും മട്ടൺചാപ്സും അയക്കൂറയും കൊഞ്ചുമൊക്കെ കഴിക്കുന്നു. എന്നെപ്പോലെ ആഞ്ഞുവലിഞ്ഞുനടക്കാൻ ഒരു ചെറുപ്പക്കാരനുപോലും എന്റെ കൺമുന്നിൽ കഴിയുന്നില്ല.

ഒരർഥത്തിലും പടുകിഴവനായ ഒരു സ്വാതന്ത്ര്യസമരസേനാനിയുടെ ജീവിതമല്ല എനിക്കുള്ളത്. സ്വാതന്ത്ര്യസമരം നടത്തി, സ്വാതന്ത്ര്യസമര പെൻഷൻ വാങ്ങി ജീവിക്കുന്ന, സ്വാതന്ത്ര്യസമര പെൻഷൻ വച്ച് മദ്യപിക്കുന്ന ഞാൻ ഗാന്ധിജിക്കും ഗാന്ധിസത്തിനും അപമാനമാണ്. ഗാന്ധിജി എന്നെ കണ്ടാൽ ഇപ്പോൾ അമർഷംപൂണ്ട് തലതാഴ്ത്തി നടക്കും. അല്ലെ

ങ്കിൽ എന്റെ മുമ്പിലൂടെ എന്നെ പേടിച്ചോടിപ്പോകും. ഗാന്ധിജി എന്നെയൊക്കെ കാണുമ്പോൾ കരയുന്നുണ്ടാവണം. എന്നെ കണ്ടിട്ടല്ല; സ്വന്തം നാടിന്റെ അവസ്ഥ കണ്ടിട്ട്.

ഗാന്ധിജി ഇന്ന് ഇന്ത്യയിൽ ആരെങ്കിലുമാണോ? ഗാന്ധിജി വെറും ഗാന്ധിപ്രതിമകൾ മാത്രം. ഗാന്ധിയന്മാരിലധികംപേരും സ്വാതന്ത്ര്യസമര പെൻഷനുവേണ്ടി ജീവിക്കുന്നു. മഹാത്മാവേ, സ്വാതന്ത്ര്യ സമരത്തിന്റെ കൂലിയോ, പെൻഷനോ ഞങ്ങൾ ഇപ്പോൾ മാസംതോറും വാങ്ങിക്കുന്നു. ഞങ്ങൾക്ക് സൗജന്യഫോണും കിട്ടുന്നു. തീവണ്ടിയിൽ പണംകൊടുക്കാതെ സഞ്ചരിക്കാൻ കഴിയുന്നു. മരിച്ചുപോയ ഗാന്ധിയൻമാരുടെ ഭാര്യമാർ താജ്മഹലും രാജ്ഘട്ടും കാശിയും ഗാന്ധിയൻവണ്ടിയിൽ കയറി കാണാൻ പോകുന്നു. ഗാന്ധിജിക്കുവേണ്ടി സ്വാതന്ത്ര്യസമരം നയിച്ചതിനു ഞങ്ങൾക്കു കിട്ടിയത് നല്ല കൂലിയാണ്.

മഹാത്മാവേ, മദ്യലഹരിയിൽ ഞാൻ ചില തമാശകൾ പറയാം. സ്വാതന്ത്ര്യം കിട്ടുമ്പോൾ എട്ടോ ഒമ്പതോ വയസുണ്ടായിരുന്ന ഒരുപാടാളുകൾ പുതിയ ജനനത്തീയതികൾ ഉണ്ടാക്കി സ്വാതന്ത്ര്യസമര സേനാനികളായിത്തീർന്നു. ഇങ്ങനെയുള്ള ഒരു വിരുതനോട് ഒരുനാൾ അൽപ്പം പൂസായ സമയത്ത് ഞാൻ ചോദിച്ചു: "നീ ഗാന്ധിയെ കണ്ടിട്ടുണ്ടോ?" ഏതൊക്കെ സമരങ്ങളിലാണ് നീ പങ്കെടുത്തത്? അടിയും ഇടിയുമൊക്കെ കൊണ്ടിട്ടുണ്ടോ? നിനക്ക് ബിരിയാണിമൊയ്തു ഇൻസ്പെക്ടറെ പരിചയമുണ്ടോ? ക്വിറ്റ് ഇന്ത്യാ സമരകാലത്ത് നീ എവിടെയാണ് പ്രവർത്തിച്ചത്?"

ഒരു പരുങ്ങലുമില്ലാതെ അവൻ എന്നോടു പറഞ്ഞു: "പോലീസിന്റെ അടിയും ഇടിയുമൊക്കെ ഒരുപാടു കൊണ്ടിട്ടുണ്ട്. ക്വിറ്റ് ഇന്ത്യാ സമരകാലത്ത് ഞാൻ തിക്കോടി-പയ്യോളി ഭാഗങ്ങളിലാണ് പ്രവർത്തിച്ചത്. ഗാന്ധിജിയെ ഞാൻ കണ്ടിട്ടില്ല. ആലിപ്പൂർ ജെയിലിൽ മൂന്നുമാസം കിടന്നിട്ടുണ്ട്."

ഞാൻ തുള്ളിച്ചിരിച്ചുപോയി. തുള്ളിച്ചിരിക്കിടയിൽ എന്റെ മുണ്ടും അഴിഞ്ഞുപോയി. ഞാൻ അവനെ കൊഞ്ഞനം കാട്ടി. ഒരു ഗാന്ധിയൻ സഹനസമരകൊഞ്ഞനം എന്നുവച്ചോളൂ. എന്റെ തുള്ളലും ചിരിയും കണ്ട് അവനിലേക്ക് കയറിവരുന്ന രാക്ഷസനെ ഞാൻ കാണുന്നുണ്ടായിരുന്നു. എന്നെ കടിച്ചുകീറാനുള്ള അവന്റെ വെറുപ്പ് ഞാൻ അവന്റെ മുഖത്തുകണ്ടു. പോകുമ്പോൾ എന്റെ നേരെ വിരൽചൂണ്ടിക്കൊണ്ട് അവൻ പറഞ്ഞു:"ഗാന്ധിയന്മാരെ മുഴുവൻ അപമാനിക്കുകയും വേദനിപ്പിക്കുകയും ചെയ്യുന്ന നിങ്ങളുടെ ഈ മദ്യപാനമുണ്ടല്ലോ.......എനിക്കിപ്പോൾ സംശ്യാ. സ്വാതന്ത്ര്യസമരത്തിനുപോയിട്ടുണ്ടോന്ന്."

നമ്മുടെ കൃഷ്ണൻകുട്ടി എന്ന സ്വാതന്ത്ര്യസമരസേനാനി സ്ഥലംവിടുമ്പോൾ ഞാൻ ഉറക്കെ വിളിച്ചുപറഞ്ഞു:"എടാ, കൃഷ്ണൻകുട്ടി, ഗാന്ധിജിയുടെ വിരൽതൊടാൻ ഭാഗ്യമുണ്ടായ കൈയാണെടാ എന്റേത്. ആലിപ്പൂർ ജയിലിൽ ആറുമാസം കിടന്നത് ഞാനാ, നീയല്ല.

എടാ, ആലിപ്പൂർ ജയിൽ എവിടെയാണെന്നുപോലും അറിയാത്തവനേ, സ്വാതന്ത്ര്യം കിട്ടുമ്പോൾ നീ ട്രൗസറിട്ട് മുക്കൊലിപ്പിച്ച് മാങ്ങപെറുക്കി നടക്കുകയായിരുന്നില്ലേ?"

പിന്നെ, ഒരുകൊല്ലത്തോളം ആ സ്വാതന്ത്ര്യസമരസേനാനി എന്നോട് മിണ്ടിയില്ല.

കൃഷ്ണൻകുട്ടി എന്ന സ്വാതന്ത്ര്യസമരസേനാനി, ഞാൻ ജീവിക്കാൻ ചെറിയ വകയൊക്കെയുള്ള ഒരു കുടുംബത്തിൽ പിറന്നോനാ. പഠിക്കാനും മിടുക്കനായിരുന്നു. ഇന്റർമീഡിയറ്റിന് പഠിക്കുമ്പോൾ സ്വാതന്ത്ര്യസമര രംഗത്തേക്കിറങ്ങി. അങ്ങനെ ഇറങ്ങിയവരൊക്കെ പറയുക, ഗാന്ധിജിയുടെ ആഹ്വാനം ശ്രവിച്ചിറങ്ങിയതാണെന്നാ. എന്നാൽ, ഞാൻ അങ്ങനെയല്ല. എന്നോട് കെ കുഞ്ഞിരാമക്കുറുപ്പ് പറഞ്ഞതാ, ഇറങ്ങ് എന്ന്. ഇറങ്ങി. എന്തു വിദ്യാഭ്യാസം? ഞാൻ കെ കുഞ്ഞിരാമക്കുറുപ്പിന്റെ ശിഷ്യനാ.....ഇന്ത്യയുടെ സ്വാതന്ത്ര്യം എന്റെ ലക്ഷ്യമായെടാ കൃഷ്ണൻ കുട്ടീ........ ഗാന്ധിജിയെക്കുറിച്ച് എന്നോടു പറഞ്ഞതും, ഗാന്ധിജിയെ കാണിച്ചുതന്നതും കുഞ്ഞിരാമക്കുറുപ്പാ, തിക്കോടി-പയ്യോളി ഭാഗത്ത് ക്വിറ്റ് ഇന്ത്യാ സമരരംഗത്ത് നീയുണ്ടായിരുന്നുപോലും. നിനക്കൊരുപക്ഷെ ജയപ്രകാശ് നാരായണെയും ഡോ. ലോഹ്യയെയും അച്യുത്പട്വർധനെയും അരുണാ ആസഫലിയെയുമൊക്കെ നേരിട്ടു പരിചയം കാണും. നീ അവരോടൊക്കെയൊത്ത് പൊരുതി വാങ്ങിയതായിരിക്കാം ഇന്ത്യയുടെ സ്വാതന്ത്ര്യം. പിന്നെ, ഞാനെന്താ കൃഷ്ണൻകുട്ടി ചെയ്യേണ്ടത് ഈ പടുവാർധക്യത്തിൽ? ഇന്ത്യയ്ക്ക് സ്വാതന്ത്ര്യം വാങ്ങിത്തന്ന മഹാന്മാരായ നിങ്ങളുടെയൊക്കെ മുമ്പിലൂടെ അൽപ്പം കള്ളുകുടിച്ചു നടക്കുകയല്ലാതെ എനിക്കെന്താണ് ചെയ്യാനുള്ളത്. നിന്നെപ്പോലുള്ളവർ രാത്രി ആരുമറിയാതെ മദ്യപിച്ചുറങ്ങി. പകൽനേരത്ത് മദ്യനിരോധന പ്രസ്ഥാനത്തിന്റെ നേതാക്കളായി ഖാദിത്തൊപ്പിയിട്ട് വിലസുമ്പോൾ നിങ്ങളുടെ ഈ ഗാന്ധിച്ചതിയുടെ മുമ്പിൽ എനിക്കൊരു ഗാന്ധിയൻ മദ്യപാനിയായിക്കൂടേ? കൃഷ്ണൻകുട്ടീ. തീർച്ചയായും ഞാനൊരു ഗാന്ധിയൻ മദ്യപാനിയാണ്. പാവം, കൃഷ്ണൻകുട്ടി. വാസ്തവത്തിൽ ഞാൻ എന്തിനാണ് ഈ കൃഷ്ണൻകുട്ടിയിലേക്ക് ഒരുപാടുനേരം നോക്കുന്നത്? ഒരു സ്വാതന്ത്ര്യസമര പെൻഷൻ ഒപ്പിച്ചെടുത്തതിന് ഞാൻ കൃഷ്ണൻകുട്ടിയെ മുൻനിർത്തി ഇത്രയൊക്കെ ആലോചിക്കേണ്ടതും പറയേണ്ടതുമുണ്ടോ? അവൻ ജീവിക്കാനൊരു മാർഗം നോക്കി. സ്വാതന്ത്ര്യസമരസേനാനി എന്ന തൊഴിൽ നേടിയെടുത്തു.

കൃഷ്ണൻകുട്ടി അവിടെയിരിക്കട്ടെ. ഇങ്ങനെയെത്ര കൃഷ്ണൻകുട്ടിമാർ.

ഇപ്പോഴും ഞാൻ വരുന്നത് എന്നിലേക്കാണ്. നാരായണൻനമ്പ്യാർ എന്ന ഞാൻ, നാരായണൻനമ്പ്യാർ എന്ന തലമുതിർന്ന സ്വാതന്ത്ര്യ സമരസേനാനിയായ ഞാൻ, എന്റെ നാട്ടിലിപ്പോൾ ഒരു ഹാസ്യകഥാപാത്രമാണ്. പക്ഷെ, ഞാനിപ്പോഴും ഏതോ രീതിയിൽ തലതിരിഞ്ഞ ചില ഒറ്റ

യാൾ സമരങ്ങൾ ചെയ്യുന്നുണ്ട്. അത് ഇക്കാലത്തെ വലിയ വലിയ ഐതിഹാസിക സമരങ്ങളൊന്നുമല്ല. എന്റെ സമരങ്ങൾക്കിപ്പോൾ മദ്യത്തിന്റെ മണമാണ്.

സ്വാതന്ത്ര്യസമരപെൻഷൻ കിട്ടിയ ഉടനെ ഞാൻ മദ്യം കഴിച്ച് പൂസ്സാവും. കോഴിബിരിയാണിയും കൊഞ്ചുമൊക്കെ കഴിക്കും. പൂസ്സായാൽ നേരെ പോകുന്നത് കലക്ടറേറ്റിലേക്കോ പൊലീസ് സ്റ്റേഷനിലേക്കോ പാർട്ടി ഓഫീസുകളിലേക്കോ ആയിരിക്കും. കലക്ടറെ കണ്ടാൽ അയാളെയും മുമ്പിൽ കാണുന്ന പൊലീസ് ഓഫീസർമാരെയും തെറിവിളിക്കും. നിങ്ങളൊക്കെ എന്താടാ ഇവിടെ കാണിച്ചുകൂട്ടുന്നത് എന്നാണ് എന്റെ സ്ഥിരം ചോദ്യം. ചിലപ്പോഴൊക്കെ പൊലീസുകാർ എന്നെ രണ്ടു മണിക്കൂറും മൂന്നുമണിക്കൂറും അകത്താക്കിയിട്ടുണ്ട്. ലഹരി മാറിയാൽ പുറത്തിറക്കിവിടും. ഈ നാട്ടിലെ രാഷ്ട്രീയക്കാരെയും ഭരണക്കാരെയും ഉദ്യോഗസ്ഥന്മാരെയും കാണുമ്പോൾ എനിക്ക് സഹിക്കാനാവുന്നില്ല. ഇവരെ നേരിട്ടുചെന്നു തെറിവിളിക്കുകയെന്നല്ലാതെ എനിക്ക് മറ്റൊന്നും ചെയ്യാനില്ല. ഈ തീരുമാനത്തിൽ നിന്നും കർമത്തിൽനിന്നും ഞാൻ പിന്തിരിയുന്നില്ല.

ആലി നാദാപുരത്ത് പോയപ്പോൾ

ഒരു തണുത്ത പുലർകാലത്ത് ആലിക്ക് തോന്നി, അല്ലാഹു അന്നോടെന്തോ പറയന്ന്ണ്ടെന്ന്. അത് എന്താണെന്നറിയാൻ ആലി ഏറെ നേരം കാതോർത്തു. കാതാകട്ടെ കൂർത്തുകൂർത്ത് വേദനിച്ചു. കാതിനെ ആലി ചെറുതായൊന്നു ശപിച്ചു. എന്തൊരു കാതായിത്? അല്ലാഹു പറയുന്നത് പിടിച്ചെടുക്കാൻ പറ്റാത്ത അറാംപെറന്ന കുഞ്ഞിക്കാത്......

ആലി കാതിനെ മറന്നുകൊണ്ട് മനസ്സ് അല്ലാഹുവിനുനേരേ തിരിച്ചു പിടിച്ച് ഇരുന്നു. ആലിയുടെ ഇരിപ്പ് കണ്ടിട്ട് കുഞ്ഞാനുവിന് പേടിയായി. ആലി പതുക്കെ എഴുന്നേറ്റുചെന്ന് കുഞ്ഞാനുവിനോട് പറഞ്ഞു: “കുഞ്ഞാനു അല്ലാഹു അന്നോടെന്തോ പറയ്ന്നുണ്ട്. ഞാനത് കേൾക്കുന്നുണ്ട്. ന്താന്നറീന്നിലെന്റെ കുഞ്ഞാനു. ന്താമാർഗ്ഗതറിയാന്?

“കുന്നിമലേന്റെ ചോട്ടിപ്പോയിര്ന്നോ.” കുഞ്ഞാനു പറഞ്ഞു

“ന്റെ തീണ്ടാരിന്റെ ബേദനെന്തായി....?” ആലി ചോദിച്ചു.

“ബേദന പോയിക്കും, തൊടല്ലേ അഞ്ചാറേസത്തേക്ക്.” കുഞ്ഞാനു പറഞ്ഞു.

“കച്ചോടെല്ലാം എങ്ങന്ണ്ട്?” ആലി ചോദിച്ചു.

അന്നേരം കുഞ്ഞാനു ഒന്നു ചിരിച്ചു. “കച്ചോടം പോട്ടെ,” കുഞ്ഞാനു പറഞ്ഞു.

എന്നിട്ടവൾ സുറുമയിട്ട കണ്ണൊന്നിളക്കി, കുപ്പിവള കിലുക്കി, ചന്തിയൊന്നു കുലുക്കി അകത്തേക്കുപോയി.

ആലി വേഗം പല്ലുതേച്ചു കുളിച്ച്, അയിലക്കറിയും പുട്ടും തിന്ന് അളിയൻ സൗദിയിൽനിന്ന് കൊണ്ടുവന്ന വെള്ള സിൽക്കിന്റെ കുപ്പായവുമിട്ട് പുറത്തേക്കിറങ്ങി. അപ്പോൾ ആലിയുടെ മൂക്കിലേക്ക് എങ്ങുനിന്നോ ചന്ദനഗന്ധം ഒഴുകിയെത്തി.

കുഞ്ഞാനു ചോദിച്ചു:“എങ്ങോട്ടാ.....?”

"ഏട്യോ?"

"ന്തിന്?"

"ന്തിനോ?"

അപ്പോഴും അല്ലാഹു ആലിയോടെന്തോ പറയുന്നുണ്ടായിരുന്നു. തട്ടോളിക്കര - കുന്നുമ്മക്കര - കരിയാട് വഴി പെരിങ്ങത്തൂരേക്ക് പോന്ന ബസ് പിടിച്ച് ആലി പെരിങ്ങത്തൂരേക്കൊരു ടിക്കറ്റെടുത്തു.

"നാദാപുരത്തു പോകണം" ആലി കണ്ടക്ടറോടു പറഞ്ഞു.

കണ്ടക്ടർ ആലിയെ ഒന്നു നോക്കിയിട്ട് ചിരിച്ചുകൊണ്ടു ചോദിച്ചു.

"എട്ന്നാ കേറ്യേ?"

"ചോമ്പാന്ന്."

"പെരിങ്ങത്തൂരെറങ്ങി തലശ്ശേരി നാദാപുരം ബസ് പിടിച്ചോ."

"പെരിങ്ങത്തൂരുന്നെത്ര ദുര്യാ?"

"മുന്നൂറുപ്പ്യേന്റെ ദൂരം."

"പെരിങ്ങത്തൂർന്ന് നേരെ നാദാപുരത്തോ?"

"ഇരിങ്ങണ്ണൂരൊക്കെ കയിഞ്ഞിറ്റ്, ന്താ ഇച്ചോയിക്ക്ന്നേ, ആരിക്കാ നാദാപുരറിഞ്ഞുടാത്തേ. "

"ന്താ കണ്ടക്ടർമാഷേ ഇന്നാദാപുരത്ത് നടക്ക്ന്നേ?" ആലി ചോദിച്ചു.

"മുണ്ടല്ലേ, അതൊന്നും ഞമ്മളാലോശിക്കണ്ട."

"ഞമ്മളും ദീനിയാ. അനക്കതറിയണം. ചോയ്ക്കോം പൂവ്വാ.ചോയിക്കണം കണ്ടക്ടറേ ചോയിക്കണം."

കണ്ടക്ടർക്ക് പേടിയായി. ഇതാരായിതെന്റെ പടച്ചോനേ. എന്താ ചോയിക്കാം പോന്ന്. തൊടങ്ങ്വോ നാളെ പിന്നേം നാദാപുരത്ത്! എന്ത് കുരിപ്പെങ്കിലും നടന്നോട്ടെ.

ബസ് പെരിങ്ങത്തൂരെത്തി. ആലി ഇറങ്ങുമ്പോൾ കണ്ടക്ടർ പതുക്കെ ചോദിച്ചു."ങ്ങളാരാ?"

ആലിയും പതുക്കെ പറഞ്ഞു."ഞാനാലി, പക്ഷേല് അല്ലാഹു അന്നോടെന്തോ പറയ്ന്ന്ണ്ട്. കാതിലാ പറയുന്നത്."

കണ്ടക്ടർക്ക് വീണ്ടും പേടിയായി. നാദാപുരം ബസ് ചൂണ്ടിക്കാണിച്ചുകൊണ്ട് കണ്ടക്ടർ പറഞ്ഞു. "പിടിച്ചോളീം നാദാപുരം ബസാത്."

ആലി നാദാപുരം ബസിനടുത്തേക്ക് നീങ്ങി. ഇതു ബസോ, ഇത്രേം ബല്യ ബസോ.

പച്ചനിറമുള്ള സാമാന്യം വലിയ വീടുപോലെയുണ്ടായിരുന്നു ആ ബസ്. ബസിന്റെ തലനിറയെ തലശ്ശേരി അങ്ങാടിയിലെ നേന്ത്രക്കുലയും മൈസൂർക്കുലയുമായിരുന്നു. ശ്വാസം വിടാനിടയില്ലാത്ത ബസിനകത്ത് തൂങ്ങിനിൽക്കാൻ തുടങ്ങിയപ്പോൾ ആലിയുടെ മനസും ശരീരവും ആകെയങ്ങ് പുകഞ്ഞു. ആ ബസ് ആരെയോ ഭയപ്പെട്ടെന്നപോലെയാണ് ഓടിക്കൊണ്ടിരുന്നത്. മുക്കിനു മുക്കിന് നിർത്തുന്നുമുണ്ടായിരുന്നു.

ഇതെന്തൊരറാംപെറന്ന ബസാ, ആലി ആലോചിച്ചു.

പൊരിവെയിലത്താണ് ബസ് നാദാപുരത്തങ്ങാടിയിലെത്തിയത്.

വിയർപ്പിൽകുളിച്ച ആലി നാദാപുരത്തങ്ങാടിയിലെ ആൾക്കൂട്ടത്തിലൂടെ വെറുതെ നടന്നു. കൺവെട്ടത്തൂടെ നടന്നുപോകുന്ന പെണ്ണുങ്ങളോട് ആലിയുടെ മനസ്സ് പറഞ്ഞു: "ഉറുമിവീശീം പെണ്ണങ്ങളേ, ഉറുമി വീശി പ്പേടിപ്പിക്കീം ഈവറ്റീങ്ങളെ. മനിശമ്മാരെ കൊല്ല്ന്ന് പോലും. കാല് വെട്ട്വേം കൈവെട്ട്വേം ചെയ്യുന്നോ. ആരാന്റെ പൊര കത്തിച്ചോടിപ്പോഗ്ണ പന്നിഗള്. അല്ലാഹു അന്നോടെന്തോ പറയ്ന്ന്ണ്ട്."

ആലി നാദാപുരത്തെ വലിയപള്ളിയിൽ കയറിച്ചെന്ന് പള്ളിക്കുള ത്തിന്റെ മേലത്തെ പടവിലിരുന്നു. പള്ളിയിലേക്ക് പോകുന്നവരെ ആലി കൈമാടി വിളിച്ചു അരികിലിരുത്തിയിട്ട് ചോദിച്ചു:"ന്താ നെന്റെയൊക്കെ വെജാരം? മര്യാദയ്ക്ക് ജീവിച്ചോളീൻ. അല്ലാഹു അന്നോടെന്തോ പറ യ്ന്ന്ണ്ട്."

ആലി അവരോട് ഒരുപാടുനേരം സംസാരിച്ചു. ചുറ്റുമിരിക്കുന്നവർക്ക് അതൊന്നും മനസിലായില്ല. അവസാനം ആലിയെ കളിയാക്കിച്ചിരിച്ചു കൊണ്ടെഴുന്നേറ്റ് പോകുമ്പോൾ അവർ പറഞ്ഞു:" ങ്ങള് നിർത്തീം കാക്ക. പൊരെപ്പോയി തലയ്ക്ക് നെല്ലിക്കാത്തളം വെക്ക്."

ദുഃഖിതനായ ആലി അല്ലാഹുവിനോട് ചോദിച്ചു. ഇബ്ബലാ ലങ്ങളെന്താ ചെയ്യാ? ഈറ്റ്യോളിങ്ങനെ കത്തീം കൊടുവാള്ലോടുത്താ ലെന്താ ചെയ്യാ?

ആലി കുളപ്പടവിലെ തണലിൽ കിടന്നുറങ്ങിപ്പോയി. ഉണരുമ്പോൾ നേരം വൈകുന്നേരമായിരുന്നു. ആലി എഴുന്നേറ്റ് നാദാപുരത്തങ്ങാടിയി ലേക്കുതന്നെ നടന്നു. കുറേനേരം അങ്ങാടിയിലൂടെ കടന്നുപോകുന്ന ജാഥയെ നോക്കിനിന്നു. ന്തിനാപ്പഹേന്മാരിങ്ങനെ മുഷ്ടിചുരുട്ടുന്നേ, ആലി സ്വയം ചോദിച്ചു. ജാഥയ്ക്കു പിറകിൽ ആലിയും ജാഥയോടൊപ്പം നടന്നു. ജാഥ നാദാപുരത്തങ്ങാടി വലംവച്ച് ഒരു മൊട്ടപ്പറമ്പിൽ സമാപിച്ചു. ജാഥ അലറി ഉരുകിത്തീർന്നു. പിന്നെ പ്രസംഗത്തിന്റെ പൂവെടിക്കെട്ടായിരുന്നു. അറക്കലെ പൂരത്തിന്റെ പൂവെടി പ്രസംഗിക്ക്ന്നോന്റെ വായ്കൊണ്ടും നടക്ക്വോ, ആലി അത്ഭുതത്തോടെ സ്വയം ചോദിച്ചു.

ന്തിനാ ഇവറ്റീങ്ങളിങ്ങനെ തൊണ്ട കീറിപ്പറിക്ക്ന്നേ? ഇവറ്റീങ്ങളോ ടാരാതൊക്കെ ചോയിക്ക്വാ. ന്താടാ ഇനിക്കൊക്കെ സൂക്കേട്. ബ്ബലാ ല്ങ്ങള്, ഇബ്ബലാല്ങ്ങള് നന്നാവൂല്ല.

"ബ്ബലാല്ങ്ങളേ അല്ലാഹു അന്നോടെന്തോ പറയ്ന്ന്ണ്ട്." ആലി അൽപ്പം ഉറക്കെപ്പറഞ്ഞു.

നാദാപുരത്തങ്ങാടിയിൽ രാവായിക്കഴിഞ്ഞിരുന്നു.

വല്യങ്ങാട്യാന്നല്ലേ പറഞ്ഞ്. ന്നിട്ടെന്താ എട്ടു മണിക്കുമുമ്പേ ഇർട്ട്. ആള്കളൊക്കെ എട്ടുമണിക്കു മുമ്പ് ബീട്ടിലടങ്ങ്യാ പിന്നെന്തങ്ങാട്യാ?

ആലിയുടെ മൂക്കിലേക്ക് ചന്ദനഗന്ധം ഇരച്ചുകയറുകയായിരുന്നു. ആ ചന്ദനഗന്ധം ആലി മൂക്കുകൊണ്ട് കോരിക്കോരിക്കുടിച്ചു. ചന്ദനഗന്ധം കുടിച്ചുകുടിച്ചങ്ങനെ ആലിക്ക് ലഹരി പിടിച്ചു. ലഹരി പിടിച്ച ആലി അല്ലാ ഹുവിനോട് ചോദിച്ചു. ഇബ്ബുമെങ്ങന്യാ ഇബ്ലലാല്ങ്ങളുടെതായേ?

ആലി അത് ആവർത്തിച്ചാവർത്തിച്ച് ചോദിച്ചു. അല്ലാഹു ഉത്തരം പറഞ്ഞതേയില്ല. നട്ടുപാതിരയ്ക്ക് ആലി വീട്ടിൽ തിരിച്ചെത്തിയപ്പോൾ കുഞ്ഞാനു ചോദിച്ചു, "ന്താ യെന്റാലിക്കുട്ടീ?"

"കുന്നിമലേലേക്ക്ള്ള ബഴി കാണിക്ക്," ആലി പറഞ്ഞു.

കുഞ്ഞാനുവിന് ചിരിവന്നു.

ഇങ്ങനെയൊക്കെയാണ് എന്റെ ജീവിതവിശേഷങ്ങൾ

ഞാൻ ഡോക്ടർ രാജൻനമ്പ്യാർ. വടക്കേ മലബാറിലെ ഒരു ഗ്രാമത്തിൽ നിന്നാണ് വരുന്നത്. ഇപ്പോൾ ഞാൻ ഒരു തലസ്ഥാനവാസിയാണ്. എനിക്ക് ഈ നഗരം ഒരു ഹരമായിരുന്നു. തലസ്ഥാനത്തെ മെഡിക്കൽ കോളേജിൽ പഠിക്കാനെത്തുമ്പോൾ ഞാനൊരു പൊട്ടനും പാവവുമായിരുന്നു. ഇപ്പോഴും ഞാൻ പൊട്ടനും പാവവും തന്നെ. എന്റെ കൂട്ടുകാർക്കും പ്രൊഫസർമാർക്കും ഞാൻ സന്യാസിയായിരുന്നു. സിഗരറ്റ് വലിക്കില്ല. കള്ള് കുടിക്കില്ല, പെൺബന്ധമില്ല, പ്രേമമില്ല........

ഹോസ്റ്റലിലെ കൂട്ടുകാർക്ക് ചില രാത്രികളിലൊക്കെ ഞാൻ ശല്യമാവാറുണ്ട്. ഞാൻ കണ്ണ് മുറുക്കെ അടച്ച്, മനസിൽ ചിരിച്ചുകൊണ്ടു വെറുതേ കിടക്കും. ഉറക്കപ്രാന്തൻ, സന്യാസി എന്നൊക്കെ കൂട്ടുകാർ എന്നെ വിളിക്കുന്നത് ഞാൻ കേൾക്കും. അപ്പോൾ പതുക്കെ ചിരിക്കുന്ന പെണ്ണിന്റെ ശബ്ദവും ഞാൻ കേൾക്കും. ആ പെണ്ണുങ്ങളെയൊക്കെ എനിക്ക് നന്നായറിയാമായിരുന്നു. ബൈസ്റ്റാന്ററെ തട്ടിയെടുക്കാൻ വിദഗ്ധനായിരുന്നു രാജഗോപാൽ. അവനാണ് പെണ്ണുങ്ങളെ ഹോസ്റ്റലിൽ കൂട്ടിക്കൊണ്ടുവരുന്നത്. അവന് പെണ്ണ് ഒരു അത്യാവശ്യവസ്തുവായിരുന്നു.

എനിക്ക് രാജഗോപാലിനെ ഇഷ്ടമായിരുന്നു. പെണ്ണുങ്ങളോടുള്ള ആവേശത്തെ ഒഴിച്ചുനിർത്തിയാൽ അവനൊരു വിശുദ്ധനായിരുന്നു. വ്യഭിചാരത്തോടും പ്രേമത്തോടുമൊന്നും എനിക്ക് വെറുപ്പൊന്നുമുണ്ടായിരുന്നില്ല. വ്യഭിചാരം ഒരു തെറ്റാണെന്ന് ഇപ്പോഴും ഞാൻ വിശ്വസിക്കുന്നില്ല. കാമം അടങ്ങുമ്പോൾ മനുഷ്യൻ നന്നാവുന്നു. ഒരു ചിരിയിൽ ഞാൻ ജീവിതത്തെ ഒതുക്കുകയായിരുന്നു. ജീവിതം എന്നോടും ഞാൻ ജീവിതത്തോടും ചിരിക്കുകയായിരുന്നു. വേറെ ആയുധങ്ങളൊന്നുമില്ലാത്തതു കൊണ്ടാണ് ഞാൻ എന്റെ കൊച്ചു ചിരിയെ ആയുധമാക്കിയത്.

ഞാൻ ഒരു ഡോക്ടർ മാത്രമായിരുന്നു. എന്റെ മുമ്പിലെ മനുഷ്യ സമൂഹം രോഗികൾ മാത്രമായിരുന്നു. എനിക്ക് ഈ ജന്മത്തോട് ഒരു പരാതിയുമില്ല. ഒരിക്കലും ഉണ്ടായിട്ടുമില്ല; ഇനി ഉണ്ടാവുകയുമില്ല. ചില തൊക്കെ കണ്ടു; പക്ഷെ, ആത്യന്തികമായ ഒന്നും കണ്ടിട്ടുമില്ല. അത് കാണാൻ കഴിയില്ല എന്ന് രാജൻനമ്പ്യാർക്ക് നന്നായറിയാം.

രാജൻനമ്പ്യാർ ആത്മകഥയെഴുതുകയല്ല; എഴുതാനുള്ള ഒരാത്മകഥ രാജൻനമ്പ്യാർക്കില്ലെന്നുമറിയാം. ആത്മകഥയെഴുതുന്നവരെ നമ്പ്യാർക്ക് സംശയവുമാണ്.

ഇവിടത്തെ വിദ്യാഭ്യാസമൊക്കെ കഴിഞ്ഞതിനുശേഷം ഈ പൊട്ടൻ വിദേശിയായ ഒരാളുടെ സഹായത്തോടുകൂടി അമേരിക്കയിലേക്കുപോയി. അതെന്റെ ജീവിതലക്ഷ്യമായിരുന്നു. സ്വപ്നമായിരുന്നു. ന്യൂയോർക്ക് എന്ന മഹാനഗരം അത് സാക്ഷാത്കരിച്ചുതന്നു. എനിക്ക് അവിടെയൊക്കെ ചുറ്റിപ്പറ്റി നിൽക്കാമായിരുന്നു. നിന്നില്ല, ഞാൻ ഇങ്ങ് തിരിച്ചു പോന്നു; എന്നെ ഞാനാക്കിയ തലസ്ഥാന നഗരിയിലെ രോഗികളുടെ ഇടയിലേക്ക്. എന്റെ ചില്ലറ അറിവുകൊണ്ട് പണമുണ്ടാക്കാൻ എനിക്കാഗ്രഹമുണ്ടായിരുന്നില്ല. മനുഷ്യരെ സഹായിക്കാനുള്ള ആഗ്രഹമേ എനിക്ക് ഉണ്ടായിരുന്നുള്ളൂ. അത് ഞാൻ പല രീതികളിലൂടെയും ചെയ്തിട്ടുണ്ടെന്നാണ് എനിക്ക് തോന്നുന്നത്. പഠിക്കുമ്പോൾ എന്റെ കൂട്ടുകാരും പ്രൊഫസർമാരും എന്നെ സന്യാസിയെന്നു വിളിച്ചു. രോഗികളെ ചികിത്സിക്കാൻ തുടങ്ങിയപ്പോൾ തലസ്ഥാനത്തെ ഡോക്ടർ സമുദായം എന്നെ ഭ്രാന്തൻ എന്നു വിളിച്ചു. ഈ വിളികളൊക്കെ ശരിയാണ്; എന്നിൽ സന്യാസമുണ്ട്; എന്നിൽ ഭ്രാന്തുണ്ട്; അൽപ്പം സന്യാസവും അൽപ്പം ഭ്രാന്തുമില്ലെങ്കിൽ മനുഷ്യനെക്കൊണ്ടെന്താ പ്രയോജനം?

ഞാൻ വഴിമാറിപ്പോകുന്നുണ്ടെന്നു തോന്നുന്നുണ്ടോ? ഇല്ല, എനിക്കങ്ങനെ തോന്നുന്നില്ല. ഞാൻ ഏതോ ഒരു സത്യത്തിലേക്ക് വരികയാണ്. പക്ഷെ, സത്യം പിടികിട്ടുകയില്ല എന്ന് എനിക്കറിയാം. അന്വേഷിച്ച സത്യം പിടികിട്ടിയാൽ അയാൾ ദൈവമാകുന്നു. പിന്നെ സാക്ഷാൽ ദൈവത്തിനു വിലയില്ലാതാകുന്നു. എന്തൊരു തമാശയാണ് ഈ ജീവിതം? വിഡ്ഢി പറഞ്ഞ കഥതന്നെ, ഞാൻ ഷേക്സ്പിയറെയൊന്നും ഉദ്ധരിക്കുകയല്ല. ആരാ വിഡ്ഢിയല്ലാത്തത്? ഷേക്സ്പിയർ വിഡ്ഢിയല്ലായിരുന്നോ? അദ്ദേഹം വിഡ്ഢിയായതുകൊണ്ടാണ് മഹാ സാഹിത്യത്തിന്റെ കർത്താവായത്. ഒരു മനുഷ്യൻ ആത്യന്തികമായി വിഡ്ഢിയാവണം.

ചെറിയതോതിൽ ഞാനും ഒരു വിഡ്ഢിയായിരുന്നു. എന്റെ ജീവിതത്തിലെ ഏറ്റവും വലിയ നേട്ടം ഞാൻ ഒരു പൊട്ടനോ വിഡ്ഢിയോ ആയിരുന്നുവെന്നതുതന്നെയാണ്. ദൈവം പൊട്ടനല്ലേ; പൊട്ടനായതുകൊണ്ടല്ലേ നമ്മളെയൊക്കെ പോറ്റിവളർത്തുന്നത്. ഞാൻ പറഞ്ഞു പറഞ്ഞ് കാടുകയറുന്നുണ്ടെന്നൊന്നും വിചാരിക്കണ്ട. എനിക്കെന്നെ വിശദീകരിക്കാനും വ്യാഖ്യാനിക്കാനുമൊന്നും അറിഞ്ഞുകൂടെന്നും വിചാരിക്കണ്ട.

ഓരോ ജീവിതവും ഓരോ കഥയാണ്. ജീവിതം കൊണ്ട് ഓരോ മനുഷ്യനും ഓരോ പ്രമേയം ആടിത്തീർക്കുകയാണ്. ഇതിലപ്പുറം ജീവിതത്തിൽ എന്തെങ്കിലും ഉണ്ടെന്നു ഞാൻ വിചാരിക്കുന്നില്ല.

ജിവിച്ചിരിക്കുന്ന കാലത്ത് സഹജീവികൾക്ക് കഴിയാവുന്ന സഹായങ്ങൾ ചെയ്തുകൊടുക്കുക എന്നതായിരുന്നു ഒരു ഡോക്ടർ ആയിക്കൊണ്ടിരിക്കുമ്പോഴും ഡോക്ടർ ആയപ്പോഴും എന്റെ ലക്ഷ്യം. അത് എനിക്ക് കുറച്ചൊക്കെ കഴിഞ്ഞുവെന്നാണ് എന്റെ തോന്നൽ. അതൊക്കെ എന്തോ ആവട്ടെ.

എന്റെ ജീവിതത്തിൽ നിന്ന് ഞാൻ ഒരു കഥ പറയാം. ഇതു പറഞ്ഞുതീരുമ്പോൾ ഈ ജീവിതത്തിൽ നിനക്കൊരു ആണാവാൻ പറ്റിയില്ലല്ലോയെന്നായിരിക്കും എന്നോടു ചോദിക്കാനുണ്ടാവുക. അത് സാരമില്ല. നല്ലൊരു വിഡ്ഢിയാവുന്നതിനേക്കാൾ വലിയ കാര്യമല്ല വലിയൊരു ആണാവുന്നത്.

ഡോ. രാധികയെ എനിക്ക് പരിചയപ്പെടുത്തിയത് അവളുടെ പ്രൊഫസറായ ഡോ. സുനീതി മേഡമായിരുന്നു. മേഡത്തെ എനിക്ക് വലിയ ബഹുമാനമായിരുന്നു. രാധികയെ ഞാൻ കല്യാണം കഴിക്കണമെന്ന് സുനീതി മേഡം ആഗ്രഹിച്ചതുപോലെ എനിക്ക് തോന്നി. സുനീതി മേഡത്തിന്റെ വീട്ടിൽവെച്ചാണ് ആദ്യനാളുകളിൽ പലപ്പോഴും ഞങ്ങൾ കണ്ടുമുട്ടുക. സുനീതി മേഡം ഞങ്ങൾ ഇരുവരെയും നോക്കി ചിരിക്കും. ആ ചിരിയുടെ അർഥം എനിക്കറിയാമായിരുന്നു. എന്തായാലും ഞങ്ങൾ പ്രണയത്തിലായി. ഞങ്ങൾ ഡോക്ടർമാർ തമ്മിലുള്ള പ്രണയത്തിനിടയിൽ ചങ്ങമ്പുഴയും ഇടപ്പള്ളിയുമൊന്നുമുണ്ടാവില്ല. ഞങ്ങൾക്കിടയിൽ ഒരു മാംസപുഷ്പം വിരിയുന്നുവെന്നല്ലാതെ മറ്റെന്തർഥമുണ്ടാവാനാണ്? പക്ഷെ, എന്റെ മുമ്പിൽ രാധിക പ്രണയത്തിന്റെ ഒരു വിശുദ്ധപുഷ്പമായിരുന്നു. അതുകൊണ്ട് ഞാൻ അവൾക്ക് എന്നെ സർവാത്മനാ കൊടുത്തു. എന്നെ ഞാൻ അവളിലേക്ക് വാരിയെറിഞ്ഞുവെന്നതാണ് ശരി. ഞാൻ രാധികയെ പ്രണയിച്ചു. പ്രേമിച്ചു എന്നൊന്നുമല്ല പറയേണ്ടത്. എനിക്കവളെ വലിയ ഇഷ്ടമായിരുന്നു. എന്റെ ഇഷ്ടത്തിലൂടെ അവൾ മദിച്ചുപുളച്ചു നീന്തുന്നത് ഞാൻ കാണുകയും അനുഭവിക്കുകയുമുണ്ടായി. രാധിക എനിക്കൊരിക്കലും അനുഭവമില്ലാത്ത ഏതോ സുഖങ്ങളൊക്കെ തന്നു. ആ സുഖം എനിക്കൊരു അനുഭവം തന്നെയായിരുന്നു.

രാധികയും ഞാനും സ്നേഹിച്ചു ജീവിച്ചു. ഞാൻ വലിയ ഡോക്ടറും അവൾ ചെറിയ ഡോക്ടറും. ഇതിനിടയിൽ ഞങ്ങൾക്ക് ജാസ്മിൻ എന്ന മകളുമുണ്ടായി. അവൾ, ജാസ്മിൻ ഞങ്ങൾ ഇരുവരുടെയും സ്വപ്നത്തിൽ നിന്നിറങ്ങിവന്ന ഒരു പൊൻതാരകമായിരുന്നു.

കഥയിലേക്ക് ഞാൻ പെട്ടെന്നു കടന്നുവരികയാണ്. ജാസ്മിന് മൂന്നു വയസായി. ഒരു സുപ്രഭാതത്തിൽ എന്റെ ഭാര്യ രാധികയെ കാണാനില്ല. അമ്മയെ വിളിച്ചുകൊണ്ടാണ് ജാസ്മിൻ ഉണരുന്നത്. കരഞ്ഞുകൊണ്ടിരുന്ന ജാസ്മിന്റെ അമ്മയായി മാറി ഞാൻ ആ പ്രഭാതത്തിൽ.

എന്റെ മോൾ ജാസ്മിൻ അമ്മയെ വിളിച്ചു കരയുകയായിരുന്നു. അന്ന് ഞാൻ ആശുപത്രിയിൽ പോയില്ല. ജാസ്മിനെ താരാട്ടുകയും, ഉറക്കുകയുമായിരുന്നു അന്നത്തെ എന്റെ ജോലി. ജാസ്മിൻ അവളുടെ അമ്മയെ തേടുകയായിരുന്നു ഓരോ നിമിഷവും. അവൾക്ക് അച്ഛനേക്കാൾ വലുതാണല്ലോ അമ്മ. ഫ്രോയിഡ് അവിടെയിരിക്കട്ടെ.

നാലുദിവസം ഞാൻ എന്റെ ആശുപത്രിയിൽ പോയില്ല. രാധികയെ കാണുന്നില്ല എന്ന് പൊലീസിനോടും സ്നേഹിതരോടുമൊക്കെ പരാതിപ്പെട്ടു. അവസാനം എനിക്കൊരു വിവരം ലഭിച്ചു. എന്റെ ഭാര്യ രാധിക കറവക്കാരൻ രാമചന്ദ്രന്റെകൂടെ ഓടിപ്പോയി എന്ന്. ഞാൻ കരഞ്ഞു. ഞാൻ പൊട്ടിക്കരഞ്ഞു. ഞാൻ നെഞ്ചത്തടിച്ചുകരഞ്ഞു. കരഞ്ഞു കരഞ്ഞങ്ങനെ ഞാനും ജാസ്മിനും ഉറങ്ങിപ്പോയി. ജാസ്മിനുറങ്ങുമ്പോൾ ഞാൻ അവളോട് ഓരോ ജീവിതരഹസ്യങ്ങൾ പറഞ്ഞു. അവളൊന്നും കേൾക്കുന്നുണ്ടായിരുന്നില്ല. അവൾ ഒന്നുമറിയാതെ ഉറങ്ങുകയായിരുന്നു.

ഒന്നുമില്ലൊന്നുമില്ല ജീവിതത്തിൽ എന്നു പറഞ്ഞുകൊണ്ട് ജാസ്മിനെ ഉമ്മവച്ചുകൊണ്ടാണാ രാത്രിയിൽ ഞാൻ എങ്ങനെയോ ഉറങ്ങിപ്പോയത്.

വീണ്ടും നാലഞ്ചുദിവസം കഴിഞ്ഞപ്പോൾ കറവക്കാരൻ രാമചന്ദ്രന്റെ കൈകളിൽ നിന്ന് മകൾ ജാസ്മിനുവേണ്ടി എന്റെ ഭാര്യ രാധികയെ ഞാൻ വീണ്ടും വിളിച്ചുകൊണ്ടുവന്നു. രാജൻനമ്പ്യാർ സ്വന്തം മകൾക്കൊരമ്മയെ കൊണ്ടുകൊടുക്കുകയായിരുന്നു. എനിക്ക് ഭാര്യയെ വേണ്ടെങ്കിലും എന്റെ മകൾക്കൊരമ്മയെ വേണം. എന്റെ മകളുടെ അമ്മയുടെ ഭർത്താവായി ഞാൻ വീണ്ടും രാധികയെ സ്നേഹിച്ചു. അവൾ ഓടിപ്പോയത് ഞാൻ മറന്നു. എനിക്ക് രാധിക, ജാസ്മിന്റെ അമ്മയായിരുന്നു. ചെയ്തുപോയ തെറ്റിനെക്കുറിച്ചോർത്ത് അവൾ ഒരുപാടു കരഞ്ഞു. ജാസ്മിൻ ഒരുപാട് ചിരിച്ചു. പാവം മനുഷ്യന്മാർ ഇങ്ങനെയൊക്കെയാണെന്നു ഞാനും പറഞ്ഞു, ദൈവത്തോട്.

രാധികയെ എന്റെ ഹൃദയം പൂർണമായും നൽകിക്കൊണ്ട് ഞാൻ സ്നേഹിച്ചു. കറവക്കാരൻ രാമചന്ദ്രന്റെ കൂടെ അവൾ ഓടിപ്പോയത് ഞാൻ അപ്പാടെ മറന്നുകളഞ്ഞു. ഞാൻ അവളെ ഒരു പാവം മനുഷ്യജീവിയായി മനസിലേക്കെടുത്തു. ജാസ്മിൻ എനിക്കും രാധികയ്ക്കുമിടയിൽ സപ്തവർണങ്ങളിൽ തീർത്ത ഒരു കാറ്റാടിയായി പാറിപ്പറന്നു.

എന്റെ ജീവിതം ഞാൻ എന്റെ രോഗികൾക്ക് നൽകി. എന്റെ മുമ്പിൽ വരുന്ന ഓരോ രോഗിയും എനിക്ക് ദൈവത്തിന്റെ ഓരോ പ്രത്യക്ഷപ്പെടലായിരുന്നു. ചികിത്സ എനിക്ക് ദൈവശുശ്രൂഷയായിരുന്നു. എനിക്ക് വീടെന്നത് രാധികയുടെയും ജാസ്മിന്റെയും സന്തോഷമായിരുന്നു. അമ്മയും മകളും ചിരിക്കുമ്പോൾ എന്റെ മനംകുളിർക്കും.

കിടപ്പറയിൽ ഒരർഥത്തിലും ഞാൻ പരാജയമായിരുന്നില്ല. അങ്ങനെയൊന്നു സംഭവിക്കുന്നുണ്ടെങ്കിൽ, അറിയാനും പരിഹരിക്കാനും എനിക്ക് കഴിയും. ഒരു ഭാര്യയുടെ മനസും വികാരങ്ങളും തിരിച്ചറിയാൻ

കഴിയാത്ത ഒരാളല്ല ഞാൻ. എന്റെ ജീവിതത്തിൽ ഒരു സ്ത്രീയേ കടന്നുവന്നിട്ടുള്ളൂ. അവളുടെ ഗന്ധവും ശരീരവുമേ ഞാൻ അനുഭവിച്ചിട്ടുള്ളൂ. രാധികയുടെ ശാരീരികമായ ആവശ്യങ്ങൾ ഞാൻ നന്നായി തിരിച്ചറിഞ്ഞിട്ടുണ്ട്. ഞാൻ ഇത്തരം വിഷയങ്ങളിൽ അവളോട് തുറന്നുസംസാരിച്ചിട്ടുണ്ട്. രാധികയോടുള്ള സംഭോഗത്തിനുശേഷം ഞാൻ ഒരിക്കലും ഉറങ്ങാനായി തിരിഞ്ഞുകിടന്നിട്ടില്ല. എന്റെ ശരീരം കൊണ്ട് അവളെ പുതപ്പിച്ച് ഓമനിച്ചുറക്കുകയേ ചെയ്തിട്ടുള്ളൂ. കിടപ്പറയിലെ അസംതൃപ്തി ഒരിക്കലും രാധികയിൽ നിന്ന് എനിക്ക് അനുഭവപ്പെട്ടിട്ടില്ല. അങ്ങനെയുണ്ടാവാനും വഴിയില്ല. ശരീരത്തെ അറിയാത്ത ഒരാളല്ലല്ലോ ഞാൻ.

കറവക്കാരൻ രാമചന്ദ്രന്റെ കൂടെ ഓടിപ്പോയി മൂന്നുകൊല്ലം കഴിഞ്ഞപ്പോൾ എന്റെ ഭാര്യ രാധികയെ വീണ്ടും കാണാതായി. ജാസ്മിനും ഞാനും സന്ധ്യവരെ കാത്തിരുന്നു. എട്ടുമണി കഴിഞ്ഞതോടുകൂടി ഞാനും ജാസ്മിനും ഭക്ഷണം കഴിച്ചു. ഭക്ഷണത്തിന്റെ മുമ്പിലിരുന്നുകൊണ്ട് ജാസ്മിൻ ചോദിക്കുന്നുണ്ടായിരുന്നു. "അമ്മയെവിടെ അച്ഛാ, അമ്മയെവിടെ അച്ഛാ....." എന്ന്. ഭക്ഷണം കഴിച്ച് ടി. വി. ക്കു മുമ്പിലിരിക്കുമ്പോഴും അവളുടെ അമ്മയെവിടെയെന്നറിയാൻ അവൾ ആവർത്തിച്ചു ചോദിച്ചു. അപ്പോൾ ഞാൻ എന്റെ മോൾ ജാസ്മിനോട് പറഞ്ഞു:"മോളേ ജാസ്മിൻ, അച്ഛന് ഒരുപാട് കാര്യങ്ങൾ അറിഞ്ഞുകൂടാ. അക്കൂട്ടത്തിൽ ഒന്നാണ് നിന്റെ അമ്മ രാധിക എവിടെപ്പോയെന്നറിഞ്ഞുകൂടാത്തത്. പോയ സ്ഥലം എവിടെയാണെന്നു പറഞ്ഞെങ്കിൽ നമുക്കു ചെന്നുനോക്കാമായിരുന്നു. പോയ സ്ഥലത്ത് ഫോണുണ്ടെങ്കിൽ നമുക്കു വിളിച്ചു ചോദിക്കാമായിരുന്നു. നമുക്കു രണ്ടുപേർക്കും സമാധാനമായി കിടന്നുറങ്ങാം. വേറെ മാർഗങ്ങളൊന്നുമില്ല. നിന്റെ അമ്മയെത്തേടി നഗരത്തിലെ എല്ലാ റോഡുകളിലൂടെയും നടന്നുനോക്കിയിട്ട് വല്ല ഫലവുമുണ്ടോ?"

ജാസ്മിൻ എന്നെ നോക്കി കരയുകയായിരുന്നു. അവളെ ചിരിപ്പിക്കാൻ എനിക്ക് മാർഗങ്ങളൊന്നുമുണ്ടായിരുന്നില്ല. ഞാനും എന്റെ മോളും അന്ന് നന്നായങ്ങ് ഉറങ്ങി. ആരോ ഞങ്ങളെ ഉറക്കിക്കിടത്തി. ദൈവം തന്നെയാവാം.

നേരം വെളുത്തപ്പോൾ എന്റെ ഏറ്റവുമടുത്ത രണ്ട് ഡോക്ടർമാരോടും ഒരു ഓഫീസറോടും രാധികയെ ഇന്നലെമുതൽ കാണാനില്ല എന്ന കാര്യം പറഞ്ഞു. അവരെല്ലാം ഫോണിന്റെ അങ്ങേപ്പുറത്ത് നിശ്ശബ്ദരായിരുന്നു. പത്തു മിനിട്ടിനുശേഷം പൊലീസ് ഓഫീസർ എന്നെ വിളിച്ചു: "ഇതെന്തോ മനോരോഗമാണെന്ന് എനിക്കു തോന്നുന്നു. ഞാൻ രഹസ്യമായൊന്നു തപ്പട്ടെ. ഡോക്ടർ ഇക്കാര്യം പുറത്ത് ഇനിയാരോടും പറയരുത്." ഞാൻ സമ്മതിച്ചു. പക്ഷെ, ഞാൻ ജാസ്മിനോടെന്താ പറയുക? അവളുടെ മുമ്പിൽ ഞാൻ ഒരു കുറ്റവാളിയായി മാറുകയായിരുന്നു.

ആറാം ദിവസം എന്റെ സ്നേഹിതൻ ഡി ഐ ജി ഹാരീസ് എന്നെ വിളിച്ചു.

"എന്തായി ഹാരീസ്?"

"ഒന്നുമായിട്ടില്ല. അവൾ സുഖമായി ജീവിച്ചിരിപ്പുണ്ട്."

"എവിടെ.....?"

"ചാലയിലെ മുതലാളിയായ കുമരപ്പന്റെ ബംഗ്ലാവിൽ. ഡോക്ടർക്ക് ഈ സ്ത്രീയെ അങ്ങ് മറന്നുകൂടേ?"

ഞാൻ ഹാരീസിനോട് ചോദിച്ചു:"പക്ഷെ എന്റെ മകൾ ജാസ്മിനോട്.....?"

"കണ്ടവന്റെകൂടെ ഓടിപ്പോകുന്നവളാണ് നിന്റെ അമ്മയെന്നും, ഇങ്ങനെയൊരമ്മ നിനക്ക് വേണ്ടെന്നും പറയണം."

"അതെങ്ങനെ അവൾക്ക് മനസിലാവും ഹാരീസ്?"

"ഇങ്ങനെയൊരമ്മ അവൾക്കും ഇങ്ങനെയൊരു ഭാര്യ നിങ്ങൾക്കും എന്തിനാണ്? ഞാൻ പോലീസിന്റെ ഭാഷ സംസാരിക്കുകയല്ല."

ഞാൻ തളർന്നുപോയി. ഒന്നും ചെയ്യാനില്ലാത്ത ഒരു മനുഷ്യനായി ഞാൻ പൊട്ടിക്കരഞ്ഞു. ജാസ്മിൻ പൊട്ടിച്ചിരിച്ചുകൊണ്ട് എന്നെ വന്നു കെട്ടിപ്പിടിച്ചു. അവൾ ചിരിച്ചുകൊണ്ടേയിരിക്കുകയായിരുന്നു. ഞാൻ ജാസ്മിനോട് ചോദിച്ചു:"നീയെന്താണു മോളേ, ഇങ്ങനെ പൊട്ടിച്ചിരിക്കുന്നത്?"

ജാസ്മിൻ എന്നെ ഒന്നു തുറിച്ചുനോക്കി. എന്നിട്ട് അവൾ വീണ്ടും പൊട്ടിച്ചിരിച്ചു.

"എന്തെങ്കിലും പറയൂ ജാസ്മിൻ....."

"അച്ഛാ ഞാൻ എന്തുപറഞ്ഞിട്ടും ഒരു കാര്യവുമില്ല. എനിക്കെല്ലാം മനസിലാകുന്നുണ്ട്. ഞാൻ ഒരു കാര്യം പറയാം. എനിക്ക് ഇനി എന്റെ അമ്മയെ വേണ്ട. അത് ഞാൻ പറയുകയില്ല."

"നിന്റെ അമ്മയിപ്പോൾ എവിടെയാണ്?"

"എവിടെയെങ്കിലുമായിക്കോട്ടെ. അച്ഛനെ വേണ്ടാത്ത അമ്മയെക്കുറിച്ച് അച്ഛനെന്തിനാ ആലോചിക്കുന്നേ? ജാസ്മിന് ബുദ്ധിവച്ചു അച്ഛാ.... ജാസ്മിന് എല്ലാം തിരിയുന്നുണ്ട്. ഞാൻ ജാസ്മിൻ. ഞാൻ ഇനി തനിച്ചാണ്. ഞാൻ മനസുകൊണ്ട് വല്ലാതെ തളർന്നുപോയച്ഛാ....."

ജാസ്മിൻ സ്വയം ഭക്ഷണമെടുത്തു കഴിച്ചു. എനിക്കൊരുമ്മ തന്നിട്ട് അവൾ പോയിക്കിടന്നുറങ്ങി.

രാവിലെ ഉണർന്നപ്പോൾ ജാസ്മിൻ വേറൊരാളായിരുന്നു. അവൾ ഒരു സ്ത്രീയായിക്കൊണ്ടിരിക്കുന്നു. അവളുടെ ജീവിതഭാവങ്ങളെല്ലാം മാറുന്നത് ഞാൻ നോക്കിക്കണ്ടു. എനിക്കത് ഇഷ്ടമായി. ഒരു സ്ത്രീയാകാൻ അവൾ പെടുന്ന പാടുകൾ കണ്ട് ഞാൻ ചിരിച്ചു. കൊള്ളാം ജാസ്മിൻ.... താങ്ക്യൂ ജാസ്മിൻ.... താങ്ക് യൂ..... അവൾ പഠിച്ചും കളിച്ചും ചിരിച്ചും ഒറ്റയ്ക്ക് വളരുകയാണ്. ഇത്രയൊക്കെയേ ഉള്ളൂ;വേറെ കാര്യങ്ങളൊന്നുമില്ല രാജൻനമ്പ്യാരുടെ ജീവിതത്തിൽ.

പിൻഗാമിയുടെ ജനനം

രാത്രി നാടൻ ചാരായം നന്നായി കുടിച്ചിട്ടാണ് വിജയൻ ഉറങ്ങിയത്. കുറച്ചു ദിവസങ്ങളെ ആയുള്ളൂ വിജയൻ ചാരായത്തെ സ്നേഹിച്ചുതുടങ്ങിയിട്ട്. രാത്രി എപ്പഴൊക്കെയോ ഫോൺ ശബ്ദിച്ചിരുന്നു. വിജയന് നിവരാൻ കഴിയാത്തതുകൊണ്ട് ഫോൺ അവിടെത്തന്നെ കിടന്നു മരിച്ചു. അല്ലെങ്കിലും വിജയന് ഫോണിനോടിപ്പോൾ വെറുപ്പാണ്. വയ്യ, ഒന്നും വയ്യ. ജീവിതത്തിനെന്തോ സംഭവിച്ചതുപോലെ. കിടന്നുറങ്ങിപ്പോവുകയെന്നല്ലാതെ മറ്റൊന്നും ആഗ്രഹിക്കാനില്ലാത്ത ഒരവസ്ഥ.

നല്ല ഉറക്കത്തിൽ നിന്നാണ് ഫോൺശബ്ദം വിജയനെ പുലരാനേറെ നേരമുള്ളപ്പോൾ തെല്ലൊന്ന് ഭയപ്പെടുത്തി ഉണർത്തിയത്. കണ്ണുതുറന്ന് ഫോൺശബ്ദം കേട്ട് ഇത്തിരിനേരം വെറുതെ കിടന്നു. ജാലകക്കീറിലൂടെ കണ്ട വെളുക്കാത്ത രാവിനോട് വിജയൻ അമർഷത്തോടെ എന്തോ പിറുപിറുത്തു. എന്നിട്ട് ഫോണിനെ ശപിച്ചുകൊണ്ട് അതെടുത്തു കാതിൽവച്ചു. എന്തൊക്കെയായി എന്ന അന്വേഷണത്തിനു നേരെ നിമിഷങ്ങളോളം വിജയൻ മൗനംപൂണ്ടു ചരിഞ്ഞു കിടപ്പായി. അന്നേരം മന്ത്രി ജയകുമാർ വിജയന്റെ കാതിലേക്ക് 'പോടാ പുല്ലേ' എന്ന ഭാവത്തിൽ പൊട്ടിച്ചിരിച്ചു.

വിജയൻ പതുക്കെ മന്ത്രിയോടു പറഞ്ഞു:"ജയേട്ടാ ഞാൻ ഒരാഴ്ചയായി നിത്യവും ചെന്നു കണ്ടു സംസാരിക്കുകയാണ്. ഒന്നിനും വഴങ്ങുന്നില്ല. എന്തോ തീരുമാനിച്ചതുപോലെ. ആരൊക്കെയോ പിറകിലുണ്ട്. രണ്ടുലക്ഷം രൂപയും നമ്മുടെ കോപ്പറേറ്റീവ് ബാങ്കിൽ ഒരു ജോലിയും വരെ കൊടുക്കാമെന്നു ഞാൻ പറഞ്ഞുനോക്കി. ഒന്നിനും വഴങ്ങുന്നില്ല. നേരം വെളുത്തിട്ട് ഒന്നുകൂടി ഞാൻ കാണാൻ പോകുന്നുണ്ട്."

അന്നേരം ജയകുമാർ അമർഷത്തോടെ ചിരിച്ചുകൊണ്ടു ചോദിച്ചു: "എടാ വിജയാ, നിനക്കവളെ അടിച്ചുകൊന്ന് കായലിൽ താഴ്ത്തിക്കൂടേ?

നമ്മുടെ വക നാലഞ്ച് പെണ്ണുങ്ങൾ കായലിലില്ലേ? പട്ടീ, നീ അവളുടെ മുമ്പിലും വിവരമില്ലാതെ കരഞ്ഞു, അല്ലേ? ജീവിക്കാൻകൊള്ളാത്ത വഹ. ഈ നൊട്ടിപ്പെണ്ണിന്റെ വഴിയിലൂടൊന്നും പോകേണ്ടവരല്ല നമ്മൾ. നമുക്കിനിയും ഒരുപാട് ദൂരം പോകാനുണ്ട്. ഇന്ന് സന്ധ്യയോടെ ഞാനവിടെയെത്തും. ഞാൻ വരുന്ന കാര്യം നമ്മുടെ പാർട്ടിക്കാരെ ആരെയും അറിയിക്കണ്ട. അമ്മയോടും പറയണ്ട. പരിഹാരമൊക്കെ ഞാനുണ്ടാക്കിക്കോളാം. നമുക്ക് നമ്മുടെ കായലില്ലേ വിജയാ? എന്നോടു കളിക്കാൻ മിനക്കെട്ട ദേവകിയുടെ ശരീരം കായൽപോലും നന്നായി കണ്ടിട്ടില്ലല്ലോ. ജയകുമാറിനിതൊന്നും പുത്തരിയല്ലെന്നു നിനക്കറിയില്ല? ചിക്കനും രണ്ടു ബോട്ടിൽ വിസ്കിയും വാങ്ങിവെക്കണം. സുമതി അക്കനോടിന്നു പോകണ്ടന്നു പറയൂ. അവളുടെ അനിയത്തി ആ നഴ്സുപെണ്ണുണ്ടല്ലോ, ലീലാമ്മ. അവളോടും അവിടെ ഇരിക്കാൻ പറയ്. ജോലി വേണ്ട അവൾക്ക്. എന്റെ കൂടെ ആരെങ്കിലുമൊക്കെ കണ്ടേക്കുമെന്ന് സുമതിയക്കയോടു പറഞ്ഞേക്കൂ." ജയകുമാർ ചിരിച്ചുകൊണ്ട് ഫോൺവച്ചു. വിജയൻ പല്ലു ഞെരിച്ചുകൊണ്ട് വീണ്ടും ചെന്നു കിടന്നു. വിജയൻ ഉറങ്ങുകയായിരുന്നില്ല. ഈ കുടുക്കിൽനിന്നു രക്ഷപ്പെടാനെന്താണൊരു പോംവഴിയെന്നാലോചിച്ചു കിടക്കുകയായിരുന്നു. ആലോചിച്ചാലോചിച്ച് വിജയൻ കരഞ്ഞുപോയി.

ജയകുമാർ മന്ത്രിയായിട്ടും ഒരു കൊച്ചു പയ്യനെപ്പോലെയാണല്ലോ പെരുമാറുന്നതെന്നോർത്ത് വിജയൻ കരയുന്നതിനിടയിൽ മനം നൊന്താലോചിച്ചു. താൻ കേരളത്തിന്റെ സാംസ്കാരിക വകുപ്പുമന്ത്രിയാണെന്നവൻ കരുതുന്നേയില്ല. ജയന്, എന്തു സംസ്കാരം, എന്തു മന്ത്രി. അവന്റെ തലയിൽ ഭാഗ്യത്തിന്റെ ഒരുപാടു വരകൾ ദൈവം വരഞ്ഞിട്ടുണ്ടെങ്കിലും...... ഈ വീടാണ് കുഴപ്പം. ഈ വീട്ടിലെന്താണ് നടക്കുന്നതെന്നെല്ലാവർക്കും അറിയാം. അവന്റെ അമ്മയ്ക്കുമറിയാം. അമ്മ..... ഇങ്ങനെയൊരമ്മയുണ്ടോ? ഈ വിട്.... ദൈവമേ...വീട് പൂട്ടിയിടാൻ എത്ര തവണ പറഞ്ഞതാണ്. ജയകുമാർ ഇവിടെ താമസിക്കുന്നതെന്തിനാണെന്ന് അവന്റെ അമ്മയ്ക്കും നാട്ടുകാർക്കുമറിയാം. പക്ഷെ അവന്റെ അമ്മ...... ഈ വയസ്സുകാലത്ത് മന്ത്രിയുടെ അമ്മയെന്ന നിലക്ക് അവരും ഏതോ ലോകത്താണ്. ചുണ്ടു ചുവപ്പിച്ചു നടക്കുന്ന ഈ കിഴവിയാണ്.... എന്തിനോർക്കുന്നു. അവരുടെ ജീവിതവും ഇങ്ങനെതന്നെയായിരുന്നില്ലേ?

ഫോൺ വീണ്ടും ശബ്ദിച്ചു. ജയകുമാർ വിജയനോടു പറഞ്ഞു:"എന്റെ ശക്തിയും അശക്തിയും അറിയുന്നവനാണ് നീ. എപ്പോഴും നീ എന്റെകൂടെ ഉണ്ടാവുമെന്നറിയാം. നമ്മുടെ കാൽക്കീഴിൽ കേരളം വരും. മരുതോങ്കര എന്ന കുഗ്രാമത്തിൽ നിന്നും വരുന്ന ഒരു ചെറുപ്പക്കാരൻ കേരളത്തിന്റെ പ്രിയപ്പെട്ടവനായിത്തീർന്നു. ഇപ്പോൾ സിഎമ്മിന്റെ ഏറ്റവും അടുത്തയാളാണ് ഞാൻ. കേരളത്തിലെ എല്ലാ പത്രങ്ങളും എന്റെ കൂടെയുണ്ട്. ഒമ്പതുമാസത്തെ പെർഫോമെൻസ് എന്റെ

പാർട്ടിക്കും ഇഷ്ടമായി. എന്നാൽ ഞാൻ ഇപ്പോൾ ബേജാറിലാണ്. ഒരു പെണ്ണ്, പീക്കിരിപെണ്ണ, അവൾക്കും കായൽക്കയം. ഇത് കുഴഞ്ഞാൽ നമ്മൾ തീർന്നു. രാത്രി എട്ടുമണിക്ക് അവൾ തനിച്ച് എന്നെ വന്നു കാണണം. ഞാൻ ഏഴുമണിക്കുമുമ്പേ എത്തും. വേണമെങ്കിൽ ഒരു താലി കൊണ്ടവളെ മുറുക്കിക്കൊല്ലും. സുമതിയക്കനും അനുജത്തി നഴ്സും അവിടെ ഉണ്ടായിരിക്കണം. ഒന്നും മറക്കല്ലേ. ഞാൻ വരുന്ന കാര്യം ഒരു കുട്ടിപോലും നമ്മുടെ കോൺസ്റ്റിറ്റ്വൻസിയിൽ അറിയരുത്. എന്റെ കാറി ലല്ല. ഒരു സ്നേഹിതന്റെ കാറിലാണ് വരുന്നത്. സ്റ്റേറ്റ് സെക്രട്ടറി എബ്രഹാം മാത്യു."

വിജയൻ പിന്നെ കിടന്നില്ല. വെറുതെ ഫോണിനു മുമ്പിലിരുന്നു. കരഞ്ഞുകൊണ്ട് രാജമ്മ മനസിലേക്കു കടന്നു കയറുമ്പോൾ വല്ലാതെ സങ്കടം വന്നു. ജയകുമാറിന് എന്തൊരു സ്നേഹമായിരുന്നു അവളോട്. വിജയൻ ഓർത്തു. ജയകുമാർ അവളെ കല്യാണം കഴിക്കുമെന്ന് ആണ യിട്ട് പറഞ്ഞതാണ്. അവളും അതു വിശ്വസിച്ചു. രാജമ്മേ നീ കൊത്തൻ മേസ്തിരി മാത്തച്ചൻ ചേട്ടന്റെ മകളല്ലേയെന്നു മനസുചോദിക്കുന്നുണ്ടാ യിരുന്നു. താമരക്കുളത്തെ വിശ്വനാഥൻ നായരുടെ മകൻ ജയകുമാർ രാജമ്മയെ കല്യാണം കഴിക്കുകയില്ലെന്നു നന്നായറിയാമായിരുന്നു. മാത്ത ച്ചന്റെ മകൾക്ക് സൗന്ദര്യം വാരിക്കോരി കൊടുത്ത് ദൈവം അവളെ ചതിച്ചു. അവൾ ഒരിക്കലും ജയകുമാറിനെ ആശിക്കരുതായിരുന്നു. ഇപ്പോഴും അവൾ തന്റെ നിലയറിയാതെയാണ് പെരുമാറുന്നത്. പാവ ങ്ങൾക്കല്ലേ അവരുടെ നിലയറിയാത്തത്.

രാവിലെ എട്ടുമണിക്കു മുമ്പുതന്നെ വിജയൻ പുറപ്പെട്ടു. രാജമ്മ ചിരിച്ചുകൊണ്ട് തന്നെയാണ് വിജയനോടു കയറി ഉമ്മറത്തിരിക്കാൻ പറ ഞ്ഞത്. സഹോദരന്റെ രണ്ടു കൊച്ചുകുട്ടികളും ഒരു പൂച്ചയും രണ്ട് കോഴി കളും മുറ്റത്തൊരു പാവം പട്ടിയുമല്ലാതെ മറ്റാരും ആ വീട്ടിലുണ്ടായിരു ന്നില്ല. അമ്മയും അച്ഛനും ചല്ലിയടിക്കാൻ പോയെന്ന് രാജമ്മ വിജയനോടു പറഞ്ഞു. തലതാഴ്ത്തിപ്പിടിച്ചുകൊണ്ട് രാജമ്മ നിന്നു. നീ എന്താണു തീരു മാനിച്ചതെന്ന് വിജയൻ രാജമ്മയോടു ചോദിച്ചു. വിജയന് അവളുടെ മുഖ ത്തുനോക്കാൻ കഴിഞ്ഞില്ല.

"ജയൻ ഇന്ന് സന്ധ്യയോടെ ഇവിടെയെത്തും. എട്ടുമണിക്ക് നീ അവിടെ വരണം. നിന്നോട് ജയന് എന്തോ സംസാരിക്കാനുണ്ട്."

അപ്പോഴും രാജമ്മ ചിരിച്ചു.

"എല്ലാം സംസാരിച്ചു കഴിഞ്ഞതല്ലേ? എന്റെ വയറ്റിലുള്ളതിനെ ഞാൻ നശിപ്പിക്കുകയില്ല. അതുകൊണ്ട് ഞാൻ കെട്ടിത്തൂങ്ങിച്ചാവുക യൊന്നുമില്ല. മന്ത്രിയുടെ മാനവും ഞാനായിട്ട് നശിപ്പിക്കുന്നില്ല. പിന്നെ വിജയേട്ടൻ ഒരുലക്ഷം, രണ്ടുലക്ഷം, കോപ്പറേറ്റീവ് ബാങ്കിലെ ജോലി എന്നൊന്നും പറഞ്ഞിങ്ങോട്ടുവരണ്ട. നിങ്ങളൊക്കെ വലിയവര്. ഞങ്ങള് പാവങ്ങള്. ഞങ്ങളുടെ മാനത്തിനും സ്നേഹത്തിനും ഒരു വിലയുമില്ല."

വിജയന്റെ മുഖം വാടിക്കരഞ്ഞു. നിസ്സഹായനായി രാജമ്മയുടെ മുഖത്തുനോക്കി കുറേനേരം ഇരുന്നു. വിജയന്റെ കണ്ണ് നനയുന്നത് രാജമ്മ കണ്ടു.

"ഞാനെന്തായാലും ചീത്തയായിപ്പോയി."

"എന്നൊന്നും ഞാൻ പറഞ്ഞിട്ടില്ല. രാജമ്മ എട്ടുമണിക്ക് എങ്ങനെയെങ്കിലും അവിടെ വരണം. കുറച്ചു നേരത്തേയങ്ങുവന്നാലും മതി."

രാജമ്മ അപ്പോഴും ചിരിച്ചു.

"ഞാൻ വരില്ല വിജയേട്ടാ. അയാൾക്കെന്നോടൊന്നും പറയാനില്ലെന്നെനിക്കറിയാം. അയാൾക്ക് രക്ഷപ്പെടണം. അത്രയേയുള്ളൂ."

വിജയനൊന്നു ഞെട്ടി. രാജമ്മ എന്തോ ആലോചിച്ചു തീരുമാനിച്ചിട്ടുണ്ട്. എല്ലാം കുഴഞ്ഞുപോകും. ചീത്തകാലം വന്നിരിക്കുന്നു. ജയകുമാറിന്റെ ഭാവിക്കുമേൽ ഇടിത്തീ വീഴുകയാണ്.

വിജയൻ വീണ്ടും പറഞ്ഞു:"രാജമ്മേ, നിന്റെ തീരുമാനമെന്താണെന്നെന്നോടു പറയൂ."

"ഞാനയാളെ സ്നേഹിച്ചതാ. അയാളെന്നെയും സ്നേഹിച്ചതാ. എന്റെ വയറ്റിലുള്ളത് ആ സ്നേഹമാ. ബാക്കി കാര്യങ്ങളെല്ലാം ഞാൻ ദൈവത്തോടു പറഞ്ഞോളാം."

രാജമ്മ അകത്തേക്കു പോയപ്പോൾ വിജയന് കണ്ണിൽ ഇരുട്ടുകയറുന്നതുപോലെ തോന്നി. വീട്ടിലെത്തി വീണ്ടുമൊന്നു കിടക്കാൻ കട്ടിലിലേക്കു ചരിയുമ്പോൾ ജയകുമാറിന്റെ ഫോൺവന്നു:"അവളെന്തു പറഞ്ഞു?"

"അവൾ വരില്ല. അവളെന്തോ തീരുമാനിച്ചതുപോലുണ്ട് ജയേട്ടാ."

"വിജയാ നമ്മുടെ തീരുമാനം നടപ്പായാൽ മതി. വിജയനും ജയകുമാറും രണ്ടാളല്ല. നമ്മൾ ഒന്നാണ്. ഒരാളാണ്. നാളെ വിജയൻ രാജമ്മയെ രജിസ്റ്റർ മാര്യേജ് ചെയ്യുന്നു. എന്റെയും നമ്മുടെ പാർട്ടിക്കാരുടെയും മുമ്പിൽവച്ച് വിജയൻ രാജമ്മയുടെ കഴുത്തിൽ താലികെട്ടുന്നു. എന്റെ വീട് മറ്റന്നാൾ വിജയന്റെ പേരിൽ എഴുതിത്തരുന്നു. രാജമ്മയ്ക്ക് കോപ്പറേറ്റീവ് ബാങ്കിൽ ജോലി. വിജയൻ സജീവരാഷ്ട്രീയത്തിലിറങ്ങുന്നു. നമ്മുടെ പാർട്ടിയിൽ മരുതോങ്കരയിൽ നിന്ന് വേറൊരു ജയകുമാർ. മരുതോങ്കരയിലെ രണ്ടാമത്തെ നേതാവ്. എല്ലാം ഞാൻ തീരുമാനിച്ചുകഴിഞ്ഞു. നമുക്ക് വിജയത്തിന്റെ പാതയിലൂടെത്തന്നെ നീങ്ങാം."

ജയകുമാർ ഫോൺവച്ചപ്പോൾ വിജയന് തല കറങ്ങുന്നുണ്ടായിരുന്നു. തലകറങ്ങിക്കറങ്ങി വിജയൻ പതുക്കെ കിടന്നു. ബോധത്തിനപ്പുറത്തൂടെ ഒരു കായൽ ഒഴുകുന്നുണ്ടായിരുന്നു. ആ കായലിലേക്ക് വിജയൻ എടുത്തുചാടുന്നത് വിജയൻ കണ്ടു. നീന്തിക്കുളിച്ചുകയറുമ്പോൾ, തണുത്തുവിറച്ചു നടക്കുമ്പോൾ ആരൊക്കെയോ നിഴലായി പിറകിലുണ്ടായിരുന്നു.....

ദേവകി....

മൈഥിലി.....

രാധമ്മ.......

പാലാട്ട് മോഹിനി.....

വിജയൻ കട്ടിലിൽനിന്നുരുണ്ട് താഴെ വീണു തലപൊട്ടി. അത് വിജയൻ അറിഞ്ഞില്ല.

ഫോൺ ശബ്ദിച്ചുകൊണ്ടേയിരുന്നു.....

തുരീയം

ഓർക്കാട്ടേരിയിൽനിന്നും തൊട്ടിൽപ്പാലത്തേക്കുള്ള ആദ്യത്തെ ബസ് പിടിക്കാനാണ് ബാലക്കുറുപ്പ് പുലർച്ചെ നാലരമണിക്കുതന്നെ പുറപ്പെട്ടത്. പുറപ്പെടുമ്പോൾ പത്തുകൊല്ലമായി സഹിക്കുന്ന ആണിപ്പുണ്ണിന്റെ വേദനയെക്കുറിച്ചോർത്തതേയില്ല. ആകാശത്തിൽനിന്നരിച്ചു വീഴുന്ന മഞ്ഞിലൂടെ നടക്കുമ്പോൾ ആണിപ്പുണ്ണിന്റെ വേദന കടിച്ചമർത്തുകയായിരുന്നു. ആ വേദനയിലേക്ക് ബാലക്കുറുപ്പ് കാലമർത്തിച്ചവിട്ടുകയായിരുന്നു.

നടക്കാനൊരു മനസുണ്ടല്ലോ, പിന്നെ ആണിപ്പുണ്ണിനെന്താ ചെയ്യാൻ കഴിയ്യ്യാ....

വയൽവരമ്പും മെലിഞ്ഞ കാലും തടിച്ച ചെരിപ്പും മേലെ മഞ്ഞും മെലിഞ്ഞ ദേഹവും പ്രമേഹത്തിന്റെ ഓർമക്കുറവും കാഴ്ചയില്ലായ്മയും...

സാരോല്യ....എങ്ങനെങ്കിലും മരുതോങ്കരത്തിപ്പെടണം.

ഏഴരവെളുപ്പിന് ബാലക്കുറുപ്പ് ഓർക്കാട്ടേരിയിലേക്ക് ഇങ്ങനെ നടന്നിട്ടു വർഷങ്ങളായി.

കൊള്ളാം. ദൈവത്തിന്റെ ഓരോ കളി. ബാലക്കുറുപ്പിനെത്തന്നെ മരുതോങ്കരയ്ക്കയക്കണമെന്ന് ദൈവം തന്നെയല്ലേ രാമകൃഷ്ണൻ നമ്പ്യാരോട് പറഞ്ഞിരിക്കുക.

ബാലക്കുറുപ്പേ, നിങ്ങള് തന്നെ പോകണം. നിങ്ങളെയാളല്ലേ അവിടിരിക്കണേ. എല്ലാം ബാലക്കുറുപ്പിനറിയാന്നമ്മ പറഞ്ഞിരുന്നു. അതുകൊണ്ട് അക്കാര്യം ഞാനങ്ങേല്പിക്കന്ന്. വേണേ ചെയ്തോ. അച്ഛനോന്നുമറിയണ്ട.

തീർച്ചയായും മരുതോങ്കര പോയി പറയണം. ഉണ്ണിമേനോനറിയണം. ബാലക്കുറുപ്പേ, നിങ്ങള് പറഞ്ഞില്ലാന്ന് ദൈവം ആരോടും പറയരുത്.

അതേ, പൂവ്വാണ് രാമകൃഷ്ണൻ നമ്പ്യാരേ..... മരണം പറയാൻ പൂവാണ്. ആണിപ്പുണ്ണിന്റെ വേദനേം കടിച്ചിറക്കി, മൂക്കിലൂടെ മഞ്ഞും കുടിച്ച് ബാലക്കുറുപ്പ് പൂവാണ് മരണം പറയാൻ......

ഇതും ഒരു സുകൃതം........

എപ്പോഴൊക്കെയോ മരിച്ചവർ മഞ്ഞിലൂടെ പറക്കുന്നുണ്ടല്ലോ. എന്തിനാ മരിച്ചവരിങ്ങനെ ആകാശത്തു പറക്കുന്നേ? മരിച്ചോർക്കാണിപ്പുണ്ണൊരു പ്രശ്നോല്ല. പറക്കാൻ ചിറകുണ്ടല്ലോ.

വലതുകാലിന്റെ ഇടതുഭാഗത്തെ ഒരുറുപ്പികയോളം വലിപ്പമുള്ള ആണി വരമ്പിലമർത്തി ബാലക്കുറുപ്പൊന്നു ചിരിച്ചു. ചിരിച്ചു ചിരിച്ച് വേദന അകറ്റുകയായിരുന്നു. എന്നിട്ട് സ്വന്തം ചിരിയുടെ ഒച്ച ആസ്വദിച്ചു. ആണിപ്പുണ്ണിന്റെ വേദനയെ പുല്ലാക്കിയാണ് പിന്നെ നടന്നത്.

കാലിലാണിയിരിക്കട്ടെ. നൊന്തു ചിരിച്ചാലാണി മെഴുകുതിരിപോലുരുകും.

ബാലക്കുറുപ്പ് മഞ്ഞിനോടും ആണിപ്പുണ്ണിനോടും തന്റെ ചോരയിലെയും മൂത്രത്തിലെയും പഞ്ചാരയോടും പറഞ്ഞു. ങ്ങളാരും ഒന്നും തീരുമാനിക്ക്ന്നില്ല. ജന്മമാണ്. ജന്മവും ജന്മവേദനയും വെർന്നത് ദൈവത്തിന്റെ പത്തായത്തിന്നാ.

ഇതൊന്നുമല്ല......

വേറെന്തോ, വേറെന്തോ....

മനസിന്റെ മാറാല തണുപ്പുകാറ്റിൽ പാറിപ്പോകുന്നു. ബാലക്കുറുപ്പിന്റെ മനസ്സ് തന്റെ ചെറുപ്പകാലത്തേക്ക് ഒരു കൊച്ചുകുട്ടിയെപ്പോലെ നടന്നുപോകുകയായിരുന്നു. എല്ലാം ഒരിക്കൽക്കൂടി ഓർമയിലേക്കു കയറിവരുന്നത് കണ്ടുകണ്ടങ്ങനെ നടക്കുമ്പോൾ പിന്നിലാരോ ഉണ്ടെന്നു തോന്നി.

ഓർക്കാട്ടേരിക്കു പോകാൻ ചെമ്പ്രക്കുന്നെറങ്ങിവന്ന ആരെങ്കിലുമാവാം.

ഇനി വല്ല പിടിച്ചുപറിക്കാരാവായിരിക്കോ ഭഗവതീ എന്നായി ബാലക്കുറുപ്പിന്റെ ആലോചന.

തണുപ്പുകാറ്റ് കത്തിമുനകൊണ്ട് കാത് ചുരണ്ടുന്നുണ്ടായിരുന്നു. മനസാകട്ടെ, വല്ലാതെ ഭയപ്പെടുകയുമായിരുന്നു.

പിന്നിൽ നടക്കുന്നയാൾ തൊട്ടടുത്തെത്തിയിരിക്കുന്നു. തിരിഞ്ഞു നോക്കാതെ ചോദിച്ചു:

"എങ്ങോട്ടാ?"

"ഓർക്കാട്ടേരിക്കാ? മുമ്പിക്കയറിപ്പോണോന്നുണ്ടോ? മാറിനിന്നുതരാം. ആദ്യത്തെ ബസ് പിടിക്കണം മരുതോങ്കരപ്പൂവ്വാ."

എന്താ ഈ മനുഷ്യൻ ഒന്നും മിണ്ടാത്തെ, ബാലക്കുറുപ്പ് അൽപ്പമൊരു വിറയലോടെ ആലോചിക്കുകയായിരുന്നു.

അന്നേരം ബാലക്കുറുപ്പിന്റെ കാതിലൊരു ചിരിവീണു. കിണ്ണം മണിയുമ്പോലൊരു ചിരി.

എന്തായിതു കഥ? ഇന്നേരത്ത് നടുവയലിലൂടൊരു പെണ്ണ് ഇരുട്ടത്ത് നടക്ക്വാ.....

പരീക്ഷിക്കുന്നോ ഭഗവതീ.

മനസ്സ് വിറച്ചും കാലു തളർന്നും നടപ്പ് തുടർന്നു. ഓടാൻ ശ്രമിച്ചു നോക്കി കഴിയുന്നില്ല. ഓടിയാലും കുഴപ്പമാണെന്നറിയാം ബാലക്കുറുപ്പിന്.

ഭയപ്പെട്ട് കൈ രണ്ടും നെഞ്ചിൽ വെച്ചു ദൈവത്തെ വിളിച്ചു. ചെമ്പ്രക്കുന്നെറങ്ങി വന്ന വല്ല ചീത്തപ്പെണ്ണ്വായിരിക്ക്വോ?

ദിവസമോർത്തു. വെള്ളിയാഴ്ചയാണ്. ഒറ്റമുലച്ചിയിറങ്ങുന്ന രാവാണ് പൊലരുന്നത്. നീരാട്ടു കഴിഞ്ഞ് മടങ്ങ്വായിരിക്കും. ചോരകുടിച്ച് ശീലിച്ചോളാ. അറംപെറന്നോളാ ഒറ്റമുലച്ചി.

ബാലക്കുറുപ്പ് മുമ്പിലേക്ക് കാർക്കിച്ചുതുപ്പിക്കൊണ്ടു പറഞ്ഞു: "കളിയൊന്നും ബാലക്കുറുപ്പിനോട് വേണ്ട. കാലനേം കാലത്തേം കണ്ടാളാ ബാലക്കുറുപ്പ്. ഇത് കളരിക്കുറുപ്പാ, വയസ്സന്റെ കാലിപ്പോഴും നല്ല മൂർച്ചേള്ള വാളാ.'"

പിന്നിലെ ചിരി ചിലങ്കാനാദമായി മാറുകയായിരുന്നു. ചിരിക്കുന്നവൾ എന്നിട്ട് പതുക്കെ ബാലക്കുറുപ്പിന്റെ കാതിൽ പറഞ്ഞു: "പേടിക്കേണ്ട ഇത് ഞാനാ, കാളിയത്തെ അമ്മാളു. വല്ല പിള്ളാരേം അയച്ചാപ്പോരായിരുന്നോ....? ഈ വയസുകാലത്ത്, എന്തായാലും ഓർക്കാട്ടേരി വരെ ഞാനും കൂടെണ്ട്. നടക്കാൻ വെഷമേണ്ടെ ഞാൻ പൊക്കിയെടുത്ത് എന്റെ മൂടീക്കെട്ടി പറക്കാം."

"വേണ്ടമ്മാളൂ. നീ പറക്കുകേന്നും വേണ്ട. നിയ്യങ്ങ് കാളിയത്തേക്ക് തിരിച്ചുപോ. നിന്റെ ഓരോ തമാശ."

ഇരുവരും ഓരോന്നു പറഞ്ഞുകൊണ്ടേയിരുന്നു. അവരുടെ വാക്കുകളിലൂടെ ഒരുപാടു തേനൊലിച്ചു.

"ഓർക്കാട്ടേരിവരെ എന്തായാലും അമ്മാളു കൂടെപ്പോരും."

ബാലക്കുറുപ്പോർത്തു. എന്തൊരു രസാ ഈ അമ്മാളൂന്റെ കുരുത്തക്കേടിന്! ചിരിയും കളിയും തന്നെ. ആരേം ഭയേല്ല.

ഓർക്കാട്ടേരി എത്തുമ്പോഴും നേരം പുലർന്നിട്ടുണ്ടായിരുന്നില്ല. അല്ലിമലർക്കാവുവരെ ബാലക്കുറുപ്പിനെ കൊണ്ടുവിട്ട് തിരിച്ചുപോകുമ്പോൾ കാളിയത്ത് അമ്മാളു പറഞ്ഞു: "ഉച്ചയോടുകൂടിയെങ്കിലും ഇങ്ങെത്തണേ."

"ഉണ്ണിമേനോനേം കൂട്ട്യേ വെരൂ. അത് തീർച്ച്യാ."

അന്നേരം കാളിയത്ത് അമ്മാളു ഉറക്കെ ചിരിച്ചു.

ഓർക്കാട്ടേരി അങ്ങാടിയിൽ കാത്തിരിക്കേണ്ടിയൊന്നും വന്നില്ല. ബസ് വേഗം വന്നു. ടിക്കെറ്റെടുക്കുമ്പോൾ ബാലക്കുറുപ്പ് കണ്ടക്ടറോടു പറഞ്ഞു: "തൊട്ടിൽപ്പാലത്തിന്നപ്പുറത്ത് മരുതോങ്കരയാ പോകേണ്ടത്. അവ്ടെത്ത്യാ ഒന്നു വിളിച്ചേക്കണം. ഉറങ്ങിപ്പോകും."

"കാർണോര് രാത്രി തീരെ ഉറങ്ങീറ്റില്ല്യേ?"

"ഇല്ല. മരണവീട്ടിലെങ്ങന്യാ ഉറങ്ങ്ന്നേ?"

കാല് നീട്ടിവച്ച് സീറ്റിലങ്ങ് ചാരിക്കിടന്നു കണ്ണടച്ചു. നേരം നന്നായി വെളുത്തിട്ടും, തണുപ്പുകാറ്റിന് ഒരു ശമനവുമില്ലായിരുന്നു.

ഉറങ്ങുകയാ.........സുഖമായുറങ്ങുകയാ. മരുതോങ്കരയെത്തും വരെ ഉറങ്ങും.

എന്നാൽ, എത്ര ശ്രമിച്ചിട്ടും കണ്ണിലുറക്കം കയറി വന്നതേയില്ല.

ഉണ്ണിമേനോന്റെ വീട് മനസിൽ തപ്പി നോക്കുകയായിരുന്നു. മരുതോങ്കര അങ്ങാടി. കിഴക്കോട്ടു കുറച്ചു പോകുമ്പം ശിവക്ഷേത്രം. ക്ഷേത്രമതിലിനടുത്ത ഇടവഴിയിലൂടെ വടക്കോട്ടു പോയിട്ട്..... പിന്നെ കണ്ടുപിടിക്കാൻ ബുദ്ധിമുട്ടില്ല. ഗേറ്റിൽ വായും പൊളിച്ച് രണ്ടു സിംഹങ്ങൾ കാവലിരിക്കുന്നുണ്ടല്ലോ. പത്തുപന്ത്രണ്ട് കൊല്ലം മുമ്പ് പോയതാ, ലക്ഷ്മിക്കുട്ടീടെ കല്യാണം പറയാൻ. കല്യാണത്തിനു വന്നില്ല. കാര്യസ്ഥനും ആയിരം ഉറുപ്പികയുമാ വന്നത്. അന്ന് ചോദിച്ചതെല്ലാം ഓർമയുണ്ട്.

"ബാലക്കുറുപ്പേ, രാമകൃഷ്ണനിപ്പം തഹസിൽദാറായീന്നു കേട്ടല്ലോ."

ആണെന്നു പറഞ്ഞപ്പോൾ പെട്ടെന്നൊരു പ്രഭയാ മുഖത്തു കണ്ടത്. പിന്നീട് രാമകൃഷ്ണന്റെ എല്ലാ വിവരവും ചോദിച്ചറിഞ്ഞു. ചോരേടെ ചോരേല്ലേ? അവന്റെ പെങ്ങന്മാരെയും അനിയന്മാരെയുമെല്ലാമന്വേഷിച്ചു. എന്നാൽ രാമകൃഷ്ണന്റെ അമ്മയെ മാത്രം തിരക്കിയതേയില്ല. അതങ്ങനെയാ. കരളോടുകൊണ്ടത് കരളിത്തന്നെ വെക്കും. അത് ജന്മജന്മാന്തരബന്ധാ. എപ്പോഴോ പറഞ്ഞിട്ടുണ്ടായിരുന്നു.

ഉറങ്ങാൻ തയ്യാറെടുത്ത ബാലക്കുറുപ്പ് ചാരിക്കിടന്നു കണ്ണടച്ച് പഴയൊരു നാടകം കാണുകയായിരുന്നു. ഈ നാടകത്തെക്കുറിച്ച് കുഞ്ഞിക്കണ്ണൻ നായർ ഒന്നുമറിഞ്ഞിട്ടില്ലെന്നോർത്തപ്പോൾ സന്തോഷം തോന്നി. മൂത്തമോൻ രാമകൃഷ്ണനോട് കുഞ്ഞിക്കണ്ണൻ നായർക്ക് വല്യ ഇഷ്ടാ....

മരുതോങ്കരയിൽ ബസിറങ്ങുമ്പോൾ എട്ടുമണി കഴിഞ്ഞിരുന്നു. ഉണ്ണിമേനോന്റെ വീട്ടിലേക്കുള്ള വഴി തെറ്റിയൊന്നുമില്ല. ഗേറ്റിൽ കാവലിരിക്കുന്ന സിംഹങ്ങളെ ഒരു നിമിഷം നോക്കിനിന്നു. സിംഹങ്ങളൊരുപാട് കറുത്തുപോയത് ബാലക്കുറുപ്പ് ശ്രദ്ധിച്ചു. മനസിൽ വെറുതെ ചോദിച്ചു, എത്ര വർഷമായി സിംഹങ്ങളിങ്ങനെ കാവലിരിക്കാൻ തൊടങ്ങീറ്റ്? കാലത്തിന്റെ പൂപ്പലാ മേലാകെ.

വീടിന്റെ ഉമ്മറത്ത് നാലഞ്ചാളുകൾ ഇരിക്കുന്നുണ്ടായിരുന്നു. അവരുടെ നടുവിൽ ചാരുകസേരയിൽ മുറുക്കിയങ്ങനെ ഇരിക്കുകയായിരിക്കും ഉണ്ണിമേനോനെന്ന് ബാലക്കുറുപ്പ് വിചാരിച്ചു. മുറ്റത്തെത്തിയിട്ടും ഉണ്ണിമേനോനെ കണ്ടില്ല.

വിനയത്തോടെ മുറ്റത്തു നിൽക്കുന്ന ബാലക്കുറുപ്പിനോട് ഒരു ചെറുപ്പക്കാരൻ കയറി ഇരിക്കാൻ പറഞ്ഞു. കുറേനേരം ബാലക്കുറുപ്പ്

മിണ്ടാതെ ഇരുന്നു. എല്ലാവരും ബാലക്കുറുപ്പിനെ ശ്രദ്ധിക്കുന്നുണ്ടായിരുന്നു.

"ആളെ പരിചയമില്ല. എവിടുന്നാ?" ഒരു വൃദ്ധൻ ചോദിച്ചു.

"വടകരേന്നാ. കൃത്യായിപ്പറഞ്ഞാ കുന്നുമ്മക്കരേന്ന്. ഉണ്ണിമേനോന്റെ പഴയൊരടുത്ത ചങ്ങാത്യാ."

"മനസിലായി."

"കുന്നുമ്മക്കര എട്ട് കൊല്ലം കളരി കെട്ട്യാരുന്നു. അതിനു മുമ്പേ ഉണ്ണിമേനോനെ പരിചയോണ്ട്. ഞാനും ഉണ്ണിമേനോനും നാദാപുരത്തൊരു കളരീപ്പയറ്റ്യോരാ."

"അറിയാം."

"ഏറ്റൊടുവില് പന്ത്രണ്ട് കൊല്ലം മുമ്പാ ഞാനിവിടെ വന്നത്. എന്റെ മോളെ കല്യാണം പറയാൻ."

പിന്നെ കുറെനേരം ആരും ഒന്നും സംസാരിച്ചില്ല. ഉണ്ണിമേനോനെവിട്യാ? ബാലക്കുറുപ്പ് ഓരോ ആളുടെയും മുഖത്ത് മാറിമാറി നോക്കുകയായിരുന്നു.

എന്താ ഇവരുടെ ഇടയിലൊരു മൗനം? ബാലക്കുറുപ്പ് ആലോചിക്കുകയായിരുന്നു.

അകത്തുനിന്നാരൊക്കെയോ ഇറങ്ങിപ്പോകുന്നുണ്ടായിരുന്നു. ആരൊക്കെയോ വീട്ടിലേക്ക് വന്നുകയറുന്നുമുണ്ടായിരുന്നു. ആരുടെയും മുഖത്ത് പ്രസാദമില്ലാത്തത് ബാലക്കുറുപ്പ് ശ്രദ്ധിച്ചു.

ബാലക്കുറുപ്പിന്റെ മനസ്സ് ചോദിച്ചു. എന്താ ഉണ്ണിമേനോൻ പുറത്തിറങ്ങാത്തത്?

സമയം കഴിയുന്തോറും ബാലക്കുറുപ്പ് വിഷമിക്കുകയായിരുന്നു. ആരോടാ ചോദിക്കുകയെന്നാലോചിക്കുകയായിരുന്നു. അന്നേരം വയസായൊരാൾ എഴുന്നേറ്റ് ബാലക്കുറുപ്പിനടുത്തുവന്ന് അദ്ദേഹത്തെ അകത്തേക്കുവിളിച്ചു: "വാ, നോക്ക് കണ്ടോളൂ. ശ്വാസേള്ളൂ. വേറൊന്നൂല്യ."

ബാലക്കുറുപ്പിന്റെ മനസൊന്നാളിപ്പോയി. പിന്നെ തളർച്ചയായിരുന്നു. എഴുന്നേൽക്കാൻ കഴിയുന്നുണ്ടായിരുന്നില്ല. എല്ലാം ഒരു നിമിഷം കൊണ്ടു മനസിലായി. പതുക്കെ എഴുന്നേറ്റ് അകത്തേക്കു നടന്നു. മേനോന്റെ അവസാനത്തെ കിടപ്പിനു മുമ്പിൽ കുറെനേരം നിന്നു. കണ്ണു നനയാൻ തുടങ്ങുമ്പോൾ കൈകൂപ്പി പുറത്തിറങ്ങി. പിന്നെ, അവിടെ നിൽക്കാൻ കഴിഞ്ഞില്ല. ആരോടും യാത്രപറയാതെയാണിറങ്ങിയത്. ഗേറ്റിനു പുറത്തു കടക്കുമ്പോൾ ഉണ്ണിമേനോന്റെ പൊട്ടിച്ചിരി കുറുപ്പിന്റെ കാതിൽ വീഴുകയായിരുന്നു.

സിംഹങ്ങളോടു പറഞ്ഞു: "ഞാൻ പൂവ്വാ..." പൊട്ടിക്കരഞ്ഞുകൊണ്ടേ നടന്നു. കരയുന്ന ബാലക്കുറുപ്പിനു മുമ്പിൽ ഉണ്ണിമേനോൻ മുറുക്കിത്തുപ്പി ചിരിക്കുകയായിരുന്നു.

ഉണ്ണിമേനോൻ കച്ച മുറുക്കി എഴുന്നള്ളുന്നു. ഉറുമി ചുഴറ്റുന്നു. വാൾ വീശുന്നു. മുറുക്കിത്തുപ്പി ചിരിക്കുന്നു.

ബാലക്കുറുപ്പ് തെല്ലമർഷത്തോടെ പറഞ്ഞു: "ചിരിക്കാതിരി. മരണം പറയാൻ വന്നതാ ബാലക്കുറുപ്പ്. നിങ്ങളെ കാളിയത്തമ്മാളു ഇന്നലെ രാത്രി ഒമ്പതരയ്ക്ക് മരിച്ചുപോയി."

ബാലക്കുറുപ്പ് ഓടുമ്പോലെ നടക്കുകയായിരുന്നു. മരണത്തിന്റെ മണം മൂക്കിലേക്കിരച്ചു കയറുന്നുണ്ടായിരുന്നു.

മരണം നിറമായും മണമായും മരവിപ്പായും ബാലക്കുറുപ്പിന്റെ മനസിലും ശരീരത്തിലും പൊതിഞ്ഞു കയറുകയായിരുന്നു.

കിരാതം

ജലക്ഷാമം ഞങ്ങൾക്കൊരിക്കലും അനുഭവിക്കേണ്ടിവന്നിട്ടില്ല. ഞങ്ങളുടെ പ്രകൃതിസുന്ദരമായ മുക്കോലയിൽ കിണറില്ലാത്ത ഒരു വീടു പോലുമില്ല. കിണറുകുഴിച്ച് കെട്ടിമിനുക്കിയേ ഇന്നും മുക്കോലക്കാർ വീടു പണി തുടങ്ങുകയുള്ളൂ. പഴയ കുണ്ടും കുഴിയും മണ്ണിട്ടു മൂടുന്ന സ്വഭാവം ഞങ്ങൾക്കില്ല. ആൺപെൺഭേദമില്ലാതെ ഏതു നേരത്തും കുളിക്കാവുന്ന തമ്പുരാട്ടിക്കുളം മുക്കോലയുടെ സൗഭാഗ്യമാണ്. നാശമില്ലാത്ത ഈ സൗഭാഗ്യം മുക്കോലയുടെ ദൈവികമായ സ്വത്തുതന്നെ. ഞങ്ങളുടെ മുക്കോലക്കാർ ജീവിതംകൊണ്ട് ലോകത്തിന്റെ ഏതു കോണിലെത്തി പ്പെട്ടാലും തമ്പുരാട്ടിക്കുളത്തിലെ കുളി സ്വപ്നത്തിലേക്കു നിറഞ്ഞുവരും. ദൂരെ മണലാരണ്യത്തിലെ കൃത്രിമമായി തണുപ്പിച്ച മുറിയിൽ ബിയറി ന്റെയോ വിസ്കിയുടെയോ ലഹരിയിൽ തളർന്നുറങ്ങുമ്പോൾ മുക്കോല ക്കാരുടെ സ്വപ്നങ്ങളിൽ തമ്പുരാട്ടിക്കുളത്തിലെ കുളി അരങ്ങേറി അവരെ സുഖിപ്പിക്കുന്നു. ജാതിമതഭേദമെന്യേ, രാപ്പകൽ ഭേദമെന്യെ, നീന്തിമദിച്ചു പുളഞ്ഞുമറിയാവുന്ന ഈ തമ്പുരാട്ടിക്കുളം വറ്റിപ്പോയാൽ പിന്നെ മുക്കോ ലയില്ല. തമ്പുരാട്ടിക്കുളക്കരയിലെ വൃശ്ചികപ്പുലരികളും മീനസായാഹ്ന ങ്ങളും ഞങ്ങളുടെ ഓർമകളുടെ പച്ചയാംവിരിപ്പിട്ട പൂമുഖങ്ങളാണ്.

ഇനി ഞങ്ങളുടെ കിണറുകളോ, കൊടും വേനലിൽ വറ്റാത്ത മുക്കോ ലയുടെ കിണറുകളിലെ വെള്ളത്തെ നേരിടാൻ പനിനീരിനുപോലുമാ വില്ല. വൈകുന്നേരം കുളത്തിൽ കുളിച്ചാലും കിണറ്റിൻകരയിൽ ഇരുട്ടു ണ്ടാക്കി മേലൊന്നു വിടർത്തി കഴുകിയേ മുക്കോലക്കാരികൾ രാത്രി തല ചായ്ക്കാനൊരുങ്ങുകയുള്ളൂ. മറ്റെന്തെല്ലാം കുറ്റം മുക്കോലക്കാരികൾക്കു ണ്ടായാലും കുളിക്കാത്ത കുറ്റം അവർക്കില്ല. നാറുമെന്ന കുറ്റം അവർ ക്കില്ല. ഒട്ടുമിക്ക ആണുങ്ങളും രണ്ടുനേരം കുളിക്കുമെങ്കിലും ഒരുനേരം കുളിക്കാത്ത ഒരാണും മുക്കോലയിലുണ്ടാവില്ല.

ഇങ്ങനെയെല്ലാമുള്ള മുക്കോലപ്രദേശത്താണ് എന്റെ പ്രിയ സുഹൃത്ത് ദാമോദരന്റെ അച്ഛൻ കുഞ്ഞിരാമേട്ടൻ കുളിക്കാത്ത കുഞ്ഞിരാമനായി ജീവിച്ചുപോന്നത്. ഒരാൾ കുളിക്കാത്തത് മറ്റൊരാളുടെ പ്രശ്നമല്ല എന്നെനിക്കറിയാം. കുളിക്കാത്തത് കുറ്റമോ പോരായ്മയോ അല്ലെന്നും അറിയാതെയല്ല. എന്നാലും ഈ കുഞ്ഞിരാമേട്ടൻ.... ദേശത്തുകാർ ചിരിക്കുകയും അത്ഭുതം കൊള്ളുകയും ചെയ്തടങ്ങുമെങ്കിലും കുഞ്ഞിരാമേട്ടൻ കുളിക്കാത്തത് ദാമോദരനും അവന്റെ കുടുംബത്തിനും കടുത്ത ദുഃഖം തന്നെയാണ്. നാട്ടുകരുടെ മുമ്പിൽ തലതാഴ്ത്തി ജീവിക്കേണ്ടിവരുന്ന ഒരപമാനവും കൂടിയായിരുന്നു.

ദാമോദരൻ മുക്കോലയിൽ കുളിക്കാത്ത കുഞ്ഞിരാമന്റെ മോനായി അറിയപ്പെട്ടു. ദാമോദരന്റെ ഭാര്യ ദേവകി കുളിക്കാത്ത കുഞ്ഞിരാമന്റെ മോന്റെ ഭാര്യയാണ് പലർക്കും. അങ്ങനെ അറിയപ്പെടുന്നതിൽ എന്തോ ഒരു പോരായ്മയുണ്ടെന്നു തോന്നിയ ദേവകി ദാമോദരനെ നിർബന്ധിച്ചുകൊണ്ടിരുന്നു. എങ്ങനെയെങ്കിലും അച്ഛനെ ഒന്നു കുളിപ്പിക്കണം. മൂന്നു വയസായ മോനെക്കൊണ്ടുപോലും ദേവകി പറയിപ്പിക്കുന്നു, അപ്പൂപ്പാ ഒന്നു കുളിക്ക്. ദാമോദരനും ഓർമവച്ചന്നേ ആഗ്രഹിക്കുന്നതാണ്, അച്ഛരാ ഒന്നു കുളിക്ക്. ദേവകി ദാമോദരന്റെ ഭാര്യയായി വീട്ടിൽ വന്നു കയറിയതുമുതൽ പറയാൻ തുടങ്ങിയതാണ്, ഒന്നു കുളിക്കച്ഛാ എന്ന്. വർഷങ്ങൾക്കുശേഷവും അവൾ ദാമോദരന്റെ അച്ഛനോടു സ്നേഹപൂർവം കെഞ്ചിക്കൊണ്ടേയിരിക്കുന്നു, ഒന്നു കുളിക്കാൻ. ദേവകി കുഞ്ഞിരാമേട്ടനു കുളിക്കാൻവേണ്ടി കുളിമുറിയിൽ വെള്ളം കോരിവെയ്ക്കും. കിണറ്റിനരികെ അടുപ്പ് കൂട്ടി വെള്ളം ചൂടാക്കിവെയ്ക്കും. സോപ്പും എണ്ണയും കുരുമുളകുവള്ളി ചുട്ടതും ഈഞ്ചയും ചിതറിയ ചകിരിയും കൊണ്ടുവെയ്ക്കും. മടുത്തുമടുത്ത് അവസാനം ദേവകിയും കുഞ്ഞിരാമേട്ടൻ കേൾക്കാതെ കുഞ്ഞിരാമേട്ടനെ കുളിക്കാത്ത കുഞ്ഞിരാമൻ എന്നു വിളിച്ചു ചിരിച്ചു. ഒരു ദിവസം ദേവകി ദാമോദരന്റെ സാന്നിധ്യത്തിൽ തന്നെ കുഞ്ഞിരാമേട്ടനോടു ചോദിച്ചു: "അമ്മ എങ്ങനെ ഈ അച്ഛനെ മുപ്പതുകൊല്ലം സഹിച്ചു. അമ്മയോടെനിക്ക് ഒരുപാടു ചോദിക്കാനുണ്ടായിരുന്നു. എന്തുചെയ്യാനാ, ഞാൻ വന്നുകയറുന്നതിനുമുമ്പേ മരിച്ചുപോയില്ലേ. അച്ഛൻ കുളിച്ചില്ലെങ്കിൽ ഞാനും കുളിക്കാത്ത കുഞ്ഞിരാമൻ എന്നു വിളിച്ചുതുടങ്ങും. കുളിക്കാത്ത കുഞ്ഞിരാമായെന്ന് എന്റെ മോനെക്കൊണ്ടും ഞാൻ വിളിപ്പിക്കും."

എന്നാലും ദേവകി അങ്ങനെയൊന്നും പറയരുതായിരുന്നു. അവൾ അങ്ങനെയങ്ങ് ഇളകിപൊലിയേണ്ടതില്ലായിരുന്നു. ദേവകിയുടെ അന്നത്തെ ആ സംസാരം ദാമോദരന്റെ നെഞ്ചിൽ കടന്നലുകളെപ്പോലെ തുളച്ചുകയറി വേദനിപ്പിച്ചു.

ആ വേദനയും അരക്കുപ്പി റമ്മുമായിട്ടാണ് ദാമോദരൻ അടുത്ത ദിവസം വൈകുന്നേരം എന്നെ കാണാൻ വന്നത്. ഉപ്പിലിട്ട മാങ്ങ കടിച്ച് പല്ലിനിടയിലിട്ട് മുഖം ചുളിച്ച് നുണയുന്നതിനിടയിൽ ദാമോദരൻ പറഞ്ഞു:

“അച്ഛനെ എന്റെ മോൻ കുളിക്കാത്ത അപ്പൂപ്പൻ എന്നു വിളിച്ചു തുടങ്ങിയിരിക്കുന്നു. ദേവകി പഠിപ്പിച്ചതാണ്. മോനെ അവളിപ്പോൾ അച്ഛന്റെ കയ്യിൽ കൊടുക്കുന്നുമില്ല. അച്ഛൻ തൊട്ടാൽ ചർമ്മരോഗം വല്ലതും വരുമെന്നാണ് അവൾ പറയുന്നത്. മോനാണെങ്കിൽ അച്ഛനെ വലിയ ഇഷ്ടവുമാണ്. ഇന്നലെ രാത്രി അമ്മയെ അവൾ പരിഹസിക്കുകയായിരുന്നു. പരിഹസിച്ചു കഴിഞ്ഞപ്പോൾ സഹിക്കവയ്യാതെ ഞാനവളെ പൊതിരെ തല്ലി. അച്ഛനിതെല്ലാം കണ്ടുകൊണ്ട് മുറ്റത്ത് ഓലവിരിച്ചു കിടക്കുകയായിരുന്നു.”

കുഞ്ഞിരാമേട്ടൻ കുളിക്കാത്തതുകൊണ്ട് ദേവകി ഇങ്ങനെ ചാടുന്നതൊന്നും ശരിയല്ല. ദാമോദരന്റെ അമ്മ തോറ്റുപോയേടത്ത് ദേവകി വിജയിക്കുമോ? ദാമോദരന്റെ അച്ഛൻ കുളിക്കാത്തതുകൊണ്ട് ഏറ്റവുമധികം വേദനിച്ചത് ദാമോദരന്റെ അമ്മയായിരിക്കും. അവസാനം ഇതെന്തോ ഒരു രോഗം എന്നു വിശ്വസിച്ച് അമ്മ സമാധാനിച്ചു.

അച്ഛൻ കുളിച്ചത് ദാമോദരന്റെ ഓർമയിലെങ്ങുമില്ല. നീ ജനിച്ചിട്ടും രണ്ടുമൂന്നുകൊല്ലംവരെ കുളിക്കുമായിരുന്നുവെന്ന് അമ്മ എപ്പോഴോ പറഞ്ഞിട്ടുണ്ട്. പക്ഷേ, മുക്കോലക്കാർ പറയുന്നത് ഇത് കുഞ്ഞിരാമന്റെ ഒരു കളിയാണെന്നാ. അർധരാത്രിയിൽ മുക്കോലക്കാരെല്ലാം മരിച്ചുറങ്ങുമ്പോൾ കുഞ്ഞിരാമൻ ഒളിച്ചുകുളിക്കുന്നുണ്ടാവണം. ഇങ്ങനെ കുളിക്കാതിരുന്നാ കുഞ്ഞിരാമനെ നാറുല്ലേ.

കുപ്പായമിടാതെ നടക്കുന്ന കുഞ്ഞിരാമേട്ടന്റെ ദേഹത്ത് കുളിക്കാത്തതിന്റെ ഒരു ലക്ഷണവുമില്ല. വരണ്ടുണങ്ങിയ ശരീരമാണെങ്കിലും അഴുക്കില്ല, ചൊറിയില്ല. പോറൽപ്പാടുകളില്ല. കുഞ്ഞിരാമേട്ടനെ ഇതു വരെ ആർക്കും നാറിയിട്ടുമില്ല.

മുക്കോലയിലെ പടുകിഴവന്മാരൊക്കെ പറയുന്നത് കുഞ്ഞിരാമൻ പണ്ടൊക്കെ കുളിക്കുമായിരുന്നു എന്നാണ്. തമ്പുരാട്ടിക്കുളത്തിൽ നീന്തിക്കുളിക്കുന്നതും കിണറ്റിൽ നിന്നു വെള്ളംകോരി കുളിക്കുന്നതുമൊക്കെ കണ്ടവരുണ്ട്. പിന്നെ എപ്പോഴാ കുഞ്ഞിരാമേട്ടൻ ഈ കുളി നിർത്തിയിരിക്കുക?

സാധുവായ കുഞ്ഞിരാമേട്ടനെ ഒരു വിചിത്ര മനുഷ്യനായിട്ടാണ് മുക്കോലക്കാർ കരുതുന്നത്. സംസാരിക്കുന്ന കാര്യത്തിൽ കുഞ്ഞിരാമേട്ടൻ മഹാപിശുക്കനാണ്. ങാ, ങു, ഓ എന്നിങ്ങനെയുള്ള ശബ്ദങ്ങളിലൊതുങ്ങുന്നു കുഞ്ഞിരാമേട്ടന്റെ സംസാരം. മറ്റുള്ളവരുടെ സംസാരം കേട്ടുനിൽക്കാനും കുഞ്ഞിരാമേട്ടനും താൽപ്പര്യമില്ല.

അറുപത്തഞ്ചു വയസ്സുകഴിഞ്ഞിട്ടും കുഞ്ഞിരാമേട്ടൻ കൈക്കോട്ടെടുത്ത് ആഞ്ഞുവലിഞ്ഞു കൊത്തുന്നു. ഓല കീറുന്നു. പെണ്ണുങ്ങളെപ്പോലെ ഉക്കിച്ചിരുന്ന് ഓല മെടയുന്നു. കല്യാണത്തിനും മരണത്തിനും അങ്ങാടിയിലും പോകുന്നു. എങ്ങോട്ടു പോകുമ്പോഴും കുഞ്ഞിരാമേട്ടൻ കുപ്പായം മേലിലിടാറില്ല. കുപ്പായം കുഞ്ഞിരാമേട്ടന് കണ്ടേകൂടാ. എല്ലാ ഓണത്തിനും ദാമോദരൻ കുഞ്ഞിരാമേട്ടന് ഷർട്ടും മുണ്ടും എടുത്തുകൊ

ടുക്കുന്നു. അത് കുഞ്ഞിരാമേട്ടൻ നോക്കാറുപോലുമില്ല. വർഷങ്ങളുടെ പഴക്കമുള്ള കുപ്പായങ്ങൾ എടുത്തുനിവർത്തി ദേവകി പരിഹാസം കൊള്ളുന്നു. ചില പഴയ കുപ്പായങ്ങൾ ദേവകി തലയണയുറയായി മാറ്റിയിട്ടുമുണ്ട്.

എന്നാൽ ഈ പാവം കുഞ്ഞിരാമേട്ടൻ വെള്ളം തൊടാത്ത ആളൊന്നുമല്ല. ഉടുക്കുന്ന മുണ്ടും തോർത്തും കൃത്യമായി കഴുകി വെയിലത്തിട്ടാറ്റും. പല്ലുതേപ്പിനും ശൗചിക്കലിനുമായി പുലർച്ചെ ഒരു തൊട്ടി വെള്ളം വേണം. ആ ഒരു തൊട്ടി വെള്ളമല്ലാതെ ഒരു തുള്ളി കൂടുതൽ വേണ്ട.

മുക്കോലയിൽ കുഞ്ഞിരാമേട്ടനെ അറിയാത്ത് ആരുമുണ്ടാവില്ല. അതു കുളിക്കാത്ത കുഞ്ഞിരാമനായതുകൊണ്ടു മാത്രമാണ്. മുക്കോലക്കാർ കുളിക്കാത്ത കുഞ്ഞിരാമനെപ്പറ്റി കഥയുണ്ടാക്കി പറഞ്ഞു രസിക്കുന്നു. കുഞ്ഞിരാമേട്ടൻ എന്തിനാണിങ്ങനെ കുളിക്കാതെ മുക്കോലക്കാരുടെ മനസിൽ ഒരു ഹാസ്യകഥാപാത്രമായി മാറിയത്.

ചെറുപ്പത്തിൽ കുഞ്ഞിരാമൻ മഹാ പെൺകൊതിയനായിരുന്നു. വഴിയെ നടന്നുപോകുന്ന പെണ്ണുങ്ങളുടെ ചോര ഓന്തിനെപ്പോലെ നോക്കി ഊറ്റിക്കുടിക്കും. ചെറ്റപ്പുരയുടെ അടുക്കളവാതിൽ അർധരാത്രിക്ക് തുറപ്പിക്കാൻ കുഞ്ഞിരാമനൊരു പ്രത്യേക വിരുതുണ്ടായിരുന്നു. ആ വിരുതൻ കുഞ്ഞിരാമൻ ഒരു നിറസന്ധ്യയ്ക്ക് ആലഞ്ചേരിയില്ലത്തെ കുളിച്ചെറ്റയ്ക്കടുത്തുള്ള ചെന്തമരിമരത്തിന് മേൽ കയറി ഒളിച്ചിരുന്നു, കുഞ്ഞാത്തോല് കുളിക്കുന്നതു കാണാൻ. കുളിയുടെ സുഖത്തിനിടയിൽ കുഞ്ഞാത്തോല് ആകാശത്തൊന്നു നോക്കിയതാണ്. ചെന്തമരിയുടെ ഉച്ചിയിൽ ആകാശത്ത് കുഞ്ഞിരാമനിരുന്നു കുളി കാണുന്നു. മാനംപോയ കുഞ്ഞാത്തോല്, മനംനൊന്ത കുഞ്ഞാത്തോല്, കൈക്കുടന്നയിൽ വെള്ളമെടുത്ത് ആകാശത്തെറിഞ്ഞ് കണ്ണീരൊഴുക്കി ശപിച്ചു. കുഞ്ഞിരാമനിനി ഇജ്ജന്മത്ത് കുളിക്കാണ്ടായിപ്പോട്ടെ.

കുളിക്കാത്ത കുഞ്ഞിരാമനും ചുറ്റും മുക്കോലക്കാരുടെ ഭാവന പല വേഷങ്ങൾ കെട്ടി അലഞ്ഞു നടന്നു. ഏതോ മഹാസിദ്ധനായ ഒരു സന്യാസി മുക്കോലയിൽ വന്നെത്തി. ആറേഴുമാസം സിദ്ധൻ മുക്കോലയിൽ പാർത്തിരുന്നു. സിദ്ധന്റെ പരിചാരകൻ കറുത്തു സുമുഖനായ കുഞ്ഞിരാമനായിരുന്നു. കുഞ്ഞിരാമന് സിദ്ധനൊരു വരം നൽകി. കുഞ്ഞിരാമാ നീ നൂറു വയസ്സുവരെ ജീവിക്കും. കാറ്റും, തീയും, ഉഷ്ണവും, തണുപ്പുമൊന്നും നിന്നെ ഏശുകയില്ല. നീ കുളിക്കേണ്ട, പുതയ്ക്കേണ്ട, കുപ്പായമിടേണ്ട, നിനക്കെപ്പോഴും മനുഷ്യന്റെ മണമായിരിക്കും.

കുഞ്ഞിരാമന്റെ കൈയിൽ ദിവ്യസിദ്ധിയുള്ള ഏതോ വൈദ്യൻ കൊടുത്ത ഒരു ചൂർണമുണ്ട്. ആ ചൂർണം കുഞ്ഞിരാമൻ എവിടെയോ ഒളിപ്പിച്ചിരിക്കുകയാണ്. ആറുമാസത്തിലൊരിക്കൽ അത് മേലിട്ട് തുടച്ചാ കുളിക്കേം വേണ്ട, നനയ്ക്കേം വേണ്ട.

കഥകളിനിയും പൊട്ടിമുളയ്ക്കും. പക്ഷേ, മുക്കോലക്കാരുടെ ഭാവനയെ നിറംപിടിപ്പിക്കാനാണോ കുഞ്ഞിരാമേട്ടനിങ്ങനെ കുളിക്കാതിരിക്കു

ന്നത്. കുളിക്കാത്തതുകൊണ്ട് കുഞ്ഞിരാമേട്ടന് ഒരു പ്രശ്നവുമില്ല. എത്രയോ വർഷങ്ങളായി കുളിക്കാത്ത കുഞ്ഞിരാമനായി മുക്കോലയിൽ ആ പാവം മനുഷ്യൻ ജീവിക്കുകയാണ്. മുക്കോലക്കാർക്ക് കുഞ്ഞിരാമേട്ടൻ കുളിച്ചാലെന്താ? കുളിച്ചില്ലെങ്കിലെന്താ?

"എന്റെ അച്ഛനെന്താ കുളിക്കാത്തത്? ദാമോദരൻ എന്നോടു ചോദിക്കുന്നു. കടുത്തൊരു വേദനയുമായിട്ടാണ് ദാമോദരൻ എന്റെ മുന്നിൽ ഇരിക്കുന്നത്. അവന് അവന്റെ അച്ഛൻ കുളിക്കുന്നതു കാണണം. കുളിക്കാത്ത കുഞ്ഞിരാമന്റെ മകനെന്ന് അവനെ ആരും വിളിക്കരുത്. വർഷങ്ങളായി അവൻ സ്വപ്നംകണ്ടുകൊണ്ടിരിക്കുകയാണ്, അവന്റെ അച്ഛൻ കുളിച്ചു കുപ്പായമിട്ട് നടക്കുന്നത്.

വാസ്തവത്തിൽ, ദാമോദരൻ എന്തിനാണ് ഇങ്ങനെയൊരു സ്വപ്നത്തിനു പിറകെ അലഞ്ഞു വേദനിക്കുന്നത്? "പക്ഷേ, ദാമോദരാ കുഞ്ഞിരാമേട്ടന് പ്രശ്നങ്ങളൊന്നുമില്ലല്ലോ. നമ്മളെന്തിനാണ് അതേക്കുറിച്ച് ആലോചിക്കുന്നത്? വർഷങ്ങളായി അദ്ദേഹം കുളിക്കാറില്ലല്ലോ."

"അതല്ല നിങ്ങളിൽ നിന്ന് ചിലതൊക്കെ അറിയാനാണ് ഞാൻ വന്നത്. നിങ്ങളൊരുപാടു പുസ്തങ്ങളൊക്കെ വായിക്കുന്ന ആളാണല്ലോ. നിങ്ങൾ വായിച്ച കഥകളിലും കവിതകളിലുമെവിടെയെങ്കിലും എന്റെ അച്ഛനെപ്പോലെ ഇങ്ങനെ വർഷങ്ങളായി കുളിക്കാത്ത ഒരാളെ കണ്ടിട്ടുണ്ടോ?"

"കുഞ്ഞിരാമേട്ടനെപ്പോലെ നിസംഗരായ പാവങ്ങളെ, ജീവിതത്തോട് ഒരു പരാതിയുമില്ലാത്ത നല്ലവരായ മനുഷ്യരെ നിറയെ കണ്ടിട്ടുണ്ട്. പക്ഷേ ഇങ്ങനെയുള്ള കുളിക്കാത്തവരെ ജീവിതത്തിലും പുസ്തകത്തിലും കണ്ടിട്ടില്ല."

ഞാൻ പറയുന്നതു കേൾക്കാനായി ദാമോദരൻ എന്റെ കണ്ണിലേക്കു നോക്കിയിരുന്നു. ഞാൻ എന്താണ് അവനോടു പറയുക. എനിക്ക് എന്നോടുതന്നെ എന്താണ് പറയാൻ കഴിയുക.

ദാമോദരൻ വീണ്ടു ചോദിക്കുന്നു: "വെള്ളവുമായി ബന്ധപ്പെട്ട വല്ല മനോരോഗത്തെയുംകുറിച്ച് നിങ്ങൾ എവിടെയെങ്കിലും വായിച്ചിട്ടുണ്ടോ?"

"അങ്ങനെയാണെങ്കിൽ എല്ലാ മനുഷ്യരും മനോരോഗികളാണ്."

എന്റെയോ നിങ്ങളുടെയോ തോന്നലുകളിലാണോ മറ്റൊരു മനുഷ്യന്റെ ജീവിതമെന്ന് ഞാൻ വെറുതേ ദാമോദരനോടു ചോദിച്ചു. കുഞ്ഞിരാമേട്ടനിൽനിന്ന് ദാമോദരന്റെ മനസ്സ് എങ്ങനെയെങ്കിലും പറിച്ചെടുക്കാൻ ശ്രമിച്ചിട്ടും അവൻ അവന്റെ അച്ഛനിൽ ഹൃദയമൂന്നിക്കൊണ്ടുതന്നെ നിന്നു. അവന്റെ പാവം അച്ഛൻ അവന്റെ കരൾ പൊത്തിപ്പിടിക്കുകയാണ്.

ഏറെ രാത്രിയായി. ദാമോദരൻ ഒരേ ഇരുപ്പാണ്. റമ്മും തീർന്നു പോയി. എന്റെ കണ്ണിലുറക്ക് നുരച്ചെത്തുന്നു. ചെല്ലൂ, ദാമോദരാ ദേവകിയും മോനും കാത്തിരിക്കുന്നുണ്ടാവുമെന്നു പറഞ്ഞെഴുന്നേറ്റ് ഞാൻ കൈകാലുകൾ കുടഞ്ഞു.

"നിങ്ങളെന്നെ സഹായിക്കണം. ഈഴ്ച ഏതെങ്കിലുമൊരു ദിവസം

നമുക്ക് അച്ഛനെ കുളത്തിൽ കൊണ്ടുപോയി കുളിപ്പിക്കണം. രവിയും രാജനുമൊക്കെ ഉണ്ടാവും. നിങ്ങളും വരണം." ദാമോദരന്റെ ശബ്ദം ഇടറുന്നുണ്ടായിരുന്നു. കൊച്ചുമയക്കം പിടിച്ചു കാലടികൾ തെന്നുമ്പോൾ ഞാൻ പറഞ്ഞു: "ദാമോദരാ, ഈയാഴ്ച നമുക്ക് കുഞ്ഞിരാമേട്ടനെ കുളിപ്പിക്കാം."

എങ്ങനെയെങ്കിലും കുഞ്ഞിരാമേട്ടനെ കുളിപ്പിക്കണമെന്നു ഞാനും തീരുമാനിച്ചു. ആദ്യം സ്നേഹത്തോടെ പറഞ്ഞുനോക്കാം വഴങ്ങിയില്ലെങ്കിൽ ഒരു ദിവസം സന്ധ്യയോടെ തമ്പുരാട്ടിക്കുളത്തിൽ നിർബന്ധിച്ചു കുളിപ്പിക്കുക. ഇതെന്തൊരു സൂക്കേടാണ്. ഈ വയസനൊന്നു കുളിച്ചാൽ ദാമോദരനെന്തൊരു സന്തോഷമായിരിക്കും. ദാമോദരനാണെങ്കിൽ ഇതൊരു വലിയ വേദനയായി കൊണ്ടുനടക്കുകയുമാണ്. വേദന അയാളുടെ മാനസികാവസ്ഥയെ എങ്ങനെയെല്ലാമോ തളർത്തുന്നുമുണ്ട്. വല്ല വിധത്തിലും ദാമോദരൻ അവന്റെ അച്ഛനെ വെറുക്കുക എന്നുവന്നാൽ വലിയ കഷ്ടമായിരിക്കും. കുഞ്ഞിരാമേട്ടന് പിന്നെയാരാണുള്ളത്. ദേവകിയുടെ പൊങ്ങച്ചത്തിന് കുഞ്ഞിരാമേട്ടൻ തീരെ പറ്റുന്നില്ല. അവൾ ആ കിഴവനെ കഴിയാവുന്ന വിധത്തിലെല്ലാം അവഗണിച്ചുകൊണ്ടിരിക്കുകയാണ്.

കുഞ്ഞിരാമേട്ടനെ കുളിപ്പിക്കാനെടുത്ത തീരുമാനം ആഹ്ലാദത്തിന്റെ ചിറകുമുളച്ച് മുക്കോലയുടെ ചില കോണുകളിലൂടെ പാറിപ്പറക്കുകയായിരുന്നു. രവിയുടെയും രാജന്റെയും മനസിൽ കുഞ്ഞിരാമേട്ടനെ കുളിപ്പിക്കൽ ഒരുത്സവമായി വളർന്നു. ഞങ്ങളുടെ തീരുമാനമറിഞ്ഞ ചിലർ വായനശാലയിലും ചായക്കടയിലുമൊക്കെ ഇരുന്നു ചിരിച്ചു.

സന്ധ്യയ്ക്കുമുമ്പേ കുഞ്ഞിരാമേട്ടനെ കുളിപ്പിക്കും. കുളിപ്പിച്ച കുഞ്ഞിരാമേട്ടനെയും കൂട്ടി വീട്ടിലെത്തുമ്പോൾ ദേവകിയുടെ വക പായസമുണ്ടായിരിക്കണം. കുഞ്ഞിരാമേട്ടനാണെങ്കിൽ വലിയൊരു പായസപ്രിയനുമാണ്. പായസം മൂക്കറ്റം കുടിച്ചാലും മതിവരാറില്ല. കുഞ്ഞിരാമേട്ടന്റെ കുളി പായസംകൊണ്ടാഘോഷിക്കുന്നത് ദേവകിക്കൊരു സുഖവും. പക്ഷേ ഈ ദേവകി....

കുഞ്ഞിരാമേട്ടനെ കുളിപ്പിക്കാൻ ഞങ്ങൾ തെരഞ്ഞെടുത്തത് ബുധനാഴ്ച സന്ധ്യാനേരമാണ്. കുളക്കരയിലാളൊന്നുമില്ലാത്ത സമയം. ദാമോദരൻ പറഞ്ഞു. ഞാനും രാജനും രവിയും മാത്രമുണ്ടായാൽ മതി. ദേവകിക്ക് മോനെയും കൂട്ടി വരാനാഗ്രഹമുണ്ട്. അവൾക്ക് ദാമോദരന്റെ അച്ഛൻ കുളിക്കുന്നതുകണ്ട് ചിരിക്കാനമായിരിക്കും. ദാമോദരനും ദേവകിയും കുളക്കരയിൽ വരേണ്ട എന്നുതന്നെ ഞങ്ങൾ തീരുമാനിച്ചു.

സോപ്പും തോർത്തും എണ്ണയും പെരുങ്കായസഞ്ചിയിൽ ചുരുട്ടിത്തന്ന് ദേവകി ചിരിച്ചു. എന്നിട്ട് ദേവകി ഞങ്ങളെ ഉപദേശിച്ചു. എളുപ്പമാണെന്നു വിചാരിക്കേണ്ട. കുളിക്കാനാണെന്നു പറഞ്ഞാൽ പിന്തിരിഞ്ഞോടും. മുറുകെ പിടിക്കണം. നിർബന്ധിച്ച് ആദ്യം കുളത്തിലൊന്നു മുക്കിയാൽ മനസങ്ങ് മാറും. രണ്ടുമൂന്നു ദിവസം നിങ്ങൾ കുളിപ്പിച്ചാ പിന്നെ

കുളിപ്പിക്കണ കാര്യം ഞാനേറ്റു. ദാമോദരട്ടനെക്കൊണ്ട് പിടിച്ചുവെപ്പിച്ച് ഞാൻ വെള്ളം കോരിയൊഴിച്ചുകൊടുക്കും.

തിണ്ണയുടെ വടക്കേ അറ്റത്ത് ചുമരും ചാരി തനിച്ചിരിക്കുകയായിരുന്ന കുഞ്ഞിരാമേട്ടനെ ഞാൻ സ്നേഹത്തോടെ വിളിച്ചു. കുഞ്ഞിരാമേട്ടാ നമുക്കൊന്നു നടക്കാം. തമ്പുരാട്ടിക്കുളത്തിനടുത്തൊക്കെ ഒന്നു പോകാം. കുഞ്ഞിരാമേട്ടൻ ഇങ്ങനെ ഒറ്റപ്പെട്ട് ജീവിക്കരുത്. നന്നെ വയസായില്ലേ. ഇനി കുറച്ച് ദൈവവിശ്വാസോക്കെ വേണം. വൈകുന്നേരമാകുമ്പോൾ കുളിച്ച് അമ്പലത്തിൽ തൊഴാൻ പോകണം.

ശിലപോലെ നിശ്ചലൻ കുഞ്ഞിരാമേട്ടൻ.

ദേവകി ചിരി അടക്കിപ്പിടിച്ച് നിൽക്കുന്നു. ദാമോദരൻ ദൂരെ മാറി തെക്കോട്ടുനോക്കി നിൽക്കുന്നു. ഞാൻ പതുക്കെ കുഞ്ഞിരാമേട്ടന്റെ ഇടതുകൈ പിടിച്ചുകൊണ്ട് പറഞ്ഞു: “വാ, നമുക്കൊന്നു തമ്പുരാട്ടിക്കുളം വരെ പോകാം. ഇന്നു നന്നായൊന്നു കുളിക്കണം. ഞങ്ങളോടൊപ്പം കുഞ്ഞിരാമേട്ടനും കുളിക്കണം.”

നിർബന്ധിച്ചു പിടിച്ചുകൊണ്ടു പോകുമ്പോൾ, ദേവകി കൈയാംഗ്യം കൊണ്ട് പ്രേരിപ്പിക്കുമ്പോൾ പൂപോലെ കുഞ്ഞിരാമേട്ടൻ എന്റെ കൈയിലേക്കിങ്ങ് പോന്നു.

മനസിനൊരു വിഷമം തോന്നുന്നുണ്ടെങ്കിലും കൃത്രിമമായ ചിരിയുടെ മറവിൽ ഒളിച്ചു നിന്നുകൊണ്ട് കുഞ്ഞിരാമേട്ടന്റെ കൈയും പിടിച്ചു ഞാൻ നടന്നു. അപ്പോൾ ദേവകി മോനുവേണ്ടി ഈണത്തിലൊരു ചെറുപാട്ടു പാടുകയായിരുന്നു. രാജനും രവിയും പെരുങ്കായസഞ്ചിയും ഞങ്ങളുടെ തൊട്ടുപിറകെ കുളക്കരയിലേക്കു നീങ്ങുന്നുണ്ട്.

കുളിക്കണം, കുഞ്ഞിരാമേട്ടൻ കുളിച്ചേ പറ്റൂ. കുഞ്ഞിരാമേട്ടൻ കുളിക്കേണ്ടത് ഞങ്ങളുടെയൊക്കെ ആവശ്യമാണ്. കുളി മനുഷ്യനു നൽകുന്ന സുഖത്തെക്കുറിച്ചായിരുന്നു എന്റെ സംസാരം. കുളിച്ചു കുപ്പായമിട്ടുനടക്കുന്ന കുഞ്ഞിരാമേട്ടനെ ഞാൻ മനോഹരമായി ആവിഷ്കരിച്ചു കാണിച്ചുകൊടുത്തു. ദാമോദരന്റെയും ദേവകിയുടെയും മനോവിഷമത്തെക്കുറിച്ചും സംസാരിച്ചു.

നല്ല സമയം. സന്ധ്യയായിട്ടില്ല. എന്നാൽ പകൽ വെളിച്ചവുമില്ല. തമിഴ്നാട്ടിൽനിന്ന് മുക്കോലയിൽ കെട്ടിടം പണിക്കുവന്ന, നീന്തിക്കുളിക്കാനറിയാത്ത രണ്ടുമൂന്നു തമിഴന്മാർ കാക്കകളെപ്പോലെ പാതിമുങ്ങിക്കുളിക്കുന്നുണ്ടായിരുന്നതൊഴിച്ചാൽ തമ്പുരാട്ടിക്കുളത്തിൽ കുളിയൊഴിഞ്ഞ നേരമായിരുന്നു. കുളം കുഞ്ഞിരാമേട്ടനുവേണ്ടി ഒരുങ്ങിയതുപോലെ.

രാജനാണ് ആദ്യം കുളത്തിലേക്കു ചാടിയത്. കുളത്തെ വലംവച്ചൊന്നു നീന്തി അവൻ കുഞ്ഞിരാമേട്ടനെ കുളിക്കാൻ വിളിച്ചു. പെരുങ്കായസഞ്ചിയിൽനിന്ന് തോർത്തും സോപ്പും എണ്ണയും പുറത്തെടുത്തു. കുഞ്ഞിരാമേട്ടൻ ഞങ്ങളെ മൂന്നുപേരെയും മാറിമാറി നോക്കുകയാ

യിരുന്നു. എപ്പോഴും ഞാൻ കുളിയുടെ സുഖത്തെക്കുറിച്ച് സംസാരിച്ചു കൊണ്ടിരുന്നു.

ഞങ്ങൾ പ്രതീക്ഷിച്ചതൊന്നുമല്ല സംഭവിച്ചത്. തലനിറയെ എണ്ണ വാരിപ്പൊത്തി, തോർത്തെടുത്ത് ഞങ്ങൾ കൂടെയുള്ള ഭാവംപോലുമി ല്ലാതെ കുഞ്ഞിരാമേട്ടൻ കുളത്തിലിറങ്ങി. കുളി തുടങ്ങിയപ്പോൾ ഞങ്ങൾ കരഘോഷം മുഴക്കി കുഞ്ഞിരാമേട്ടന്റെ കുളിയിൽ ആഹ്ലാദിച്ചു. കുഞ്ഞിരാമേട്ടൻ ആണുങ്ങളുടെ കുളി കുളിക്കുകയായിരുന്നു. ആഹ്ലാദ ഭരിതരായ ഞങ്ങൾ സൗമ്യവും മധുരവുമായ ഭാഷയിൽ ഞങ്ങളുടെ തമ്പുരാട്ടിക്കുളത്തെ സ്നേഹപൂർവം തെറിവിളിച്ചു. ഇത്തിരിനേരം തമ്പുരാട്ടിക്കുളത്തിന് പൂരപ്പാട്ടിലെ നായികയാകേണ്ടിവന്നു.

രാജൻ ചോദിച്ചു: "രാവും പകലും മുക്കോലക്കാരെ മുഴുവൻ ഉടുതുണിയുരിഞ്ഞ് മാടിവിളിക്കുന്ന മോളേ തമ്പൂരാട്ടീ, നീ എന്തേ ഞങ്ങളുടെ കുഞ്ഞിരാമേട്ടനെ മാത്രം വിളിച്ചില്ല. നീ നോക്കീ രസിക്ക്, കുഞ്ഞിരാമേട്ടന്റെ കുളി."

കുഞ്ഞിരാമേട്ടൻ ഒന്നും കേൾക്കുന്നുണ്ടായിരുന്നില്ല. സ്വന്തമായൊരു വൃത്തമുണ്ടാക്കി നീന്തിക്കുളിക്കുകയായിരുന്നു. ആ വൃത്തത്തിനകത്തെ വെള്ളത്തെ ഉമ്മവെച്ചും കടിച്ചുകീറിയും ഇടിച്ചുകീറിയും നീന്തുകയാ യിരുന്നു. ആവേശംകൊള്ളിക്കുന്ന മനോഹരമായ ഒരു കുളി.

കുഞ്ഞിരാമേട്ടന്റെ പ്രായക്കാരുടെ കുളിയല്ല കുഞ്ഞിരാമേട്ടൻ കുളിച്ചുകൊണ്ടിരുന്നത്. പഴയൊരു വലിയ കുളിക്കാരൻതന്നെ ഈ കുഞ്ഞിരാമേട്ടൻ. കുളത്തെ നെഞ്ചിലേക്ക് രണ്ടു കൈകൊണ്ടും വാരിയെ ടുക്കുന്നതുപോലെ. കുളക്കരയിലെ തണുത്ത കാറ്റും കുഞ്ഞിരാമേട്ടന്റെ കുളിയും ഞങ്ങളുടെ മനസിൽ കുളിർമ കോരിയിട്ടു.

ഈ മനുഷ്യനാണോ കുളിക്കാത്ത കുഞ്ഞിരാമനായത്.

കുഞ്ഞിരാമേട്ടനെ സംബന്ധിക്കുന്ന എന്തോ ഒരു രഹസ്യമുണ്ട്. അത് മുക്കോലക്കാർക്ക് പിടികിട്ടുന്നില്ല. കുഞ്ഞിരാമേട്ടനു നേരെ നീളുന്ന എല്ലാ ചിരിയും പാഴ്ച്ചിരിയാണ്.

കുഞ്ഞിരാമേട്ടൻ കുളിച്ചുകുളിച്ച് സമയം നന്നായി ഇരുട്ടിക്കഴിഞ്ഞു. ഞങ്ങൾക്കു മതിയാവുന്നതുവരെ കുഞ്ഞിരാമേട്ടൻ കുളിച്ചു.

കുളിക്കരയിൽനിന്ന് ഞങ്ങൾ മടങ്ങിയത് ഒരുത്സവം കഴിഞ്ഞ സന്തോഷത്തോടെയാണ്.

കുഞ്ഞിരാമേട്ടൻ വീട്ടിലെത്തി ഞങ്ങളോടൊപ്പം ദേവകിയുടെ പായസം കുടിച്ചു. പായസം കുടിച്ചു തളർന്ന കുഞ്ഞിരാമേട്ടനും ദാമോ ദരന്റെ മോനും മുറ്റത്തെ നിലാവിൽ കുതിരകളിക്കുമ്പോൾ ദേവകി പറഞ്ഞു: "അച്ഛന് തേക്കാൻ കഞ്ഞുണ്ണിയിട്ട് എണ്ണകാച്ചും. കിണറ്റിൻകര യിൽ അടുപ്പു കൂട്ടും. വെള്ളം ചൂടാക്കി കുളിച്ചാൽ മതി.

നഷ്ടപ്പെട്ട അമൂല്യനിധി തിരിച്ചുകിട്ടിയ ആഹ്ലാദമായിരുന്നു ദേവകിക്ക്. അവൾ അടുക്കും ചിട്ടയുമില്ലാതെ ആഹ്ലാദിച്ച് ദാമോദരനെ മധുരമായി ചെറുതാക്കുന്നുമുണ്ടായിരുന്നു. അവളുടെ ആഹ്ലാദത്തി

ലൊന്നും പങ്കുകൊള്ളാതെയുള്ള ദാമോദരന്റെ മാറിയിരിപ്പ് എവിടെയോ പരാജയപ്പെട്ട് ഉൾവലിഞ്ഞതിന്റെ ലക്ഷണം പോലെ തോന്നി.

കുഞ്ഞിരാമേട്ടൻ ഉറങ്ങാൻ കിടന്നു. ദാമോദരന്റെ കണ്ണും ഇടയ്ക്കിടെ പാതിയടയുന്നു. ഞങ്ങളും മുറ്റത്തിറങ്ങി. അന്നേരം ദാമോദരൻ അവന്റെ അച്ഛന്റെ കിടപ്പ് നോക്കിക്കൊണ്ട് പറഞ്ഞു: "ഈ ചൂടിക്കട്ടിലിൽ പുറത്തേ അച്ഛൻ കിടക്കുകയുള്ളൂ. പെരുമഴയത്തും അച്ഛനിങ്ങനെയാണ്. എന്റെ ഓർമയിൽ അച്ഛൻ അകത്തുകിടന്നിട്ടില്ല. രാത്രി ഞാൻ രണ്ടും മൂന്നും തവണ പുറത്തിറങ്ങി നോക്കും."

പഴയ ആളുകൾ അങ്ങനെയാണ്. അവർക്ക് വീടിനകത്തു കിടന്നാൽ ഉറക്കം വരില്ല. നാലു ചുവരുകൾക്കുള്ളിൽ അവർക്കു ശ്വാസംമുട്ടും. അവർക്ക് അർധരാത്രിയും കൊറ്റിയുദിക്കുന്നതും വെളുക്കുന്നതുമൊക്കെ കിടന്ന പായിൽ നിന്നുതന്നെ കാണണം. അവർ രാവിനെ ഭയപ്പെട്ടവരല്ല. രാത്രിയുടെ മുഖം കാണാതെ എന്തു ജീവിതം. ഞാൻ രവിയോടു പറഞ്ഞു. ആ വയസന്റെ ജീവിതത്തിന് നമുക്കൊക്കെ അജ്ഞാതമായ എന്തൊക്കെയോ അർഥമുണ്ട്. വെയിലും നിലാവും മഴയും കാറ്റുമൊക്കെ കൂടെക്കൊണ്ടുനടക്കുന്ന ഒരു ജീവിതമാണത്. ജീവിതം ഇത്രയൊക്കെയേ യുള്ളൂ എന്നു തിരിച്ചറിഞ്ഞ ഒരു മുഖമാണത്.

വീട്ടിലെത്തിയ ഉടനേ കുഞ്ഞിരാമേട്ടനെ കുളിപ്പിച്ച കാര്യം ഞാൻ അമ്മയോടു പറഞ്ഞു. ആദ്യം ചിരിച്ചെങ്കിലും പിന്നീട് അമ്മ പറഞ്ഞു: "വല്ല രോഗവും വരാതിരിക്കട്ടെ, ഒരുപാടുകാലം കുളിക്കാതെ കുളിച്ചതാ."

ഉറങ്ങാൻ കിടന്നപ്പോൾ മനസിലാകെ കുഞ്ഞിരാമേട്ടനും കുഞ്ഞിരാമേട്ടന്റെ കുളിയും മാത്രമായിരുന്നു. നാളെ മുക്കോലയിലാകെ അറിയും. ആളുകൾ ചിരിച്ചു രസിക്കും. കുഞ്ഞിരാമേട്ടനെ കാണുമ്പോൾ കുളിയുടെ വിശേഷം ചോദിക്കും.

കുഞ്ഞിരാമേട്ടനെ ഇനി കുപ്പായം ധരിപ്പിക്കണം. ഇടയ്ക്കിടെ സിനിമയ്ക്കു കൊണ്ടുപോകണം. മുക്കോലക്കാർ കുഞ്ഞിരാമേട്ടന്റെ പുതിയ ജീവിതം കണ്ടു ചിരിക്കുകയായിരിക്കും. അവരുടെ ചിരിയും കുഞ്ഞുരാമേട്ടനുമായി എന്തു ബന്ധം.

ഇനി ഒരുപക്ഷെ കുഞ്ഞിരാമേട്ടൻ എല്ലാ ദിവസും കുളിക്കും. ഇന്നലെ കുളിച്ചപ്പോൾ പ്രത്യേകമായ ഒരു സുഖം തോന്നിയിട്ടുണ്ടാവണം. സന്തോഷം പുറത്തുകാണിക്കാനറിയാവുന്ന ആളല്ല കുഞ്ഞിരാമേട്ടൻ. കുഞ്ഞിരാമേട്ടന് അകമേയുള്ളൂ; പുറമില്ല. ദാമോദരന്റെ മോനുമായി കുതിരകളിച്ചു രസിക്കുമ്പോൾ കുഞ്ഞിരാമേട്ടനും കുട്ടിക്കും ഒരേ ഭാവമായിരുന്നു. കുഞ്ഞിരാമേട്ടൻ ഒരു നല്ല മനുഷ്യജീവി തന്നെയാണ്. ഒരാവശ്യവുമില്ല. ആരുടെയും ഒന്നും വേണ്ട. ഉറക്കം വരുന്നതുവരെയും മനസിൽ കുഞ്ഞിരാമേട്ടൻ മാത്രമായിരുന്നു.

പക്ഷേ, വൈകി ഉറങ്ങിയിട്ടും പതിവില്ലാതെ പുലർച്ചെ ഉണർന്നിരുന്നു. ജനലിനപ്പുറത്തെ വെളുക്കാത്ത പകൽ വീണ്ടുമെന്നെ മയക്കിക്കിടത്തി. മറ്റൊരുറക്കത്തിലേക്ക് വഴുതുമ്പോൾ പുറത്ത് അമ്മയുടേതേ

ല്ലാത്ത ശബ്ദവും സംസാരവും. അങ്ങോട്ട് ചെറുങ്ങനെ കാതോർക്കെ അമ്മ വാതിലിൽ മുട്ടി വിളിക്കുന്നു. ഞാൻ വാതിൽ തുറന്നത് അമ്മയുടെ പരവശമായ മുഖത്തേക്കാണ്.

"മോനേ, കുഞ്ഞിരാമനെ കാണ്ന്നില്ല."

പെട്ടെന്നൊരു വിറയലാണുണ്ടായത്. തലയ്ക്കകത്തൂടെ മിന്നൽ പ്പിണരുകൾ പാളിപ്പോകുന്നതുപോലെ. അമ്മ രണ്ടു കൈയും തലയിൽ വെച്ച് ദൈവത്തെ വിളിക്കുന്നു.

"എല്ലാവരും റോഡിലേക്ക് പോയിരിക്ക്വാ, കുഞ്ഞിരാമനെ തെരഞ്ഞ്.

വാതിൽപ്പടിയിൽ ശരീരം ചാരി ഞാനൊന്ന് ഉറച്ചുനിന്നു.

"കുഞ്ഞിരാമനെ നിങ്ങള് കുളിപ്പിച്ച കാര്യോം പറഞ്ഞാ ആള്ക്കളോ ട്ന്നത്. കുഞ്ഞിരാമനെ കുളത്തിലുന്തീട്ട് കുളിപ്പിച്ചൂന്നാ പറേന്ന്."

പുറത്ത് കാക്കക്കൂട്ടിനെറിഞ്ഞപോലെ ശബ്ദം. അമ്മ തരിച്ചുനിൽ ക്കുകയാണ്. എനിക്കാണെങ്കിൽ നിന്നേടത്തുനിന്നും ഒരടി നീങ്ങാൻ കഴി യുന്നില്ലായിരുന്നു.

കുഞ്ഞിരാമേട്ടനെവിടെ പോകാനാ; പക്ഷേ ഓരോ നിമിഷം കഴിയു ന്തോറും എന്റെ ഭയം കൂടിക്കൂടി വന്നു. എന്റെ ഭയന്ന മുഖം കണ്ടിട്ടാവാം അമ്മ പറഞ്ഞുകൊണ്ടേയിരുന്നു: "കുഞ്ഞിരാമനെവിടേം പോവൂല്ല. ഇവി ടെയെങ്ങാൻ കാണും."

ഞാൻ വീട്ടിനു പുറത്തിറങ്ങിനിന്നു. പെരുവഴിയിലാകെ സംസാരം കുഞ്ഞിരാമേട്ടനെപ്പറ്റിത്തന്നെയായിരുന്നു. ആളുകളോടുന്നു. ആളുകളെ ന്തിനാണിങ്ങനെ ബഹളം വെച്ചോടുന്നതെന്നു മനസിലാരാഞ്ഞുകൊണ്ട് ഞാനും ദാമോദരന്റെ വീട്ടിലേക്കു നടന്നു.

രാമൻവൈദ്യർ വടിയും കുത്തിപ്പിടിച്ചോടിയിറങ്ങിവന്ന് എന്നെ തട ഞ്ഞുനിർത്തിയിട്ട് ചോദിച്ചു: "എല്ലാ, എവ്ട പോയി കുഞ്ഞിരാമൻ. നിങ്ങള് കുറേപ്പേരിന്നലെ രാത്രീല് കുഞ്ഞിരാമനെ കുളത്തി കൊണ്ടു പോയി മുക്കിക്കുളിപ്പിച്ചൂന്ന് കേക്കണത് ശരിയോ, വല്ല കാര്യണ്ടോ ആ പാവ ത്തിനെ കൊണ്ട്വോയി..."

വൈദ്യരെന്തൊക്കെയോ പുലമ്പുന്നുണ്ടായിരുന്നു. ഒരക്ഷരം അങ്ങോട്ടു പറയാൻ എനിക്കു കഴിഞ്ഞില്ല. ഞാൻ ഇടവും വലവും നോക്കാതെ വേഗം നടന്നു. കുഞ്ഞിരാമേട്ടനെ കുളിപ്പിച്ച കാര്യം മുക്കോ ലയിലാകെ അറിഞ്ഞോ ഇത്രപെട്ടെന്ന്. "കുളിപ്പിക്കാൻ കുറേ ആളേളേ നടക്ക്ന്ന്." ചായക്കടയിൽ കൂടിയ മുക്കോലക്കാർ എന്റെ നേരെ തിരി യുന്നു. കണ്ണിലിരുട്ടു കയറുന്നു. കാതുകളിൽ കൂർത്ത അപശബ്ദങ്ങൾ വന്നുവീഴുന്നു. ഓരോ നിമിഷവും ഞാനെന്റെ മനസിനെ പറഞ്ഞു വിശ്വ സിപ്പിക്കുകയായിരുന്നു. കുഞ്ഞിരാമേട്ടൻ എങ്ങോട്ടും പോവുകയില്ല. ഇവിടെ എവിടെങ്കിലും തന്നെ ഉണ്ടാവും. ആളുകൾ വെറുതെ ബഹളം കൂട്ടുകയാണ്. കുഞ്ഞിരാമേട്ടന് അങ്ങാടിവരെയല്ലാതെ എങ്ങോട്ടും പോകാനറിഞ്ഞുകൂടാ. രാവിലെ എഴുന്നേറ്റ് ക്ഷേത്രത്തിൽ പോയതായി രിക്കും."

ഒരു ഇരയെ കിട്ടിയതുപോലെ ദാമോദരന്റെ മുറ്റത്ത് ആളുകൾ എന്നെ വളഞ്ഞിട്ടു. അവർക്ക് ഞങ്ങൾ എങ്ങനെയാണ് കുഞ്ഞിരാമേട്ടനെ കുളിപ്പിച്ചതെന്നറിയണം. പേടിപ്പിച്ച് കുളത്തിൽ വലിച്ചിറക്കുകയായിരുന്നോ. ചിട്ടിപ്പിരിവുകാരൻ മാധവൻ പതുക്കെ എന്റെ കാതിൽ ചോദിച്ചു, "അടിയെങ്ങാൻ കൊടുത്തോ?"

എന്റെ ശബ്ദവും വിറച്ചുതുടങ്ങി. ദാമോദരൻ തിണ്ണയിൽ തലയും താഴ്ത്തി ഇരിക്കുന്നു. ദേവകി എന്തൊക്കെയോ വിളിച്ചുപറഞ്ഞു കരയുന്നു.

കുഞ്ഞിരാമേട്ടനെ തിരഞ്ഞുപോയ പലരും തിരിച്ചുവന്നു. കടപ്പുറത്തില്ല. ക്ഷേത്രങ്ങളിലൊന്നുമില്ല. അങ്ങാടിയിലും സ്റേറഷൻ പരിസരത്തുമില്ല. ബന്ധുക്കളുടെ വീട്ടിലൊന്നും ചെന്നിട്ടില്ല. മുക്കോലക്കാർ ചെറു ചെറു സംഘങ്ങളായി കൂടിനിന്നാലോചിക്കുന്നു. ഞങ്ങളോടാരും ഒന്നും ചോദിക്കുന്നില്ല. രവിയും രാജനും നിസ്സഹായരായി എന്റെ കണ്ണുകളിലേക്കു നോക്കുന്നു. ഞാൻ പറഞ്ഞു: "പേടിക്കാനൊന്നുമില്ല. കുഞ്ഞിരാമേട്ടനിങ്ങ് വരും."

ഉറങ്ങിയ കണ്ണുകൾ കഴുകാതെ തന്നെ ഞങ്ങളും കുഞ്ഞിരാമേട്ടനെ തേടിയിറങ്ങി. അലഞ്ഞലഞ്ഞ് എവിടെയൊക്കെയോ എത്തി. സന്ധ്യക്ക് ഹൈറേഞ്ചിറങ്ങിവന്ന ബസിൽ മുക്കോലയിലേക്കു പോരുമ്പോൾ രവി കരയുകയായിരുന്നു. രാജൻ ഒരക്ഷരം മിണ്ടുന്നില്ല. അപ്പോഴും ഞാൻ പറഞ്ഞു. "കുഞ്ഞിരാമേട്ടൻ എങ്ങോട്ടും പോവുകയില്ല."

രാത്രി ദാമോദരന്റെ മുറ്റത്ത് തിരിച്ചെത്തുമ്പോൾ വലിയൊരാൾക്കൂട്ടവും വെളിച്ചവും. ആൾക്കൂട്ടത്തിന്റെ കണ്ണ് ഞങ്ങളുടെ നേരെ തിരിഞ്ഞു. മുക്കോലയിലെ എല്ലാ രാഷ്ട്രീയകക്ഷികളുടെയും നേതാക്കൾ വന്നിട്ടുണ്ട്. അവരെല്ലാംകൂടി നിന്നാലോചിക്കുകയാണ്. ഞങ്ങളെ മൂന്നുപേരെയും വിളിച്ച് അവരുടെ നടുവിൽ നിർത്തി ചോദ്യം ചെയ്യാനാരംഭിച്ചു. ഞാൻ നടന്നതെല്ലാം വിസ്തരിച്ചു പറഞ്ഞു. ദാമോദരൻ റമ്മുമായി വന്നതു മുതൽ പായസം കുടിച്ചതുവരെ. അതെല്ലാം കേട്ടു തലമുതിർന്ന ഒരു നേതാവ് ഞങ്ങളോട് ചോദിച്ചു. "ബലം തീരെ പ്രയോഗിച്ചില്ലെന്നാണോ പറയുന്നത്. കുളിക്കുമ്പോൾ ഭയമുണ്ടായിരുന്നോ? നാളെയും ബലമായിങ്ങനെ പിടിച്ചുകൊണ്ടുവന്ന് കുളിപ്പിക്കുമെന്നു പറഞ്ഞിരുന്നോ? നിങ്ങൾ മൂന്നുപേരും ചേർന്ന് സംഘമായി അദ്ദേഹത്തെ ഉപദ്രവിക്കുകയാണെന്നു തോന്നിയിരുന്നോ? കുളികഴിഞ്ഞശേഷമുള്ള പെരുമാറ്റം എങ്ങനെയായിരുന്നു? അദ്ദേഹം കുളിക്കാത്തതുകൊണ്ട് വ്യക്തിപരമായി നിങ്ങൾക്കെന്തെങ്കിലും പ്രശ്നമുണ്ടായിരുന്നോ?"

സത്യമെല്ലാം ഞാൻ പറഞ്ഞിട്ടും ചോദ്യങ്ങൾ തുരുതുരെ വന്നുകൊണ്ടിരുന്നു. ആ ചോദ്യങ്ങൾ ഞങ്ങളുടെ കരൾ തുളയ്ക്കുകയായിരുന്നു. ഞാൻ ആൾക്കൂട്ടത്തിനായി എല്ലാം വീണ്ടുംവീണ്ടും ആവർത്തിച്ചു. ഞങ്ങൾ കുളിപ്പിക്കാൻ പോയതേയുള്ളൂ. കുഞ്ഞിരാമേട്ടൻ ഉടനേ കുളത്തിലിറങ്ങി കുളിക്കുകയാണുണ്ടായത്. കുളിച്ചു കയറിയപ്പോൾ കുഞ്ഞി

രാമേട്ടന് നല്ല സുഖം തോന്നിയിരുന്നു. ദാമോദരന്റെ മോനുമായി കുതിര കളിച്ചാണുറങ്ങിയത്. നിത്യവും കുളിക്കണമെന്നും ക്ഷേത്രത്തിൽപ്പോയി ദൈവത്തോട് പ്രാർഥിക്കണമെന്നുമൊക്കെ ഞാൻ പറഞ്ഞത് സത്യമാണ്.

ചെറുപ്പക്കാരനായ വക്കീൽ ഇടയ്ക്കുകയറി ഗൗരവസ്വരത്തിൽ പറഞ്ഞു: "സംഗതികളൊക്കെ നേരാവാം. എത്രയോ വർഷങ്ങളായി കുളിക്കാത്തയാളാണ് ഈ കിഴവൻ. മനസുകൊണ്ടുള്ള തീരുമാനമായിരിക്കും അത്. ആ മനസ്സ് നിങ്ങൾക്ക് കാണാൻ കഴിഞ്ഞില്ല. മനസിന്റെ അജ്ഞാത തലങ്ങളിലും മനുഷ്യനൊരു ജീവിതമുണ്ടെന്നുള്ള അറിവ് നിങ്ങൾക്കില്ല."

ആൾക്കൂട്ടത്തിൽ നിന്നാരോ പറഞ്ഞു: "കുളിപ്പിച്ച് നാട് കടത്തിയ പാപികള്. കുഞ്ഞിരാമേട്ടനെ കണ്ടില്ലേല് നിങ്ങളെ മൂന്നിനെയും മുക്കോലേല് ജീവനോടെ വെച്ചേക്കില്ല."

മുക്കോലക്കാരുടെ മനസിൽ ഞങ്ങൾ മൂന്നും പാപികളായി. ഞങ്ങൾ പറയുന്നതാരും വിശ്വസിക്കുന്നില്ല. മുക്കോലയിലെ കുണ്ടും കുളങ്ങളും കിണറുകളും തപ്പിനോക്കി. ആളുകൾ അന്വേഷണം മതിയാക്കി. എല്ലാം പൊലീസിനെ ഏൽപ്പിച്ചിരിക്കുകയാണ്. ഞങ്ങളെപ്പറ്റി ഞങ്ങൾക്കറിഞ്ഞുകൂടാത്ത എന്തെല്ലാം കഥകളാണ് ഉണ്ടായിരിക്കുന്നത്.

ഉറങ്ങാതെ, കുളിക്കാതെ ആഹാരം കഴിക്കാതെ കുഞ്ഞിരാമേട്ടനെ തേടിയലഞ്ഞ് ഞങ്ങൾ ശവങ്ങളായി മാറി. പൊലീസും അന്വേഷിക്കുന്നുണ്ട്. സർക്കിൾ ഇൻസ്പെക്ടറുടെ കൈ ഒരു തവണ എന്റെ നേരെ നീണ്ടതാണ്. ഞാൻ സത്യം പറയുമ്പോൾ അയാൾ മൃഗമായി വാപൊളിച്ചു ചിരിക്കുന്നു. നിങ്ങൾ മൂന്നുപേരും എവിടെ കൊണ്ടുപോയാണ് ആ കിഴവനെ കൊന്നതെന്നു ചോദിച്ചപ്പോൾ ഞാൻ പൊട്ടിക്കരഞ്ഞുപോയി. ദേവകിയുടെ പങ്ക് എന്താണെന്നയാൾക്കറിയണം. ഒരു നിമിഷം എന്റെ മുഖത്തേക്കു മൃഗത്തെപ്പോലെ അലറിക്കൊണ്ടു പറഞ്ഞു. "നിനക്ക് ദേവകിയുമായി രഹസ്യബന്ധമുണ്ട്. അവൾക്കുവേണ്ടി നിങ്ങൾ മൂന്നുപേരും ചേർന്ന് കിഴവനെ തട്ടിയതാണ്."

ദേവകിയോടും ദാമോദരനോടും എന്തൊക്കെയാണ് ചോദിച്ചിരിക്കുക. ദാമോദരനെ പുറത്തൊന്നും കാണാനില്ല. അവന്റെ വീട്ടുമുറ്റത്തു പോകാനും കഴിയുന്നില്ല.

പൊലീസ് ഞങ്ങളുടെ പേരിൽ ഒരു കേസ് രജിസ്റ്റർ ചെയ്തിട്ടുണ്ട്. ഞങ്ങളെ എന്നുവേണമെങ്കിലും അറസ്റ്റ് ചെയ്യാമെന്നാണ് മുക്കോലക്കാർ പറയുന്നത്. കുഞ്ഞിരാമേട്ടനെ അന്വേഷിക്കുന്നതോടൊപ്പം പൊലീസ് ഞങ്ങളുടെ പൂർവചരിത്രവും അന്വേഷിക്കുകയാണ്. പൊലീസിനെപ്പോലെ തന്നെ നാട്ടുകാരിൽ പലർക്കും ഞങ്ങളെ ബലമായി സംശയമുണ്ട്. പൊലീസാണെങ്കിൽ ദേവകിക്കുചുറ്റുമാണ് പ്രധാനമായും കറങ്ങുന്നത്. മുക്കോലയിൽനിന്ന് എങ്ങോട്ടും പോകാനും വയ്യാ. മുക്കോലയിൽ നിൽക്കാനും വയ്യാ. ഞങ്ങൾക്ക് എന്തും വന്നുചേരാം.

ഇത്രയും കഠിനഹൃദയനായ ഒരാൾ ഈ കുഞ്ഞിരാമേട്ടന്റെ മനസിൽ ജീവിക്കുന്നുണ്ടായിരുന്നോ?

ശരണം നാരായണീയം

പുറത്തേക്കു നോക്കി ഇരിക്കാനുള്ള സീറ്റു തന്നെയാണ് കിട്ടിയത്. ബസ് യാത്രയിൽ പുറത്തേക്കു നോക്കിയിരിക്കുന്നത് കുട്ടിക്കാലം മുതലേ അയാളുടെ സുഖങ്ങളിലൊന്നായിരുന്നു. ദൂരയാത്രകളിലാവുമ്പോൾ മനസിൽ തന്റെ ജീവിതം കൊണ്ടൊരു കഥയുണ്ടാക്കുന്നു. ആ കഥയിലെ നായകൻ അയാൾതന്നെയായിരിക്കും. നായിക ഏതെങ്കിലും സുന്ദരിയായ പെൺകുട്ടിയും. അങ്ങനെയുള്ള കഥകളെക്കുറിച്ചോർത്ത് അയാൾ പിന്നീട് ചിരിക്കും.

ഈ ബസ്‌യാത്രയിൽ വേണമെങ്കിൽ നാല് മണിക്കൂർ ദൈർഘ്യമുള്ള ഒരു പ്രണയകഥയിൽ അയാൾക്ക് നായകനാവാം. പക്ഷേ, നായികയാവാൻ അയാളുടെ മനസിൽ ഒരു പെൺകുട്ടിയുമില്ല. മനസ്സ് വളരെ ക്ലേശിച്ച് ഏതോ ഒരു ചെറുപ്പക്കാരിയെ തിരഞ്ഞു പിടിക്കുമ്പോൾ അയാളോർത്തു. എന്തിനാണിനി അങ്ങനെയുള്ള കഥകൾ? പ്രായമായില്ലേ? ആരോടോ, എന്തിനോടോ വാശിതീർക്കാനെന്നപോലെ അയാൾ അസ്വസ്ഥത ജനിപ്പിക്കുന്ന തണുത്ത കാറ്റിലേക്ക് മുഖം തിരിച്ചുപിടിച്ചു. കുത്തി മരവിപ്പിച്ച് ഓടിപ്പോകുന്ന ആ കാറ്റിനോട് തന്റെ ജീവിതം ഒരു കഥയാക്കി പ്പറയണമെന്ന് അയാൾക്ക് തോന്നുകയുണ്ടായി. അന്നേരം പൊടുന്നനെ മനസിലേക്കു രാഗിണി കടന്നുവന്നു. രാഗിണിയെ അയാൾ നോക്കിയതേയില്ല. അവളുടെ വരവ് അയാളെ കൂടുതൽ അസ്വസ്ഥനാക്കുകയാണുണ്ടായത്.

ഇങ്ങനെയൊരു യാത്ര വേണ്ടായിരുന്നു. മാസങ്ങളോളം ആലോചിച്ചു തീരുമാനിച്ചതാണെങ്കിലും ഇപ്പോൾ ഈ യാത്ര നിരർഥകമായി തോന്നുന്നു. തന്റെ ഒരു യാത്രയ്ക്കും ഇനി അർഥമില്ല എന്നാലോചിച്ച് അയാൾ മനസിലൊന്നു ചിരിക്കാൻ ശ്രമിച്ചു.

അയാൾ അയാളെക്കുറിച്ചുതന്നെ ആലോചിച്ചു.

തന്റെ ഈ ഒറ്റപ്പാട്- സഹിക്കാൻ കഴിയാത്ത സ്വന്തം ഒറ്റപ്പാടിനെക്കുറിച്ചോർത്തപ്പോൾ പേടി തോന്നുകയുണ്ടായി. ജീവിതത്തിന് ഇങ്ങനെയൊരു മുഖമുണ്ടാകുമെന്ന് ഒരിക്കലും വിചാരിച്ചതല്ല. രാവ് വെളുക്കുമ്പോൾ പകലിനെ ശപിക്കുന്നു. പകലിരവാകുമ്പോൾ രാവിനെ ശപിക്കുന്നു. രാവും പകലും നീങ്ങുന്നില്ല.

അയാൾ പ്രഭാതങ്ങളെക്കുറിച്ചും സായാഹ്നങ്ങളെക്കുറിച്ചും ആലോചിച്ചു. എല്ലാം ഒരു മുറിയിലൊതുങ്ങിപ്പോയിരിക്കുന്നു.

അന്നേരം കാറ്റ് കളിയാക്കി ചോദിക്കുന്നതുപോലെ അയാൾക്ക് തോന്നി. നീ തെരഞ്ഞെടുത്തതല്ലേ ഈ മാർഗം? ഒറ്റപ്പെടാൻ ആശിച്ചവനല്ലേ നീ?

കാറ്റല്ല, ലക്ഷ്മിക്കുട്ടിയാണ് കളിയാക്കുന്നതെന്നും തോന്നി.

ലക്ഷ്മിക്കുട്ടിയെപ്പറ്റി അയാൾ വെറുതെ ഓർത്തു. ജീവിതം ലക്ഷ്മിക്കുട്ടി ഒരു വെല്ലുവിളിയായി എടുത്തിരിക്കുന്നു. നല്ലത്. അങ്ങനെയാണ് വേണ്ടത്.

മുപ്പത്തിയെട്ട് വയസ്സ് കഴിഞ്ഞ ലക്ഷ്മിക്കുട്ടി മുപ്പത് വയസ്സ് തികഞ്ഞിട്ടില്ലാത്ത നരേന്ദ്രനുമായി ജീവിക്കുന്നു. അവർ സന്തോഷത്തോടെ ജീവിക്കുന്നുവെന്ന് ഈയിടെ പ്രൊഫസർ നാരായണൻ നായർ പറയുകയുണ്ടായി. അതു കേട്ടപ്പോൾ അയാൾ ഉള്ളാലെ സന്തോഷിച്ചിരുന്നു. ലക്ഷ്മിക്കുട്ടിയുടെ ജീവിതം മേൽക്കുമേൽ സന്തോഷകരമാവട്ടെ എന്ന് അയാൾ ദൈവത്തോട് പ്രാർഥിച്ചു.

പക്ഷേ, അവരുടെ പ്രായവ്യത്യാസം!

എന്തു പ്രായം? പ്രായത്തിനെന്തു പ്രസക്തി? മനുഷ്യന്റെ പ്രായം ശരീരത്തിലല്ലല്ലോ, മനസിലല്ലേ.

ലക്ഷ്മിക്കുട്ടി നല്ല സ്ത്രീയായിരുന്നു. പലരേയും പോലെ ഒരു പ്രണയനഷ്ടത്തിന്റെ ഓർമകളും പേറി ജീവിച്ചപ്പോൾ, ജീവിതത്തിന്റെ കാലം വൈകിയതാവാം. ആ ഓർമകൾ മരിച്ചപ്പോൾ ജീവിതത്തിലേക്ക് നടന്നുപോയതാവാം. ജീവിതത്തിലേക്ക് രസകരമായ ഒരു യാത്ര.

ലക്ഷ്മിക്കുട്ടി അവളുടെ ജീവിതത്തിലേക്കു വിളിച്ചതായിരുന്നു. ഇരുവരും അൽപ്പം വൈകിപ്പോയെങ്കിലും നിങ്ങൾ തമ്മിൽ എന്തു നല്ല യോജിപ്പാണെന്നോ മാഷേ, തങ്കമ്മ ടീച്ചർ പലതവണ പറഞ്ഞു. ലക്ഷ്മിക്കുട്ടിയുടെ മനസിൽ നിന്നുകൊണ്ടാവണം തങ്കമ്മ ടീച്ചർ അങ്ങനെ പറഞ്ഞത് എന്ന് നന്നായറിയാം. പ്രൊഫസർ നാരായണൻ നായരും അങ്ങനെയൊരു ബന്ധത്തെ ഇഷ്ടപ്പെട്ടിരുന്നു. സ്നേഹത്തിന്റെ ഒരു പ്രകാശരേഖ ലക്ഷ്മിക്കുട്ടിയുടെ കണ്ണിൽ നിന്നങ്ങോട്ടും നീളുന്നുണ്ടായിരുന്നു.

ആ വെള്ളിയാഴ്ച നടന്ന സംഭവത്തെക്കുറിച്ചോർക്കുമ്പോഴെല്ലാം അയാൾ കുറ്റബോധത്തോടെ തലതാഴ്ത്തുകയാണ് പതിവ്. അന്നുച്ചയ്ക്ക് അയാളും ലക്ഷ്മിക്കുട്ടിയും മാത്രമേ ഉണ്ടായിരുന്നുള്ളൂ. പ്രൊഫസറും തങ്കമ്മ ടീച്ചറുമൊക്കെ ഒരു മണിക്കുതന്നെ പോയിരുന്നു. ജാലകത്തിന

പ്പുറത്ത് ഐസ്ക്രീം വണ്ടിയുടെ മണികിലുങ്ങി. ലക്ഷ്മിക്കുട്ടി അയാളെ നോക്കി ചിരിച്ചു. എന്നിട്ട് ജാലകത്തിലൂടെ കൈനീട്ടി രണ്ട് ഐസ്ക്രീം വാങ്ങി ഒന്ന് അയാളുടെ മുമ്പിൽവച്ചു.

"ഞാൻ ഐസ്ക്രീം കഴിക്കുകയില്ല. എന്റെ ബ്രോങ്കേറ്റ്സിന് ഇത് പറ്റുകയില്ല." അയാൾ പറഞ്ഞു. അയാൾ പറഞ്ഞത് സത്യമായിരുന്നു. ലക്ഷ്മിക്കുട്ടിയുടെ മുഖം വിളറിയത് കണ്ടിട്ടും എന്തുകൊണ്ടോ അയാൾക്ക് ആ ഐസ്ക്രീം കഴിക്കാൻ തോന്നിയില്ല. കൃത്യം രണ്ടു മണിക്ക് അയാൾ ക്ലാസിലേക്ക് പോയി. അപ്പോഴും ലക്ഷ്മിക്കുട്ടി വാങ്ങിയ ഐസ്ക്രീം മേശപ്പുറത്തുതന്നെ ഉണ്ടായിരുന്നു.

പിന്നീടൊരിക്കലും ലക്ഷ്മിക്കുട്ടി അയാളുടെ മുഖത്തുനോക്കിയിട്ടില്ല.

ഏഴെട്ടു മാസത്തിനുശേഷം നരേന്ദ്രൻ ലക്ഷ്മിക്കുട്ടിയെ രജിസ്റ്റർ വിവാഹം ചെയ്തു. അവർ തമ്മിലുള്ള പ്രായവ്യത്യാസം നാട്ടിലും കോളേജിലുമൊക്കെ കോളിളക്കമുണ്ടാക്കിയിരുന്നു. പല കഥകളും പ്രചരിച്ചു. പക്ഷേ, അവയെല്ലാം വളരെവേഗം കെട്ടടങ്ങുകയും ചെയ്തു.

നല്ലവളായ ലക്ഷ്മിക്കുട്ടി. എന്തിനവളെ ഇത്ര ശക്തമായി നിഷേധിച്ചുവെന്നാലോചിച്ച് അയാൾ ദുഃഖിക്കാറുണ്ട്. ലക്ഷ്മിക്കുട്ടിയെ സ്നേഹിക്കാമായിരുന്നില്ലേ? അവൾക്ക് എന്തിന്റെ കുറവാണുള്ളത്? സ്വന്തം ഭൂതകാലത്തോട് പ്രതികാരം വീട്ടുകയാണോ? അതിനൊന്നും അയാൾക്ക് ഉത്തരം കിട്ടാറില്ല. പക്ഷേ, മനസിന്റെ കോണിലെവിടെയോ ലക്ഷ്മിക്കുട്ടിയുണ്ട്. മേശപ്പുറത്ത് തനിക്കായി ഏറെനേരം കാത്തുനിന്ന ആ ഐസ്ക്രീമും ഇപ്പോൾ മനസിനകത്തു കയറിക്കൂടി വേദനിപ്പിക്കുകയാണ്. അന്ന് ആ ഐസ്ക്രീം ജാലകത്തിലൂടെ ലക്ഷ്മിക്കുട്ടി പുറത്തേക്കെറിഞ്ഞിരിക്കുമോ? അവളെന്തായാലും അത് കഴിക്കുകയില്ല. ലക്ഷ്മിക്കുട്ടിയുടെ മനസ്സ് അന്ന് നന്നായി വേദനിച്ചിട്ടുണ്ടാവണം.

തണുപ്പുകാറ്റ് പൂർണമായും പിന്മാറിക്കഴിഞ്ഞിരുന്നു. അയാളുടെ മനസിലേക്ക് നാരായണീയത്തിലെ കാറ്റുവീശി. ആ കാറ്റിൽ ലയിച്ചുകണ്ണടച്ചിരുന്നു.

ഒമ്പതര മണിയാവുമ്പോൾ അവിടെയെത്തും. നാലരയ്ക്കുള്ള ബസിന് ഇങ്ങോട്ടു തിരിക്കണം. അതിനിടയിലുള്ള നാലഞ്ച് മണിക്കൂറുകൾ. കുട്ടി രാവിലെത്തന്നെ കാത്തിരിക്കുകയാവും. അവൾക്ക് തന്നെയാണ് കത്തെഴുതിയത്. അഞ്ചുമണിക്കുപുറപ്പെടുന്ന ബസിനുവരും. നാലരയ്ക്കുള്ള ബസിന് തിരിച്ചുപോരും. എപ്പോഴും കുട്ടിക്കാണ് കത്തെഴുതുന്നത്. രാഗിണിക്ക് കത്തെഴുതാറില്ല. രാഗിണിയും ഇങ്ങോട്ടെഴുതാറില്ല. രാഗിണിയെ മനസ്സ് ബീനമോളുടെ അമ്മയായി മാത്രമേ കരുതുന്നുള്ളൂ.

രാഗിണി വീണ്ടും മനസിലേക്കു കടന്നുവരുമ്പോൾ അയാൾ മനസിന്റെ വാതിൽ വലിച്ചടച്ചു. അവൾ ബീനമോളുടെ അമ്മ മാത്രമാണ്. അയാൾ ആലോചിച്ചു. എന്തിനാണിന്ന് ലക്ഷ്മിക്കുട്ടിയും രാഗിണിയുമൊക്കെ മനസിൽ കടന്നുവരുന്നത്? ഈ കുട്ടി എന്തിനാണിങ്ങനെ തന്നെ സ്നേഹിക്കുന്നതെന്നാലോചിക്കുകയായിരുന്നു പിന്നീടയാൾ.

എല്ലാ സ്നേഹത്തിനുമപ്പുറത്ത് ഏകാന്തവാസമനുഷ്ഠിക്കുന്ന തന്നിലേക്ക് കുട്ടി എന്തിന് കടന്നുവരുന്നു? കുട്ടി ആഴ്ചയിൽ രണ്ടും മൂന്നും കത്തുകളെഴുതുന്നു. കത്തിൽ അവൾ ചിത്രം വരയ്ക്കുകയും കവിത എഴുതുകയും ചെയ്യുന്നു. കത്തിലൂടെ ചിരിക്കുകയും കരയുകയും ചെയ്യുന്നു. എന്നോട് സ്നേഹമില്ലേയെന്നും ഇല്ലെങ്കിൽ അത് തുറന്ന് പറഞ്ഞുകൂടേയെന്നും ഒരിക്കൽ കുട്ടി എഴുതി ചോദിച്ചിരുന്നു. അന്ന് അവൾക്കെഴുതി. നിന്നോടു മാത്രമേ സ്നേഹമുള്ളൂ. ലോകവുമായി എനിക്കുള്ള ബന്ധം നിന്നോടു മാത്രമാണ്. എനിക്കുള്ളതെല്ലാം നിനക്കാണ്. നമ്മുടെ ഈ വലിയ തറവാടുവീടും എനിക്ക് യാതൊരാവശ്യമില്ലാതെ ബാങ്കിൽ കിടക്കുന്ന പണവും നിനക്കുള്ളതാണ്.

കുട്ടിക്ക് മനസിലാവുമെന്നു കരുതി എഴുതിയതല്ല. എന്നാലും അതിന് അവൾ മറുപടി എഴുതി: എനിക്കതൊന്നും വേണ്ട. എന്നെയും അമ്മയേയും ഇടയ്ക്കിടെ ഒന്നുവന്നു കണ്ടാൽ മതി. ആ വീടും പണവുമൊക്കെ നമുക്ക് ഏതെങ്കിലും പുവർ ഹോമിന് ദാനം ചെയ്യാം.

അത് രാഗിണി എഴുതിച്ചതായിരിക്കും. അതെഴുതാനുള്ള ബുദ്ധിയോ സ്നേഹശൂന്യതയോ കുട്ടിക്ക് ഉണ്ടാകാറായിട്ടില്ല. പതിമ്മൂന്ന് വയസ്സ് അങ്ങനെയൊന്നും ചിന്തിക്കാൻ കഴിയുന്ന പ്രായമല്ല.

ബീനയ്ക്കായി ഇത്തവണ ഒന്നും വാങ്ങിയിട്ടില്ല. ഉടുപ്പിന്റെ തുണിയൊക്കെ വാങ്ങണമെന്നു വിചാരിച്ചതായിരുന്നു. അവിടെ എത്തിയിട്ട് അവളെയും കൂട്ടി നഗരത്തിലിറങ്ങാം. അവളുടെ ഇഷ്ടംപോലെ തെരഞ്ഞെടുക്കാമല്ലോ.

ഓരോരോ പ്രായത്തിലെ ബീന അയാളുടെ മനസിലൂടെ നടന്നുപോവുകയായിരുന്നു. തൊട്ടിലിൽക്കിടന്നു കൈകാലിട്ടുകളിക്കുന്ന കുഞ്ഞായിരുന്നപ്പോഴേ ആ കുട്ടിയെ അയാൾക്കിഷ്ടമായിരുന്നു.

കുട്ടി യുവതിയായിത്തീരുന്ന ചിത്രം മനസ്സ് എന്തിനോ വരച്ചുണ്ടാക്കി. എന്നിട്ട്, അയാൾ ആ ചിത്രത്തിലേക്കു നോക്കി ഇരുന്നു. മകൾ അമ്മയേക്കാൾ സുന്ദരിയായിരിക്കുന്നു.

ജാലകം. അയാളുടെ പ്രിയപ്പെട്ട ജാലകം. സ്വപ്നങ്ങൾക്കും, വേദനപ്പെട്ട് പിൻമാറിയ ജീവിതത്തിനും സാക്ഷിനിന്ന ജാലകം. ആ ജാലകത്തിലൂടെ അയാൾ പണ്ടത്തെപ്പോലെ കൊയിലോത്തേക്കു നോക്കി. രാമക്കുറുപ്പിന്റെ മരിച്ചുപോയ വീട് മനസിൽക്കണ്ട് അയാൾ നെടുവീർപ്പിട്ടു. ആ വീടിന്റെ സ്ഥാനത്ത് ഉയർന്നുവന്ന വലിയ ബംഗ്ലാവിന്റെ നേരെ അയാൾ ഇപ്പോൾ നോക്കാറുപോലുമില്ല. ബോർണിയോയിൽപോയി പണമുണ്ടാക്കിക്കൊണ്ടുവന്ന മത്തായിയുടെ ബംഗ്ലാവ്. ആ കൊച്ചുപറമ്പിനെ കെട്ടിടം തിന്നുകളഞ്ഞു. അവിടെ നിറയെ മരങ്ങളായിരുന്നു. ഇലഞ്ഞിമരവും പിലിമ്പിമരവുമൊക്കെ ഉണ്ടായിരുന്നു. ഓർമയിൽ നിന്നൊരിക്കലും മരിക്കാത്ത ആ പിലിമ്പി മരച്ചുവട്ടിലൂടെ അയാൾ നടക്കുമ്പോഴാണ് ബസ് കലക്ട്രേറ്റിനടുത്തെത്തിയത്. അവിടെ ഇറങ്ങാൻ അയാൾക്ക് നന്നെ ബദ്ധപ്പെടേണ്ടിവന്നു.

നടക്കാൻ തീരെ കഴിയുന്നുണ്ടായിരുന്നില്ല. എന്നാലും വേഗം നടന്നു. ബീനമോൾക്ക് പല പഴങ്ങളും ബിസ്കറ്റുമൊക്കെ വാങ്ങിയാലോ എന്നാലോചിച്ചു. പിന്നെ വിചാരിച്ചു. വയ്യ, ബിസ്കറ്റും വാങ്ങിച്ചെല്ലാൻ അവളെന്താ കൊച്ചുകുട്ടിയാണോ? തുണി വാങ്ങിക്കാൻ പുറത്തിറങ്ങുമ്പോൾ അവൾക്ക് ഐസ്ക്രീമും ചോക്‌ലേറ്റുമൊക്കെ വാങ്ങിക്കൊടുക്കാം.

അയാൾ ഗേറ്റിലെത്തുമ്പോൾ രാഗിണിയും കുട്ടിയും വീടിന്റെ ഉമ്മറത്തുതന്നെ നിൽക്കുന്നുണ്ടായിരുന്നു. കണ്ണിൽപ്പെടേണ്ട താമസം കുട്ടി മുമ്പിലേക്കോടിവന്ന് അയാളെ കെട്ടിപ്പിടിച്ചു. രാഗിണി ഇരുവരെയും നോക്കി ചിരിച്ചുകൊണ്ട് നിൽക്കുകയായിരുന്നു. രാഗിണിയെ അയാൾ കണ്ടു. രാഗിണിയുടെ ചിരിയും അയാൾ കണ്ടു. അയാളും രാഗിണിയോട് ചെറുങ്ങനെ ഒന്നു ചിരിച്ചു.

കുട്ടിയെ തന്നോട് ചേർത്തുനിർത്തിക്കൊണ്ട് അയാളോർത്തു, രാഗിണി വീണ്ടും യുവതിയാവുകയാണ്. പതിമ്മൂന്നു വയസ്സുള്ള മകളുടെ അമ്മയല്ല ഇക്കാണുന്ന രാഗിണി. രാഗിണിയുടെ മുടി നരയ്ക്കാനും കവിളൊട്ടാനും മുഖത്തെ പ്രകാശം മായാനും ഇനിയും കുറെ വർഷങ്ങളെടുക്കും.

ഇങ്ങനെയെല്ലാം ആലോചിക്കുന്നതിനിടയിലും അയാൾ കുട്ടിയുടെ ഓരോ ചോദ്യത്തിനും വ്യക്തമായ ഉത്തരം പറയുന്നുണ്ടായിരുന്നു. അവളുടെ വിശേഷങ്ങൾ അന്വേഷിക്കുന്നുണ്ടായിരുന്നു. രാഗിണിക്ക് എന്തെങ്കിലും പറയാൻ കുട്ടി അവസരം കൊടുത്തില്ല. സംസാരം കുട്ടിയും അയാളും തമ്മിൽ മാത്രമായിരുന്നു.

അയാൾ അനുജന്റെ ചിരിക്കുന്ന മുഖത്തേക്ക് നോക്കുന്നത് രാഗിണി കണ്ടു. ഒമ്പതുമാസത്തിനുശേഷം ആ ചിരി കാണുകയാണ്. ബാബുരാജിന്റെ ചിരിക്കാത്ത ഒരു ഫോട്ടോ പോലുമില്ല എന്ന കാര്യം അപ്പോൾ അയാളോർത്തു. എന്തിനാണവൻ എല്ലാ ഫോട്ടോവിലും ഇങ്ങനെ ചിരിച്ചത്! ജീവിതം അവന് വെറുമൊരു ചിരിയായിരുന്നിരിക്കാം. അവൻ ഭാഗ്യവാനായിരുന്നു. എന്നാലും ബാബുരാജിന്റെ ചിരി അധികനേരം അയാൾക്ക് നോക്കിയിരിക്കാൻ കഴിഞ്ഞില്ല. അവനെക്കുറിച്ചുള്ള എല്ലാ ഓർമകളും വേദനിപ്പിക്കാനുള്ളതു മാത്രമാണ്. പക്ഷെ, അവനെപ്പോഴും ചിരിച്ചവനായിരുന്നു.

അനുജന്റെ മദ്യപാനത്തെക്കുറിച്ചോർക്കുമ്പോൾ അയാൾക്ക് ഭയം തോന്നാറുണ്ട്. അവന് എല്ലാ സൗഭാഗ്യങ്ങളും ഉണ്ടായിരുന്നു. സ്നേഹവതിയായ ഭാര്യയും കുഞ്ഞും. വലിയ ഉദ്യോഗവും സമൂഹത്തിൽ മാന്യതയും. എല്ലാമുണ്ടായിട്ടും അവന്റെ കരൾ ഇല്ലാതാക്കുന്നതിലായിരുന്നു അവന്റെ താൽപ്പര്യം. ബാബുരാജിന്റെ മദ്യപാനം ഒരുതരം ക്രൂരതപോലുമായിരുന്നു. രാഗിണിയേയും ബീനമോളേയും പറ്റി മാത്രം അവൻ ഓർത്തിരുന്നുവെങ്കിൽ... അവന്റെ മദ്യപാനത്തെക്കുറിച്ച് ഗുണദോഷിച്ച ഏതോ ഒരു വൈകുന്നേരം അവൻ പറഞ്ഞു: "ഏട്ടനിപ്പോഴും ഒരു പഴഞ്ചനാണ്. കുടിക്കാത്തവരായി ഇപ്പോൾ ആരുമില്ല. ഇക്കാലത്ത്

കൊള്ളാവുന്നവരുടെ നാല് കമ്പനി കിട്ടണമെങ്കിൽ അൽപ്പം കുടിയൊക്കെ വേണം."

അവനോട് തർക്കിച്ചില്ല. അവന്റെ ജീവിതത്തിന്റെ അസാമാന്യമായ വേഗത ഉൾഭയത്തോടെ കണ്ട് മറന്നു കളഞ്ഞു. ദുഃസൂചനകളുടെ ഒരു തരം വേഗതയായിരുന്നു അത്. അവന്റെ മനസിൽ എന്നും അവനേ ഉണ്ടായിരുന്നുള്ളൂ.

അയാൾ ചായ കുടിക്കാൻ തുടങ്ങുമ്പോൾ രാഗിണി പറഞ്ഞു: "ഏട്ടാ, എനക്കൊന്നും മനസിലാകുന്നില്ല. ഈ പ്രായത്തിൽ ജോലി ഉപേക്ഷിച്ചിട്ട് ഇനി എന്താണ് ചെയ്യുക? ഏതോ തീരാശാപം നമ്മുടെ കുടുംബത്തിന് വന്നുപെട്ടിരിക്കുന്നു. ജോലിക്ക് വേറെന്തെങ്കിലും കുഴപ്പമുണ്ടായിരുന്നോ?"

"എനിക്ക് മതിയെന്നു തോന്നി, അത്രയും കാരണമേയുള്ളൂ."

"ഏട്ടൻ എന്തോ ഒളിച്ചുവെക്കുന്നുണ്ട്." രാഗിണി പറഞ്ഞു.

അന്നേരം അയാൾക്ക് ചിരിവന്നു. മനസിനകത്ത് എല്ലാം ഒഴിഞ്ഞു പോയ വലിയൊരു കൂട് ഒളിച്ചുവെക്കുന്നുണ്ട്. ആ കൂടുകൂടി ഒഴിഞ്ഞു പോകുന്നതും നോക്കി കാത്തിരിക്കുന്നു.

രാഗിണിയുടെ മനസ്സ് മുറിഞ്ഞൊഴുകുകയായിരുന്നു. രാഗിണി സംസാരിക്കുന്നതിലൊന്നും അയാളുടെ ശ്രദ്ധ പതിയുന്നുണ്ടായിരുന്നില്ല. സംസാരിച്ചുകൊണ്ടിരുന്നത് ബാബുരാജിനെക്കുറിച്ചായിരുന്നു.

രാഗിണി കരയുമ്പോൾ അയാൾ ബീനമോളുടെ വിശേഷങ്ങളിലേക്ക് തിരിഞ്ഞു.

കുട്ടി അയാളെ അവളുടെ പ്രിയപ്പെട്ട പൂച്ചെടികളുടെ അരികിലേക്കു കൊണ്ടുപോയി. ബീനമോളേ നിന്റെ പൂന്തോട്ടം എനിക്കിഷ്ടപ്പെട്ടു, അയാൾ മനസിൽ പറഞ്ഞു.

ചത്തുമലച്ച അനന്തശയനപ്പൂക്കളെ നോക്കി കുട്ടി ദുഃഖിക്കുകയായിരുന്നു. അനന്തശയനം വിടരുന്നത് കാത്ത് താനും അമ്മയും ടോർച്ചുമായി ഇരിക്കാറുണ്ടെന്നു പറഞ്ഞ് കുട്ടി ചിരിച്ചു. കുട്ടി തന്റെയും അമ്മയുടെയും പൂക്കളെനോക്കി ആഹ്ലാദിക്കുകയായിരുന്നു. അമ്മയ്ക്ക് ഇഷ്ടപ്പെട്ട പൂക്കളെക്കുറിച്ചാണ് കൂടുതലും സംസാരിച്ചുകൊണ്ടിരുന്നത്. അയാളുടെ മനസ്സ് അപ്പോൾ കുട്ടിയുടെ പൂന്തോട്ടത്തിലൊന്നുമായിരുന്നില്ല. കൊയിലോത്തെ പിലിമ്പിമരച്ചുവട്ടിലേക്ക് നോക്കിനിൽക്കുന്ന അയാളോട് കുട്ടി ചോദിച്ചു.

"വല്യച്ഛനെന്താ ഒന്നും മിണ്ടാത്തത്?"

"നിന്റെ പൂക്കൾ കണ്ട് രസിക്കുകയാണ് ഞാൻ."

ആ പിലിമ്പിമരം ബീനമോൾ കണ്ടിട്ടുണ്ടാകുമോ എന്നാലോചിക്കുകയായിരുന്നു അയാൾ. പിലിമ്പിപ്പഴവും ബീനമോൾ തിന്നിട്ടില്ല. അവളുടെ അമ്മ തനിക്ക് പ്രിയപ്പെട്ട പിലിമ്പിപ്പഴത്തെക്കുറിച്ച് കുട്ടിയോടൊന്നും പറഞ്ഞിട്ടുണ്ടാവില്ല. രാഗിണിയും ആ പിലിമ്പിമരത്തെ മറന്നുകാണും.

പൂക്കളെവിട്ട് കുട്ടി അയാളെ വീട്ടിനകത്തേക്ക് കൂട്ടിക്കൊണ്ടുപോയി.

കുട്ടിക്ക് അയാൾ പ്രിയപ്പെട്ട കളിപ്പാട്ടംപോലെയായി മാറി. കുട്ടിയുടെ വിവിധ തരം ഉടുപ്പുകൾ കണ്ട് അയാൾ ചിരിച്ചു.

"ബീനേ, നീ കുറച്ചുനേരം മിണ്ടാതിരിക്കൂ. എനിക്ക് വല്യച്ഛനോട് ഒരുപാടു കാര്യം സംസാരിക്കാനുണ്ട്." അമ്മ മകളോട് പറഞ്ഞു.

എന്തൊക്കെയാണ് രാഗിണിക്ക് ചോദിക്കാനും പറയാനുമുള്ളതെന്ന് അയാൾക്കറിയാമായിരുന്നു. എങ്ങോട്ടാണ് യാത്ര? ഉള്ള ജോലിയും ഉപേക്ഷിച്ച് ഇങ്ങനെ ജീവിക്കാൻ തീരുമാനിച്ചതെന്തുകൊണ്ടാണ്? എവിടെ നിന്നാണ് ആഹാരമൊക്കെ കഴിക്കുന്നത്? എങ്ങനെയാണ് ദിവസം ചില വഴിക്കുന്നത്?

അനുജന്റെ ഭാര്യയെന്ന നിലയിൽ സ്വാഭാവികമായും രാഗിണി ചോദിക്കാനിടയുള്ളത്.

അയാൾ പ്രതീക്ഷിച്ചതുപോലെതന്നെ രാഗിണി ഓരോന്നോരോന്നായി ചോദിച്ചു. ഒന്നോ രണ്ടോ വാക്കുകളിൽ മറുപടിയും പറഞ്ഞു.

റെയിൽവേസ്റ്റേഷനിലെ കാന്റീനിൽനിന്നാണ് ഉച്ചഭക്ഷണമെന്നു പറഞ്ഞപ്പോൾ രാഗിണിയുടെ കണ്ണ് നിറഞ്ഞു. അയാൾ പറഞ്ഞു: 'ഉച്ചയ്ക്ക് നല്ല ഭക്ഷണമാണ്. നിത്യവും റെയിൽവേസ്റ്റേഷൻവരെ ഒന്നു നടക്കുകയുമാവാം. എനിക്ക് പറ്റിയ ഭക്ഷണമാണ് സ്വാമിയുടേത്. രാത്രി വല്ല മോഡേൺ ബ്രഡും പഴവുമായൊക്കെ അങ്ങ് കഴിയും. കാലത്ത് ഇപ്പോഴും ഞാൻ ഒന്നും കഴിക്കാറില്ല. അങ്ങനെയൊരു ശീലം വളർത്തിയത് ഇപ്പോൾ നന്നായി. മത്സ്യമാംസാദികൾ പൂർണമായും വർജിച്ചു.

ഈയിടെയായി തന്നെക്കുറിച്ച് ആരോടും ഒന്നും അയാൾ സംസാരിക്കാറില്ലായിരുന്നു. എല്ലാവരും അയാളെ മറന്നുകളയാനാണ് അയാൾ ഇപ്പോൾ ആഗ്രഹിക്കുന്നത്. ഓരോ കാര്യവും ചോദിച്ചു മനസിലാക്കി രാഗിണി കണ്ണുനീർ വീഴ്ത്തുന്നത് കണ്ടപ്പോൾ അയാൾക്ക് വിഷമം തോന്നി.

രാഗിണി സ്വന്തം വിധിയെക്കുറിച്ച് പറഞ്ഞു കരയുന്നു. പാവം രാഗിണി. അയാളോർത്തു, വിധിയെ സ്വീകരിക്കുകയെന്നല്ലാതെ മറ്റു മാർഗങ്ങളൊന്നുമില്ല. രാഗിണി ജീവിതത്തെ ശപിക്കുന്നതു കേട്ടും കണ്ടും അയാൾ നിർവികാരനെപ്പോലെ ഇരുന്നു.

ഊണുകഴിക്കുമ്പോൾ രാഗിണി പറഞ്ഞു: "ഏട്ടൻ വീട് ആർക്കെങ്കിലും വാടകയ്ക്ക് കൊടുത്ത് ഇങ്ങോട്ടുപോരൂ. ഇനി അവിടെ ഇങ്ങനെ ഒറ്റയ്ക്കു ജീവിക്കുന്നതെന്തിനാ?"

അയാൾ അന്നേരം രാഗിണിയെ നോക്കി ചിരിച്ചു.

"ഞാൻ നാരായണീയവും വായിച്ച് അവിടെത്തന്നെ കഴിഞ്ഞുകൊള്ളാം."

രാഗിണി കുറെനേരം തലതാഴ്ത്തി മൂകയായി ചോറിനു മുമ്പിൽ ഇരുന്നു. അയാൾ കൈ കഴുകാൻ എഴുന്നേൽക്കുമ്പോൾ ആരോടോ എന്നപോലെ രാഗിണി പറഞ്ഞു: "നാരായണീയം ഇവിടെ ഇരുന്നും വായിക്കാമല്ലോ."

ചാരുകസാലയിൽ ഒന്നു മയങ്ങാൻ അയാൾ കുട്ടിയോട് അനുവാദം ചോദിച്ചു. രാഗിണിയും കുട്ടിയും നിർബന്ധിച്ചു മുറിയിൽ വന്നു കിടക്കാൻ. വേണ്ട, വല്ലാതെയങ്ങ് ഉറങ്ങിപ്പോകും. മൂന്നു മണിക്കെഴുന്നേറ്റതാണ്.

അയാൾ കണ്ണടച്ചിട്ടും രാഗിണിയും കുട്ടിയും സംസാരിച്ചുകൊണ്ടേയിരുന്നു. കുട്ടി ചോദിച്ചു: "ഞങ്ങൾക്കാരാ വല്യച്ഛാ ഇനി? വല്യച്ഛൻ ഇനി അങ്ങ് പോകണ്ട."

അയാൾ ഉറങ്ങുന്നപോലെ കിടന്നു. മനസ്സ് കൊയിലോത്തെ മുറ്റത്തും പിലിമ്പിമരച്ചുവട്ടിലും അലയുകയായിരുന്നു. കൊയിലോത്തെ വിശേഷങ്ങൾ രാഗിണി ചോദിച്ചില്ല. ആ വീട് വിൽക്കാൻ രാഗിണിക്ക് തീരെ ഇഷ്ടമുണ്ടായിരുന്നില്ല. ബാബുരാജ് നിർബന്ധം പിടിച്ചു. അവന് നഗരത്തിലേക്ക് പോരണമായിരുന്നു. അവനെപ്പോഴും അവന്റെ ആഗ്രഹങ്ങളുടെ പിന്നാലെ സഞ്ചരിച്ചു. വീട് വിറ്റ ദിവസം രാഗിണി പറഞ്ഞു: "എന്റെ കഷ്ടകാലം തുടങ്ങുകയാണ്."

മനസ്സ് അങ്ങോട്ടു സഞ്ചരിക്കുന്നതിനിടയിൽ അയാൾ ഉറങ്ങിപ്പോയി. ഉണരുമ്പോൾ നാലുമണി കഴിഞ്ഞിരുന്നു. നാലുമണിക്ക് പുറപ്പെടണമെന്നു വിചാരിച്ചതായിരുന്നു. മുഖം കഴുകി ചായകുടിച്ച് അയാൾ പുറപ്പെടാൻ തുടങ്ങുമ്പോൾ കുട്ടി അയാളോട് യാചിച്ചു: "ഇന്ന് പോകണ്ട വല്യച്ഛാ... നാളെ രാവിലെ പോകാം."

എത്ര നിർബന്ധിച്ചാലും അയാൾ അവിടെ താമസിക്കുകയില്ല എന്ന് രാഗിണിക്കറിയാം. എന്നാലും രാഗിണി പലതും പറഞ്ഞു നിർബന്ധിച്ചു നോക്കി.

"ഇന്നു രാത്രി അങ്ങെത്തിയിട്ട് ഏട്ടന് എന്താണവിടെ ചെയ്യാനുള്ളത്?" രാഗിണി ചോദിച്ചു.

കുട്ടി കരയാൻ തുടങ്ങുകയായിരുന്നു. അയാളുടെ മനസ്സ് വേദനിച്ചു. ഇനി ഇടയ്ക്കിടെ വരുമെന്ന് വാക്കുകൊടുത്ത് കുട്ടിയെ അയാൾ സമാധാനിപ്പിച്ചു. ബസ് ചാർജ് മാത്രം കീശയിൽവെച്ച് ബാക്കിയുള്ള പണം കുട്ടിയുടെ കൈയിൽ പിടിപ്പിച്ചു.

"ബീനയ്ക്കെന്തിനാണ് പണം? അവൾക്ക് സ്നേഹമാണാവശ്യം." രാഗിണി പറഞ്ഞു.

അയാൾ ഒന്നും പറഞ്ഞില്ല. നിസ്സഹായനായി രാഗിണിയെ ഒന്നു നോക്കുക മാത്രം ചെയ്തു. യാത്ര ചോദിക്കുമ്പോൾ രാഗിണി പറഞ്ഞു: "യാത്ര പറയണ്ട."

അമ്മയും കുട്ടിയും ഗേറ്റുവരെ അയാളെ അനുഗമിച്ചു. ഗേറ്റിലെത്തിയപ്പോൾ രാഗിണി പറഞ്ഞു: "അടുത്തയാഴ്ച തന്നെ ഇങ്ങ് പോരണം. വീട് തൽക്കാലം പൂട്ടിയിട്ടേക്കൂ. പിന്നീടെന്തെങ്കിലും ചെയ്യാം. ഞാനും മോളും കാത്തിരിക്കും."

അയാൾ ഒന്നും പറയാതെ തിരിഞ്ഞുനോക്കാതെ വേഗം നടന്നു. നടക്കവേ അയാളുടെ മനസ്സ് നാരായണീയമയമായിത്തീരുന്നത് അയാൾ

ക്കനുഭവപ്പെട്ടു. കുട്ടിയുടെ വല്യച്ഛാ എന്ന വിളി കാതിനരികിലൂടെ ഓടി ക്കളിക്കുന്നുണ്ടായിരുന്നു.

ബസിലിരിക്കുമ്പോൾ അയാൾ ആലോചിച്ചു. രാഗിണിക്ക് നാളെ ത്തന്നെ ഒരു കത്തെഴുതണം. ആ കത്തിലെ വരികൾ മനസിൽ രൂപപ്പെ ടുത്തുകയും ചെയ്തു. രാഗിണീ, നിന്നെയും മകളെയും എനിക്കിഷ്ട മാണ്. ഭൂമിയിൽ എനിക്ക് ബന്ധുക്കളായി ഇനി നീയും നിന്റെ മകളും മാത്രമേയുള്ളൂ. എനിക്കുള്ളതെല്ലാം നിനക്കും നിന്റെ കുട്ടിക്കുമുള്ളതാണ്. പക്ഷേ, ഞാൻ നിന്റെ കൂടെ താമസിക്കാൻ വരില്ല. അത് എനിക്ക് താങ്ങാൻ കഴിയുന്ന വേദനയല്ല. എനിക്ക് സുഖം ഈ ജാലകത്തിലൂടെ കൊയിലോത്തെ പിലിമ്പിമരം നോക്കിയിരിക്കലാണ്. ആ മരം എന്നോ മുറിച്ചുകളഞ്ഞു. ചില രാവുകളിൽ നിന്റെ അച്ഛനും അമ്മയും അപ്പൂപ്പ നുമൊക്കെ ചുവന്ന പട്ടുടുത്ത് കൈയിൽ തീപ്പന്തങ്ങളുമായി നടക്കു ന്നതും ഞാൻ കാണാറുണ്ട്. ഇത്രയൊക്കെ മതി എനിക്ക് ജീവിതം.

കത്തിൽ ഒരു വാചകം കൂടി എഴുതാൻ അയാൾ ആഗ്രഹിച്ചുവെ ങ്കിലും അത് വേണ്ടെന്നുവച്ചു. രാഗിണിയെ അത് വല്ലാതെ വേദനിപ്പിക്കും.

ബസ് ഓടിക്കൊണ്ടിരിക്കേ അയാളുടെ മനസിലേക്ക് നാരായണീയ ത്തിലെ കാറ്റു വീശുകയായിരുന്നു.

പാടുന്നതൊരു സാവേരി

ഒരു പൂവിടരുമ്പോലെയാണ് അന്നു രാവിലെ രാധാരാമൻ ഉറക്കമുണർന്നത്. അത് അയാളുടെ മറ്റൊരു ജന്മം ആരംഭിക്കുന്ന ദിവസമായിരുന്നു. രാധാരാമൻ വേറൊരാളായിക്കഴിഞ്ഞ പ്രഭാതം. തന്നെക്കുറിച്ചോർത്തു വേദനിച്ചുകൊണ്ടു അയാൾ ചിരിക്കാൻ ശ്രമിച്ചു. വേദനയ്ക്കും സന്തോഷത്തിനുമൊന്നും അയാൾ അയാളെ വിട്ടുകൊടുക്കാറില്ലായിരുന്നു.

രാത്രി എത്ര വൈകി ഉറങ്ങിയാലും അയാൾ പ്രഭാതത്തിൽത്തന്നെ ഉണരും. പ്രഭാതങ്ങളെയും സന്ധ്യകളെയും രാധാരാമനു വലിയ ഇഷ്ടമാണ്. എന്നോ അയാൾക്കു തോന്നി, സ്വന്തം മനസിന് പ്രഭാതത്തിന്റെയും സന്ധ്യയുടെയും നിറമാണെന്ന്.

അന്നും പുറത്ത് മോഹനമായ ഒരു പ്രഭാതമുണ്ടായിരുന്നു. അയാളുടെ മുറ്റത്തെ പൂച്ചെടികളെ അയാൾക്കു നല്ല പരിചയമാണ്. പക്ഷേ അയാൾ അന്ന് അയാളുടെ സ്വന്തം ജാലകത്തിലൂടെ പുറത്തേക്കു നോക്കിയില്ല. നേതാജി റോഡിലെ വീടും ആ വീടിന്റെ പ്രഭാതത്തിലെ കാഴ്ചകളും അയാൾക്ക് എന്നന്നേക്കുമായി നഷ്ടപ്പെടുകയാണ്. വർഷങ്ങളുടെ ഒരു ജാലകം. ഹൃദയത്തിൽ വസിക്കുന്ന ഒരു ജാലകം സത്യമായും ഇനി ഈ ജാലകമില്ല. ജാലകത്തിലൂടെ കാണാൻ പ്രഭാതങ്ങളുമില്ല. വീടുമില്ല, നേതാജിറോഡുമില്ല. ഒന്നുമില്ലാതായിത്തീരുന്ന ഒരു മനുഷ്യൻ.

രാധാരാമൻ തന്നെക്കുറിച്ചുതന്നെ ആലോചിക്കുകയായിരുന്നു. വെറുതെ ഇങ്ങനെ കുറേനേരം കിടക്കുക. എങ്ങനെയെങ്കിലും വൈകുന്നേരം അഞ്ചരമണിവരെ തള്ളിക്കൊണ്ടുപോവുക. അഞ്ചരമണിക്കു മാധവേട്ടൻ വരും. മാധവേട്ടന്റെ കൂടെ നേതാജിറോഡിലെ

വീട്ടിൽ നിന്നിറങ്ങിപ്പോവുക. എന്തായിരിക്കും വൈകുന്നേരത്തെ ഇറങ്ങിപ്പോക്കിന്റെ അർഥം? വീടും മുറ്റത്തെ ചെടികളും കാറ്റും അങ്ങനെ ചോദിക്കുന്നുണ്ട്. ഒന്നുമില്ല. ഒരു സാധാരണ കാര്യം. ശങ്കർകോളനിയിലെ നേതാജി റോഡിൽ ഒമ്പതുകൊല്ലമായി കാണുന്ന ഏതോ നാട്ടുകാരനായ മെലിഞ്ഞു കറുത്ത ഒരാൾ മാഞ്ഞുപോവുക. അയാൾ മാഞ്ഞുപോയ തറിയുന്നവരായും അധികമാളുകളൊന്നുമുണ്ടാവില്ല.

മുന്നൂറുരൂപ വാടകയുള്ള ഓടുമേഞ്ഞ പഴയൊരു വീട്ടിൽ താമസിച്ച അയാൾ നേതാജിറോഡിൽ ശ്രദ്ധേയനൊന്നുമായിരുന്നില്ല. അയാൾക്ക് സ്ഥിരമായൊരു ജോലിയോ മെച്ചപ്പെട്ട വസ്ത്രങ്ങളോ സഞ്ചരിക്കാൻ ഒരു സൈക്കിൾപോലുമോ ഉണ്ടായിരുന്നില്ല. അയാൾ ആരാണെന്നോ ഏതു നാട്ടുകാരനാണെന്നോ എന്തു ചെയ്യുന്നുവെന്നോ ആരും അന്വേഷിച്ചിട്ടുമില്ല. നേതാജി റോഡിലെ പെണ്ണുങ്ങളുടെ മുഖത്ത് അയാൾ നോക്കിയിട്ടില്ല. കുഞ്ഞുങ്ങളോടു ചിരിച്ചിട്ടില്ല. അവരെ ഓമനിച്ചിട്ടില്ല.

പിന്നെ, ഈ രാധാരാമൻ ഒമ്പതുകൊല്ലം എന്തു ചെയ്യുകയായിരുന്നു, നേതാജി റോഡിലെ ഗോപാലക്കുറുപ്പിന്റെ മുന്നൂറുരൂപ വാടകയുള്ള വീടിനകത്ത്? ഉത്തരം കിട്ടേണ്ടത് രാധാരാമനുതന്നെയാണ്. പക്ഷേ, അയാൾക്ക് അതിനെക്കുറിച്ചൊന്നും അറിഞ്ഞുകൂടാ. ലോകത്തിനോ തനിക്കോ ആവശ്യമായ നല്ല കാര്യങ്ങളൊന്നും താൻ ചെയ്തിട്ടില്ലെന്നു രാധാരാമനു നന്നായറിയാം. ഒന്നിനുവേണ്ടിയും ആഗ്രഹിച്ചിട്ടില്ല. ഒന്നിനെക്കുറിച്ചുമോർത്തു കരഞ്ഞിട്ടില്ല. ചിരിച്ചിട്ടില്ല. ഒന്നും മോഹിച്ചിട്ടില്ല. ജീവിതം രാധാരാമനു കാറ്റുപോലെയായിരുന്നു; ഒരു വരണ്ട കാറ്റുപോലെ.

ഇങ്ങനെയൊക്കെയാണെങ്കിലും ഈ രാധാരാമൻ എന്തോ ഒന്നിനുവേണ്ടി ജീവിച്ചയാളാണെന്ന് അയാൾക്കു തോന്നുന്നുണ്ട്. ഭൂമിയിൽ സ്നേഹമെന്ന ഒന്നുണ്ടല്ലോ. അതുമായി ബന്ധപ്പെട്ട എന്തോ ഒന്നിനുവേണ്ടി... പക്ഷേ, അതും അയാൾക്കു വ്യക്തമല്ല. ഭൂമിയിൽ നിന്നു പറന്നുപോയ സ്നേഹത്തെക്കുറിച്ച് ഇനി എന്തിനാണ് ആലോചിക്കുന്നത്?

പ്രഭാതം മാഞ്ഞുപോയപ്പോൾ രാധാരാമൻ കട്ടിലിൽ നിന്നെഴുന്നേറ്റ് പുറത്തെ ചാരുകസാലയിൽ വന്നിരിപ്പായി. വർഷങ്ങളായുള്ള ഒരു ശീലമാണ് ഈ ഇരിപ്പ്. അതും വൈകുന്നേരം അഞ്ചരമണിയോടുകൂടി അവസാനിക്കും.

കസാലയും കട്ടിലും പുസ്തകങ്ങളും വീട്ടുപാത്രങ്ങളുമൊക്കെ കൃഷ്ണൻകുട്ടിക്കു കൊടുത്തു. അവൻ വൈകുന്നേരത്തോടെ എല്ലാം കൊണ്ടുപോകും. ഉച്ചയ്ക്ക് അവൻ അവന്റെ വീട്ടിൽനിന്നു ഊണു കൊണ്ടുവരാമെന്ന് പറഞ്ഞിട്ടുണ്ട്. അതുംകഴിച്ച്, ഒന്നുറങ്ങി, അഞ്ചുമണിയോടെ എഴുന്നേറ്റ്, കുളിച്ചു തയ്യാറാവുക. അപ്പോഴേക്കും മാധവേട്ടനെത്തും.

പിന്നെയും പിന്നെയും രാധാരാമൻ രാധാരാമനെക്കുറിച്ചുതന്നെ ആലോചിക്കുകയായിരുന്നു. കുറെനേരം ആലോചിച്ചിട്ട് അയാൾ അയാളോടു പറഞ്ഞു: "ജീവിതം മുഴുക്കെയും ഞാനൊരു യൂസ്‌ലസ് ഫെലോ

ആയിരുന്നു. എന്നാൽ ഒരിക്കലും ഞാനൊരു ചീത്ത മനുഷ്യനായിരുന്നില്ല.

അയാൾ അയാളോടു ചോദിച്ചു: "എന്തൊക്കെയാണ് ഇപ്പോഴത്തെ വിശേഷങ്ങൾ?"

"ചില ചില്ലറ വിശേഷങ്ങളൊക്കെയുണ്ട് സ്നേഹിതാ... നീലാകാശം പുരപ്പുറത്തു വീണു. എന്റെ കഞ്ഞിയിൽനിന്നു ചോര പൊടിയുന്നു. എന്റെ കൺമുന്നിൽ മഴവില്ല് കത്തിപ്പാളുന്നു."

രാധാരാമന് പെട്ടെന്ന് ഒരു കവിയാവാനാണ് തോന്നിയത്. നിമിഷങ്ങൾകൊണ്ടു മനസിൽ കവിത വാർന്നുവീഴുകയായിരുന്നു. ലജ്ജയോടെ അയാളതു മൂളിപ്പാടി:

"സ്നേഹിച്ചുപോയൊരു കടലിനെ ഞാൻ
കാമിച്ചുപോയൊരു പൂവിനെ ഞാൻ
പൂവും കടലും കരഞ്ഞുപറഞ്ഞു
സ്നേഹം വിഷമാണേ പൊന്നുമോനേ...
യൂസലസായിങ്ങനെ ജീവിച്ചു ജീവിച്ച്,
നീയൊന്നും കണ്ടില്ല പൊന്നു മോനേ..."

രാധാരാമന് അരിശവും വെറുപ്പും തോന്നി. കവിത ഇതെന്തൊക്കെയാണ് പറയുന്നത്? അമർഷത്തോടെ അയാൾ ആ കവിത മനസിൽനിന്നു വലിച്ചുകീറിക്കളഞ്ഞു. എന്നിട്ട്, മുറ്റത്തെ ഒരു പാവം പൂവിനോടു ചോദിച്ചു: "എന്താ വിശേഷം? ഞാൻ ഇന്ന് അഞ്ചരമണിക്ക് ഈ വീടും നേതാജിറോഡും വിടുന്ന കാര്യം നീ അറിഞ്ഞില്ലേ പൂവേ?"

ആ പൂവ് അയാളുടെനേരെ നോക്കിയതേയില്ല. മുഖം തിരിച്ചു നിന്നുകൊണ്ട് അഹങ്കാരത്തോടെ ചോദിക്കുകയായിരുന്നു: "നീയെന്തിനാണെന്നെ സ്നേഹിക്കുന്നതും കളിയാക്കുന്നതും? എനിക്കും ഒരു സത്യമില്ലേ? സ്വയം ഞാനും ഒരു പൂർണതയല്ലേ? ഈ പൂർണതയെ നിങ്ങളാം മനുഷ്യർ അംഗീകരിക്കാറുണ്ടോ? ഞങ്ങൾ എന്തിനാണിങ്ങനെ നിങ്ങളുടെ സ്വാർഥത്തിലേക്കു വിരിയുന്നത്?"

രാധാരാമന് ആ പൂവിനെ നുള്ളിയെടുത്തു ചവിട്ടിയരയ്ക്കണമെന്നു തോന്നി. പുതിയ കാലത്തിന്റെ പൂവ്. പൂക്കളിലിപ്പോൾ കൂത്തിച്ചിപ്പൂക്കളാണ് കൂടുതലും.

എന്നിട്ട്, അയാൾ മനസിലോർത്തു: പൂക്കളെയും മഴവില്ലിനെയും കാറ്റിനെയുമൊക്കെ മനുഷ്യൻ പുതിയ പാഠങ്ങൾ പഠിപ്പിക്കുന്നു.

ജിദ്ദു കൃഷ്ണമൂർത്തിയുടെയും രജനീഷിന്റെയുമൊക്കെ വാചകങ്ങൾ ഓർമയിൽ നിന്നിറങ്ങിവരികയായിരുന്നു. നാലഞ്ചുവർഷമായി ജിദ്ദുവിനെയും രജനീഷിനെയുംകുറിച്ച് രാധാരാമൻ ഒന്നും ആലോചിക്കാറേയില്ല. സ്നേഹത്തെയും കവിതയെയുമൊക്കെക്കവിഞ്ഞ് ഒരുപാടുദൂരം പോയവരാണവർ. എന്നിട്ട് അവരെന്തറിഞ്ഞു? അറിഞ്ഞത് അവസാനം ക്യാൻസറിന്റെ വേദന.

എനിക്കെന്താണ് സംഭവിക്കുന്നത്? രാധാരാമൻ രാധാരാമനോടു

ചോദിച്ചു. അബോധത്തിലൂടെയാണ് പിന്നീടു സമയം കടന്നുപോയത്. ഉച്ചയോടെ ബോധജീവിതത്തിന്റെ ശൂന്യതയിലേക്കു രാധാരാമനെ ഉണർത്തിയത് കൃഷ്ണൻകുട്ടിയും അവന്റെ കൈയിലെ ചോറ്റുപാത്രവുമായിരുന്നു. അവനോടു ചിരിച്ചു. ചിരിച്ചത് അവനോടോ, അവന്റെ ചോറ്റുപാത്രത്തോടോ എന്നു സംശയമായി. എങ്ങനെയാണ് ഒരു ചിരി വന്നതെന്നായി, പിന്നീടു സംശയം. ചിരി കൃഷ്ണൻകുട്ടിയിൽ അത്ഭുതമുണർത്തിക്കാണും. എപ്പോഴോ മദ്യത്തിന്റെ ബലത്തിൽ അവൻ പറഞ്ഞിട്ടുണ്ട്. നിങ്ങളൊന്നു ചിരിക്കണം. വേണ്ടിവന്നാൽ ആളുകളെ വഞ്ചിക്കണം. പെണ്ണുങ്ങളെ നോക്കണം. പെണ്ണുങ്ങളെ പ്രണയിക്കണം. പ്രണയിച്ചു വഞ്ചിക്കണം. പണമുണ്ടാക്കണം. ജീവിച്ചു പഠിക്കണം. പിന്നെയും എന്തൊക്കെയോ...

കൃഷ്ണൻകുട്ടി നിർബന്ധിച്ചെഴുന്നേൽപ്പിച്ചു. പിന്നീട്, കൃഷ്ണൻകുട്ടി അവൻ കൊണ്ടുവന്ന ചോറിനെ വർണിക്കുകയായിരുന്നു. ഞായറാഴ്ചയായതുകൊണ്ട് ആട്ടിറച്ചിയും പൊരിച്ച മീനുമുണ്ട്. ഇന്ന് അമ്മ ചമ്പാവരി തന്നെ വാങ്ങിച്ചു. അവന്റെ അമ്മയുണ്ടാക്കുന്ന കറികൾക്ക് നല്ല രുചിയാണ്. പല ഞായറാഴ്ചകളിലും ആ രുചി അറിഞ്ഞിട്ടുണ്ട്. പച്ചക്കറിവില്പനക്കാരിയായ അവന്റെ അമ്മ കഷ്ടപ്പെട്ടുണ്ടാക്കുന്ന കാശിലാണ് തൊഴിലില്ലാത്ത മകൻ പുലരുന്നത്. പക്ഷേ, അവന്റെ അമ്മയ്ക്ക് അവൻ പ്രാണനാണ്.

നല്ലവനായ കൃഷ്ണൻകുട്ടിയെയും വൈകുന്നേരത്തോടെ നഷ്ടപ്പെടും. എല്ലാ കഷ്ടപ്പാടുകൾക്കിടയിലും അവൻ നല്ലൊരു മനുഷ്യജീവിയാണ്. സാരമില്ല. ആരെല്ലാം പോയി, കാലമെന്തെല്ലാം കളിച്ചു...

എന്നാൽ നാളെ അവന്റെ അമ്മ സന്തോഷിക്കും. രണ്ടു കട്ടിലും കസാലയും ക്ലോക്കും കുറേ വീട്ടുപാത്രങ്ങളും എഴുന്നൂറിലധികം പുസ്തകങ്ങളും അവന്റെ കൊച്ചുവീട്ടിലേക്കു ചെല്ലുകയാണ്.

ആ പാവപ്പെട്ട അമ്മ സന്തോഷിക്കട്ടെ എന്നായി രാധാരാമന്റെ മനസ്സ്. ഒരു ചെറിയ ജോലി കിട്ടിയാൽ കൃഷ്ണൻകുട്ടിക്ക് ഇനി ധൈര്യത്തിൽ കല്യാണം കഴിക്കാം.

കുളിച്ചുവന്ന് ഊണിനു മുമ്പിലിരുന്നപ്പോൾ രാധാരാമൻ കൃഷ്ണൻകുട്ടിയോടു പറഞ്ഞു: "നീ എന്റെ പുസ്തകങ്ങളൊക്കെ വായിക്കണം. ആർക്കും കൊടുക്കരുത്. പുസ്തകം വായിക്കുന്ന ഒരു പെണ്ണിനെ കല്യാണം കഴിക്കുകയും വേണം. പുസ്തകങ്ങൾ നല്ലതാണ്. ചിലപ്പോൾ പുസ്തകങ്ങൾക്ക് മനുഷ്യന്റെ കണ്ണീരു കുടിക്കാൻ കഴിയും."

കൃഷ്ണൻകുട്ടിക്കു നന്നെ വിഷമമുണ്ട്. മനസിലെ വേദന മുഖത്തു കാണാം. എവിടെയാണു പോകുന്നതെന്നു കൃഷ്ണൻകുട്ടി പലതവണ ചോദിച്ചിരുന്നു. അവനു മനസിലാകാത്ത ഭാഷയിൽ അവനോടു പറഞ്ഞു: "ജീവിതത്തിന്റെ മറ്റൊരു രംഗത്തേക്കു പോവുകയാണ്. വേറൊരു ഭാവം തേടി, വേറൊരു സ്വരം തേടി..."

കൃഷ്ണൻകുട്ടി ഒന്നും മനസിലാകാതെ കണ്ണുമിഴിച്ചു നിൽക്കുകയായിരുന്നു. ഊണുകഴിഞ്ഞ് ഉറങ്ങിയില്ല. കൃഷ്ണൻകുട്ടിയോടു സംസാരിച്ച് ഇരുന്നു. അവന്റെ ഉള്ളിലെ വേദന വടിച്ചെടുക്കുകയായിരുന്നു. നല്ല മനുഷ്യർക്കുവേണ്ടി വച്ചതാണ് വേദനയെന്ന സത്യം അറിഞ്ഞുകൂടാത്ത പാവമാണവൻ. ആ പാവത്തിന്റെ ഓർമയിലേക്കു കയറിക്കൂടുന്നതിൽ രാധാരാമനു ദുഃഖമുണ്ട്. പക്ഷേ, കാലം എല്ലാവരുടെയും മനസിൽ ഓരോ കളി കളിക്കും. ആ കളി കാണാൻ മനുഷ്യൻ കാത്തിരിക്കുന്നു.

അഞ്ചുമണിക്കുതന്നെ മാധവേട്ടൻ വന്നു. ഏഴുമണിയോടെ റാണീപുരത്തെത്തണം. റാണീപുരത്തേക്ക് അഞ്ചരയ്ക്കൊരു ബസുണ്ട്. മാധവേട്ടൻ ഓർമിപ്പിച്ചു.

വീടിന്റെ താക്കോൽ കൃഷ്ണൻകുട്ടിയെ ഏൽപ്പിക്കുമെന്നു ഗോപാലക്കുറുപ്പിനോടു പറഞ്ഞിരുന്നു. രാത്രിതന്നെ സാധനങ്ങളൊക്കെ മാറ്റി, രാവിലെ പത്തുമണിക്കുമുമ്പു വീടൊഴിയും.

കൃഷ്ണൻകുട്ടിയോടു യാത്ര ചോദിച്ചു. അവന്റെ നനഞ്ഞ കണ്ണുകളിലേക്കു നോക്കി രാധാരാമൻ ചിരിച്ചു. ഒമ്പതുകൊല്ലം കുടിയിരുത്തിയ വീടിനു നമസ്കാരം പറഞ്ഞു. ആ വീടും വെറുതേ ഓർമയിലേക്കു പോരുന്നു.

പ്ലാസ്റ്റിക് സഞ്ചിയും തൂക്കി നേതാജിറോഡിലൂടെ മാധവേട്ടനോടൊപ്പം നടക്കുമ്പോൾ രാധാരാമനു വിഷമം തോന്നി. മറ്റൊന്നുമല്ല, ഒമ്പതു കൊല്ലം നിത്യവും നടന്നുപോയ വഴിയും കണ്ട മുഖങ്ങളും നഷ്ടപ്പെട്ടു പോവുകയാണ്.

നേതാജി റോഡിലെ ഒരു ചെറുപ്പക്കാരി അവളുടെ വീടിന്റെ ഗേറ്റിൽ റോഡിലേക്കു നോക്കിനിൽക്കുന്നുണ്ടായിരുന്നു. അന്നാദ്യമായി രാധാരാമൻ അവളോടൊന്നു ചിരിച്ചു. അവളും ചിരിച്ചു. ആ ചിരി രാധാരാമൻ മനസിലേക്കു കൊണ്ടുപോയില്ല. നേതാജിറോഡിൽത്തന്നെ തലയിലെ വാടിയ മുല്ലപ്പൂപോലെ വലിച്ചെറിഞ്ഞു.

റാണീപുരത്തേക്കുള്ള ബസ് നഗരത്തിൽ നിന്നു പുറപ്പെടുമ്പോൾ ആറേഴാളുകളേ ഉണ്ടായിരുന്നുള്ളൂ. ഇരുപത്തിരണ്ടു കിലോമീറ്ററുണ്ട് റാണീപുരത്തേക്കെന്നു മാധവേട്ടൻ പറഞ്ഞു. പക്ഷേ, ബസ് നിർത്തി നിർത്തിയാണു പോവുക. ഓരോ മൈൽക്കുറ്റിക്കു മുമ്പിലും നിർത്തും.

മാധവേട്ടൻ ആരോടെന്നില്ലാതെ സംസാരിക്കുകയായിരുന്നു. റാണീപുരം ഭഗവതിക്ഷേത്രത്തിനു മുമ്പിലിറങ്ങണം. എന്നിട്ടു കുറേ കിഴക്കോട്ടു നടക്കാനുണ്ട്.

മാധവേട്ടൻ പറയുന്നതൊന്നും രാധാരാമന്റെ കാതിൽ വീഴുന്നുണ്ടായിരുന്നില്ല. അയാളുടെ മനസ്സ് രാധാരാമൻ എന്ന യൂസ്‌ലസ് ഫെലോയോടൊപ്പം എവിടെയൊക്കെയോ അലയുകയായിരുന്നു. ഒരു സ്വപ്നജീവിയുടെ ജീവിതം ജീവിച്ചുതീർക്കുന്ന രാധാരാമനോട് അയാൾക്ക് ഒരുപാടു കാര്യങ്ങൾ ചോദിക്കാനുണ്ടായിരുന്നു. അയാളുടെ ഇരിപ്പിന്റെ ഏകാന്തത മാധവേട്ടൻ അറിയുന്നുണ്ടായിരുന്നില്ല.

ബസ് നഗരാതിർത്തി വിട്ടപ്പോൾ മാധവേട്ടൻ പറഞ്ഞു: "ജീവിതത്തെക്കുറിച്ചു നമ്മൾ വലുതായൊന്നും ആലോചിക്കേണ്ട. അതിനെ അതിന്റെ വഴിക്കങ്ങു വിട്ടേക്കണം."

മാധവേട്ടന്റെ നാവിൽനിന്നു കുമരപ്പച്ചെട്ട്യാർ ഇറങ്ങിവരികയായിരുന്നു. പല നാളുകളായി പറഞ്ഞുകൊണ്ടിരുന്ന കാര്യങ്ങൾ തന്നെ വീണ്ടും പറയുകയായിരുന്നു. ചെട്ട്യാർ നല്ല മനുഷ്യനാണ്. കൊച്ചു കുട്ടിയായിരുന്നപ്പോൾ ആരോ ചെങ്കോട്ടയിൽ നിന്നു ചായക്കടയിൽ ജോലിക്കുകൊണ്ടുവന്ന പയ്യനാണിത്. ആ പയ്യനാണ് റാണീപുരത്തെ കുമരപ്പച്ചെട്ട്യാരായി വളർന്നത്. ഇപ്പോൾ റാണീപുരത്ത് എണ്ണമില്ലും കുളത്തൂപ്പുഴയിൽ എസ്റ്റേറ്റുമുണ്ട്. എരുമകളും പശുക്കളുമുണ്ട്. റാണീപുരത്തു കൊട്ടാരം പോലൊരു വീടുണ്ട്. സ്നേഹിച്ചവനെ കൈവിടുന്നയാളല്ല കുമരപ്പച്ചെട്ട്യാർ. നഗരത്തിൽ വലിയ സ്വാധീനമുള്ളയാളാണ്. ഇന്നത്തെ നിലയിൽ ചെട്ട്യാർ വിചാരിച്ചാൽ എന്തും നടക്കും.

റാണീപുരം ജംഗ്ഷനിൽ ബസിറങ്ങി. ഭഗവതി ക്ഷേത്രത്തിനു മുമ്പിലൂടെ കിഴക്കോട്ടു നടന്ന് ഗ്രാമപഞ്ചായത്തിലൂടെ നീങ്ങുമ്പോൾ മാധവേട്ടൻ പറഞ്ഞു: " ഇവിടെനിന്നങ്ങോട്ട് കുമരപ്പച്ചെട്ട്യാരുടെ സാമ്രാജ്യമാണ്.

കുമരപ്പച്ചെട്ട്യാരുടെ വലിയ വീടു കണ്ടു. വീട്ടിലെ കാറുകണ്ടു. ആ വീടിനെപ്പിന്നിട്ട് വീണ്ടും നടന്നു. പാത ചെറിയൊരു കുന്നുകയറുകയായിരുന്നു. വീണ്ടും കുറേ നടന്ന് കുമരപ്പച്ചെട്ട്യാരുടെ സങ്കേതത്തിലെത്തിച്ചേർന്നു. എണ്ണമില്ലും എരുമത്തൊഴുത്തും മില്ലിനു പുറകിലൊരു പഴയ വീടുമായിരുന്നു ആ ലോകം. അന്നേരം രാധാരാമനോർത്തു, ഇനി ഇവിടെയാണ്. കുന്നിനുതാഴെ വിശാലമായ പാടങ്ങളുണ്ട്. പാടങ്ങൾ തീരുന്നിടത്ത് ചെറിയ ചെറിയ കുന്നുകളാണ്. കുന്നും പാടങ്ങളും നോക്കി ഇരിക്കാം. ഇവിടെ ഇരുന്നും സ്വപ്നം കാണാം. ഒരു യൂസ്‌ലസ് ഫെലോയുടെ ജീവിതം മറ്റൊരു രീതിയിൽ ഇവിടെയും ജീവിച്ചുതീർക്കാം.

എണ്ണമില്ലിനോടു ചേർന്നുള്ള മുറിയിൽ നിന്നു നിറഞ്ഞ ചിരിയുമായി കുമരപ്പച്ചെട്ട്യാർ ഇറങ്ങി, അങ്ങോട്ടുചെല്ലുന്ന മാധവേട്ടന്റെ നേരെ നടന്നു വന്നു. അവർ ഇരുവരും കെട്ടിപ്പിടിച്ചു പുണരുകയായിരുന്നു. മാധവേട്ടൻ പരിചയപ്പെടുത്തിയപ്പോൾ രാധാരാമൻ ആദരവോടെ ചെട്ട്യാരുടെ മുമ്പിൽ കൈകൂപ്പി നിന്നു. ഇടങ്കണ്ണാലെ രാധാരാമനെ ഒന്നു നോക്കിയിട്ട് ചെട്ട്യാർ പറഞ്ഞു: "നല്ലയാളാണെന്നു തോന്നുന്നു. പക്ഷേ, ആരോഗ്യം പോരാ. മനസിന് ആരോഗ്യോണ്ടായാലും മതി."

മാധവേട്ടനും ചെട്ട്യാരും അൽപ്പമകലെ മാറിനിന്നു സ്വകാര്യം പറഞ്ഞ് രാധാരാമന്റെ അടുത്തേക്കു തിരിച്ചുവന്നു. ചെട്ട്യാരുടെ മുഖം അപ്പോൾ പ്രസന്നമായിരുന്നു. തന്നെ ചെട്ട്യാർക്കിഷ്ടപ്പെട്ടുവെന്നു രാധാരാമനു തോന്നി.

"എനിക്കു മാധവാ, ഒറ്റ നിർബന്ധമേയുള്ളൂ. കുത്തില്ലാത്ത പശുവായിരിക്കണം."

ഇരുവരെയുംകൂട്ടി ചെട്ട്യാർ നേരെ നടന്നത് എണ്ണമില്ലിനു പിറകി

ലുള്ള വീട്ടിലേക്കായിരുന്നു. ഇരുട്ടായിത്തുടങ്ങിയിരുന്നു. നടുമുറ്റത്തെ തുള സിത്തറയുടെ അടുത്ത് മേശയും കസാലയുമിട്ട് ഇരുന്നു. മുറ്റവും പറമ്പുമൊക്കെ പൂച്ചെടികളുടെ കാടായി മാറിയത് രാധാരാമന് ഇഷ്ടപ്പെട്ടു. ഈ പൂക്കളുമായൊക്കെ ഒന്നു പരിചയപ്പെടണം. പൂക്കൾക്കിടയിലൂടെ പാടത്തെ നിലാവെളിച്ചവും കുന്നുകളുടെ നീലനിറവും കാണണം. പുന്നെല്ലിന്റെ മണമുള്ള കാറ്റു മണക്കണം.

കുമരപ്പച്ചെട്ട്യാർ വീടിനകത്തുപോയി കുപ്പിയെടുത്തുകൊണ്ടു വന്നു. പിറകെ വെള്ളവും ഗ്ലാസുമായി ഒരു ചെറുപ്പക്കാരിയുണ്ടായിരുന്നു. അവൾ മദ്യം ഗ്ലാസിലൊഴിക്കുമ്പോൾ ചെട്ട്യാർ പറഞ്ഞു: " നല്ല ഒഴിപ്പുകാരിയാണ്." പിന്നെ, ചെട്ട്യാർ പൊട്ടിച്ചിരിക്കുകയായിരുന്നു. അവൾ ലജ്ജയോടെ തലതാഴ്ത്തിപ്പിടിച്ചു. അവളുടെ കവിളത്തൊന്നു നുള്ളിയപ്പോൾ അവളും ചിരിച്ചു. ചിരിക്കിടയിൽ രാധാരാമനെ ചെട്ട്യാർ അവൾക്കു പരിചയപ്പെടുത്തുകയുണ്ടായെങ്കിലും അവൾ അയാളെ ഗൗനിച്ചതേയില്ല. പക്ഷേ, രാധാരാമൻ അവളെ സ്നേഹത്തോടെ നോക്കുകയായിരുന്നു. അവൾ പോകുമ്പോൾ ഭക്ഷണം വേഗമാവണമെന്നു ചെട്ട്യാർ ഓർമിപ്പിച്ചു.

ചെട്ട്യാർ വളരെവേഗം മൂന്നാമത്തെ പെഗ്ഗിലെത്തി വാചാലനായി. താൻ പൊരുതി ജയിച്ച് അറുപതാം വയസിലെത്തിയ കഥയാണ് പറഞ്ഞുകൊണ്ടിരുന്നത്. ആ കഥ എവിടെയോ നിർത്തിയിട്ട് ചെട്ട്യാർ കാര്യത്തിലേക്കു വന്നു. കാര്യം പറഞ്ഞുതുടങ്ങിയത് മാധവേട്ടനെയും രാധാരാമനെയും ചിരിപ്പിച്ചുകൊണ്ടായിരുന്നു.

"മാധവാ, ഇവന്റെ പേര് ഞാൻ മാറ്റുന്നു. രാധാരാമൻ എന്ന പേര് എനിക്കുവേണ്ട. രാധ എന്നുമതി. തമിഴന്മാരിൽ ആണുങ്ങൾക്കും രാധ എന്നു പേരുണ്ട്. എം ആർ രാധയെപ്പറ്റി കേട്ടിട്ടില്ലേ? ഇനി രാധേ, നീ നിന്റെ ശമ്പളം പറഞ്ഞോളൂ."

അത്തരം സംസാരങ്ങളൊന്നും വേണ്ടെന്നായി മാധവേട്ടൻ. ശമ്പളമൊക്കെ ചെട്ട്യാർ തീരുമാനിച്ചാൽ മതി. രാധാരാമനും ചെട്ട്യാരും ഇനി രണ്ടാളുകളല്ല.

ചെട്ട്യാർക്ക് അതിഷ്ടപ്പെട്ടു. ജോലിയിൽ പാലിക്കേണ്ട നിബന്ധനകൾ വിശദീകരിക്കുകയായിരുന്നു. രാധാരാമൻ നന്നായി കാതോർക്കുന്നുണ്ടായിരുന്നു. എല്ലാം പറഞ്ഞുതീർത്ത് ചെട്ട്യാർ രാധാരാമനോടു ചോദിച്ചു: " രാധേ, ഞാൻ ആരാണെന്നാണ് നീ വിചാരിക്കുന്നത്? എന്നെക്കുറിച്ച് എന്താണു നിനക്കു പറയാനുള്ളത്? അതൊക്കെ എനിക്കൊന്നു കേൾക്കണം."

രാധാരാമൻ പറഞ്ഞു: " എനിക്ക് അങ്ങയെ ഇഷ്ടമായി. മനസിൽ ഒരു നല്ല മനുഷ്യനുണ്ടെന്ന് എനിക്കു നന്നായറിയാം. ഇവിടെ ജീവിക്കുന്നിടത്തോളം കാലം ഞാൻ ആ നല്ല മനുഷ്യന്റെ അടിമയായിരിക്കും."

ചെട്ട്യാർ മനസ്സ്തുറക്കുകയായിരുന്നു. ഇവിടെവരെയെത്തിയ കഥയുടെ അടുക്കുകൾ വീണ്ടുമൊന്നഴിക്കുകയായിരുന്നു. ഒന്നുമില്ലാത്തവൻ പലതും വെട്ടിപ്പിടിച്ചു മുന്നോട്ടുവന്ന കഥ. ആ കഥ എവിടെയോ നിർത്തി

യിട്ട് ചെട്ട്യാർ രാധാരാമനോടു പറഞ്ഞു. രാധേ, ഇതെന്റെ ഒരാത്മസുഖത്തിനുവേണ്ടി നടത്തുന്ന ബിസിനസാണ്. ലാഭം ഇതിൽ കാര്യമല്ല. ലാഭം ഞാൻ വേറെ ഉണ്ടാക്കിക്കൊള്ളും. നീ കസ്റ്റമേഴ്സിനോടു നന്നായി പെരുമാറണം. നേതാക്കന്മാരും മന്ത്രിമാരുമൊക്കെ വരും. എനിക്കു സ്നേഹിതന്മാരായി ഐ എ എസ്സുകാരും ഐ പി എസ്സുകാരുമുണ്ട്. അവരെയൊക്കെ നീ കൈയിലെടുക്കണം. ചെട്ട്യാരുടെ മാനേജരെ അവർ പ്രശംസിക്കണം. ഇവിടെ വരുന്ന പെണ്ണുങ്ങളുമായി നീ ലോഹ്യം കൂടരുത്. എന്നുപറഞ്ഞാൽ ഇവിടെ തീരെ റൊമാൻസ് പാടില്ല. അത് കുഴപ്പം ചെയ്യും. ഈ കോമ്പൗണ്ടിനു പുറത്തുപോവുകയോ നാട്ടുകാരുമായി ബന്ധം വയ്ക്കുകയോ ചെയ്യരുത്.''

രാധാരാമൻ എല്ലാം ശ്രദ്ധിച്ചു കേൾക്കുന്നുണ്ടായിരുന്നു. അയാളുടെ ജീവിതം മറ്റൊരു വഴിയിലേക്കു തിരിയുകയായിരുന്നു. ഇനി ചെട്ട്യാരാണ് രക്ഷകൻ. ചെട്ട്യാർ ആ മുറ്റത്ത് രാധാരാമന്റെ മുമ്പിൽ നിറഞ്ഞു നിന്നു. ഇടയ്ക്കിടെ ചെട്ട്യാർ, തന്റെ ജീവചരിത്രത്തിൽ നിന്ന് ഓരോ കാര്യം പുറത്തെടുക്കുന്നുമുണ്ടായിരുന്നു.

മെഴുകുതിരി വെളിച്ചവും ഭക്ഷണവും വന്നു. ഭവ്യതയോടെയാണ് പെണ്ണുങ്ങൾ ഭക്ഷണം വിളമ്പിയത്. മുല്ലപ്പൂവിന്റെ മണമുള്ള രണ്ടു പെണ്ണുങ്ങളും ചെട്ട്യാർ ഭക്ഷണം കഴിക്കാൻ തുടങ്ങിയപ്പോൾ നിശ്ശബ്ദരായി കടന്നുപോയി. അന്നേരം ചെട്ട്യാർ രാധാരാമനോടു പറഞ്ഞു: '' എല്ലാം തമിഴ്നാട്ടിൽ നിന്നു വരുന്നതാ. നല്ല പെമ്പിള്ളരാ. പെണ്ണുങ്ങളെ എത്തിക്കാൻ കളിയിക്കാവിള എനിക്ക് ഒരേജന്റുണ്ട്.''

ഭക്ഷണം കഴിക്കുന്നതിനിടയിലും ചെട്ട്യാർ സംസാരിച്ചുകൊണ്ടേയിരുന്നു. കൈകഴുകി വന്നിട്ടു പറഞ്ഞു: '' എനിക്കു പെണ്ണുങ്ങൾ ഒരിക്കലും വീക്നെസല്ല, ഒരു രസം.''

രാധാരാമന് ഉറങ്ങാനുള്ള പുറത്തെ മുറി കാണിച്ചുകൊടുത്തിട്ട് ചെട്ട്യാർ മാധവേട്ടനോടൊപ്പം ഇറങ്ങി. റാണീപുരത്തുനിന്ന് നഗരത്തിലേക്ക് പത്തരയ്ക്കാണ് അവസാനത്തെ ബസ്. മാധേവേട്ടനെ ചെട്ട്യാർ ബസ്സ്റ്റോപ്പിൽ വിടും. ഇറങ്ങുമ്പോൾ അടുത്തയാഴ്ച വരാമെന്നു പറഞ്ഞ് മാധവേട്ടൻ രാധാരാമനെ അനുഗ്രഹിച്ചു.

അയാൾ ആ മുറ്റത്തു തനിച്ചായി. കുറെനേരം കൂടി കത്തിയിട്ട് മെഴുകുതിരിയും അണഞ്ഞുപോയി. ഇരുട്ടിനും മൂകതയ്ക്കും കനംവയ്ക്കുകയായിരുന്നു. വീടിനകത്തെ സ്ത്രീകൾ ഓരോന്നായി ഉമ്മറവാതിലിലൂടെയും ജാലകത്തിലൂടെയും തുളസിത്തറയുടെ അരികിൽ ഒരു നിഴലായി മാറിയ രാധാരാമനെ ഒളിഞ്ഞുനോക്കുന്നുണ്ടായിരുന്നു.

തുറന്നിട്ട വാതിൽ ആരോ പാതി ചാരി. മറ്റേ പാതിയിൽ നിന്ന് മറ്റാരോ ചിരിച്ചു. മുറ്റത്തെ നിഴലിനെ കളിയാക്കുന്ന മട്ടിൽ പിന്നീട് ആ വാതിൽ മുഴുവനായടഞ്ഞു. അപ്പോൾ രാധാരാമൻ മനസിൽ പറഞ്ഞു: ''ഉറങ്ങിക്കോളൂ. നിങ്ങളുടെ കാവൽക്കാരനായി ഞാൻ ഇവിടെ ഉണ്ട്.''

ശ്രീകൃഷ്ണ വിലാസം

ഹോട്ടലിൽ നല്ല തിരക്കായിരുന്നു. കണ്ണൂരുനിന്ന് തിരുവനന്തപുരത്തേക്കു പോകുന്ന എട്ടരയുടെ ബസിലെ യാത്രക്കാരാണ് ഊണുകഴിച്ചുകൊണ്ടിരുന്നത്. അയക്കൂറയും കല്ലുമ്മേക്കായുമൊക്കെ നന്നായി തിന്നുന്ന വലിയ ബസാണ് ശ്രീകൃഷ്ണ വിലാസം ഹോട്ടലിനുമുമ്പിൽ വന്നുനിൽക്കുന്നത്.

സന്ധ്യ കഴിയുമ്പോൾ ശ്രീകൃഷ്ണവിലാസത്തിലെ പണിക്കാരും അവരുടെ മുതലാളി കുഞ്ഞാമനും കാത്തിരിക്കുന്നത് ഈ ബസിനെയാണ്. നന്നായി പണം കൊണ്ടുവരുന്ന ബസാണ്. യാത്രക്കാരെല്ലാം വലിയ ആളുകൾ. എം എൽ എ മാരും വലിയ വലിയ ഉദ്യോഗസ്ഥന്മാരും. കണ്ണൂർ-തിരുവനന്തപുരം ബസ് വന്നുനിൽക്കുമ്പോൾ മുതലാളി തന്നെയാണ് ക്യാഷിൽ വന്നിരിക്കുക. ക്യാഷിലിരിക്കുകയാണെങ്കിലും കണ്ണ് എല്ലാ നിമിഷവും ഹോട്ടലിനകത്തായിരിക്കും.

കുഞ്ഞാമൻ ഏതു പ്രായക്കാർക്കും കുഞ്ഞാമേട്ടനോ മുതലാളിയോ ആണ്. ബസിന്റെ കണ്ടക്ടറും ഡ്രൈവറും മുഖപരിചയമുള്ള യാത്രക്കാരും മുതലാളിയെന്നേ കുഞ്ഞാമനെ വിളിക്കാറുള്ളൂ.

കണ്ണൂർ-തിരുവനന്തപുരം ബസ് ജോലിക്കാരെയും മുതലാളിയെയും സന്തോഷിപ്പിക്കുന്നു. സപ്ലയർമാർക്ക് നല്ല ടിപ്പ് കിട്ടുന്ന ബസാണ്.

തിരുവനന്തപുരം ബസ് പോയപ്പോൾ സപ്ലയർ കുഞ്ഞാപ്പു അന്നാളുടെ സ്വന്തം കുഞ്ഞാമേട്ടന്റെ മുഖം ശ്രദ്ധിച്ചു. അഞ്ചാറുദിവസമായി കുഞ്ഞാപ്പുവിനെന്തോ പന്തികേടു തോന്നുന്നുണ്ട്. മുഖത്ത് മഴക്കാറ് അടിഞ്ഞുകൂടിയിരിക്കുന്നു. ഒന്നിലും ഒരു ഉഷാറുമില്ല. ഉച്ചയാവുന്നതുവരെ താടിക്കു കൈയും കൊടുത്തിരിക്കും. ഉച്ചയ്ക്ക് ചോറുവാരിത്തിന്നുന്നതുതന്നെ ചുമരിലെ ഗാന്ധിജിയുടെയും നെഹ്റുവിന്റെയും വലിയ ഫോട്ടോയിലേക്കു നോക്കിക്കൊണ്ടാണ്.

ഇങ്ങനെയൊന്നുമായിരുന്നില്ല കുഞ്ഞാമേട്ടൻ. കുഞ്ഞാപ്പുവിനു നന്നെ വിഷമം തോന്നി.

കുഞ്ഞാമേട്ടനില്ലായിരുന്നെങ്കിൽ ഇക്കുഞ്ഞാപ്പുണ്ടാവില്ലായിരുന്നു. കുഞ്ഞാമേട്ടനാണ് ദൈവം. ഒരു ജീവിതമുണ്ടാക്കിത്തന്നത് ഈ കുഞ്ഞാമേട്ടനാണ്. ഇരുപതുകൊല്ലമായി കുഞ്ഞാമേട്ടന്റെ ശ്രീകൃഷ്ണ വിലാസത്തിൽ വന്നിട്ട്. കല്യാണം കഴിച്ചതും ജീവിച്ചതും ചെറ്റപ്പുര മാറ്റി ഓടിട്ട വീടാക്കിയതും ശ്രീകൃഷ്ണവിലാസംകൊണ്ടാണ്.

കുഞ്ഞാപ്പു സ്നേഹത്തോടെ ഓർത്തു, കുഞ്ഞാമേട്ടനും പണക്കാരനായി. പണിക്കാരും നന്നായി. നിറഞ്ഞ മനസ്സ് നിറഞ്ഞ മനുഷ്യരെ കണ്ടെത്തി. ആരോടും മുഖം കറുപ്പിക്കാറില്ല. ജോലിക്കാരെല്ലാം അനിയന്മാരും മക്കളുമാണ്. എന്തുപറ്റി പടച്ചോനേ, കുഞ്ഞാമേട്ടന്...........

ഒമ്പതുമണിയോടെ കച്ചവടമൊന്നടങ്ങി. അന്നേരം കുഞ്ഞാമൻ കുഞ്ഞാപ്പുവിനെ കണ്ണുകാട്ടി അടുത്തേക്കു വിളിച്ചു. കുഞ്ഞാപ്പു ഓടിച്ചെന്നു. ഇരുന്നൂറുരൂപ കുഞ്ഞാപ്പുവിന്റെ കൈയിൽ കൊടുത്തിട്ടു പറഞ്ഞു: “സൈക്കളെട്ത്ത് മാഹീപ്പോയി നല്ല ഒരു കുപ്പി ബ്രാണ്ടി വാങ്ങിക്കൊണ്ടെ.”

കുഞ്ഞാപ്പു ഒരു നിമിഷം അറച്ചുനിന്നു. കുഞ്ഞാമൻ കുഞ്ഞാപ്പുവിന്റെ കണ്ണിലേക്കു വേദനയോടെ തുറിച്ചുനോക്കിക്കൊണ്ടു പറഞ്ഞു: “പോയിററ് വാടാ വേഗം. കുന്നുമ്പുറത്തെ കുഞ്ഞാമന് മറ്റന്നാളറുപത്തിനാലാടാ വയസ്സ്. ഇനി കുഞ്ഞാമൻ കൊറച്ച് കുടിക്കേം ജീവിക്കേം ചെയ്യട്ടെ. വാടാ പോയിറ്റ്.”

സൈക്കിൾ ചവിട്ടുമ്പോൾ കുഞ്ഞാപ്പു മനസിൽ പറഞ്ഞു: എന്തോ ഉണ്ട്. ചീത്തയായയതെന്തോ ഉണ്ട്. ഓണത്തിനും വിഷുവിനും മാത്രം കുടിക്കുന്ന കുഞ്ഞാമേട്ടൻ. ലക്ഷ്മിയേടത്തീം മക്കളും തീരെ ശരിയല്ല. സമ്പാദിച്ചു കൊടുത്തേന്റഹങ്കാരാ... കുഞ്ഞാമേട്ടന് വലിയ എന്തോ വിഷമോണ്ട്. അറിയണം. എന്താന്നറിയണം. ലേശം കുടിച്ചിറ്റ് എല്ലാം ചോദിക്കണം. കുഞ്ഞാമേട്ടൻ തളർന്നാ എല്ലാവരും തളർന്നു.

കുഞ്ഞാപ്പൂ ബ്രാണ്ടിയുമായി മാഹിയിൽ നിന്ന് സൈക്കിളിൽ പറന്നെത്തുകയായിരുന്നു. ഹോട്ടൽ അപ്പോൾ പാതി അടച്ചിട്ടുണ്ടായിരുന്നു. ഹോട്ടലിനകത്തുനിന്നു പുറത്തേക്കു കടന്നുവരുന്ന വെളിച്ചത്തു നിൽക്കുകയായിരുന്നു കുഞ്ഞാമനും മകൻ ദയാനന്ദനും. ഇരുവരും ഗൗരവമായെന്തോ സംസാരിക്കുകയായിരുന്നു. അവരുടെ നിൽപ്പുകണ്ടിട്ട് കുഞ്ഞാപ്പുവിന് അശുഭമായതെന്തോ മണത്തു. അവരുടെ മുമ്പിലൂടെ കുഞ്ഞാപ്പു തലചൊറിഞ്ഞുകൊണ്ട് ഹോട്ടലിനകത്തേക്കു കയറി.

പണിക്കാരെല്ലാം കുസിനിയിലായിരുന്നു. അവർ ഒളിഞ്ഞുനോക്കുന്നതുകണ്ട് കുഞ്ഞാപ്പു പേടിച്ചുപോയി.

എല്ലാവരോടുമായി കുഞ്ഞാപ്പു ചോദിച്ചു: “എന്താ കാര്യം?”

എല്ലാവരും കൈമലർത്തി.

“ദയാനന്ദനെന്താ വന്നേ?”

"ആരിക്കറിയാം? പക്ഷേല് എന്തോ കൊഴപ്പോണ്ട്."

"കൊഴപ്പം കുഞ്ഞാമേട്ടന്റെ മുമ്പിലോ. പോടാ നായിന്റെമക്കളെ. കുഞ്ഞാമേട്ടനൊരു കൊഴപ്പോം വെരൂല്ല. നമ്മളേല്ലാം ദൈവല്ലേടാ. തിന്നിറ്റ് കെടന്നൊറങ്ങിക്കോളീനെടാ."

കുഞ്ഞാപ്പു ബീഡിയും കത്തിച്ച് കുസിനിയിലിരിപ്പായി. നാലാമത്തെ ബീഡിക്കു തീകൊളുത്തുമ്പോൾ കുഞ്ഞാമൻ ചിരിച്ചുകൊണ്ട് കുസിനിയിലേക്കു കയറിവന്നു. അതൊരു വല്ലാത്ത ചിരിയാണെന്ന് കുഞ്ഞാപ്പുവിന് തോന്നി. കുഞ്ഞാപ്പു കസാലയിൽ നിന്നു പൊങ്ങി അന്ധാളിച്ചുനിന്നപ്പോൾ കണ്ണൊന്നു കുഞ്ഞാപ്പുവിന് നേരെ ഇറുക്കിക്കൊണ്ട് കുഞ്ഞാമൻ പറഞ്ഞു, "നമ്മളെ മോനേയ്, ദയാനന്ദൻ മാഷ്.......... ഒരു പീള അടയ്ക്കാക്കേസ്...... ഓടാം പറഞ്ഞു. ഓടിപ്പോയി. ഇങ്ങോട്ട് കേറ്യാ കാലടിച്ചെടുക്കൂന്ന് പറഞ്ഞിററ്ണ്ട്. അടിച്ചോടിക്കും കുഞ്ഞാപ്പൂ. നെഗളിച്ചാ പൊറത്ത്. വെറക്കൊള്ളി. കുഞ്ഞാപ്പൂന് കുഞ്ഞാമനറീല്ലേടാ. ആരാടാ കുഞ്ഞാമൻ. എന്തെല്ലാം കണ്ടോനാ കുഞ്ഞാമൻ......... ഒഴിക്കെടാ ബ്രാണ്ടി രണ്ടു ഗ്ലാസില്. കംപ്ലീറ്റായങ്ങൊഴിച്ചേക്ക്."

കുഞ്ഞാമൻ ചോറു തിന്നുന്ന പണിക്കാരുടെ മുന്നിൽ ചെന്നുനിന്നു. അവരോടെല്ലാം വെറുതെ ചിരിച്ചു. പൊരിച്ച മീനിന്റെ പാത്രമെടുത്ത് പണിക്കാരുടെ മുന്നിൽ വച്ചു.

"ഫ്രിഡ്ജിലേക്കൊന്നും പോണ്ട. കഴിച്ചോളീം. അയക്കൂറയില്ലേടാ, എടുത്ത് തിന്നീം. കല്ലുമ്മേക്കായ കാലിയാക്കിക്കള. രണ്ട് പ്ളേറ്റില് മീങ്കറീം പൊരിച്ചതും കല്ലുമ്മേക്കായും കൊണ്ടാ. കുഞ്ഞാപ്പൂനും കുന്നുമ്പുറത്തെ കുഞ്ഞാമനും. നല്ലണം തിന്നീനെടാ. ങ്ങള് തിന്നിററ് മതി ലാഭം. മറ്റന്നാള് രാത്രില് ങ്ങക്കെല്ലാം കള്ള്ണ്ട്. ങ്ങളെ കുഞ്ഞാമേട്ടന്റെ അറുപത്തിനാലാം പെറന്നാളാ. ങ്ങക്കായിറ്റൊയക്കൂറ സ്പെഷലായിറ്റ് വെര്ത്തിക്കോ. വേണേ കല്ലുമ്മേക്കായ് ബിരിയാണീണ്ടാക്കാ. പോരേടാ?"

ആരും ഒരക്ഷരം പറഞ്ഞില്ല. കുഞ്ഞാമൻ പണിക്കാരെ നോക്കി സ്നേഹത്തോടെ പൊട്ടിച്ചിരിച്ചു.

"തിന്നിട്ട് എല്ലാവരും മേലെപ്പോയി കെടന്നൊറങ്ങിക്കോളീം. ഞാനൂന്നിവിടെയാ കെടക്ക്ന്നേ. എല്ലാ ദൈവസോം ഇനി കുഞ്ഞാമേട്ടൻ ഇവ്ടെ കെടക്കും."

കൈകാലുകളൊന്ന് കുടഞ്ഞ്, നീണ്ടൊന്നു നിവർന്ന് ഒരു കളരിഗുരുക്കളെപ്പോലെ മുന്നോട്ടും പിന്നോട്ടുമാഞ്ഞ് കുഞ്ഞാമൻ കുഞ്ഞാപ്പുവിനോടു പറഞ്ഞു, "ഒഴിയെടാ കുഞ്ഞാപ്പൂ രണ്ട് ഗ്ലാസില്."

കുഞ്ഞാപ്പു അന്തംവിട്ടു നിൽക്കുകയായിരുന്നു.

"പണിക്കാരൊറങ്ങീററ് പോരേ."

"അയിറ്റ്യേള് കണ്ടാലെന്താടാ. രണ്ട് പെഗ് ബ്രാണ്ടി കുടിക്ക്ന്നത് വല്യ തെറ്റാണോ? ഒഴിയെടാ നായിന്റെമോനേ."

കുഞ്ഞാപ്പു ഒഴിച്ചു. കുഞ്ഞാമനും കുഞ്ഞാപ്പുവും മീങ്കറി തൊട്ടുനക്കിയും ബീഡിവലിച്ചും കുടിച്ചു. അയക്കൂറയും കല്ലുമ്മേക്കായും തിന്നു.

പണിക്കാരെല്ലാം ചോറുതിന്ന് ഉറങ്ങാൻപോയി. ഹോട്ടലിനകത്ത് കുഞ്ഞാമനും കുഞ്ഞാപ്പുവും മാത്രമായി. കുടിച്ചുകുടിച്ചങ്ങനെ സമയം നീളുകയായിരുന്നു. കുഞ്ഞാമേട്ടൻ കുഞ്ഞാപ്പുവിനെ അത്ഭുതപ്പെടുത്തി. കുഞ്ഞാപ്പുവിന് പേടിയായി. ലക്ഷ്മീയേടത്തീം ദയാനന്ദൻമാഷും മോഹനനുമറിഞ്ഞാൽ......... കുഞ്ഞാപ്പുവിന്റെ പേടി ക്രമേണ മനസിൽത്തന്നെ അലിഞ്ഞവസാനിച്ചു. ഒരു വലിയ പെഗ്ഗൊഴിച്ചു കുടിച്ച് ദിനേശ്ബീഡിയും വലിച്ച് കുഞ്ഞാപ്പു ധൈര്യമാർജിച്ചു.

"കുഞ്ഞാമേട്ടാ, എന്താ കാര്യോന്നു പറ. എന്താ കുഞ്ഞാമേട്ടാ?"

"കുഞ്ഞാപ്പൂ, കുന്നുമ്പുറത്ത് കുഞ്ഞാമനോട് സൂത്രം കാണിക്കണ്ട. കുഞ്ഞാപ്പൂനൊന്നുമ്പറഞ്ഞുകൂടേ?"

കുഞ്ഞാപ്പു പൊട്ടിക്കരഞ്ഞു. കരയുന്നതിനിടയിൽ ചോറും വാരിത്തിന്നുകയായിരുന്നു. കുഞ്ഞാമൻ കുഞ്ഞാപ്പുവിനെ നോക്കിച്ചിരിച്ചുകൊണ്ട് വീണ്ടും ബ്രാണ്ടിയൊഴിച്ചു. ബ്രാണ്ടിക്കുപ്പിയോട് കുഞ്ഞാമൻ വടക്കൻപാട്ട് പാടി. ചോറുതിന്നുന്ന കുഞ്ഞാപ്പു അതേറ്റുപാടി."

"ജീവിതോന്നു പറഞ്ഞാ ഇതാടാ നായിന്റെമോനേ കുഞ്ഞാപ്പൂ........"

എന്നിട്ട് നിശ്ശബ്ദനായി, പിന്നെ കരഞ്ഞു. അന്നേരം കുഞ്ഞാപ്പുവിന്റെ നെഞ്ചിലൊരിടിവെട്ടി. വായിലേക്കെടുത്ത ചോറ് പ്ളേറ്റിൽത്തന്നെ വീണു. ഒരിക്കലും കുഞ്ഞാപ്പു കുഞ്ഞാമേട്ടൻ കരഞ്ഞുകണ്ടിട്ടില്ല. കുഞ്ഞാപ്പുവിന്റെ കണ്ണുനിറഞ്ഞു.

"കുഞ്ഞാമേട്ടാ, കുഞ്ഞാപ്പുവിനെ വെഷമിപ്പിക്കല്ലേ. സംഗതി പറ."

കസാലയിൽ നിവർന്നിരുന്നുകൊണ്ട് കുഞ്ഞാമൻ ചോദിച്ചു, "നമ്മളെ കല്യാണിക്കുട്ട്യെവിടെടാ?"

"കല്യാണിക്കുട്ട്യേടത്തി നാലഞ്ച് ദെവസമായി വെരാത്തെ?"

"എന്താടാ വെരാത്തെ?"

"അറിയില്ല കുഞ്ഞാമേട്ടാ."

"ഞാം നാലഞ്ച് ദെവസം വെരാതായാലും നിയ്യിങ്ങനേന്നെ പറയ്യോടാ?"

"കുഞ്ഞാമേട്ടാ....."

"നമ്മളെ ഹോട്ടലിലെ ഏതെങ്കിലും നായിന്റെമോനമ്പേഷിച്ചോടാ?

ആർക്കാടാ ശ്രീകൃഷ്ണവിലാസത്തില് കല്യാണിക്കുട്ട്യോട് വിരോധം?"

കുഞ്ഞാപ്പു ഒന്നും മനസിലാവാതെ താഴോട്ടുനോക്കിയിരുന്നു. അപ്പോൾ കുഞ്ഞാമൻ ചോറുവാരിത്തിന്നുകയായിരുന്നു. കുഞ്ഞാമൻ ചോറുതിന്ന്, കുപ്പിയിൽ ബാക്കിയുള്ള ബ്രാണ്ടിയും ഒഴിച്ചുകുടിച്ച്, കൈകഴുകിവന്ന്, വെറുതേ ഇരുന്നു. കുഞ്ഞാപ്പുവും കൈകഴുകി കുഞ്ഞാമന്റെ മുമ്പിൽ വന്ന് ഇരുന്നു. അങ്ങനെ കുറേനേരമിരുന്നിട്ട് കുഞ്ഞാമൻ പറഞ്ഞു, "എടാ കുഞ്ഞാപ്പൂ, നിയ്യെന്നോടെന്തെങ്കിലും പറ."

"കല്യാണിക്കുട്ട്യേടത്തിന്താ വരാത്തെ?"

അന്നേരം കുഞ്ഞാമൻ ശരീരമാകെയിളക്കിയൊന്നു ചിരിച്ചുകൊണ്ട് പറഞ്ഞു: "ഒന്നുമറിയാത്ത മാതിരി വർത്താനം പറേല്ലേ കുഞ്ഞാപ്പൂ."

"പടച്ചോനാണെ കുഞ്ഞാമേട്ടാ, കുഞ്ഞാപ്പൂനൊന്നുമറിഞ്ഞുകൂട."

"എന്നാ കേട്ടോ, അഞ്ച് ദെവസം മുമ്പ് ഞാം മീനിന് പോയനേരത്ത് ലക്ഷ്മീം മോനും വന്ന് കല്യാണിക്കുട്ടിയെ ഹോട്ടലീന്ന് പൊറത്താക്കി. ചവിട്ടിപ്പൊറത്താക്കി കുഞ്ഞാപ്പൂ. ഇനീങ്ങോട്ട് കേറണ്ടാന്നും പറഞ്ഞു. എന്ത് കണ്ടിററാ ലക്ഷ്മീം ദയാനന്ദനും കളിക്ക്ന്നേ? കല്യാണിക്കുട്ടി കുഞ്ഞാമനുയിരുള്ളടത്തോളം ശ്രീകൃഷ്ണവിലാസത്ത് കാണും. കുഞ്ഞാമന്റെ യഥാർഥ നെറം കാണാം പുവ്വാ ലക്ഷ്മി."

എന്തെല്ലാമോ തീരുമാനങ്ങളോടെ കുഞ്ഞാമൻ എഴുന്നേറ്റു. കുപ്പായവും മുണ്ടും മാറ്റി, എട്ടു ബാറ്ററിയുള്ള ടോർച്ചും തടിച്ച മണിപ്പേഴ്സുമെടുത്ത് കുഞ്ഞാപ്പുവിനോടു പറഞ്ഞു: "വാടാ കുഞ്ഞാപ്പൂ.......ഒരു സലം വെരെ പൂവ്വാനുണ്ട്. ഹോട്ടല് പൊറത്ത്ന്ന് പൂട്ട്."

ഹോട്ടൽ പൂട്ടി കുഞ്ഞാപ്പു കുഞ്ഞാമന്റെ പിറകേ നടന്നു. കുഞ്ഞാമൻ ടോർച്ച് നീട്ടി അടിച്ചുകൊണ്ടിരുന്നു. ആറ്റുവക്കിലെ കള്ളിമുൾക്കാടിനരികിലൂടെ നടക്കുമ്പോൾ കഴിഞ്ഞുപോയ വലിയൊരു കാലം കുഞ്ഞാമന്റെ മനസിലൂടെ കടന്നുപോവുകയായിരുന്നു. മുല്ലപ്പൂവും കാച്ചിയ എണ്ണയും മണത്തുമണത്ത് കുഞ്ഞാമൻ നടന്നു. ആ നീണ്ടകാലം കുഞ്ഞാമനോട് പതുക്കെ കാതിൽ പറഞ്ഞു. പാവം കല്യാണിക്കുട്ടി. അവൾക്ക് വയസ്സ് നാൽപ്പത്തിയെട്ടായി. ഇരുപത്തിമൂന്നാമത്തെ വയസിൽ ശ്രീകൃഷ്ണവിലാസത്തിലെ കുസിനിയിൽ കയറിവന്നതാ കല്യാണിക്കുട്ടി. കല്യാണം കഴിച്ചവൻ പുഴയിൽ തോണിമറിഞ്ഞു മരിച്ചതിന്റെ അടുത്ത കൊല്ലം. വന്ന ദിവസം മുതലേ കല്യാണിക്കുട്ടി കുഞ്ഞാമന്റെ മനസിൽ താമസമായി.

ശെരിയാ, ഞാം ജീവിച്ചതും സുഖിച്ചതും കല്യാണിക്കുട്ടീന്റെ കൂടെയാ. മനസ്സ് കൊടുത്തതും കല്യാണിക്കുട്ടിക്കാ. പടച്ചോന്റെ മുന്നില് കുഞ്ഞാമന്റെ പെണ്ണ് കല്യാണിക്കുട്ടിയാ. പിന്നെ ലക്ഷ്മി......ഭാര്യ.....കുന്നുമ്പുറത്ത് കുഞ്ഞാമന്റെ പോത്തുപോലത്തെ ഭാര്യ.... കാരോക്കീലെ കണാരന്റ കുതിരപോലത്തെ മോള്. മൂന്നു മക്കളെപ്പെറ്റൂന്ന്വച്ചിട്ട്......മനസ്സുണ്ടോ ലക്ഷ്മീന്റോടി.....കൊഴ്ത്ത കാള...... ലക്ഷ്മീന്റെ നോട്ടം എന്നും സ്വത്തിലാ. ഇപ്പം മക്കളും ലക്ഷ്മീനെപ്പോലെത്തന്നെ. കൊണ്ടുപോട്ടെ...... സൊത്തും ചൊമലിവച്ച് പോട്ടെ.

പിന്നിലേക്കൊന്നു ടോർച്ചടിച്ചു. പിന്നെ നാലുപാടും നോക്കി. തോടു മുറിച്ചുകടക്കുമ്പോൾ കുഞ്ഞാപ്പുവിനോടു പറഞ്ഞു: "ഇരുപത്തിയഞ്ച് കൊല്ലായി കല്യാണിക്കുട്ടി കുഞ്ഞാമന്റെ കൂടെ വന്നിററ് കുഞ്ഞാപ്പൂ. കല്യാണിക്കുട്ടീണ്ടാക്കിയ മീങ്കൂട്ടേനും സാമ്പാറുംകൊണ്ടാ കുഞ്ഞാമൻ പണോണ്ടാക്ക്യേത്. കല്യാണിക്കുട്ടീന്റധ്വാനം കൊണ്ടാ ശ്രീകൃഷ്ണവിലാസം ഇന്നലേലെത്ത്യേത്. എന്നിറ്റിപ്പം അപ്പെണ്ണിന് പൊലിയാട്ട് പറയ്യ്യാ മൊതലാളിച്ചി ദച്ച്മി. ചവിട്ട്യേറക്കും. കാണിച്ചുകൊടുക്കുന്നുണ്ട് കുഞ്ഞാമൻ."

കോണികയറി വീട്ടിലേക്ക് ടോർച്ച് നീട്ടിയടിച്ചു. പിന്നെ, ജാലകക്കീറിലൂടെ പുറത്തേക്കു വരുന്ന കൊച്ചുവെളിച്ചത്തിലേക്ക് ടോർച്ചടിച്ചുപിടിച്ചു. ഉമ്മറത്തെത്തുമ്പോഴേക്കും പാതിവാതിൽ പതുക്കെ തുറന്നു.

"കുഞ്ഞാപ്പാകൂടെ കല്യാണിക്കുട്ട്യേ. അമ്മ ഒറങ്ങ്യോ?"

"ഒറങ്ങി."

"ഞ്ഞെന്ത്യാ ഒറങ്ങാത്തെ?"

കല്യാണിക്കുട്ടി പതുക്കെ ഒന്നു ചിരിച്ചു. കുഞ്ഞാമൻ വീടിനകത്തേക്കു കയറിപ്പോയി. അറച്ചറച്ച് കല്യാണിക്കുട്ടിയും അകത്തേക്കു ചെന്നു. ഉമ്മറവാതിൽ പതുക്കെ അടഞ്ഞു. അകത്തെ വെളിച്ചംകൂടിയണഞ്ഞപ്പോൾ കുഞ്ഞാപ്പുവിന് പേടിയായി. പിന്നെ ഓർത്തു. ആരെപ്പേടിക്കാനാ? കുഞ്ഞാമേട്ടനില്ലേ അകത്ത്. പാവം കല്യാണിക്കുട്ടി...... കണ്ണില് ചോരയില്ലാത്ത പെണ്ണ്ങ്ങളാ ഈ ലക്ഷ്യമേടത്തി. ദയാനന്ദന്റെയൊരു നെഗളിപ്പ്. സ്കൂള്മാഷെന്താ കലക്ടറാ?

ഇങ്ങനെയോരോന്നാലോചിച്ച് കുഞ്ഞാപ്പു കസാലയിൽ ചാരിക്കിടന്നുറങ്ങിപ്പോയി. അതിനിടയിൽ നല്ലൊരു മഴയും കാറ്റുമുണ്ടായി. അതൊന്നും കുഞ്ഞാപ്പു അറിഞ്ഞതേയില്ല.

പാതിര കഴിഞ്ഞപ്പോഴാണ് കുഞ്ഞാമൻ പുറത്തു വന്നത്. അപ്പോഴേക്കും കുഞ്ഞാപ്പു മതികെട്ടുറങ്ങുകയായിരുന്നു. കുഞ്ഞാപ്പുവിന്റെ ഉറക്കത്തെനോക്കി കുഞ്ഞാമൻ കല്യാണിക്കുട്ടിയുടെ കാതിലെന്തോ പറഞ്ഞു. കല്യാണിക്കുട്ടിക്ക് ചിരിവന്നു. മേലിട്ട മുണ്ടിന്റെ കോന്തലകൊണ്ട് കല്യാണിക്കുട്ടി ചിരിയെ പൊത്തിപ്പിടിച്ചു. കുഞ്ഞാപ്പുവിനെ തട്ടിയുണർത്തി ഇരുത്തിയിട്ട് കുഞ്ഞാമൻ പറഞ്ഞു: "കുഞ്ഞാപ്പൂ, ഞാം കെടന്നങ്ങൊറങ്ങിപ്പോയി. പോവ്വോം. നേരൊരുപാടായി."

കണ്ണൊന്നു തിരുമ്മി നാലുപാടും നോക്കി കുഞ്ഞാപ്പു എഴുന്നേറ്റു. പടിയിറങ്ങുമ്പോൾ കുഞ്ഞാമൻ പറഞ്ഞു: "രാവിലെ പത്തുമണിക്കങ്ങെത്തിക്കോളണം. നിയ്യ് വന്നിറേറ ഞാം മീം മാർക്കറ്റിപ്പോവൂ."

കല്യാണിക്കുട്ടി വരാമെന്നു സമ്മതിച്ചു. കുഞ്ഞാപ്പു കാണാതെ കുഞ്ഞാമൻ കല്യാണിക്കുട്ടിയുടെ കവിളത്തൊന്നു വിരൽവച്ചു.

ടോർച്ചിന്റെ വെളിച്ചത്തിലൂടെ കുഞ്ഞാമൻ ആഞ്ഞുവലിഞ്ഞു നടക്കുകയായിരുന്നു. ടോർച്ച് കയ്യിലുണ്ടാവുമെങ്കിലും സാധാരണയായി കല്യാണിക്കുട്ടിയുടെ വീട്ടിലേക്കു വരുമ്പോഴും തിരിച്ചുപോകുമ്പോഴും ടോർച്ച് മിന്നിക്കാറുണ്ടായിരുന്നില്ല. നിലത്ത് വല്ല ഒച്ചയും കേട്ടാൽ ഒന്നു മിന്നിക്കുമെന്നുമാത്രം.

തോടുകടന്നത് വെള്ളത്തിന്റെ നെഞ്ചു ചവിട്ടിക്കീറിക്കൊണ്ടായിരുന്നു. മനസിൽ അമർഷം നുരഞ്ഞുപൊങ്ങിയപ്പോൾ ആറ്റുവക്കിലെ കള്ളിമുൾക്കാട്ടിലേക്കു കാർക്കിച്ചുതുപ്പി.

"കുഞ്ഞാപ്പൂ, ഞ്ഞെന്നും എന്റെ കൂടപ്പിറപ്പിനെപ്പോലെയാ. കുഞ്ഞാമന്റെ മനസിലിനി കുഞ്ഞാപ്പൂനും കല്യാണിക്കുട്ടിക്കേ സ്ഥാനള്ളൂ, കല്യാണിക്കുട്ടി നാളെ ശ്രീകൃഷ്ണവിലാസത്തില് വെരും. ആരാ ചവിട്ട്യേറ

ക്വന്ന് നോക്കട്ടെ. കുഞ്ഞാപ്പൂ ഒരു കാര്യോർത്താ. കല്ല്യാണിക്കുട്ട്യാ കുഞ്ഞാമന്റെ യഥാർഥ ഭാര്യ. തെറ്റാണെ തെറ്റ്, ഗുരുവായൂരപ്പാ......ശെരി മാത്രം ചെയ്യണോന്നാരേലും പറഞ്ഞിറ്റ്ണ്ടോടോ കുഞ്ഞാപ്പൂ..... കല്യാണിക്കുട്ടീനെ മറന്നിററ് കുഞ്ഞാമനിനി ഇജ്ജീവിതം വേണ്ടെടോ. ആരോടും പറയണ്ട. അടുത്ത മാസം ഒന്നാംതീയതി നമ്മക്ക് ഗുരുവായൂർപ്പോണം. കല്യാണിക്കുട്ടീം പോരട്ടെ. അപ്പെണ്ണിനുംവേണ്ടേ ഒരു ജീവിതം? ഞ്ഞെന്ത്യാ കുഞ്ഞാപ്പൂ മിണ്ടാത്തെ?"

കുഞ്ഞാപ്പു സ്നേഹപൂർവമൊന്നു മുരണ്ടു.

"കുഞ്ഞാമേട്ടന്റെ ഇഷ്ടേ ശ്രീകൃഷ്ണവിലാസത്തില് നടക്കൂ. നടന്നില്ലേ കുഞ്ഞാപ്പു സകലോം വെട്ടിനെരപ്പാക്കും."

ആറ്റുവക്ക് കഴിഞ്ഞ് റോഡിലേക്കു കയറിയപ്പോൾ കുഞ്ഞാമൻ പറഞ്ഞു: "കല്യാണിക്കുട്ടീന്റെ പൊരയൊന്നു നന്നാക്കണം. ഓട് നീക്കി കുറച്ച് പയിസ്സകൊണ്ട് ടെറസ്സാക്കണം. ഒരു മുറീംകൂടിവെക്കണം. ഇതൊന്നും ചെയ്തില്ലേ ദൈവന്നോട് പകരം ചോദിക്കൂല്ലെ? കെടപ്പും കുളീം ഞാം കല്യാണിക്കുട്ടീന്റെ പൊരേലേക്ക് മാറ്റും. ലക്ഷ്മീന്റെ ഗർവ് ഞാം കരിച്ചുകളയും. ആരാന്നോട് ചോദിക്കാൻ? ഇക്കാണ്ന്നതെല്ലാം കുഞ്ഞാമനൊരുത്തണ്ടാക്ക്യതാ. മന്ശ്യനെ കുഞ്ഞാമൻ പറ്റിച്ചിറ്റില്ല. നന്നാക്കീറേ ഉള്ളൂ.....ഗുരുവായൂരപ്പാ......"

ഇനി പാണ്ഡ്യൻ പറന്നെത്തും

ഞാൻ വന്നതു പാണ്ഡ്യൻ അറിഞ്ഞിട്ടില്ല. അറിഞ്ഞിരുന്നുവെങ്കിൽ അവൻ നേരത്തേത്തന്നെ ഇങ്ങ് വന്നെത്തിയേനെ. അറിയിക്കാൻ എനിക്കൊരു മാർഗവുമില്ലാതായിപ്പോയി.

പണ്ടത്തെ ഒരു സ്നേഹിതനെയെങ്കിലും കാണാൻ കഴിഞ്ഞെങ്കിൽ.... എനിക്കെത്ര സ്നേഹിതൻമാരുണ്ടായിരുന്നു ഈ തുറമുഖത്ത്...... പലരും മരിച്ചുപോയിക്കാണും. തുറമുഖത്തെ തൊഴിലാളികൾ വേഗം മരിച്ചുപോവുന്നവരാണ്. ചാരായത്തിലും കഞ്ചാവിലുമൊക്കെ മുങ്ങിമുങ്ങി അവർ വേഗം മറയുന്നു.

ആറുമണിയോടെ സൈറൻ മുഴങ്ങുമ്പോഴാണ് ഞാൻ തുറമുഖത്തിന്റെ നാലാം ഗേറ്റിലെത്തിയത്. പാണ്ഡ്യൻ പുറത്തുവരുന്നത് എപ്പോഴും നാലാംഗേറ്റിലൂടെയായിരിക്കും. ഗേറ്റിനു വെളിയിൽ കടന്ന ഉടനെ തൊട്ടടുത്ത വെറ്റിലപ്പാക്കുകടയിൽ കയറി ഒന്നു മുറുക്കി. ഒപ്പം ഒരു ചൊക്കലാൽ ബീഡിയും കത്തിച്ച് ഒരു നിൽപ്പുണ്ട് അവന്. അപ്പോഴായിരിക്കും എന്നെ കാണുന്നത്. പണ്ടും ഞാൻ പാണ്ഡ്യനെ കാത്തുനിൽക്കുക ഈ പെട്രോൾ ബങ്കിനടുത്താണ്. മണിക്കൂറുകളോളം ഞങ്ങളിവിടെനിന്നുകൊണ്ട് രാഷ്ട്രീയം പറയും. മടുക്കുമ്പോൾ ചൈനാബസാറിലേക്കോ ബർമാബസാറിലേക്കോ വെറുതേ നടക്കും.

മണ്ണുകപ്പലിലെ തൊഴിലാളികൾ വരികയായിരുന്നു. ഇനി എന്നായിരിക്കും പാണ്ഡ്യന്റെ മണ്ണുമായി ആ കപ്പൽ ജപ്പാനിലേക്ക് തിരിച്ചുപോകുന്നത്? ഇപ്പോൾ മണ്ണ് ബല്ലാരിൽ നിന്നു തന്നെയാണോ വരുന്നതെന്നാരറിഞ്ഞു.

മണ്ണുകപ്പലിനടുത്തു നിന്നു വരുന്ന ഒരു കിഴവൻ. ഞാൻ ആ കിഴവനെതന്നെ നോക്കുകയായിരുന്നു. ആളെ മനസിന് പിടികിട്ടുന്നില്ല. പക്ഷെ,

കിഴവൻ ആരെയോ ഓർമിപ്പിക്കുന്നു. തിരുവത്തിയൂരിലെ മുനിസ്വാമിയാണോ? ഓൾഡ് സ്ളോട്ടർ ഹൗസ് റോഡിലെ ഫ്രാൻസിസാകാനും വഴിയുണ്ട്. ഓർമയിലെവിടെയോ കിഴവൻ കുടുങ്ങിപ്പോയിരിക്കുന്നു. കണ്ണിനും പിടികിട്ടുന്നില്ല. മുനിസ്വാമിതന്നെയാവാം. തിരുവത്തിയൂരിലെ മുനിസ്വാമി.

ഞാൻ ഓടിച്ചെന്ന് കിഴവനോട് ചിരിച്ചു. പക്ഷേ, അയാൾ ചിരിച്ചില്ല. "മുനിസ്വാമിയാണോ?" ഞാൻ ചോദിച്ചു.

"ഏതു മുനിസ്വാമി?"

"എണ്ണൂരിലെ ഫ്രാൻസിസാണോ?"

ഏത് ഫ്രാൻസിസ്?"

"താംബരത്തെ മാസലാമണിയാണോ?"

കിഴവന് ചെറുതായൊന്നു ചിരിക്കാനവസരമുണ്ടായി. എന്നിട്ട്, ഞാൻ നീ അന്വേഷിക്കുന്ന ആരുമല്ലെന്ന ഭാവത്തിൽ നടന്നുപോയി.

കിഴവനു പിന്നാലെ വന്ന മണ്ണുപുരണ്ട ഒരു തൊഴിലാളിയോട് ഞാൻ ചോദിച്ചു. "മണ്ണുകപ്പലിനടുത്ത് നമ്മുടെ പാണ്ഡ്യനുണ്ടോ?"

"ഏതു പാണ്ഡ്യൻ?"

"ലിംഗിച്ചെട്ടിത്തെരുവിലെ കറുത്തുമെലിഞ്ഞ പാണ്ഡ്യൻ."

അയാൾ എന്നെത്തന്നെ പകച്ചുനോക്കി. "ഏതു പാണ്ഡ്യൻ?" അയാൾ പിന്നെ മിണ്ടാതെ നടന്നു. റോഡ് മുറിച്ചുകടന്ന് എങ്ങോട്ടോ പോയി.

തിരുവത്തിയൂരിലെ മുനിസ്വാമിയും എണ്ണൂരിലെ ഫ്രാൻസിസുമൊക്കെ പണ്ടേ പെൻഷനായി പോയിക്കാണും. എന്നാലും ആ കിഴവനെ എനിക്കറിയാം. ആരാണെന്നു പിടികിട്ടുന്നില്ലെന്നേയുള്ളൂ.

പാണ്ഡ്യനെ കാത്തിരുന്നു ഞാൻ മുഷിയുകയായിരുന്നു. അവനിങ്ങനെയാണ്. സമയവും സ്ഥലവുമൊന്നും അവന്റെ മനസിലില്ല. ഇന്നലെ ഞാനവന്റെ ലിംഗിച്ചെട്ടിത്തെരുവിലും പോയിരുന്നു. അവനെ ഇപ്പോൾ അവിടെയാർക്കും അറിഞ്ഞുകൂടാ. ഇരുപത്തിനാലുമണിക്കൂറും തുറമുഖത്തുതന്നെ കഴിഞ്ഞുകൂടുന്നവനല്ലേ. മണ്ണുകപ്പൽ വന്നാൽ അവൻ തുറമുഖത്തുനിന്നു പുറത്തുവരികയേ ഇല്ല.

ജപ്പാനിലെ മണ്ണുകപ്പൽ വരുന്നുണ്ടെന്നറിയുമ്പോൾതന്നെ അവന്റെ മനസിൽ ഉത്സവം തുടങ്ങുന്നു. ആ കപ്പൽ തുറമുഖം വിടുന്നതുവരെ അവൻ കുളിക്കുകയുമില്ല, ഉറങ്ങുകയുമില്ല. അവനാവശ്യമുള്ള ചപ്പിയും ചാരായവും ഏതെങ്കിലും മാർഗത്തിലൂടെ വന്നുകൊണ്ടിരിക്കും.

ജപ്പാന്റെ മണ്ണുകപ്പൽ പോകുമ്പോൾ അവനു ദുഃഖമാണ്. അവൻ ജപ്പാൻകാരെ എപ്പോഴും ഉയർത്തിപ്പറയും. എന്തൊരിഷ്ടമാണവന് ജപ്പാൻകാരോട്. അവൻ മണ്ണാണ് കയറ്റിക്കൊണ്ടുപോകുന്നത്. മണ്ണുകൊണ്ടവൻ പൊന്നുണ്ടാക്കും.

ജപ്പാന്റെ കപ്പൽ ഔട്ടറിലെത്തുന്നതുവരെ അവൻ ദുഃഖത്തോടെ നോക്കിനിൽക്കുന്നു. അവന്റെ സ്വന്തം കപ്പലാണ് പോകുന്നത്. അത്രയും

നാൾ സമ്പാദിച്ച പണവുമായി പിന്നെ ഒരു വെളിച്ചപ്പാടിനെപ്പോലെ പാണ്ഡ്യൻ പുറത്തുകടക്കുകയായി. ഒരു സുൽത്താനായി മനസിലെ കുതിരപ്പുറത്തങ്ങനെ ഓടും. നാലഞ്ചുദിവസം കഴിയുമ്പോൾ ചൊക്കലാൽബീഡി വാങ്ങാൻ പത്തുപൈസപോലുമില്ലാതെ പാണ്ഡ്യൻ തുറമുഖത്തെത്തും. മണ്ണുകപ്പലിന്റെ കാശൊക്കെ എന്തു ചെയ്തു പാണ്ഡ്യാ എന്നുചോദിക്കുമ്പോൾ, കപ്പലിനിയും വരുമെന്ന് അവൻ പറയും. ഇതിനിടയിൽ അവൻ മാമ്പലത്തെ ജ്യോതിഅക്കയെ കണ്ടിട്ടുണ്ടാവും. അവളുടെ മടിയിൽ തലവച്ചുകരഞ്ഞിട്ടുമുണ്ടാവും. ജ്യോതി അക്കയ്ക്ക് ബർഫിയും മൈസൂർപാവും മുല്ലപ്പൂവും വാങ്ങിക്കൊടുക്കുന്നതായിരുന്നു അവന്റെ ജീവിതത്തിലെ ഏറ്റവും വലിയ സുഖം. പാണ്ഡ്യന്റെ ജീവനായിരുന്നു അക്ക. അവരുടേത് ഒരു ദിവ്യ ബന്ധമായിരുന്നു.

ജ്യോതിഅക്ക അവന്റെ കാതലിയായിരുന്നു. പരുവമങ്കയായിരുന്നു. എങ്ങനെ ജ്യോതിഅക്കയും അവനുമായി പരിചയപ്പെട്ടു എന്നെനിക്കറിഞ്ഞുകൂടാ. അതൊരു രഹസ്യമായവൻ സൂക്ഷിച്ചു. അവൻ ചിരിക്കുന്നതും കരയുന്നതും ജ്യോതിഅക്കയുടെ മടിയിൽ കിടന്നുകൊണ്ടാണ്. മനസിനെന്തെങ്കിലും വിഷമമുണ്ടാകുമ്പോൾ അവനോടുന്നു അവന്റെ ജ്യോതി അക്കയെ കാണാൻ. ജ്യോതിഅക്കയ്ക്ക് അവനെക്കാൾ പത്തുവയസ്സ് കൂടുതലുണ്ട്. മൂന്നു പെൺമക്കളുടെ ആ അമ്മ എന്തൊക്കെയോ പ്രത്യേകതകളുള്ള ഒരു സ്ത്രീയായിരുന്നു.

ഒരു നാൾ ഞാൻ ഇവളെയുംകൊണ്ട് എങ്ങോട്ടെങ്കിലും പോകുമെന്ന് പാണ്ഡ്യൻ തമാശയായി പറയാറുണ്ടായിരുന്നു. ഒരു ദിവസം നമുക്കെങ്ങോട്ടെങ്കിലും ഓടിപ്പോകാം പാണ്ഡ്യാ എന്ന് ജ്യോതിഅക്കയും അവന് ഉറപ്പുകൊടുത്തിരുന്നു. ജ്യോതിയെ ചുറ്റിപ്പറ്റി അവനെന്തെല്ലാം സ്വപ്നങ്ങളായിരുന്നു. ഈ സ്വപ്നങ്ങളൊക്കെ എന്തിനായിരുന്നുവെന്ന് എനിക്കറിഞ്ഞുകൂടാ. പാണ്ഡ്യനും അറിഞ്ഞുകൂടായിരുന്നു. ദൈവം അവരെ അങ്ങനെയാക്കിയെന്നുമാത്രം.

ഇപ്പോൾ ജ്യോതിഅക്ക വാർധക്യത്തിലേക്കു പ്രവേശിച്ചുകാണും. പെൺമക്കളുടെയൊക്കെ അവസ്ഥ എന്തായിരിക്കും? ജീവിതം അവരെ എങ്ങോട്ടെങ്കിലും വാരിയെറിയാതിരിക്കുമോ? എത്ര നല്ല സ്ത്രീയായിരുന്നു ജ്യോതിഅക്ക. ഹൃദയത്തിന്റെ സുഗന്ധവുമായി മാത്രം ജീവിച്ച ജ്യോതിഅക്കയെ ഉമ്മ വയ്ക്കാൻ കൊതിച്ച ആ നാളുകൾ.... ജ്യോതിയുടെ നെഞ്ചിനകത്തൊരു മഹാക്ഷേത്രമുണ്ടെന്ന് പാണ്ഡ്യൻ വിശ്വസിച്ചിരുന്നു.

ജ്യോതിഅക്കയോടും എന്നോടും മാത്രമേ പാണ്ഡ്യൻ അവന്റെ കഥ പറഞ്ഞിട്ടുള്ളൂ.

അവനാരുമുണ്ടായിരുന്നില്ല. ഈ ഭൂമിയിൽ അവൻ സ്വയമുണ്ടായതാണ്.

അഞ്ചാറുവയസ്സുള്ള ഒരു കുട്ടിയായിരുന്നപ്പോൾ എവിടെനിന്നോ

അവൻ ഏതോ ട്രെയിനിൽ കയറി ഇരുന്നു. വന്നിറങ്ങിയത് എഗ്മോർ സ്റ്റേഷനിലായിരുന്നു. അവൻ ഇറങ്ങിയതായിരിക്കില്ല. ട്രെയിൻ അവനെ പ്ലാറ്റ്ഫോമിലേക്ക് വലിച്ചെറിഞ്ഞതായിരിക്കും.......

എഗ്മോർ സ്റ്റേഷനിൽ പൊട്ടിവീണ പാണ്ഡ്യൻ നായ്ക്കളോടൊപ്പം ഹോട്ടലിന്റെ പിന്നിലെ എച്ചിൽ തിന്നും യാചിച്ചും മോഷ്ടിച്ചുമൊക്കെ കഴിഞ്ഞുപോന്നു.

വന്നവഴിയും ട്രെയിനുമൊക്കെ എച്ചിൽ തേടുന്നതിനിടയിൽ അവൻ മറന്നുപോയി.

പാണ്ഡ്യൻ അവന്റെ വയർ മാത്രമായിത്തീർന്നു. തന്റെ വലിയ വയറുംകൊണ്ട് പാണ്ഡ്യൻ ഒരു നായയെപ്പോലെ, ചേറ്റുപന്നിയെപ്പോലെ മദ്രാസ് നഗരത്തിലലഞ്ഞു.

അവൻ ജീവിതം തുടങ്ങിയത് എഗ്മോർ ഫ്ളൈഓവറിൽ നിന്നാണ്. നേരം പുലരുമ്പോൾ ഏതെങ്കിലും കടത്തിണ്ണയിൽ നിന്നെഴുന്നേറ്റ് ഫ്ളൈ ഓവറിലേക്കോടും. ഫ്ളൈഓവർ കയറാൻ വിഷമിക്കുന്ന സൈക്കിൾറി ക്ഷകൾ ഉന്തിക്കൊടുക്കും. സൈക്കിൾ റിക്ഷക്കാരൻ അഞ്ചോ പത്തോ പൈസ കൊടുത്താലായി.

ഫ്ളൈഓവറിലെ പാണ്ഡ്യൻ ഹോട്ടലിൽ പാത്രം കഴുകാനെത്തി പാത്രം കഴുകി ജീവിക്കുന്ന കാലത്ത് അവന്റെ വീട് നെഹ്റുപാർക്കും മേരി ശ്മശാനവുമായിരുന്നു.

അവൻ കള്ളനായിരുന്നു. തെണ്ടിയായിരുന്നു. പിടിച്ചുപറിക്കാരനാ യിരുന്നു. അവസാനം അവനെ രക്ഷിച്ചത് മേരി ശ്മശാനമാണ്. മേരി ശ്മശാനത്തിൽ നിന്നാണ് പാണ്ഡ്യൻ തുറമുഖത്തെത്തിയത്. പ്രിയത മന്റെ ശവകുടീരത്തിൽ പ്രഭാതപുഷ്പങ്ങളർപ്പിക്കാൻ വന്ന ഒരു കുപ്പ മിസി പാണ്ഡ്യനെ കണ്ടു. പാണ്ഡ്യൻ മിസിയുടെ പ്രിയതമന്റെ കല്ലറ യ്ക്കുമുകളിൽ കിടന്നുറങ്ങുകയായിരുന്നു. വിൽഫ്രഡ് അന്തോണിയുടെ ശവക്കല്ലറയ്ക്കു കാവൽകിടക്കുന്ന പാണ്ഡ്യനെ മിസിക്ക് ഇഷ്ടപ്പെട്ടു. ആ മിസിയാണ് പാണ്ഡ്യനെ തുറമുഖത്തെത്തിച്ചത്. മിസി മരിക്കുന്നതു വരെ എല്ലാ മാസത്തിന്റെയും തുടക്കത്തിൽ ഒരു ബോട്ടിൽ വിസ്കിയു മായി അവൻ കാണാൻ ചെല്ലുമായിരുന്നു. മിസിയെ അവൻ മമ്മി എന്നു വിളിച്ചു. മിസി മരിച്ച ദിവസം പാണ്ഡ്യൻ വിസ്കിയിൽ മുങ്ങി തുറമു ഖത്തെ വേബ്രിഡ്ജിനരികെ കിടന്നു കരയുകയായിരുന്നു.

തുറമുഖത്തെ മണ്ണുകയറ്റുന്ന കമ്പനിയിൽ പേലോഡുകൾ താഴെ യിടുന്ന കൽക്കരിയും മണ്ണും തൂത്തുവാരുന്ന കൂലിപ്പണിയാണ് അവ നാദ്യം കിട്ടിയത്. മൂന്നു ഷിഫ്റ്റും പാണ്ഡ്യൻ കപ്പലിനടുത്തും പേലോ ഡിനടുത്തുമായിരിക്കും. ഇരുപത്തിനാലുമണിക്കൂറും ജോലിചെയ്താലേ പാണ്ഡ്യനു തൃപ്തിയാവുകയുള്ളൂ. ഉറങ്ങാനും വിശ്രമമെടുക്കാനുമൊന്നും അവനറിഞ്ഞുകൂടായിരുന്നു. ഉറങ്ങിയാലും അവന്റെ മനസ്സ് കപ്പലിന ടുത്തും ബർത്തിലുമായിരിക്കും. മാസത്തിലെല്ലാ ദിവസവും തന്റെ കമ്പ നിക്കു കപ്പലുണ്ടാകണമെന്ന് പാണ്ഡ്യൻ ആഗ്രഹിച്ചു. ഇതുകൊണ്ടായി

രിക്കാം കമ്പനിയിലെല്ലാവർക്കും പാണ്ഡ്യനെ ഇഷ്ടമായിരുന്നു. ആരു വിളിക്കുമ്പോഴും പാണ്ഡ്യനുണ്ട്. ഏതു കപ്പൽ വരുമ്പോഴും പാണ്ഡ്യനുണ്ട്. അവൻ തുറമുഖത്തെ പാണ്ഡ്യനല്ലാതെ മറ്റാരുമായിരുന്നില്ല.

ഏഴു വർഷത്തെ കൂലിപ്പണിക്കുശേഷമാണ് പാണ്ഡ്യൻ ആ കമ്പനിയിലെ ഒരു സ്ഥിരം തൊഴിലാളിയായത്. അപ്പോഴേക്കും ചാരായവും കഞ്ചാവും വേശ്യകളുമെല്ലാം അവന്റെ ജീവിതത്തെ സ്നേഹിച്ചുതുടങ്ങിയിരുന്നു. ഉറങ്ങാതെ പാണ്ഡ്യനെ, ചാരായത്തിൽ മുങ്ങിയ പാണ്ഡ്യനെ, എല്ലാവരെയും സ്നേഹിക്കുന്ന പാണ്ഡ്യനെ പതിമ്മൂന്നുകൊല്ലം മുമ്പ് സമുദ്രദയ എന്ന കപ്പലിനടുത്തുവച്ചാണ് ഞാൻ പരിചയപ്പെടുന്നത്. എന്നെ ദൈവം അവന്റെ മുമ്പിലേക്കറിയുന്നത് എന്നാണ് ഞാൻ പറയേണ്ടത്. ഒരു ടീ ടൈമിൽ അവൻ എന്നോടു ചിരിച്ചു. നാലഞ്ചുദിവസം കൊണ്ട് വേബ്രിഡ്ജിലെ കണക്കെഴുത്തുകാരനായ ഞാനും സൈറ്റിലെ ചിന്നസൂപ്പർവൈസറായ പാണ്ഡ്യനും തമ്മിൽ സ്നേഹത്തിലായിത്തീർന്നു.

തുറമുഖത്തെ രാത്രികളിൽ അവനെന്റെ കൂട്ടുകാരനായി, ഞാൻ അവന്റെ പ്രിയപ്പെട്ട മലയാളത്തുപ്പയ്യനായിരുന്നു.

പാണ്ഡ്യൻ എന്റെ മനസിൽ ഒരു മനുഷ്യനെന്നതിലുപരി, ഒരു കഥാപാത്രമായിത്തീർന്നു. നീ മനുഷ്യനല്ല. ദെസ്തയേവ്സ്കിയുടെ ഒരു കഥാപാത്രമാണെന്നു ഞാൻ അവനോടു പറയാറുണ്ടായിരുന്നു. പാണ്ഡ്യൻ എന്നെയും ഞാൻ പാണ്ഡ്യനെയും കൊണ്ടുനടന്നു. അവൻ എന്റെ തലയ്ക്കകത്ത് ഒരു ജീവിതസത്യമായി പറന്നുകളിച്ചു. അവൻ എന്റെ ചോരയിൽ തുളച്ചുകയറി. ലോകത്തിന്റെ പുറമ്പോക്കിലെ എത്രയെത്ര വാതിലുകളാണവൻ എനിക്കുവേണ്ടി തുറന്നുതന്നത്. നീ ഇതെല്ലാം കാണുക കാണുകയെന്നവൻ പറഞ്ഞുകൊണ്ടിരുന്നു.

അവനെന്റെ മനസിൽ ജീവിതം കോരിയിട്ട് എന്നെ മറ്റൊരു മനുഷ്യനാക്കി മാറ്റി. അവൻ ഞാനായിത്തീർന്നു. ഞാൻ അവനുമായിത്തീർന്നു. ഞങ്ങൾക്കിടയിൽ ഒരു മുടിനാരിഴ അകലമില്ലാതായിത്തീർന്നു.

അവന്റെ കഥ എന്റെ കഥയായിപ്പോയി. ഞങ്ങളുടേത് വാക്കുകൾക്കും ലോകത്തിനും ദൈവത്തിനും അതീതമായ ഒരു ബന്ധമായിത്തീർന്നു. ജ്യോതിഅക്കയ്ക്ക് ഇതറിയാമായിരുന്നു. മരിച്ചുപോയ കുപ്പമിസിക്കും ഞങ്ങളെ അറിയാമായിരുന്നു.

ഞാനിങ്ങനെ പാണ്ഡ്യനെപ്പറ്റി ഓരോന്ന് ഓർത്തുകൊണ്ട് നാലാം ഗേറ്റിൽത്തന്നെ നിന്നു. അവൻ വരും. എത്ര വൈകിയാലും അവൻ വരും. മൂന്നാമത്തെ ഷിഫ്റ്റ് കഴിഞ്ഞിട്ടാണെങ്കിലും വരും.

നാലാംഗേറ്റിലൂടെ ഇറങ്ങിവരുന്ന പലരോടും പാണ്ഡ്യനെപ്പറ്റി ഞാൻ അന്വേഷിച്ചു. ആർക്കും അവനെ അറിഞ്ഞുകൂടാ. അവനെ എങ്ങനെ അറിയാനാ. അവന് ഈ ഭൂമിയിൽ സ്നേഹിതനായി ഞാനൊരുത്തൻ മാത്രമേയുള്ളൂ. ജ്യോതിഅക്ക ജീവിച്ചിരിപ്പുണ്ടോ എന്നാരറിഞ്ഞു.

എത്രനേരമാണിങ്ങനെ കാത്തിരിക്കുക! എങ്ങോട്ടെല്ലാം പോകാ

നുണ്ട്. പാണ്ഡ്യനു രാവുംപകലും തമ്മിൽ വ്യത്യാസമില്ല. എനിക്കിപ്പോഴും രാവ് രാവുതന്നെയാണ്. നാലാംഗേറ്റിൽനിന്ന് പാണ്ഡ്യാ എന്നു ഞാൻ ഉച്ചത്തിൽ വിളിച്ചു. എന്റെ അടുത്തൊക്കെ ഉണ്ടായിരുന്നവർ എന്നെത്തന്നെ നോക്കുകയായിരുന്നു. കാത്തിരിപ്പിന്റെ കടുത്ത അസഹ്യതയിലായിരുന്നു ഞാൻ. എന്നാലാവുന്ന ഉച്ചത്തിൽ വീണ്ടും വിളിച്ചു. ആൾക്കൂട്ടം ഏതോ ഒരു ഭ്രാന്തൻ എന്ന് എന്നെ കരുതിക്കാണും.

രാത്രിയാവുകയായിരുന്നു. ഞാൻ വീണ്ടും വീണ്ടും പാണ്ഡ്യനെ വിളിച്ചു. ഏതെല്ലാമോ കപ്പലുകൾ കരയുന്നുണ്ടായിരുന്നു. തുറമുഖം വിടാറാവുമ്പോൾ എല്ലാ കപ്പലുകളും കരയും. കടലാണ് എപ്പോഴും കപ്പലിന്റെ സ്വപ്നം. എന്നാലും കരയോട് യാത്ര പറയുമ്പോൾ എല്ലാ കപ്പലുകളും കരഞ്ഞുപോകുന്നു. തുറമുഖം പ്രകാശത്തിൽ മുങ്ങിക്കഴിഞ്ഞു. ഏഴാമത്തെയോ എട്ടാമത്തെയോ ബർത്തിലായിരിക്കും അവനുണ്ടാവുക. എവിടെയെല്ലാം പോകാനുണ്ട്. ജ്യോതിഅക്കയെ കാണാതെ മടങ്ങിപ്പോകുന്നതെനിക്കാലോചിക്കാനേ കഴിയുന്നില്ല. ഒമ്പതുകൊല്ലമായി അവരെ കണ്ടിട്ട്. എന്റെ മനസിൽ ജ്യോതിഅക്ക ഒരു പ്രിയപ്പെട്ട പ്രതീകമായി വളർന്നുകൊണ്ടിരിക്കുകയാണ്. ജ്യോതിഅക്കയോട് എനിക്കും കരയുകയും ചിരിക്കുകയുമൊക്കെ വേണം. ഒമ്പതുകൊല്ലത്തിനുശേഷം ജ്യോതിഅക്കയ്ക്ക് എന്തെല്ലാം മാറ്റങ്ങൾ സംഭവിച്ചിട്ടുണ്ടാകും. എനിക്കു മറ്റൊരാഗ്രഹം കൂടിയുണ്ട്. അർധരാത്രിയിൽ ഒരു കുപ്പി വിസ്കിയുമായി മേരി ശ്മശാനത്തിൽ ചെന്ന് മിസിയുടെ കല്ലറയിലിരുന്നു കുടിക്കുക. എന്നെ കാണുമ്പോൾ വിൽഫ്രഡ് അന്തോണിയും മിസിയും ഉണർന്നു വരാതിരിക്കില്ല.

പെട്ടെന്ന് എനിക്കൊരുന്മേഷവും സന്തോഷവുമൊക്കെ ഉണ്ടായി. എന്റെ പാണ്ഡ്യൻ വരികയായിരുന്നു. അവൻ ചിറകടിച്ച്, നക്ഷത്രവെളിച്ചവുമായി, പ്രകാശം പരത്തുന്ന ഒരു ദൈവശിലയായി നാലാംഗേറ്റിനു മുകളിലൂടെ പറന്നുവരികയായിരുന്നു. മുമ്പിലെത്തിയ ഉടനെ അവൻ എന്റെ തലയ്ക്കുചുറ്റും ഒന്നു വട്ടമിട്ടു. അവൻ പ്രകാശമായി കുറെ സമയം എനിക്കുചുറ്റും കറങ്ങി. അവന്റെ പ്രകാശത്തിൽ ഞാൻ മുങ്ങുകയായിരുന്നു. ഞാൻ ആ ജ്വാലയുടെ ഒരലമാത്രമായിത്തീർന്നു. പിന്നെ, ഞാൻ നടന്നു. പാണ്ഡ്യൻ എന്റെ തലയ്ക്കുമുകളിൽ പറന്നു.

കൺമുന്നിൽ ഇരുമ്പുമണ്ണിന്റെ കൂമ്പാരം ഇടിഞ്ഞുതാഴുന്നു. പാണ്ഡ്യൻ എന്റെ തലയ്ക്കുമുകളിൽ പറക്കുന്നു. ആ മൺകൂമ്പാരത്തോടൊപ്പം പാണ്ഡ്യനും ഉരുണ്ടുതാഴുകയായിരുന്നു. ഒരനക്കം പോലുമില്ലാതെ പാണ്ഡ്യൻ അവസാനിക്കുകയായിരുന്നു. ഞാൻ എന്റെ വേബ്രിഡ്ജിലേക്കോടുകയായിരുന്നു. എല്ലാവരും എന്നെപ്പോലെ ഓടിക്കളഞ്ഞു. അവന്റെ മണ്ണുകപ്പൽ നിർവികാരമായി നോക്കി നിന്നു.

അന്നു ഞങ്ങൾക്കു എടുത്തുകൊണ്ടുപോകാൻ പാണ്ഡ്യനൊരു മൃതദേഹം പോലും ഇല്ലാതായിപ്പോയി. അവൻ മണ്ണുവാരിയതുപോലെ അവനെ അന്ന് ആരൊക്കെയോ സ്ട്രെച്ചറിൽ വാരിയിട്ടു.

അവന്റെ മണ്ണുകപ്പൽ അന്നു മൂന്നാമത്തെ ഷിഫ്റ്റിനു കൃത്യസമയത്തുതന്നെ തുറമുഖം വിടുകയും ചെയ്തു. പാണ്ഡ്യൻ പറന്നും ഞാൻ നടന്നും പോകുന്നു. നേരമൊരുപാടായി. പാണ്ഡ്യൻ നേരത്തെ വന്നിരുന്നെങ്കിൽ എവിടെയെല്ലാം പോകാമായിരുന്നു.

ഞങ്ങൾ മറീനയിലെത്തുമ്പോൾ ആൾക്കൂട്ടം പിരിഞ്ഞുതുടങ്ങിയിരുന്നു. മറീനയിലെ കുതിരകൾ അപ്പോഴും വെള്ളിവെളിച്ചത്തിൽ ഓടുന്നുണ്ടായിരുന്നു. സമയം വല്ലാതെ വൈകിപ്പോയി. പാണ്ഡ്യനോടു എന്നെക്കുറിച്ചു നിരവധി കാര്യങ്ങൾ സംസാരിക്കാനുണ്ട്. മാമ്പലത്തെ ജ്യോതി അക്കയെയും മേരി ശ്മശാനത്തിലെ മിസിയെയും കാണുകയും വേണം.

ലബോറട്ടറിയിലെ പൂക്കൾ

മുപ്പത്തിയാറുവയസുള്ള മീനാമേനോൻ കുലീനയും സുന്ദരിയും മെയ്മുറുക്കവും വർഗാഭിമാനവുമൊക്കെയുള്ള ആദർശവതിയായ ഒരു വീട്ടമ്മയാണ് ജവഹർ കോളനിയുടെ മനസിൽ. പക്ഷേ, വീട്ടമ്മയെന്ന ഗൗരവത്തിനകത്ത് ഒതുങ്ങുന്നതല്ല മീനാമോനോന്റെ മനസും ശരീരവും. ജാതകത്തിൽ നാൽപ്പതു കഴിഞ്ഞിട്ടും ലോകദൃഷ്ടിയിൽ ഒരു മുടിനാരിഴപോലും വെളുക്കാതെ ഇക്കാലത്തെ ഒരു യുവാവിന് സ്വപ്നം കാണാൻ പോലും കഴിയാത്ത ചുറുചുറുക്കോടെ, ജീവിതാസക്തിയുടെ ഒരു തരിപോലും നഷ്ടപ്പെടാതെ കുടുംബജീവിതത്തിന്റെ സ്വർണക്കൊടിമരമായി ജീവിക്കുന്ന രമേഷ്മേനോനെ മീനയ്ക്ക് നിറഞ്ഞ ആരാധനയാണ്. സ്നേഹസമ്പന്നനായ ഭർത്താവെന്നതിലുപരി രമേഷ്മേനോനെ മജ്ജയിലും മാംസത്തിലും ചോരയിലും കരളിലും ഹൃദയത്തിലുംവച്ച് പൂജിച്ചാരാധിക്കുകയാണ് മീന. വള്ളുവനാടൻ ഗ്രാമത്തിൽനിന്നു പറിച്ചുകൊണ്ടുവന്ന ഒരിക്കലും വാടാത്ത ആ പൂവിനെക്കുറിച്ചോർത്ത് രമേഷ് മേനോനും അഭിമാനം കൊള്ളാറുണ്ട്.

കടഞ്ഞ ചന്ദനത്തടിപോലുള്ള ബാങ്ക് ഓഫീസർ രമേഷ്മേനോനും വാടാത്ത വള്ളുവനാടൻ പൂവും ജവഹർ കോളനിയിലെ പത്തുസെന്റിനകത്തെ മൂന്നു ബെഡ്റൂമുള്ള മനോഹരവും വിശാലവുമായ വീടിനകത്ത് സ്വസ്ഥവും സുന്ദരവുമായ ജീവിതമാണ് നയിച്ചുപോരുന്നത്. വാസ്തവത്തിൽ അവർ ജീവിതം നയിക്കുകയല്ല ചെയ്യുന്നത്, ജീവിതത്തിന്റെ വർണവിഹായസ്സിലൂടെ കെട്ടിപ്പിണഞ്ഞു പറക്കുകയാണ്. മേനോൻ ദമ്പതികൾ ഭാവിയെക്കുറിച്ചാലോചിക്കാറില്ല. അവരുടെ ഭാവി ശോഭനവും സമൃദ്ധവുമായിരിക്കും. ഭാവിയിലേക്ക് നോക്കിയും അവൻ ആഹ്ലാദിക്കുകയാണ്. ഇരുവരുടേയും മാതാപിതാക്കൾ മരിക്കുമ്പോൾ മേനോൻദമ്പതികൾ

വലിയൊരു സ്വത്തിന്റെ ഉടമകളായിത്തീരും. ഭാവിയിൽ ആ സ്വത്തെല്ലാം നോട്ടുകെട്ടുകളായി ഇങ്ങ് ജവഹർകോളനിയിലേക്കു പോരാനുള്ളതാണ്.

മീനാമേനോൻ ഒരാൺക്കുഞ്ഞിനെകൂടി പ്രസവിക്കാനാഗ്രഹിച്ചിരുന്നെങ്കിലും ഒരു പെൺകുഞ്ഞിനപ്പുറത്തേക്കു പോകാൻ രമേഷ് മേനോൻ മീനയെ അനുവദിച്ചില്ല. മീന ആൺകുഞ്ഞിനെ പ്രസവിക്കാനാഗ്രഹിച്ച കാലത്ത് രമേഷ്മേനോൻ സ്നേഹപൂർവം പറഞ്ഞു. പ്രസവിച്ച് ശരീരം തുലയ്ക്കരുത്. രശ്മിയെ ആണായും പെണ്ണായും കാണുക. നമ്മുടെ എല്ലാ സ്വപ്നങ്ങളും രശ്മിയിലൂടെ സാക്ഷാത്കരിച്ചെടുക്കുക.

ഒരു മോൻ എന്ന സ്വപ്നത്തിന്റെ മടിയിൽ തലചായ്ച്ചുകിടന്ന് അക്കാലത്ത് മീന എങ്ങനെയെല്ലാം കിണുങ്ങിയിട്ടും വീണ്ടുമൊരു പ്രസവത്തിനെതിരെ മേനോൻ കെട്ടിപ്പൊക്കിയ മതിൽ പൊളിക്കാനായില്ല. ഒരു പ്രിയപ്പെട്ട ഭാര്യയെന്ന നിലയിൽ പുഞ്ചിരിക്കുന്ന കണ്ണുനീരുകൊണ്ട് ആ മതിൽ പൊളിക്കാൻ മീനാമോനോന് കഴിഞ്ഞേനെ. പക്ഷേ സ്നേഹനിധിയായ ഭർത്താവ് കെട്ടിയ മതിൽ പൊളിച്ച് ഒരു വെറും ഭാര്യയായിത്തീരണ്ട എന്നുതന്നെ മീനാമേനോൻ തീരുമാനിച്ചു. അങ്ങനെ മേനോൻ ദമ്പതികളുടെ മകൾ രശ്മി മഹാഭാഗ്യവതിയായി. ജാതകപ്രകാരവും അവൾ രാജകുമാരിയാണ്. രാജകുമാരിയെപ്പോലെ തന്നെയാണ് രശ്മി വളരുന്നതും. രശ്മി മേനോന്റെ ക്ലാസിലെ ഒന്നാം റാങ്ക് ഒരിക്കലും രശ്മിമേനോൻ വിട്ടുകൊടുത്തിട്ടില്ല. സ്കൂളിലും പെരുവഴിയിലും വീട്ടിനകത്തും അഴകുകൊണ്ടും കുലീനമായ പെരുമാറ്റംകൊണ്ടും സിസിലി തോമസ് പരിശീലിപ്പിച്ചെടുത്ത മന്ദസ്മിതം കൊണ്ടും രശ്മി രാജകുമാരി തന്നെയായി. ആഴ്ചയിലൊരു ദിവസം അമ്മ മകളെ ബ്യൂട്ടി പാർലറിൽ കൊണ്ടുപോകും. രശ്മിയുടെ ഉടുപ്പുകളുടെ നിറവും മുടിയുടെ കിടപ്പും ചിരിയുടെ പ്രകൃതവുമൊക്കെ ബ്യൂട്ടീഷ്യൻ സിസിലി തോമസാണ് നിർണയിച്ചുകൊടുക്കുന്നത്.

മേനോൻ ദമ്പതികൾ രശ്മിയെ ഒരു നിമിഷം പോലും വെറുതേ ഇരുത്താറില്ല. കാലത്തും വൈകുന്നേരവും രാത്രിയും രശ്മിക്കു ട്യൂഷൻ കൊടുക്കുന്നു. പുലർച്ചെ അഞ്ചുമണിക്കെഴുന്നേൽപ്പിച്ച് അമ്മ പുസ്തകമെടുത്തു മുമ്പിൽ വെച്ചുകൊടുക്കും. ചട്ടക്കാരി മിസിയാണ് രാവിലെ ട്യൂഷനെടുക്കാനെത്തുന്നത്. വൈകുന്നേരം തൊഴിൽരഹിതനായ വിനയൻ എന്ന ചെറുപ്പക്കാരനും രാത്രി റിട്ടയേർഡ് ഹൈസ്ക്കൂൾ ഹെഡ്മാസ്റ്റർ കെ പി ജി കുറുപ്പും കൃത്യമായെത്തുന്നു. മിസിയെയും കുറുപ്പിനെയും മീനാമേനോന് ആദരവും ബഹുമാനവുമൊക്കെയാണ്. പക്ഷേ വിനയൻ തീരെ ശരിയല്ല. വിനയന്റെ ട്യൂഷൻ തുടങ്ങി രണ്ടുമാസം തികയാറാവുന്നതിനു മുമ്പുതന്നെ പലവട്ടം രമേഷ്മേനോനോടു മീന പറഞ്ഞുനോക്കി, അവനെ മാറ്റണമെന്ന്. മേനോൻ മീനയുടെ ആ ആവശ്യം ചെവിക്കൊണ്ടതേയില്ല. കാരണം, ജവഹർകോളനിയിലെ ഒരു രാഷ്ട്രീയ നേതാവിന്റെ ശുപാർശയിലാണ് മേനോൻ വിനയന് ഇങ്ങനെയൊരവസരം നൽകിയത്. മേനോനാകട്ടെ, പാവപ്പെട്ടവരുടെ

പക്ഷത്ത് ചെറിയൊരു ചായ്‌വുള്ള ആളുമാണ്. മേനോന്റെ അറിവിലും അഭിപ്രായത്തിലും വിനയൻ സാധുവും നല്ലവനുമാണ്. പക്ഷേ, മീനാമേനോന്റെ മൂക്കിലേക്ക് അവനിൽ അലിഞ്ഞുചേർന്ന ബീഡിപ്പുക കടന്നുവരുന്നു. യുവാവായ അവൻ മുണ്ടുമടക്കിക്കെട്ടി ഒരു പടുകിഴവനെപ്പോലെയാണ് നടന്നുവരുന്നത്. രമേഷ്‌മേനോന്റെ ജവഹർകോളനിയിലെ വീടിനെയോ ഭാര്യയെയോ ആദരിക്കാൻ അവനു കഴിയുന്നില്ല. വിനയന് ചുവന്ന കണ്ണും ഒട്ടിയ കവിളും മെലിഞ്ഞ ശരീരവും ചിരിക്കാത്ത മുഖവും ശ്വാസകോശത്തിനെന്തോ തകരാറുള്ള ശബ്ദവുമാണ്.

വിനയന്റെ സ്ഥാനത്ത് ജോയിക്കുട്ടിയെപ്പോലുള്ള ഒരു യുവാവിനെയാണ് മീനാമേനോൻ ആഗ്രഹിക്കുന്നത്. വിനയനെപ്പോലൊരാൾ രശ്മിയുടെ ട്യൂഷൻമാസ്റ്ററാവുന്നത് മീനാമേനോനു സഹിക്കാവുന്നതല്ല. വിനയന്റെ മുഖഭാവങ്ങളും ചലനങ്ങളും പരുക്കൻ സംസാരശൈലിയും പലപ്പോഴും മീനാമേനോൻ ഒളിഞ്ഞുനിന്നു ശ്രദ്ധിച്ചിട്ടുണ്ട്. അപ്പോഴെല്ലാം മനസിൽ കൂർത്തമുള്ളു തറയ്ക്കുന്നതുപോലെയാണ് തോന്നിയത്.

നിരാശനായ നക്സലൈറ്റിന്റെ മുഖമാണ് അവന്റേത്, ഒരുദിവസം മീന രമേഷ്‌മേനോനോടു പറഞ്ഞു. ഒന്നുമല്ല, അവൻ വളരെ പാവപ്പെട്ട ഒരു കുടുംബത്തിലാണെന്നു പറഞ്ഞ് രമേഷ്‌മേനോൻ പ്രിയതമയ്ക്കൊരുമ്മ നൽകി മുഖം നെഞ്ചിലേക്കു വാരിയെടുത്ത് തൽക്കാലത്തേക്കു വിനയൻ എന്ന വിഷയം മായ്ച്ചുകളഞ്ഞു. പക്ഷേ, വിനയൻ മീനാമേനോന്റെ മനസിൽ നിന്ന് അനുകമ്പയോടെ മാഞ്ഞുപോകുന്ന ഒരാളായിരുന്നില്ല.

മീനാമേനോന്റെ കോളേജ് ജീവിതകാലത്തെ നിശ്ശബ്ദനായ കാമുകൻ എന്നു വിശേഷിപ്പിക്കാവുന്ന സുന്ദരനായ ഒരു ചെറുപ്പക്കാരനാണ് ജയദേവൻ. മീനയുടെ മനസിന്റെ ഏതോ കോണിൽ ജയദേവൻ ഇപ്പോഴുമുണ്ട്. പക്ഷേ ജയദേവൻ ആരായിട്ടാണ് തന്റെ മനസിൽ ജീവിക്കുന്നതെന്ന് മീനാമേനോനറിഞ്ഞുകൂടാ.

ഫുട്ബോൾ താരം ജോയിക്കുട്ടിയെ ജവഹർകോളനിയിലെ സ്ത്രീകൾക്കെല്ലാം ഇഷ്ടമാണ്. അവന്റെ ആരോഗ്യവും ഉയരവും ലോകത്തെ പുല്ലാക്കിക്കൊണ്ടുള്ള നടപ്പുമൊക്കെയാണ് മീനാമേനോനെ ആകർഷിച്ചത്.

റവന്യൂബോർഡ് മെമ്പർ പീതാംബരക്കുറുപ്പ് അൽപ്പസ്വൽപ്പം സ്ത്രീലമ്പടനാണെങ്കിലും മാന്യനായ ഒരു ഉദ്യോഗസ്ഥ പ്രമുഖനും സാമൂഹ്യ ചിന്തകനുമാണ്.

രമേഷ്‌മേനോൻ	40
മീനാമേനോൻ	36
രശ്മി	13
വിനയൻ	27
ജയദേവൻ	39
ഫുട്ബോൾതാരം ജോയിക്കുട്ടി	28
റവന്യൂബോർഡ് മെമ്പർ പീതാംബരക്കുറുപ്പ്	53

ഈ ഏകാങ്കനാടകത്തിൽ ഇങ്ങനെ ഏഴു കഥാപാത്രങ്ങളാണുള്ളത്. ഏഴുപേരുണ്ടെങ്കിലും രമേഷ്മേനോനും ജയദേവനും അരങ്ങിൽ പ്രത്യക്ഷപ്പെടുന്നേയില്ല. രമേഷ്മേനോൻ എന്നും സന്ധ്യകഴിഞ്ഞേ വീട്ടിലെത്താറുള്ളൂ. നാടകമാവട്ടെ, വൈകുന്നേരം നാലരയോടുകൂടി അവസാനിക്കും.

ജയദേവനിപ്പോൾ എവിടെയാണുള്ളതെന്നുപോലും മീനാമേനോനറിയില്ല. നാടകത്തിന്റെ ചുറ്റുവട്ടത്തൊന്നുമില്ലെങ്കിലും ജയദേവൻ മീനാമേനോനിൽ മീനാമേനോൻപോലുമറിയാതെ ലയിച്ചുകിടപ്പുണ്ട്.

ഈ നാടകത്തിൽ നായികയുടെ വേഷമണിയുന്നത് മീനാമേനോനാണെന്ന് ഇനി ഞാൻ പറഞ്ഞറിയിക്കേണ്ടതില്ലല്ലോ. മീനാമേനോൻ എന്ന നടിയും അവർ അവതരിപ്പിക്കുന്ന കഥാപാത്രവും രണ്ടല്ല; ഒന്നുതന്നെയാണ്. നാടകാഭിനയവും ഇവിടെ ജീവിതാഭിനയം തന്നെയായി മാറുന്നു.

എന്റെ നാടകത്തിലെ നായികയായ മീന ലബോറട്ടറി തിയേറ്ററിനും വഴങ്ങുന്നില്ല എന്നതാണ് എന്റെ ധർമസങ്കടം. ഒരു കാര്യം എനിക്കു തീർച്ചയുണ്ട് - ഗ്രോട്ടോസ്കിയൻ ലബോറട്ടറി തീയേറ്ററിൽ പ്രേക്ഷകർ എങ്ങനെയെല്ലാം മീനയെ കുരുക്കിയിട്ടാലും മീന മറികടന്നോടിപ്പോകും. മീനയുടെ രഹസ്യങ്ങളുടെ ശക്തി എപ്പോഴും മീനയ്ക്കു കൂട്ടിനുണ്ടാവും. ഇതിനുംപുറമേ മീന ആദർശവതിയായ വീട്ടമ്മയാണ്. സ്നേഹവതിയായ ഭാര്യയാണ്. കുലീനയും സമ്പന്നയുമായ സുന്ദരിയാണ്. പ്രേക്ഷകർക്ക് അഗാധവും എല്ലുറപ്പുള്ളതുമായ നിരവധി സംശയങ്ങളുണ്ടാവും, ഉണ്ടാവുകയും വേണം. ഈ സംശയങ്ങളുടെ ഒരു വേര് രമേഷ്മേനോനിലേക്കു നീളാം. മറ്റൊരു വേര് പ്രേക്ഷകർക്കും എനിക്ക് അജ്ഞാതമായ മീനാമേനോന്റെ പൂർവചരിത്രത്തിലേക്കും പൂർവജന്മങ്ങളിലേക്കും നീളാം.

നാടകരചയിതാവായ എനിക്ക് മീനാമേനോനെ ഗ്രോട്ടോസ്കിയൻ ലബോറട്ടറിയിലേക്കു നയിക്കാനേ കഴിയുകയുള്ളൂ. മീന നാടകമാടുമ്പോൾ പ്രേക്ഷകർ അമർഷം കൊണ്ടു പൊരിയുന്നതു നോക്കിനിൽക്കാനേ കഴിയുകയുള്ളൂ. ഞാൻ നേരിട്ട് അരങ്ങത്തു വരാനുദ്ദേശിക്കുന്നില്ല. വേണ്ടിവന്നാൽ നാടകരചയിതാവിന് അരങ്ങിൽ വരാമെന്ന് ഗ്രോട്ടോസ്കി പണ്ടു പറഞ്ഞിട്ടുണ്ടെങ്കിലും, ഞാൻ എന്തായാലും വരുന്നില്ല. പ്രേക്ഷകർ തന്നെയായിരിക്കും എന്റെയും പ്രതിനിധി. ഗ്രോട്ടോസ്കിയൻ നാടകാചാരപ്രകാരം പ്രേക്ഷകർക്കു സന്ദർഭോചിതം നാടകത്തിലിടപെടാവുന്നതാണ്. അതിലും ചില പ്രശ്നങ്ങളുണ്ട്. ഇടപെടേണ്ടത് നായികയുടെ മനസിലാണ്. ആ മനസാകട്ടെ ഇരുണ്ട ഒരു ഗുഹയാണ്. ആ ഗുഹയിലെ ഇരുട്ട് വെളിച്ചത്തെ വേർതിരിച്ചെടുത്താലും ആ വെളിച്ചത്തിൽ ചോരപ്പാടുകളും മഞ്ഞപ്പാടുകളുമുണ്ടാവും. മീനാചരിതത്തിനുമുമ്പിൽ ഗ്രോട്ടോസ്കിയൻ തിയേറ്റർ സങ്കൽപ്പങ്ങളും നിസ്സഹായമാവുകയാണ്. മീനാമേനോൻ എന്ന നടിയും അവരാടുന്ന കഥാപാത്രവും വാസ്തവത്തിൽ എന്റെ നാടകത്തിനും ഗ്രോട്ടോസ്കിയൻ തിയേറ്ററിനും അപ്പുറത്താണ്. ആ മീനാമേനോനെ അൽപ്പമായെങ്കിലും കണ്ടെത്താൻ ഈ നാടകം സഹാ

യിച്ചേക്കാം. ഏതായാലും പ്രേക്ഷകർ നാടകം കാണുക, അനുഭവിക്കുക, ഇടപെടുക. പ്രേക്ഷകർ ഇടപെടുക തന്നെ വേണം. ശക്തമായ ഇടപെടൽ തന്നെയാണു വേണ്ടത്. ഇടപെടുമ്പോൾ മീനയിൽ വിശ്വാസമോ സഹാനുഭൂതിയോ അർപ്പിക്കരുത്. നാടകരചയിതാവായ ഞാൻ എന്റെ സൃഷ്ടിയെക്കുറിച്ചോർത്ത് നട്ടം തിരിയുകയാണെന്ന അറിവോടുകൂടിത്തന്നെ ഇടപെടണം.

തിയേറ്ററിലേക്ക് പോകാനൊരുങ്ങി നിൽക്കുന്ന പ്രേക്ഷകരായ നിങ്ങളോടു വളരെ ഹ്രസ്വമായി ഞാൻ നാടകം പറയാം.

പതിവുള്ള ഉച്ചയുറക്കത്തിലായിരുന്നു മീന മൃഗീയമായ ആ സ്വപ്നത്തിനിരയായത്.

ദിവസം വെള്ളിയാഴ്ചയും.

വസ്ത്രങ്ങൾ കീറിവലിച്ചെറിയുമ്പോഴോ, ചുമരിൽ ചാരിനിർത്തി മുഖം കടിച്ചുപറിക്കുമ്പോഴോ, അർധബോധാവസ്ഥയിലാക്കി കൈകളിലൊതുക്കിപ്പിടിച്ച് കിടക്കയിലേക്കെറിയുമ്പോഴോ, പരുപരുത്ത നാവുകൊണ്ട് കൺപീലികൾ മാറിമാറി നുണയുമ്പോഴോ, പരമാനന്ദത്തിന്റെ ലഹരിയിൽ ശരീരം ചവിട്ടിക്കുഴയ്ക്കുമ്പോഴോ സ്വപ്നം മുറിഞ്ഞുപോയില്ല. ആ ദുഃഖസ്വപ്നം തന്നെയാണ് മീനയെ ചത്തപെണ്ണാടിനെപ്പോലെ കിടക്കയുടെ ഏകാന്തതയിലേക്കു വലിച്ചെറിഞ്ഞത്. സ്വപ്നം മൃഗീയമായിത്തന്നെ ഒടുങ്ങി.

(ഈ സ്വപ്നം തന്മയത്വത്തോടെ അവതരിപ്പിച്ചു വിജയിപ്പിക്കുകയെന്നത് ഒരു നടിയെ സംബന്ധിച്ചിടത്തോളം അവരുടെ നാടകജീവിതത്തിലെ വലിയൊരു പരീക്ഷണം തന്നെയാണ്. എന്റെ സർഗവൈഭവം മീനാമേനോനോടു പാതകം കാണിക്കുകയാണോ എന്നു ഞാൻ സംശയിക്കുന്നു. പക്ഷേ, എനിക്ക് എഴുതാതിരിക്കാനും മീനാമേനോന് അഭിനയിക്കാതിരിക്കാനും വയ്യ.)

ആദിമധ്യാന്തങ്ങളുള്ള ബലാത്സംഗത്തിന്റെ ചിതയിൽ നിന്നു പുനർജനിച്ച് ഭയാനകമായ ശബ്ദത്തോടെ ഞെട്ടിയുണർന്നിട്ടും കണ്ണു തുറന്നൊന്നു കിടക്കയിലേക്കോ ഭദ്രമായി അടച്ചുപൂട്ടിയ മുറിയിലേക്കോ മീനാമേനോന് നോക്കാനായില്ല. മുറുകെ അടച്ചുപിടിച്ച കണ്ണിനകത്ത് ചോരക്കടലും തിരമാലകളും കരിമ്പാറകളും പ്രത്യക്ഷപ്പെടുമ്പോൾ മീന ദൈവത്തെ വിളിച്ചുകരഞ്ഞു.

പതുക്കെപ്പതുക്കെ കിനിഞ്ഞിറങ്ങുന്ന ബോധത്തിന്റെ നിഴലിലേക്ക് മീന ദൈവനാമത്തിൽ കണ്ണു തുറക്കുകയാണ്. ഏറെനേരം കരഞ്ഞിട്ടും ബലാത്സംഗത്തിന്റെ വേദനയും ഭയവും മീനാമേനോനെ പൊതിഞ്ഞു തന്നെ കിടക്കുകയായിരുന്നു.

കണ്ണുകളെ എങ്ങനെയെല്ലാമോ തലയണയിൽനിന്നു പറിച്ചെടുത്തു തുറന്നു. അന്നേരം നിസ്സഹായഭാവത്തിൽ അവളുടെ കിടപ്പുമുറി മീനയെ നോക്കി നെടുവീർപ്പിടുകയായിരുന്നു. ഇളം മഞ്ഞനിറമാർജിച്ച മുറിയുടെ വെള്ളച്ചുമരിനുനേരെ മീന കാർക്കിച്ചുതുപ്പി. എന്നിട്ട് ഓടിപ്പിടഞ്ഞെ

ഴുന്നേറ്റ് തലയണയെടുത്തു പൊക്കിപ്പിടിച്ചു വലിച്ചെറിഞ്ഞു. ഡ്രെസ്സിംഗ് ടേബിളിൽ തട്ടി മുറിയുടെ തെക്കേമൂലയിൽച്ചെന്നുവീണ തലയണയുടെ നേരെ കറുപ്പിച്ചുനോക്കി മീന പൊട്ടിത്തെറിച്ചു. യു റാസ്ക്കൽ... ബാസ്റ്റാർഡ്...

ദേഹമാകെ വിറയുന്നു. പല്ലു ഞെരിയുന്നു. കണ്ണ് കറുത്തിരുളുന്നു.

ഇരുകൈകളും കൊണ്ട് ശരീരം ഒതുക്കിപ്പിടിച്ച് ഞെരിച്ച് കിടക്കയിൽ ക്കിടന്ന് ഏറെനേരം പുളഞ്ഞ് നിശ്ചലയായിത്തീർന്ന മീനാമേനോനെ നോക്കി മുറിയുടെ നാലുചുമരുകളും പരസ്പരം കണ്ണിറുക്കി നാണം പൂണ്ടു ചിരിച്ചു. ഒരു ചുമര് മറ്റേച്ചുമരിന്റെ കാതിൽപ്പറഞ്ഞു: "മനുഷ്യ വർഗത്തിന് എന്തെല്ലാം പ്രശ്നങ്ങളാണ്. വാസ്തവത്തിൽ ശപിക്കപ്പെട്ട ജീവിവർഗം തന്നെയാണ് മനുഷ്യർ."

(നാടകത്തിന്റെ ഈ ഘട്ടത്തിന് അഭിനയവ്യാഖ്യാനം നൽകാൻ ഫ്രോയിഡിന്റെയും മറ്റു ചില വിയന്നക്കാരുടെയും സഹായം എനിക്കു തേടാമായിരുന്നു. പക്ഷേ ഫ്രോയിഡിനെ ലബോറട്ടറി തിയേറ്ററിൽ കയറ്റിയാൽ മീനാമേനോൻ ഗ്രോട്ടോസ്കിയൻ ആവില്ല. മാത്രവുമല്ല, ഫ്രോയിഡ് മീനാമേനോന്റെ മനസിൽക്കയറി മേഞ്ഞാൽ നാടകം അസുന്ദരമായിത്തീരും. മീനാമേനോനിൽ സിഗ്മണ്ടിനെക്കാണുന്ന പ്രേക്ഷകരുണ്ടാവുമെന്ന് എനിക്കറിയാം. എന്തായാലും എനിക്കു സിഗ്മണ്ട് ഫ്രോയിഡിന്റെ സഹായം വേണ്ട. അദ്ദേഹം പലപ്പോഴും അശ്ലീലത്തിലേക്കു വഴുതിവീഴും. മീനാമേനോന്റെ കുലീനമായ സൗന്ദര്യവും വാടാത്ത പൂവിന്റെ സുഗന്ധവും നശിക്കാൻ പാടില്ല. ഫ്രോയിഡാണെങ്കിൽ ഇത്തരം അംശങ്ങളിലായിരിക്കും ആദ്യം കൈവയ്ക്കുക.)

കറുത്ത ചരടിൽക്കോർത്ത് അരയിൽ വിലങ്ങനെയുറങ്ങുന്ന പൊന്നുറുക്കിനെ കൈവിരലുകൾകൊണ്ട് ഓമനിക്കവേ, മീനാമേനോൻ ഉരുവിട്ടു: "എടാ, നാലകത്ത് കോച്ചേരിയിൽ വിശ്വനാഥന്റെ മോള് മീനയെ നിനക്കറിയില്ല. തറവാടിന്റെ വിളക്കാണെടാ ഞാൻ. രമേഷ്മേനോൻ ആരെന്നു വിചാരിച്ചു നീ? ഞങ്ങളെപ്പോലെ സ്നേഹിച്ചുകഴിയുന്ന മറ്റൊരു കുടുംബത്തെ നിനക്ക് ജവഹർകോളനിയിൽ കാണാൻ കഴിയില്ല. നാലഞ്ചുകൊല്ലം ജീവന്റെ ജീവനായി സ്നേഹിച്ചു പിന്നാലെ നടന്നിട്ടും തങ്കപ്പെട്ട ജയദേവന് മീനയുടെ ഒരു നഖംപോലും തൊടാൻ കഴിഞ്ഞിട്ടില്ല. ഇപ്പോഴും ജയദേവന്റെ മനസിൽ മീനയല്ലാതെ മറ്റാരുമുണ്ടാവില്ല. ജയദേവൻ എന്റെ സ്വപ്നങ്ങളിൽ കടന്നുവരുന്നത് കൈനിറയെ പൂക്കളും മുഖം നിറയെ ചിരിയുമായിട്ടാണ്. വന്നപോലെ ജയദേവൻ പോകുന്നു. മീന പാതിവ്രത്യത്തിന്റെയും സ്നേഹത്തിന്റെയും മഹിമയറിഞ്ഞിട്ടുള്ളവളാണ്. ജവഹർ കോളനിയിലെ ഐ പി എസ്സുകാരും ഐ എ എസ്സുകാരും എന്നെ നോക്കുന്നത്... അവരുടെ മനസിൽ എന്നോടുള്ള ആരാധന... എടാ, നിനക്കെന്നെ നോക്കാൻ പോലും അവകാശമില്ല. എന്നിട്ട് നീ... നീ എന്റെ മുറി തള്ളിത്തുറന്ന് എന്നെ നഗ്നയാക്കി നിലത്തൂടെ വലിച്ചിഴച്ച്...

(നാടകവ്യാഖ്യാനം ശക്തമാക്കാൻ വളരെ പഴഞ്ചനാണെങ്കിലും ഹാവില്ലൊ കെല്ലീസിന് കുറേയൊക്കെ കഴിയും. പക്ഷേ, കെല്ലീസ് ഇപ്പോൾ അമ്പലപ്പറമ്പ് നാടകങ്ങളുടെ ഒരു ഉപദേഷ്ടാവാണ്. തന്റെ നിലയും വിലയും മനസിലാക്കാതെയാണ് കെല്ലീസിന്റെ പെരുമാറ്റം.)

ക്ഷീണിച്ചവശയായിത്തീർന്ന മീനാമേനോൻ കണ്ണാടിയുടെ മുമ്പിൽ ചെന്നുനിന്ന് തന്നെ നോക്കി നെടുവീർപ്പിട്ടു. അന്നേരം കണ്ണാടിയിലെ മീന, മീനാമേനോടു പറഞ്ഞു: "പോയി കുളിച്ചുവരൂ."

കുളിക്കാൻ പോകുന്നതിനുമുമ്പ് മീന രമേഷ്മേനോന്റെ ഫോൺ നമ്പറൊന്നു വെറുതെ കറക്കി. ഒന്നു ചിരിക്കാൻവേണ്ടി മാത്രമായിരുന്നു നമ്പർ കറക്കിയതെങ്കിലും ദീർഘമായ ആ ചിരിക്കിടയിൽ മീന അറിയാതങ്ങ് പറഞ്ഞുപോയി, "ഞാൻ ഇന്നൊരു ദുഃസ്വപ്നം കണ്ടു. ഒരിക്കലും കണ്ടിട്ടില്ലാത്ത ദുഃസ്വപ്നം. ഇത്തരമൊരു ദുഃസ്വപ്നം നമ്മുടെ കുടുംബത്തിലേക്കെങ്ങനെ കയറിവന്നുവെന്നാണ് ഞാൻ ആലോചിക്കുന്നത്. ഒരു കണക്കിൽ രമേഷേട്ടൻ കാരണമാണ് ഞാൻ ഈ ദുഃസ്വപ്നം കാണേണ്ടിവന്നത്."

ദുഃസ്വപ്നമെന്തെന്നറിയാൻ രമേഷ്മേനോൻ ആഗ്രഹം പ്രകടിപ്പിച്ചപ്പോൾ ഫോണിലൂടെ പറയാൻ പറ്റിയതല്ലെന്നും രാത്രി അറിഞ്ഞാൽ മതിയെന്നും പറഞ്ഞ് ഫോൺവച്ച് വിശദമായൊരു കുളിയെക്കുറിച്ചുള്ള വിചാരവുമായി മീനാമേനോൻ ബാത്ത്റൂമിലേക്കു പോയി.

തണുത്തവെള്ളം മേല് വീഴുമ്പോൾ മീനാമേനോന് എവിടെയൊക്കെയോ എരിഞ്ഞുനീറുന്നതായിത്തോന്നി. ശരീരം ശുദ്ധീകരിച്ചെടുക്കണം. ശരീരം ചവിട്ടിക്കുഴയ്ക്കുകയായിരുന്നു. കീറിപ്പറിക്കുകയായിരുന്നു.

സോപ്പ് തേച്ചുതേച്ച് മീന തളർന്നു. മീന, മീനയെ തേച്ചുരച്ചു കുളിപ്പിച്ചുകൊണ്ടിരിക്കേ, ഡോർബെൽ മുഴങ്ങുന്നത് കാതറിഞ്ഞു.

രശ്മി വരുന്നു

ടർക്കി ടൗവലുടുത്ത്, നൈറ്റി പുതച്ച്, തോർത്തുകൊണ്ടു തലമൂടി ജാലകത്തിനടുത്തേക്കു നീങ്ങുമ്പോൾ പുറത്ത് രശ്മിയുടെ ശബ്ദം.

രശ്മിക്ക് വാതൽ തുറന്നുകൊടുത്തിട്ട് മീന വീണ്ടും ബാത്ത്റൂമിൽ കയറി കുളിതുടർന്നു.

(നാടകത്തിൽ പൊതുവേ കഥാപാത്രങ്ങൾ കുളിക്കാറില്ല. പക്ഷേ, ഈ നാടകത്തിൽനിന്ന് ഒരു കാരണവശാലും കുളി ഒഴിവാക്കാനാവില്ല. കുളിച്ചു പുറത്തേക്കു വരുന്ന മീനാമേനോൻ നിർണായകമായ ഒരു ജീവിതമുഹൂർത്തത്തിലേക്കാണ് കടന്നുവരുന്നത്. വിശദവും ദീർഘവുമായ കുളി മീനാമേനോനു നൽകുന്നത് ഒരു ബലാത്സംഗത്തിന്റെ കടുത്ത വേദനയിൽ നിന്നുള്ള മോചനമാണ്. കുളിയുടെ യാതൊരു വിധ സുഖവും ഈ കുളിയിൽനിന്നു മീനാമേനോൻ അനുഭവിക്കുന്നില്ലെന്നുമാത്രമല്ല, കുളിയുടെ പല സന്ദർഭങ്ങളിലും പൊട്ടിക്കരയുകയായിരുന്നു; രമേഷ്മേനോനെ മനസിലേക്കാവാഹിച്ച് ധ്യാനിക്കുകയായിരുന്നു; ഇത്തരം

ദുഃസ്വപ്നങ്ങൾ ഇനി നൽകരുതേയെന്ന് ദൈവത്തോടു പ്രാർഥിക്കുകയായിരുന്നു.

കുളികഴിഞ്ഞ മീനാമേനോൻ ബെഡ്റൂമിൽച്ചെന്ന് യാഡ്‌ലി പൗഡറിൽ വീണ്ടുമൊന്നു കുളിച്ച് മഞ്ഞപ്പൂക്കളുള്ള നീലസാരിയുടുത്തൊരുങ്ങി പുറത്തിറങ്ങി വീടിനുചുറ്റും ഒരുവട്ടം കറങ്ങി. അയൽവാസിയായ റവന്യൂബോർഡ് മെമ്പർ പീതാംബരക്കുറുപ്പ് ഐ എ എസ് കുഴമ്പുപുരട്ടി മുറ്റത്തുലാത്തുന്നതിനിടയിൽ മീനാമേനോനെ കണ്ടു. നോക്കുന്നില്ലെന്ന ഭാവത്തിൽ വീണ്ടും വീണ്ടും നോക്കി. പ്രശസ്ത ഫുട്ബോൾ താരമായ ജോയിക്കുട്ടി ഒളിഞ്ഞുനോക്കുന്നതും മീനാമേനോൻ കണ്ടു. യാഡ്‌ലിയുടെ മണം പരന്നൊഴുകുന്നുണ്ടായിരുന്നു. പീതാംബരക്കുറുപ്പും ജോയിക്കുട്ടിയും മതിലുമൊക്കെച്ചേർന്ന് നല്ലൊരു ഫ്രെയിമുണ്ടായി. ആ ഫ്രെയിമിനകത്ത് മീനയ്ക്കൊരുതരം സുഖം അനുഭവപ്പെട്ടു.

(ഇവരെ മൂന്നുപേരെയും ഈ ഫ്രെയിമിനകത്തു നിറുത്തുമ്പോൾ വാസ്തവത്തിൽ ഞാൻ വെറുക്കുകയാണ്.)

രശ്മി പുസ്തകം തുറന്നുവച്ച് ട്യൂഷൻ മാസ്റ്ററെ കാത്തിരുന്നു മടുത്ത് ചെസ്ബോർഡ് എടുത്തു മമ്മിയുടെ നേരെ നീട്ടിച്ചിരിച്ചു. മമ്മി രശ്മിയെ ഗൗനിക്കുകയോ ചിരിക്കുകയോ ഉണ്ടായില്ല. രശ്മിയുടെ മമ്മി ആ നിമിഷങ്ങളിൽ വെറും മീനാമേനോനായി ഉമ്മറമുറ്റത്ത് ആരെയോ പ്രതീക്ഷിക്കുംമട്ടിൽ ഗേറ്റിലേക്കു നോക്കിനിൽക്കുകയായിരുന്നു. അപ്പോഴും ഫുട്ബോൾതാരം ഒളിഞ്ഞു നോക്കുന്നുണ്ടായിരുന്നു. കാണുന്നില്ലെങ്കിലും മീന അറിയുന്നുണ്ടായിരുന്നു ആ ഒളിഞ്ഞുനോട്ടം. ജോയിക്കുട്ടിയിൽ നിന്നിങ്ങോട്ട് ഒരിളങ്കാറ്റ് വീശുന്നതുപോലെ. തന്റെ ശരീരത്തിലൂടെ സംഗീതവീചികളിഴയുന്നത് മീന അറിഞ്ഞു. അറിഞ്ഞറിഞ്ഞാനന്ദിച്ചുകൊണ്ടിരുന്ന ആ മോഹനനിമിഷങ്ങൾ മീനാമേനോന്റെ മനസിൽനിന്നു പുറത്തിറങ്ങി മീനാമേനോന് വിനയന്റെ വരവു ചൂണ്ടിക്കാട്ടി ചിറകടിച്ചു പോയി.

വിനയൻ തല ഇടത്തോട്ടു ചരിച്ചുപിടിച്ച് പതുക്കെ നടന്നുവരികയാണ്. കരകയറാൻ കഴിയാത്ത ഒരു ജീവിതത്തിന്റെ വരവ്. അല്ലെങ്കിൽ ജീവിതമില്ലാത്തവന്റെ ജീവിതയാത്രയിലെ കുറേ നിമിഷങ്ങൾ.

ഉള്ളിൽ പുകയുന്ന അമർഷവും ബലാത്സംഗത്തിന്റെ വിട്ടുമാറാത്ത വേദനയുമായി മീനാമേനോൻ ഗേറ്റിനടുത്തേക്കു നീങ്ങി. മീന ഉറച്ച ഒരു തീരുമാനവുമായി വിനയനെ നോക്കി നിന്നു.

വിനയൻ നടന്നെത്തുകയാണ്. ഗേറ്റുതുറന്ന് കോമ്പൗണ്ടിനകത്തേക്കു കാലെടുത്തുവച്ച വിനയന്റെ മാർഗത്തിലേക്ക് മീനാമേനോൻ മാറിനിന്നു.

“നിൽക്കൂ വിനയാ...”

വിനയൻ രണ്ടുമൂന്നടി മാറി മീനാമേനോന്റെ മുമ്പിൽ വിനയത്തോടെ നിന്നു. അമർഷത്താൽ വിറകൊള്ളുന്ന മീനയുടെ മുഖം വിനയനു കാണാൻ കഴിയുന്നുണ്ടായിരുന്നില്ല. കാരണം, അവന്റെ കണ്ണുകൾ

മീനയുടെ മുഖത്തായിരുന്നില്ല. മീനയെ തന്റെ കണ്ണുകളിലേക്കെടുക്കാനുള്ള ധൈര്യം വിനയനുണ്ടായിരുന്നില്ല എന്നതാണു സത്യം.

"വിനയാ, വിനയൻ ഇനി ഇവിടെ ട്യൂഷനു വരണ്ട."

ഒരു നിമിഷം ആശയറ്റ വിനയൻ പിന്നീടൊരു ചെറുചിരിയുടെ മറവിലൊളിച്ചുനിന്നുകൊണ്ടു ചോദിച്ചു: "എന്താണു മാഡം?"

അങ്ങനെയൊരു ചോദ്യം ചോദിക്കാൻ നിനക്കവകാശമില്ലെന്ന മട്ടിൽ മീനാമേനോൻ അവനെയൊന്നു നോക്കി.

മീനയുടെ കണ്ണ് നനയാൻ തുടങ്ങിയിരുന്നു. വിനയന്റെ കണ്ണ് പാതി അടയുകയായിരുന്നു.

"വിനയാ, എനിക്കു നിന്നെ ഭയമാണ്. ദയവായി നീ ഇവിടെ വരരുത്. ഞാനൊരു പാവം സ്ത്രീയാണ്. ഞങ്ങളുടേത് സന്തോഷകരമായി കഴിഞ്ഞുപോകുന്ന ഒരു കുടുംബമാണ്."

"മാഡം, എനിക്കൊന്നും മനസിലാകുന്നില്ല. ഞാൻ എന്തു തെറ്റാണു ചെയ്തത്?"

മീനാമേനോൻ കരയുകയായിരുന്നു.

"വിനയാ, എനിക്കു നിന്നെ ഭയമാവുന്നു. എന്നെങ്കിലും ഒരുനാൾ നീ എന്നെ ബലാത്സംഗം ചെയ്യുമെന്നു ഞാൻ ഭയപ്പെടുന്നു. സംശയമില്ല വിനയാ. ഒരുദിവസം നട്ടുച്ചയ്ക്കു കയറിവന്ന് നീ എന്നെ ബലാത്സംഗം ചെയ്യും."

വിനയന് മീനാമേനോന്റെ മുമ്പിൽ നിൽക്കാൻ ഭയമായി. മീനാമേനോനാകട്ടെ, വിനയനോട് എന്നെ ബലാത്സംഗം ചെയ്യരുതേയെന്ന് അപേക്ഷിച്ചുകൊണ്ട് കരച്ചിലിനു കനം വയ്പിക്കുകയായിരുന്നു. കരച്ചിലിന്റെ ഒച്ചകൾ മതിലുകൾക്കു മുകളിലൂടെ അയൽവീടുകളിലേക്കു പോകാൻ തുടങ്ങുമ്പോൾ വിനയൻ കൈകൂപ്പി യാത്ര പറഞ്ഞ് ഗേറ്റിനു വെളിയിലേക്കു കടന്നു.

അമ്മ കരയുന്നതും വിനയൻ മാസ്റ്റർ തിരിച്ചുപോകുന്നതുമൊക്കെ രശ്മി കാണുന്നുണ്ടായിരുന്നു. കണ്ണീരൊലിക്കുന്ന മുഖവുമായി അമ്മ വീടിനകത്തേക്കു കയറുമ്പോൾ രശ്മി പുസ്തകത്താളുകളിൽ തലപൂഴ്ത്തി ഇരുന്നു.

നേരെ ബെഡ്റൂമിലേക്കുപോയ മീനാമേനോൻ വാതിൽ വലിച്ചടയ്ക്കുമ്പോൾ അടയുന്ന വാതിലിനുനേരെ മുഖമുയർത്തുന്ന രശ്മിയുടെ മുമ്പിൽ നാടകം അവസാനിക്കുന്നു.

ബെഡ്റൂമിനകത്ത് മീനാമേനോൻ തനിച്ചാണ്. നാടകത്തിനുവേണ്ടി മിസ്സിസ് മേനോനെ ഇനിയും വേണമെങ്കിൽ പുറത്തിറക്കാം. പക്ഷേ, ആ സ്ത്രീ വളരെയേറെ അവശയാണ്. മനസ്സ് നീറിയും മുറുകിയും കുഴയുകയാണ്.

മമ്മിയും വിനയൻമാസ്റ്ററും സംസാരിച്ചതൊക്കെ രശ്മി കേട്ടിരിക്കാനിടയുണ്ട്. മമ്മിയുടെ പുതിയ പെരുമാറ്റത്തെക്കുറിച്ച് രശ്മി ആലോചി

ക്കുന്നുണ്ടാവണം. രശ്മിയുടെ ജീവിതത്തിൽ ഇതൊരു വഴിത്തിരിവായി ക്കൂടെന്നില്ല.

വിനയൻ ബലാത്സംഗം എന്ന പദത്തിനു മുമ്പിൽനിന്നു ഭയപ്പെട്ട് വേഗം കടന്നുപോയതാണെങ്കിലും വരും നാളുകളിൽ മീനാമേനോനെയും വിനയനെയും ചുറ്റിപ്പറ്റി ഒരു കഥവിടരാനുള്ള എല്ലാ സാധ്യതകളുമുണ്ട്. പ്രത്യേകിച്ചും ജീവിതം തന്നെ വെറും കഥകളായി മാറുന്ന ഈ കറുത്ത കാലഘട്ടത്തിൽ.

നാലഞ്ചു മണിക്കൂറുകൊണ്ട് അലങ്കോലപ്പെട്ടുപോയ വീടും പ്രിയ തമയും സന്ധ്യയോടെ രമേഷ്മേനോന്റെ കൈകളിലൊതുങ്ങും.

ഉച്ചയുറക്കത്തിലെ ബലാത്സംഗത്തെക്കുറിച്ച് രാവിന്റെ മൂലയിലിരുന്ന് മീന രമേഷ്മേനോനോടു പറയാതിരിക്കില്ല. വരുംനാളുകളിൽ ഈ നാട കത്തിലെ കഥാപാത്രങ്ങൾ പലപല കഥകളായി വിരിയാതെയുമിരിക്കില്ല. ഗ്രോട്ടോസ്കിയൻ നാടകരചയിതാവായ എന്റെ ജീവിതം ഈ കഥ കൾക്കു ചുറ്റുമായിപ്പോയല്ലോ എന്നോർക്കുമ്പോൾ ദുഃഖമുണ്ട്.

മീനാമേനോനും എനിക്കും സിഗ്മണ്ട് ഫ്രോയിഡിനും ഹാവില്ലോ കെല്ലീസിനുമൊക്കെ മറ്റു മാർഗങ്ങളൊന്നുമില്ല. ആടുക, ഗ്രോട്ടോസ്കി യുടെ ലബോറട്ടറി തിയേറ്ററിൽക്കയറി ജീവിതമാടുക.

സ്വപ്നദർശികളുടെ ജീവിതം

മൂന്നുവർഷംമുമ്പ് ഒരുനാൾ ഉച്ചയ്ക്ക് ഒരു നക്ഷത്രം പൊട്ടിവീഴുന്നതു പോലെയാണ് സബിത എന്റെ മുന്നിലെത്തിയത്. അവൾ ഒരു നക്ഷത്രംതന്നെയായിരുന്നു.

ധാർവാർ യൂണിവേഴ്സിറ്റിയിലെ പ്രൊഫസർ ഷേണായിയുടെ പ്രിയ ശിഷ്യ! അവൾ ഷേണായിയുടെ ശിഷ്യ തന്നെയായിരുന്നു.

ധാർവാറിൽ സബിത ഗവേഷണത്തിനു തെരഞ്ഞെടുത്തത് നമ്മുടെ അയ്യങ്കാളിയെയാണ്. അയ്യങ്കാളിയെയോ! എനിക്ക് അത്ഭുതവും സന്തോഷവും തോന്നി.

ഈ പെൺകുട്ടിയുടെ മനസ്സ് അയ്യങ്കാളിയിലേക്കു വന്നല്ലോ എന്ന രസം. അവൾ എങ്ങനെ അയ്യങ്കാളിയിലേക്കു വന്നു എന്നെനിക്കറിയില്ല. പലപ്പോഴും ഞാൻ അത് അവളോടു ചോദിച്ചിട്ടുണ്ട്. അപ്പോഴൊക്കെ അവൾ വെറുതെ ചിരിച്ചിട്ടേയുള്ളൂ.

അവളുടെ ഗവേഷണത്തെ ഞാനൊന്നു സഹായിക്കണമെന്നാണ് ഷേണായിയുടെ കത്ത്. പറയുന്നത് ഷേണായിയാണ്. സഹായിക്കേണ്ടതു ഞാനാണ്. ഞാനും ഷേണായിയും. അതൊരു വലിയ സ്നേഹബന്ധമാണ്. ഷേണായി പറഞ്ഞാൽ ഞാൻ സഹായിക്കുമെന്ന് ഷേണായിക്കറിയാം. ഞങ്ങൾ തമ്മിൽ ദൈവികമായ ഒരടുപ്പമുണ്ട്. പിന്നെ, അയ്യങ്കാളി...... എനിക്ക് അയ്യൻകാളിയിൽ ചെറിയൊരു താൽപ്പര്യവുമുണ്ട്. ആ താൽപ്പര്യം കേരളചരിത്രകാരന്മാർക്ക് പുറത്തുള്ളതാണ്. അതിനെക്കുറിച്ച് എപ്പോഴൊക്കെയോ ഞാൻ ഷേണായിയോടു സംസാരിച്ചിട്ടുണ്ട്. വേണ്ടപ്പെട്ട രീതിയിൽ അയ്യങ്കാളി കേരളത്തിൽപ്പോലും അറിയപ്പെട്ടിട്ടില്ല എന്നെനിക്കറിയാം. അത് എന്തുകൊണ്ടാണെന്നും എനിക്കറിയാം. അയ്യങ്കാളിക്ക് ഇതുവരെയും കേരളത്തിന്റെ അതിർത്തി കടക്കാൻ കഴിഞ്ഞില്ല. ഷേണായിയും സബിതയും അയ്യങ്കാളിയെ ധാർവാറിലെങ്കിലുമെത്തിക്കു

മല്ലോ. സബിതയിലൂടെ വെങ്ങാനൂർക്കാരൻ അയ്യങ്കാളിയെ കേരളത്തിനു പുറത്തേക്കു കൊണ്ടുപോവുക എന്ന ഷേണായിയുടെ സ്വപ്നത്തോട് എനിക്ക് എന്തെന്നില്ലാത്ത ആദരവു തോന്നുകയുണ്ടായി.

അയ്യങ്കാളിയുടെ ജന്മസ്ഥലത്തേക്ക് എന്റെ നഗരത്തിൽനിന്നു പന്ത്രണ്ടു കിലോമീറ്ററേയുള്ളൂ. എനിക്ക് അയ്യങ്കാളി ജനിച്ച വീടറിയാം. വെങ്ങാനൂരിലെ അയ്യങ്കാളിയുടെ സ്മാരകമറിയാം. അയ്യങ്കാളിയുടെ ചെറുമോനെ അറിയാം. പല ബന്ധുക്കളെയും അറിയാം. അയ്യങ്കാളിയെ കാണുകയും ആ മഹാനുമായി ഇടപഴകുകയും ചെയ്ത തൊണ്ണൂറ്റിയെട്ടു വയസുള്ള ഒരു വൃദ്ധനെയുമറിയാം. ഇക്കാര്യമൊന്നും ഷേണായിക്കറിയില്ല. മലബാറുകാരനായ ഞാൻ ജീവിതം കൊണ്ടും വർഷങ്ങൾകൊണ്ടും തിരുവനന്തപുരത്തുകാരനായത് ഷേണായി അറിഞ്ഞിട്ടേയില്ല. ഷേണായിക്കറിയുന്നത് ഇത്രയുമാണ്. ഞാനിപ്പോൾ താമസിക്കുന്നത് തിരുവനന്തപുരത്താണ്. ഈ നഗരത്തിനടുത്തുള്ള വെങ്ങാനൂർ എന്ന സ്ഥലത്താണ് അയ്യങ്കാളി ജനിച്ചത്.

അതൊക്കെ ഇരിക്കട്ടെ, അയ്യങ്കാളിയെ നമുക്കു പിടിക്കാം എന്നായി എന്റെ മനസ്സ് സബിത വന്നപ്പോൾ.

ഷേണായി പണ്ട് തലശ്ശേരിയിലായിരുന്നു. പിന്നെ വേരോടെ അങ്ങ് കർണാടകയിലേക്കു പോയി. ബാംഗ്ലൂരും മൈസൂരുമൊക്കെ ജീവിച്ച് ധാർവാറിൽ എത്തിച്ചേർന്നു. ധാർവാർ അദ്ദേഹത്തെ വലിയ ചിന്തകനും ചരിത്രകാരനുമൊക്കെ ആക്കി. ഇങ്ങനെ ഷേണായി ധാർവാറിന്റെ മകനായിത്തീർന്നു. അദ്ദേഹം ഇനി ധാർവാറിൽ നിന്ന് എങ്ങോട്ടും പോകുകയില്ല. രാമകൃഷ്ണ ഹെഗ്ഡെയുടെയും ദേവഗൗഡയുടെയുമൊക്കെ പ്രിയപ്പെട്ട സ്നേഹിതനാണുപോലും. അതൊന്നും വലിയ കാര്യമല്ല. ഷേണായി അവരെക്കാളൊക്കെ വലിയ ആളാണെന്ന് എനിക്കറിയാം.

ഓരോ പരിചയവും ഓരോ സൗഹൃദമാണ് ഷേണായിക്ക്. പണ്ഡിതനും സ്വപ്നജീവിയും സംഭാഷണപ്രിയനും നല്ല മനുഷ്യനുമായ ഷേണായി സ്വയം ഒരു സൗന്ദര്യമാണ്. ഷേണായിക്ക് ദൈവത്തിൽ നിന്ന് എന്തോ പതിച്ചുകിട്ടിയിട്ടുണ്ട്. പക്ഷെ, അദ്ദേഹം വലിയൊരു ദൈവനിഷേധിയാണ്. ധാർവാർ യൂണിവേഴ്സിറ്റിയുടെ അഭിമാനമായിത്തീർന്നിരിക്കുന്നു ഷേണായി എന്ന് ഈയിടെ ആരോ എഴുതിക്കണ്ടു.

ഷേണായി എന്നെ മറക്കുന്നില്ല. വാസ്തവത്തിൽ മറക്കാൻ കാലമായി. കുറെ വർഷമായി ഞങ്ങൾ തമ്മിലുള്ള ബന്ധം കത്തുകളിലൂടെ മാത്രമാണ്. പക്ഷെ, ആ കത്തുകൾക്ക് ഹൃദയത്തിന്റെ സ്പന്ദനവും ചോരയുടെ നിറവുമുണ്ടായിരുന്നു. ഇതൊന്നും ആരോടും പറഞ്ഞാൽ മനസിലാവുകയില്ല. സ്വന്തം അമ്മയുടെ വയറ്റിൽ പിറക്കാത്ത അനുജനാണ് നീ എന്ന് ഷേണായി എനിക്ക് ഇടയ്ക്കിടെ എഴുതാറുണ്ട്. അതിന്റെ അർഥം എനിക്കും മനസിലാകുന്നില്ല.

ഞങ്ങൾ എട്ടൊമ്പതുവർഷം നിത്യവും വൈകുന്നേരം കാണുന്നവരായിരുന്നു. തലശ്ശേരി സ്റ്റേഡിയത്തിന്റെ പടവുകളിലിരുന്നു ലോകത്തെ

വലിയ വലിയ കാര്യങ്ങളെക്കുറിച്ച് സംസാരിക്കുന്നവരായിരുന്നു. ടിപ്പു സുൽത്താന്റെ കോട്ടയുടെ മുമ്പിലിരുന്ന് കടൽക്കാറ്റിന്റെ സുഖം അനുഭവിക്കുന്നവരായിരുന്നു. ടിപ്പുസുൽത്താനോട് ഷേണായിക്കൊരു പ്രത്യേക മമത ഉണ്ടായിരുന്നു. ടിപ്പു കുതിരപ്പുറത്ത് വലിച്ചുകയറ്റി മൈസൂരിലേക്കു കൊണ്ടുപോയ പെണ്ണാരാണെന്നുപോലും ഷേണായിക്കറിയാം. ചരിത്രകാരനെന്ന നിലയിൽ ഷേണായി ദാർശനികനാണ്. ദാർശനികൻ എന്ന നിലയിൽ ഷേണായി ദൈവികരഹസ്യങ്ങൾ അറിയുന്നയാളാണ്. അതൊക്കെ ഷേണായിയുടെ കാര്യം. എനിക്കൊന്നുമറിയില്ല.

പക്ഷേ, എന്റെ ജീവിതത്തിൽ ഷേണായിക്ക് ദൈവത്തോളംതന്നെ സ്വാധീനമുണ്ട്. മഴയുടെ സുഖം എന്താണെന്നും കാറ്റ് എന്താണു പറയുന്നതെന്നും വെയിലെന്താണ് തരുന്നതെന്നും ഒക്കെ ഷേണായി എന്നെ പഠിപ്പിച്ചു. എനിക്കൊന്നും ചെയ്യാനില്ലെന്നു തോന്നിയപ്പോൾ, എന്നെ പുസ്തകങ്ങളുടെ ലോകത്തേക്കു വലിച്ചുകൊണ്ടുപോയത് ഷേണായി ആയിരുന്നു. ഗുരുവായിത്തീർന്ന സ്നേഹിതൻ. സ്നേഹത്തിൽ നിന്നുണ്ടായ ഗുരു. പക്ഷേ, എന്തു ചെയ്യാം, ഷേണായിയെ ധാർവാർ കൊണ്ടുപോയി. ഈ ഷേണായി ഒരു വലിയ രസമായിരുന്നു. ഒരു വലിയ സുഖമായിരുന്നു. മനസിന്റെ രക്ഷയായിരുന്നു.

ഷേണായി എപ്പോഴാ ഒരിക്കൽ എന്നെ ഉപദേശിച്ചു: "സ്വന്തം മനസിൽ മാത്രം ജീവിക്കാം. ഒരിക്കലും മറ്റൊരാളുടെ മനസിൽ ജീവിക്കരുത്."

അന്നേരം ഞാൻ ചിരിച്ചു. എങ്ങനെയാണ് മറ്റൊരാളുടെ മനസില്ലാതെ ജീവിക്കാൻ കഴിയുക? ഒരു മനുഷ്യൻ അയാളുടെ മനസിന്റെ സ്വാതന്ത്ര്യമാണെന്ന് മറ്റൊരു ഭാഷയിൽ അദ്ദേഹം പറഞ്ഞതുതന്നെയാണ്. സാധിക്കുമായിരിക്കാം ചിലർക്ക്.

സദാനന്ദ ഷേണായി എനിക്കൊരു മധുരസ്മരണയാണ്. ആ സ്മരണയുടെ മാർഗത്തിലൂടെയാണ് സബിത എന്നെ അന്വേഷിച്ചെത്തിയത്. തീർച്ചയായും സനാനന്ദ ഷേണായിയുടെ ഹൃദയത്തിൽനിന്നാണവൾ തിരുവനന്തപുരത്തേക്കുവന്നത്. രണ്ടു ഹൃദയത്തിനിടയിലുള്ള അടുപ്പത്തിലൂടെ ഒരു കിളി പറന്നുവരുന്നു, എന്നു ഞാൻ വിചാരിച്ചാൽ ഷേണായിക്ക് എന്തുതോന്നും? എന്തായാലും സബിത ഒരു സത്യമാണ്. ഷേണായിയെയും എന്നെയും കവിയുന്ന സത്യം.

സബിതയെക്കുറിച്ചുള്ള ഷേണായിയുടെ ദീർഘമായ കത്ത് വായിച്ചുപോകവേ, എന്റെ മനസിലേക്ക് ധാർവാറിൽനിന്നൊരു കുളിർകാറ്റ് വീശുകയായിരുന്നു. കത്തെഴുതുമ്പോൾ ഷേണായി വലിയ ഒരു കലാകാരനാണ്. ആ കത്തിലെ ഓരോ വാക്കും സബിതയിലേക്കെന്നെകൊണ്ടുപോവുകയായിരുന്നു. ആ കത്തിലൂടെ അവൾ എനിക്കു പ്രിയപ്പെട്ടവളായി മാറുകയായിരുന്നു. അവളുടെ തിളങ്ങുന്ന കണ്ണുകളിൽ ഞാനെന്തോ കാണുകയായിരുന്നു.

അവൾ ഒരു പൂവിതൾപോലെയായിരുന്നു.

അവളാം പൂവിതൾ അവളറിയാതെ, ഞാനറിയാതെ, ഷേണായി അറിയാതെ, എന്നെ തഴുകുകയായിരുന്നു. ഒരു പൂവിനെ കാറ്റു തഴുകിയാൽ ദൈവത്തിന് എന്തു ചെയ്യാൻ കഴിയും? എന്നാലും ദൈവത്തോടു ഞാൻ പറഞ്ഞു, ഈ പൂവിലേക്കു ഞാനില്ല. ഇതു നിന്റേതാണ്.

എന്നിട്ട് ആ പൂവിതളെടുത്ത് മനസിൽ നിന്ന് ഞാൻ ദൂരെ എറിഞ്ഞു. അപ്പോൾ ദൈവം ചിരിച്ചു. ആ ചിരിയുടെ അർഥം എനിക്കറിയാം. ദൈവത്തേക്കാൾ വലുതാണ് എനിക്ക് സദാനന്ദ ഷേണായി. ആ സദാനന്ദ ഷേണായിയുടെ പ്രിയശിഷ്യനാണ് സബിത. അവൾ രമേഷ്ഭട്ടിന്റെ കാമുകിയുമാണ്. എല്ലാ നിമിഷങ്ങളിലും രമേഷ്ഭട്ട് ഒരു സ്വപ്നത്തുണ്ടുപോലെ അവളുടെ മനസിലുണ്ടെന്ന് എനിക്ക് നന്നായി അറിയാം. അവൾ ഒരു നല്ല കാമുകിയാണ്.

കേരളത്തിന്റെ വടക്കേ അറ്റത്ത് കർണാടകയോടു ചേർന്നുകിടക്കുന്ന ഒരു ഗ്രാമത്തിൽ നിന്നാണ് അവൾ ധാർവാർ യൂണിവേഴ്സിറ്റിയിൽ പഠിക്കാൻ പോയത്. അവളുടെ അച്ഛന് സൗത്ത് കാനറയിൽ ഓറഞ്ചുതോട്ടമുണ്ട്. ഇടയ്ക്കിടെ അവളും സൗത്ത് കാനറയിൽ പോകാറുണ്ട്. അവൾ രമേഷ്ഭട്ടിനെ കണ്ടെത്തിയത് സൗത്ത് കാനറയിൽ നിന്നാണ്. ഒന്നും അവൾ ഒളിച്ചുവയ്ക്കുന്നില്ല. രമേഷ് ഭട്ടിനെക്കുറിച്ചു സംസാരിക്കുമ്പോൾ അവൾ മഴവില്ലാണ്, കാറ്റാണ്, സ്വപ്നത്തിന്റെ പൊട്ടിത്തെറിയാണ്, മറ്റെന്തൊക്കെയോ ആണ്.

അവൾ അവളുടെ കാമുകനെ പരിചയപ്പെടുത്തിയ രീതി എനിക്കു നന്നായി ഇഷ്ടപ്പെട്ടു. പ്രണയത്തിന്റെ ഏതോ ഒരു മഹാഭാഷ്യം അപ്പോൾ അവളുടെ വാക്കുകളിലുണ്ടായിരുന്നു. രമേഷ് ഭട്ട് ഭാഗ്യവാനാണ്.

ഞങ്ങൾ അയ്യങ്കാളിയെക്കുറിച്ചുള്ള ആലോചനയിലായിരുന്നു. എന്റെ അറിവ് ഒളിപ്പിച്ചുകൊണ്ടാണ് ഞാൻ അവളോടു സംസാരിച്ചത്. സംസാരം നീളുമ്പോൾ എനിക്കുതോന്നി ഷേണായീ, ഇത് ഒന്നാംതരമൊരു മിടുക്കിയാണല്ലോ. മനസ്സ് ഒരു കണ്ണാടിപോലെ, പിന്നെയും പറഞ്ഞാൽ തെളിനീർപോലെ.

അവൾക്ക് മനുഷ്യത്വത്തിന്റെ നല്ല മണമുണ്ടായിരുന്നു. അവൾ സമർഥയാണ്. അറിവിന്റെ ലോകത്തേക്ക് ഇറങ്ങിത്തിരിച്ചവളാണ്. എത്ര നല്ല മനുഷ്യജീവിയാണെന്നറിയാമോ ഞാൻ മനസിൽ കുടിയിരുത്തിയ എന്റെ പ്രിയശിഷ്യ! ഇവൾക്ക് രമേഷ് ഭട്ട് എന്ന ഒരു കാമുകനുണ്ട്. നല്ല ഒരു ചെറുപ്പക്കാരൻ. പക്ഷേ, ഇവളിലേക്ക് അവന് ഒരുപാടു ദൂരമുണ്ട്. ആ ദൂരം അവൻ എങ്ങനെ താണ്ടുമെന്ന് എനിക്കറിയില്ല. എന്നാലും രമേഷ്ഭട്ടിന്റെയും സബിതയുടെയും പ്രണയം എനിക്കിഷ്ടമാണ്. അവരുടെ പ്രണയ സായൂജ്യത്തിനുവേണ്ടി ഞാൻ ദൈവത്തോടു പ്രാർഥിക്കുന്നു. ജീവിതത്തെക്കുറിച്ച് ഇവൾ എന്തൊക്കെയോ മനസിലാക്കിയിട്ടുണ്ട്. ഷേണായി എഴുതുകയായിരുന്നു. അഭിമാനത്തോടെയാണ് ഷേണായി അവളെക്കുറിച്ചോർത്തുകൊണ്ടിരുന്നത്.

അവൾ എന്റെ നഗരത്തിൽ നാലുമാസമുണ്ടായിരുന്നു. മാന്യമായ

ഒരു ലേഡീസ് ഹോസ്റ്റലിൽ എന്റെ ശുപാർശയോടുകൂടിയാണ് താമസിച്ചത്. തിരിച്ചുപോകുമ്പോൾ അവൾ ഈ നഗരത്തിൽ നിന്ന് എത്രയോ സുഹൃത്തുക്കളെ സമ്പാദിച്ചു. അയ്യങ്കാളിയെക്കുറിച്ചുള്ള അവളുടെ അന്വേഷണവും മനസിലാക്കലും എന്നെ വിസ്മയപ്പെടുത്തുകതന്നെയുണ്ടായി. അയ്യങ്കാളിയെ അവൾ നന്നായി കൊക്കിലൊതുക്കിയെടുത്തു. ആ മഹാനെക്കുറിച്ച് എനിക്കറിയാത്ത പല കാര്യങ്ങളും അവൾ അറിഞ്ഞുവച്ചു. അവളുടെ മനസ്സ് അസാധാരണമായ വേഗത്തിലാണ് സഞ്ചരിച്ചുകൊണ്ടിരുന്നത്.

നഗരത്തിലെ എല്ലാ ലൈബ്രറികളും അവളുടെ സങ്കേതങ്ങളായിരുന്നു. സന്ധ്യയാവും വരെ അവൾ ലൈബ്രറിയിൽത്തന്നെ ഇരിക്കും. നഗരത്തിലെ ബുദ്ധിജീവികളെയും എഴുത്തുകാരെയും അവൾ വെറുതെ ചെന്നുകണ്ടു. എല്ലാവർക്കും അവളെക്കുറിച്ചു നല്ലതേ പറയാനുണ്ടായിരുന്നുള്ളൂ.

ഇരുപത്തിയൊന്നാം നൂറ്റാണ്ടിന്റെ ഭാരതം ദളിതന്റേതായിരിക്കുമെന്ന് അവളാണ് ആദ്യം എന്നോട് പറഞ്ഞത്. നാലുമാസം മുമ്പ് കോഴിക്കോട്ടുവച്ച് അരുന്ധതീറോയി ഇങ്ങനെ പറഞ്ഞത് പത്രത്തിൽ അച്ചടിച്ചുവന്നപ്പോൾ ഞാൻ സബിതയെക്കുറിച്ച് ഓർക്കുകയായിരുന്നു.

അവളുടെ മനസ്സ് ഒരുപാടു ദൂരം പോകുന്നു. ഈ ദൂരം അവൾക്കൊരു ശത്രുവാകാതിരിക്കട്ടെയെന്ന് ഞാൻ മനസിൽ പറഞ്ഞുകൊണ്ടിരുന്നു.

സബിതയ്ക്ക് ഞാൻ കന്യാകുമാരിയും കുറ്റാലവും പത്മനാഭപുരം കൊട്ടാരവും കാണിച്ചുകൊടുത്തു. കന്യാകുമാരി കടൽക്കരയിലിരുന്നു ദേവീകന്യാകുമാരിയുടെ ഉദ്ഭവകഥ പറഞ്ഞുകൊടുത്തു.

എന്റെ കൈവശം ഒരുപാടു പുസ്തകങ്ങൾ ഉണ്ടെങ്കിലും അവയിൽ എനിക്ക് പ്രിയപ്പെട്ടത് പത്തു പുസ്തകങ്ങൾ മാത്രമാണ്. അവയിൽ അഞ്ചെണ്ണം ഞാൻ അവൾക്കു കൊടുത്തു. അതിൽ ഒന്ന് അവളുടെ കാമുകൻ രമേഷ് ഭട്ടിനായിരുന്നു. ആ പുസ്തകങ്ങൾ ഈ ജീവിതത്തിലെ നിധിയായി സൂക്ഷിക്കുമെന്ന് അവൾ പറഞ്ഞിരുന്നു. മനസ്സു തുറക്കുക എന്നത് സബിതയിൽ ഒരു കലയായിരുന്നു. ഒന്നും ഒളിച്ചുവയ്ക്കാൻ അവൾക്ക് കഴിയുമായിരുന്നില്ല. അവളെക്കുറിച്ചുള്ള കാര്യങ്ങൾ അവൾ വെറുതെ പറഞ്ഞുകൊണ്ടിരിക്കും. എന്നെ അറിയാൻ അവൾ എന്നിലേക്ക് ഒരിക്കൽ പടർന്നുകയറുമ്പോൾ ഞാൻ പറഞ്ഞു:“ഞാനൊരു പാവമാണ്. പ്രൊഫസർ ഷേണായിക്ക് എന്നെ നന്നായി അറിയാം. തീരെ ഭംഗിയില്ലാത്ത ഒരു ജന്മമാണെന്റേത്. ജീവിതം ഒരിക്കലും ഒരു മോഹമായി എന്നെ ആവേശിച്ചിട്ടില്ല. വിജയത്തെക്കുറിച്ച് ഒരിക്കലും ആലോചിച്ചിട്ടില്ലാത്തവൻ. ആത്യന്തികമായി ഈ ജീവിതം ദുരന്തമാണെന്ന വിശ്വാസത്തിൽ നിന്ന് ജീവിതം തുടങ്ങിയവൻ. ഒരു പൂജ്യമായല്ലാതെ മറ്റൊന്നുമായി ജീവിതം എന്റെ മുമ്പിൽ പ്രത്യക്ഷപ്പെട്ടിട്ടില്ല. ആ പൂജ്യത്തിനകത്ത് നിർവികാരനായി ഞാൻ കഴിഞ്ഞുപോരുന്നു.”

എന്നാൽ –

ജീവിതം ഒരു ഒറ്റപ്പാട് ആക്കിമാറ്റിയതെന്തുകൊണ്ടെന്നായി സബിതയുടെ അന്വേഷണം. അപ്പോൾ ഞാൻ പറഞ്ഞു, അങ്ങനെയല്ല സബിതേ, ഞാൻ നീ വിചാരിക്കുന്നതുപോലെ ഒരു ഏകാന്തപഥികനൊന്നുമല്ല. ഏകാന്തത എന്ന വേദന ഞാൻ അനുഭവിക്കുന്നുമില്ല.

പ്രണയത്തെയും മരണത്തെയും കുറിച്ച് അവൾക്ക് ഒരുപാടു പറയാനുണ്ടായിരുന്നു. ഏതോ സ്വപ്നത്തിൽ നിന്നാണ് അവളുടെ മനസിലേക്ക് ആശയങ്ങൾ ഒഴുകിവരുന്നതെന്ന് എനിക്കു തോന്നിയിട്ടുണ്ട്. ആ മനസിലേക്കു കയറിവരുന്ന എല്ലാ അറിവുകൾക്കും പൊൻചിറകുമുളയ്ക്കുകയായിരുന്നു.

എന്റെ നഗരത്തിൽനിന്നു തിരിച്ചുപോകുമ്പോൾ ഞാൻ അവളോട് പറഞ്ഞു:"ഷേണായിയെപ്പോലെ നീയും എനിക്കൊരു മധുരസ്മരണയായി മാറുകയാണ്. നീ എന്റെ രക്തബന്ധമായി മാറിയിരിക്കുന്നു. ഈ ജീവിതത്തിലെ നിന്റെ വിശേഷങ്ങളറിയാൻ വളരെ ദൂരെ ഒന്നുമല്ലാതെ, ഒന്നിനുമല്ലാതെ ജീവിക്കുന്ന ഒരാൾകൂടിയുണ്ടെന്നറിയുക."

അവൾ ധാർവാറിൽ നിന്ന് തുടരെത്തുടരെ എഴുതിക്കൊണ്ടിരുന്നു. ഒരു വർഷത്തിനുശേഷം നാലോ അഞ്ചോ മാസം കഴിയുമ്പോൾ ഒരു കത്തുമാത്രമായി ചുരുങ്ങി.

ഇന്നലെ എനിക്ക് ഷേണായിയുടെ കത്ത് ഉണ്ടായിരുന്നു. ഈ മാസം മുപ്പതാം തീയതി ഷേണായി തിരുവനന്തപുരത്ത് വരുന്നുണ്ട്. എന്നിട്ട് മധുരയിലേക്കു പോകണം. കാമരാജ് യൂണിവേഴ്സിറ്റിയിൽ ഒരു സെമിനാറുണ്ട്. കത്തിലെ അവസാനത്തെ വാചകം എനിക്കു പൂർണമായും വായിക്കാൻ കഴിഞ്ഞില്ല. ഒരാഴ്ചമുമ്പ് സബിത ബാംഗ്ലൂരിൽ വച്ച് ആത്മഹത്യ ചെയ്തു. ബാക്കി കാര്യങ്ങൾ നേരിൽ കാണുമ്പോൾ പറയാം.

എനിക്കിപ്പോൾ ഷേണായിയെ കാണാനും താൽപ്പര്യമില്ല. ഒന്നും അറിയണ്ട.

ചൂളൈമേട്ടിലെ അതിഥി

രാത്രി ഒരുപോള കണ്ണടയ്ക്കാൻ കഴിഞ്ഞില്ല. പുലരുന്നതുവരെ പുറത്തെ ഇരുട്ടിലേക്ക് നോക്കി ഇരിക്കുകയായിരുന്നു. ആർക്കോണം വിട്ടപ്പോൾ പ്രഭാതമായി.

ഈറോഡും സേലവും ജോലാർപ്പേട്ടയും കാട്പ്പാടിയുമൊക്കെ ഒരിക്കൽകൂടി കണ്ടു.

ഒരുപക്ഷേ, അവസാനത്തെ കാണൽ.

രാജൻകുട്ടിയുടെ ശവം തിരിച്ചുപോവുകയാണ്.

തിരിച്ചുപോവുകയെന്നാൽ, ശവം മരിക്കാൻ പോകുന്നു.

ശവം മരിക്കാൻ പോകുന്നുവെന്നു പറഞ്ഞാൽ ആർക്കാണ് മനസിലാകുക.

രാജൻകുട്ടിക്കും രാജൻനായർക്കും മനസിലാകും.

ഇവർ രണ്ടുപേരും ഇനി ഒന്നും മനസിലായിട്ടു കാര്യവുമില്ല.

ശാരദ പൊതിഞ്ഞുപെട്ടിയിൽവെച്ച ചോറ് പെട്ടിയിൽത്തന്നെ ഉണ്ട്. തീർച്ചയായും ശാരദേ, നീ തന്ന അവസാനത്തെ ചോറ് കഴിച്ചില്ല. കഴിക്കണമെന്നു തോന്നിയതേയില്ല. വിശപ്പ് എന്ന വികാരവും മരിച്ചുപോയതുപോലെ.

അവസാനത്തെ ചോറ് ആരിൽനിന്നാണ് വാങ്ങിക്കഴിക്കേണ്ടതെന്ന് ആർക്കും അറിയാൻ കഴിയില്ല. സേലത്തുനിന്നും ഒരു പാലു വാങ്ങി കുടിച്ചതല്ലാതെ മറ്റൊന്നും കഴിച്ചിട്ടില്ല. സേലത്തെ പാൽവിളി ഒരു സുഖമുള്ള ഓർമയാണ്. പാലല്ല, തമിഴന്റെ പാൽവിളിയുടെ താളമാണ് ദാഹം മാറ്റുന്നത്.

രാജൻകുട്ടിയുടെ ശവം നേരം പുലരുന്നതും കാത്തിരിക്കുകയായിരുന്നു.

ശവം ഇരുട്ടിലേക്ക് നോക്കിയിരിക്കുമ്പോൾ രാത്രി മുഴുക്കെ ഓടിക്കൊണ്ടിരുന്നത് മംഗലാപുരം മെയിലല്ല, രാജൻകുട്ടിയുടെ ജീവിതത്തിലെ ഒരു കാലഘട്ടമായിരുന്നു. ആ ശവത്തെ നോക്കിക്കൊണ്ട് രാജൻനായർ പുറത്തെ ഇരുട്ടിലൂടെ ഓടിപ്പോകുന്നത് രാജൻകുട്ടി കണ്ടു. രാജൻനായർ ഇരുട്ടിലൂടെ ഓടുകയല്ലാതെ ഒന്നും പറയുന്നുണ്ടായിരുന്നില്ല.

കാട്പ്പാടിയിൽ വണ്ടി ഏറെനേരം നിന്നു. അന്നേരം രാജൻകുട്ടി ചോദിച്ചു:

"എടോ രാജൻനായരെ നീ എന്തെങ്കിലും പറയൂ, നമ്മൾ എങ്ങോട്ടാ പോകുന്നത്?"

രാജൻനായർ ചിരിച്ചു.

"നീയെങ്ങോട്ടാ രാജൻകുട്ടീ?"

മറുപടി പറഞ്ഞില്ല. എല്ലാം അറിഞ്ഞുകൊണ്ട് ചിരിക്കുന്നയാളാണല്ലോ രാജൻനായർ.

വണ്ടി കാട്പ്പാടി വിട്ടപ്പോൾ തമിഴ്നാട്ടിലെ ചുട്ടുപൊള്ളുന്ന ഇരുട്ടിനോട് രാജൻകുട്ടി പറഞ്ഞു:"പുരുഷുവിനെന്നോട് വലിയ സ്നേഹമാണ്. അവൻ വിളിച്ചിട്ടാണ് വരുന്നത്. എനിക്ക് ഇങ്ങോട്ട് വരാനൊന്നും ആഗ്രഹമുണ്ടായിരുന്നില്ല. വരേണ്ട ആവശ്യവുമില്ല."

"പോകുന്നതെന്തിനാ? രാജൻനായർ ചോദിച്ചു.

"എടോ രാജൻനായരെ, എനിക്ക് അവസാനമായൊന്നു മദിരാശി കണ്ടുകൂടേ?"

"മദിരാശി കണ്ടിട്ടെന്താ കാര്യം?"

രാജൻകുട്ടിയും പൊട്ടിച്ചിരിച്ചു.

എന്നായാലും എന്തൊക്കെയോ തോന്നുന്നു. ഈ യാത്ര വേണ്ടായിരുന്നു.

എല്ലാം ഓരോ തോന്നലാണല്ലോ.

ഒരുപക്ഷേ, വേഗം തിരിച്ചിങ്ങ് പോരും. മറീനയും മൗണ്ട്റോഡും ബർമാബസാറും ചൈനാബസാറുമൊക്കെ കണ്ട് തിരിച്ചങ്ങ് പോരും.

വേണ്ട,

ഇങ്ങോട്ടു വരണ്ടായിരുന്നുവെന്ന തോന്നലിനകത്ത് രാജൻകുട്ടിയുടെ മനസ്സ് നീറുകയായിരുന്നു.

എല്ലാം വിട്ടെറിഞ്ഞ് പോയിട്ട്, പന്ത്രണ്ടുകൊല്ലത്തിനുശേഷം.......

എന്തായിത്ര വിഷമിക്കാൻ?

തിരിച്ചുപോകുന്നത് രാജൻകുട്ടിയുടെ ശവമല്ലേ? ഒരു ശവത്തിനെന്താ ഇത്ര പേടിക്കാൻ.....

നേരം നന്നായി പുലരുന്നു. വണ്ടിയിൽ വെയിലുദിച്ച് ഓടിക്കളിക്കാൻ തുടങ്ങി. വെയിൽ മുഖത്തടിച്ച് രാജൻകുട്ടിയെ തളർത്തി രസിക്കുകയായിരുന്നു. ശരീരം വാശിയോടെ ഒലിച്ചൊഴുകിക്കൊണ്ടിരുന്നു.

ഷർട്ടഴിച്ച് കാറ്റ് വീശി. ഉടുമുണ്ടഴിച്ച് എറിയാനാണ് തോന്നിയത്.

തീയതിയും മാസവുമോർത്തു. ഏപ്രിൽ പതിനാറായിരിക്കുന്നു.

രാജൻകുട്ടി അടുത്തിരിക്കുന്ന ആളോട് പറഞ്ഞു:"ഈ ചൂട് നമുക്ക് താങ്ങാനാവുന്നതല്ല."

വണ്ടി പുലർച്ചെ ആറരയ്ക്കെത്തേണ്ടതായിരുന്നു. സമയം എട്ടരയായി.

വണ്ടിയിൽ കാർത്തിക ഉദിച്ചതുപോലുണ്ടായിരുന്നു.

കഴിഞ്ഞോ കാർത്തികയുടെ തിയ്യാട്ടം?

എല്ലാം മറന്നുപോയി. വേനൽക്കാലത്തെ കാർത്തിക നക്ഷത്രത്തിന്റെ തിയ്യാട്ടം എത്ര വർഷം അനുഭവിച്ചതാണ്.

മംഗലാപുരം മെയിൽ പതുക്കെപ്പതുക്കെ സെൻട്രൽ സ്റ്റേഷനോടടുക്കുകയായിരുന്നു. വണ്ടി ബേസിൻബ്രിഡ്ജ് വിടുമ്പോൾ തന്റെ മനസ്സ് തിരിഞ്ഞോടുന്നത് രാജൻകുട്ടി കണ്ടു.

പുരുഷുവിനെ കഷ്ടപ്പെടുത്താനാണ് വരുന്നത്. പാവം പുരുഷു.

പുരുഷുവിന്റെ ഇന്നത്തെ ദിവസം പുലരുന്നത് സെൻട്രൽ സ്റ്റേഷനിൽവച്ചായിരിക്കും. അവനെന്തിനാണ് ഈ രാജൻകുട്ടിയുടെ മരണം ഏറ്റെടുക്കാൻ തയ്യാറാവുന്നത്. അവൻ നന്ദി കാണിക്കുകയാവാം. രണ്ടുപേരും ഒരുപോലെയാണല്ലോ വാളയാർചുരം കടന്നുവന്നത്. കള്ളവണ്ടി കയറി നാടുവിട്ട രാജൻകുട്ടിയും പുരുഷുവും കണ്ടുമുട്ടിയതിനുശേഷം ഒരിക്കലും പിരിഞ്ഞിട്ടില്ല. പന്ത്രണ്ടുകൊല്ലം കണ്ടില്ലെന്ന കാര്യം വേറെ. രാജൻകുട്ടിയും പുരുഷുവും മാത്രമല്ല, തൊഴിലില്ലാത്ത ഒരുപാടാളുകൾ മലബാറിൽനിന്ന് കാലാകാലമായി കള്ളവണ്ടി കയറിവന്നിട്ടുണ്ട്. ഇനി അങ്ങനെ വന്നിട്ട് ഒരുകാര്യവുമില്ല. മദിരാശിയുടെ അക്കാലമെല്ലാം പോയി. മദിരാശിയുടെ പേരും മാറിപ്പോയി.

മണിക്കൂറുകൾ കാത്തിരുന്ന്, പുരുഷുവിന് വല്ലാതെ മടുത്തുകാണും. ചൂളൈമേട്ടിൽനിന്നുള്ള ആദ്യത്തെ ബസിനായിരിക്കും അവൻ വന്നിരിക്കുക. പണ്ട് ചൂളൈമേടു ഭാഗത്തുനിന്ന് സെൻട്രൽസ്റ്റേഷനിലേക്ക് ബസൊന്നുമുണ്ടായിരുന്നില്ല. ഇപ്പോൾ ചൂളൈമേടും ഇല്ല. ചൂളൈമേട് അണ്ണാ ഹൈറോഡും എം ജി ആർ നഗറുമൊക്കെയായി മാറിപ്പോയിരിക്കുന്നു. മൗണ്ട്റോഡും പാരീസും എഗ്മോറും പോലെയായി. ചൂളൈമേട് നഗരമായി.

മംഗലാപുരം മെയിൽ സെൻട്രൽ സ്റ്റേഷനിൽ വന്നുനിന്നപ്പോൾ രാജൻകുട്ടിയുടെ മനസൊന്നു വിറച്ചു.

ദൈവമേ എന്തായീക്കാണുന്നത് കണ്ണിനുമുമ്പിൽ?

യുദ്ധക്കളമോ ഇത്........

സെൻട്രൽ സ്റ്റേഷൻ ഇങ്ങനെയായോ?.........

പ്ലാറ്റ്ഫോമിലെ ആൾക്കൂട്ടത്തിലേക്കു നോക്കി കുറേനേരം സീറ്റിൽത്തന്നെ ഇരുന്നു. എഴുന്നേൽക്കാൻ കഴിയുന്നില്ലായിരുന്നു. മനസിലാകെയൊരു ഭയം. വണ്ടിക്കുപുറത്ത് അയാൾ ഒരു നരകം കാണുകയായിരുന്നു.

രാജൻകുട്ടി ഉറക്കെ പറഞ്ഞു:"എനിക്ക് പേടിയാവുന്നു."

തലയ്ക്കകത്ത് മംഗലാപുരം മെയിൽ വീണ്ടും ഓടുകയായിരുന്നു. പ്ലാറ്റ്ഫോമിലെവിടെയോ തന്നെ കാത്തിരിക്കുന്ന പുരുഷുവിനെക്കുറിച്ചാലോചിച്ചയാൾ വേദനിച്ചു.

മുറിഞ്ഞു ചോരയൊലിക്കുന്ന മനസിലൂടെ പതുക്കെ കാലടിവച്ച് രാജൻകുട്ടി വണ്ടിയിൽ നിന്നിറങ്ങി, പാൽക്കടയുടെ നിഴലിലേക്ക് മാറി നിന്നിട്ട് ഒരു കിറുക്കനെപ്പോലെ സംസാരിച്ചുതുടങ്ങി.

പന്ത്രണ്ടുവർഷങ്ങൾക്കുശേഷം ഇതാ രാജൻകുട്ടി മദ്രാസ് സെൻട്രൽ സ്റ്റേഷനിൽ വണ്ടിയിറങ്ങി നിൽക്കുന്നു. രാജൻകുട്ടിക്ക് ഇപ്പോൾ മദിരാശി നഗരത്തിൽ പുരുഷുവല്ലാതെ മറ്റാരുമില്ല.

വാസ്തവത്തിൽ എന്തിനാ ഇങ്ങോട്ട് വന്നത്?

ഇത് മദിരാശിയോ മദ്രാസോ ഒന്നുമല്ല, ചെന്നൈ എന്ന മറ്റൊരു നഗരമാണ്. മദിരാശി മരിച്ചുപോയി.

രാജൻകുട്ടിക്ക് വേദന സഹിക്കാൻ കഴിയുന്നുണ്ടായിരുന്നില്ല.

അതാ വണ്ടിയിറങ്ങിവരുന്നു രാജൻനായർ. രാജൻകുട്ടി രാജൻനായരെ നോക്കി ചിരിച്ചു.

“അത്ഭുതമായിരിക്കുന്നുവല്ലോ. നീ എന്റെകൂടെത്തന്നെ ഉണ്ടായിരുന്നോ?”രാജൻകുട്ടി ചോദിച്ചു.

രാജൻനായർ നല്ല സന്തോഷത്തിലായിരുന്നു. കളരിയഭ്യാസിയായ കടത്തനാട്ടുകാരൻ രാജൻനായർ മീശ പിരിച്ചുകൊണ്ട് രാജൻകുട്ടിയെ നോക്കി പൊട്ടിച്ചിരിച്ചു.

അന്നേരം രാജൻകുട്ടി രാജൻനായരോട് ചോദിച്ചു: “എന്തിനാണിങ്ങനെ എന്നെ നോക്കി ചിരിക്കുന്നത്?”

“ഒരു വലിയ കാലത്തെ കാര്യങ്ങളല്ലേ നമ്മുടെ മനസിലുള്ളത്. നമ്മളെത്രയാളുകളെ കണ്ടവരാ രാജൻകുട്ടി, നമ്മളെങ്ങനെയെല്ലാം ജീവിച്ചവരാ...... എങ്ങനെ നമുക്ക് എല്ലാം ഇട്ടേച്ചിങ്ങനെ പോകാൻ കഴിഞ്ഞു. എന്നിട്ട്, പന്ത്രണ്ടുകൊല്ലം നീ എന്തു ചെയ്യുകയായിരുന്നു?”

കുറേനേരം പലതും സംസാരിച്ചതിനുശേഷം രാജൻനായർ പോകാൻ തുടങ്ങുമ്പോൾ രാജൻകുട്ടി പറഞ്ഞു:“രാജൻനായരേ, എനിക്ക് ചൂളൈമേട്ടിലെ റാണിയെയും വണ്ണാറപ്പേട്ടയിലെ രേവതിയെയും തോട്ടി രാഗമ്മയെയുമൊക്കെ ഒന്നു കാണണമെന്നുണ്ട്. അവരെയാരെയെങ്കിലും കാണുകയാണെങ്കിൽ ഞാൻ വന്ന വിവരം പറയണേ.” അന്നേരം ചിരിച്ചുകൊണ്ട് രാജൻനായർ പറഞ്ഞു:“അവരൊക്കെ മരിച്ചുപോയിക്കാണും രാജൻകുട്ടീ....”

“ഇല്ല, രാഗമ്മ മരിക്കാനിടയില്ല. അവൾക്ക് പ്രായം കുറവായിരുന്നു. അവളൊരുപക്ഷേ, റായൽസീമയിലേക്കു പോയിക്കാണും. അത്രയേയുള്ളൂ. റാണിയും മക്കളും എങ്ങോട്ടും പോകില്ല. മദിരാശിയിലെവിടെയെങ്കിലും കാണും.”

“അതിന് അവരൊക്കെ ജീവിച്ചിരുന്നിട്ട് വേണ്ടേ രാജൻകുട്ടീ.”

രാജൻനായർ പോകുന്നതു നോക്കി രാജൻകുട്ടി കരയുകയായി

രുന്നു. കുറേനേരം കരഞ്ഞിട്ട് അയാൾ ആലോചിച്ചു. എവിടുന്നാ ഈ കണ്ണീര് വരുന്നത്? ഇത്രയും കണ്ണീരുണ്ടോ ഈ കണ്ണിനകത്ത്?

മേലിട്ട തോർത്തുകൊണ്ട് കണ്ണീർ തുടച്ച്, നെഞ്ചിലെ വേദന മനസോടമർത്തിപ്പിടിച്ച്, പെട്ടിയും തൂക്കി ആൾക്കൂട്ടത്തിലൂടെ മുന്നോട്ട് നടന്നു. ഓരോ കാലടിവയ്പ്പിലും കണ്ണുകൾ പുരുഷുവിനെ തേടുകയായിരുന്നു. വണ്ടിയുടെ നീളംകണ്ട് രാജൻകുട്ടി അത്ഭുതപ്പെട്ടുപോയി. പ്ലാറ്റ്ഫോമിനും വണ്ടിക്കുമൊക്കെ പേടിപ്പിക്കുംവിധം നീളം കൂടിക്കൂടി വരികയാണ്.

മംഗലാപുരം മെയിലിന്റെ എഞ്ചിനടുത്തുനിന്ന് പുരുഷു കയ്യുയർത്തിക്കാണിക്കുന്നത് കണ്ടപ്പോൾ രാജൻകുട്ടിക്ക് ആശ്വാസം തോന്നി. പിന്നെ പുരുഷുവിന്റെ അടുത്തേക്ക് വേഗം നടന്നെത്തുകയായിരുന്നു. നടക്കുകയല്ല, ആരോ കെട്ടിവലിക്കുകയായിരുന്നു. പുരുഷുവിന്റെ മുഖത്ത് നോക്കിനിൽക്കേ രാജൻകുട്ടി പൊട്ടിക്കരഞ്ഞുപോയി. പുരുഷു രാജേട്ടനെ തന്റെ നെഞ്ചോടു ചേർത്തുപിടിച്ചുകൊണ്ട് പറഞ്ഞു:"ഒന്നിനും പേടിക്കണ്ട, പുരുഷുവിന്റെ അടുത്തല്ലേ വന്നത്, രാജേട്ടനെ രക്ഷിക്കാൻ ഇന്ന് പുരുഷുവിന് കഴിയും."

"പുരുഷു, അച്ഛൻ മകനെത്തേടി വന്നതാ."

നിസ്സഹായത ഉള്ളിൽക്കിടന്നു ഞെരുങ്ങുന്നുണ്ടായിരുന്നു. ഓട്ടോറിക്ഷ എഗ്മോറിലെത്തുന്നതുവരെ പുരുഷു നാട്ടുകാര്യങ്ങളും വീട്ടുകാര്യങ്ങളുമൊക്കെ അന്വേഷിച്ചു. രാജൻകുട്ടി അതൊന്നും കേൾക്കുന്നുണ്ടായിരുന്നില്ല. അയാളുടെ കണ്ണും മനസും പാതയുടെ ഇരുവശത്തൂടെയും ഓടുകയായിരുന്നു.

സങ്കടത്തോടെ രാജൻകുട്ടി പുരുഷുവിനോടു പറഞ്ഞു:"പുരുഷു, ഈ റോഡൊന്നും എനിക്ക് തിരിയുന്നില്ല."

മനസിൽ പരതിനോക്കുകയായിരുന്നു. ഏതാ ഈ സ്ഥലം? എങ്ങനെയാണ് ഈ മാറ്റങ്ങളൊക്കെ ഉണ്ടായത്?

ഓട്ടോറിക്ഷാ മേത്താനഗറിലേക്ക് തിരിയുമ്പോൾ പുരുഷു ചോദിച്ചു: "രാജേട്ടന് മനസിലാകുന്നുണ്ടോ ഇത് ചൂളൈമേടാണെന്ന്. വെറും ആറു കൊല്ലംകൊണ്ടാ ചൂളൈമേട് സിറ്റിയായത്."

രാജൻകുട്ടി അത്ഭുതത്തോടെ ചൂളൈമേട്ടിലെ റോഡുകൾ കാണുകയായിരുന്നു. ഇരുപത്തഞ്ച് കൊല്ലത്തിനപ്പുറത്തുനിന്ന് അയാൾ പുരുഷുവിനോട് പറഞ്ഞു:

"ഞാൻ മദിരാശീല് വരുന്ന കാലത്ത് ചാവോക്ക് മരങ്ങളുടെ കാടാ ചൂളൈമേട്. ദിനവും ചൂളൈമേട്ടിൽ ശവം വീഴും. ചൂളൈ മുനിസ്വാമിയെന്ന റൗഡിയാ ഇവിടെ ഭരിച്ചത്. കടത്തനാട് ഗോപാലൻനായരെന്ന വേറൊരു റൗഡിയാ അവനെ അടിച്ചുകൊന്നത്. ഗോപാലൻനായരുടെ ശിഷ്യനാ ഈ ഞാൻ. നാലുമണി കഴിഞ്ഞാ പെണ്ണുങ്ങള് ചൂളൈമേട്ടിലൂടെ നടക്കൂല അക്കാലത്ത്, ആരെങ്കിലും നടന്നാല് പിറ്റേന്ന് ചാവോക്ക് കാട്ടില് ചത്തുകിടക്കും."

പറന്നു വെട്ടുന്ന റൗഡികളെ വെല്ലുവിളിച്ചുകൊണ്ട് ചൂളൈമേട്ടിൽ

ചായക്കട തുടങ്ങിയ കാര്യം പറഞ്ഞു തുടങ്ങുകയായിരുന്നു. മലയാളത്താൻ രാജൻനായരുടെ ചൂളൈമേട്ടിലെ വീരസാഹസിക കഥകൾ പുരുഷു ഒരുപാട് കേട്ടതാണ്. രാജൻനായരുടെ കടയ്ക്കു നേരെ വന്ന ഒരു റൗഡിയും പിന്നെ ആ കടയുടെ മുന്നിലൂടെ തലയുയർത്തി നടന്നു പോയിട്ടില്ല.

ഓട്ടോറിക്ഷ പെരിയാർപാലത്തിലൂടെ ഓടുമ്പോൾ രാജൻകുട്ടി ഉറക്കത്തിലെന്നപോലെ പറഞ്ഞു:

"എട്ടുകൊല്ലം ഞാനാണ് പുരുഷു ഈ ചൂളൈമേട് ഭരിച്ചത്. കുറേ പാപവും ചെയ്തിട്ടുണ്ട്. അന്നൊക്കെ റൗഡികളെ ഒതുക്കാൻ പാപം ചെയ്യാതെ പറ്റില്ല. ചായയിലൽപ്പം പഞ്ചസാര കുറഞ്ഞാ ടീ മാസ്റ്റുടെ നേരെ സോഡാക്കുപ്പി എറിയും. ആണും പെണ്ണും റൗഡികളായിരുന്നു. ഒരിക്കലൊരു കുടിശൈപ്പെണ്ണ് കഞ്ചാവടിച്ച് എന്റെ നേർക്ക് സൈക്കിൾ ചെയിനുമായി വന്നു. ഒരടി അവളെനിക്കുതന്നു. അവളെ ഞാനന്ന് വെറുതെ വിട്ടില്ല. പിന്നെ ചൂളൈമേട്ടില് അഞ്ചാറുദിവസം ലഹളയാ."

അമ്മൻകോവിലിനടുത്തെത്തിയപ്പോൾ രാജൻകുട്ടി ഓട്ടോറിക്ഷ നിർത്താൻ പറഞ്ഞു. മിണ്ടാതെ ഇറങ്ങി അടച്ച കോവിലിന്റെ നടയിൽ ചെന്നുനിന്ന് കുറേനേരം പ്രാർഥിച്ചു. തിരിച്ചുപോരുമ്പോൾ കരയുകയായിരുന്നു. രാജേട്ടൻ കരയുന്നത് കാണേണ്ട എന്നുവിചാരിച്ച് പുരുഷു പുറത്തേക്കു നോക്കിനിന്നു.

അമ്പലം ഒരുപാട് വലുതായി. മനുഷ്യരൊന്നും തീരെ മാറിയിട്ടില്ല. അവരിപ്പോഴും കുളിയും നനയുമില്ലാതെ ഉണങ്ങിയും എല്ലിച്ചും മുടിപാറിയും..... തമിഴന്റേത് വല്ലാത്തൊരു വിധിയാ.... ഒരു കാക്കവിളക്കും കൽത്തറയും എത്ര വലിയ കോവിലായി മാറി. ദേവിക്ക് ചുറ്റുമുണ്ടായിരുന്ന കുടിശൈകളെല്ലാം എപ്പോഴായിരിക്കും പൊളിച്ചുമാറ്റിയിരിക്കുക. കുടിശൈകളിൽ കഴിഞ്ഞുകൂടിയവരൊക്കെ എവിടെയായിരിക്കും? അവരെ അടിച്ചോടിച്ചിട്ടൊന്നുമുണ്ടാവില്ല. എവിടെയെങ്കിലും വീട് കെട്ടിക്കൊടുത്തുകാണും. റെഡ്ഹ് ഹിൽസിനും എണ്ണൂരിനും താംബരത്തിനുമൊക്കെ അപ്പുറത്തായിരിക്കും കുടിശൈവാസികളെ കുടിയിരുത്തിയിരിക്കുക.

എങ്കിൽ ഒരു വീട് റാണിക്കും കിട്ടാതിരിക്കില്ല.

രാജൻകുട്ടി ഒരു നിമിഷം കണ്ണടച്ചു പ്രാർഥിച്ചു. റാണിയും മക്കളും സുഖമായിരിക്കണമേ.

അവരെ ഇനി എവിടെ തെരയാനാണ്? അവസാനമായൊന്നു കാണണമെന്നുണ്ട്. മീനക്കിപ്പോൾ പതിനെട്ടു വയസായിക്കാണും. റാണിയും അവളുടെ രണ്ടുമക്കളും കറുത്തിട്ടാണെങ്കിലും മീന വെളുത്തിട്ടായിരുന്നു. അവൾക്കൊരു കടത്തനാടൻപെണ്ണിന്റെ നിറവും കോലവുമായിരുന്നു. മീനയുടെ നിറം കാരണമാണ് അരംഗനായകം റാണിയെ ഉപേക്ഷിച്ചുപോയത്. എന്നിട്ട് ഒരു ദിവസം രാജൻനായരും പോയി.

രാജൻകുട്ടി ദേവിയോട് പറഞ്ഞു:"പൊളിഞ്ഞു തകർന്നുപോയ

രാജൻനായർക്ക് വേറൊരു മാർഗവും ഉണ്ടായിരുന്നില്ല. വന്നതുപോലെ തന്നെ വാളയാർചുരം കടന്നുപോയി. ഇപ്പോൾ തിരിച്ചുവന്നത് പുരുഷുവിന്റെ സഹായത്തോടുകൂടി മരിക്കാനാണ്."

റാണി പാവമായിരുന്നു. അവൾ ഒരിക്കലും രാജൻനായരെ മറക്കുകയില്ല. കലങ്ങിയ ഈ നെഞ്ചിനകത്ത് ഇപ്പോഴും റാണിയുണ്ട്. ഒരിക്കലും മറക്കരുതെന്ന അപേക്ഷയേ അവൾക്കുണ്ടായിരുന്നുള്ളൂ. അരംഗനായകം വീണ്ടും വന്നുകാണുമോ?

റാണി ചിരിച്ചുകൊണ്ട് പറയാറുണ്ടായിരുന്നു. അയാൾ വരും, എവിടെപ്പോകാനാ.

വന്നാലും അരംഗനായകം മീനയെ ഇഷ്ടപ്പെടുകയില്ല.

രാഗമ്മ റായൽസീമയിലേക്ക് തിരിച്ചുപോയിക്കാണും. അവളെക്കുറിച്ച് സങ്കടമൊന്നുമില്ല. അവൾ എല്ലാം തികഞ്ഞ റായൽസീമക്കാരിയായിരുന്നു. സ്വന്തം ഗ്രാമത്തിൽ ഭൂമി വാങ്ങാൻ നാലഞ്ചുതവണ പണം വാങ്ങിയ വിരുതത്തിയാണവൾ. കുറുക്കുപ്പേട്ടയിലെ വെറ്റിലപ്പാക്കുകട അവൾക്കുവേണ്ടിയാണ് വിറ്റത്. അവളെന്തു ചോദിച്ചാലും കൊടുക്കുമായിരുന്നു. എവിടെ വിളിച്ചാലും അവളും വരുമായിരുന്നു. എന്നാലും അവളയങ്ങനെ മുഴുവനായങ്ങ് മനസിലേക്കെടുത്തിട്ടില്ല. അവളെങ്ങോട്ടും പറക്കാനറിയുന്നവളായിരുന്നു. അവളിപ്പോൾ റായൽസീമയിലെ സ്വന്തം ഗ്രാമത്തിൽ പഴയ മദിരാശിക്കാരിയുടെ വീമ്പും പറഞ്ഞ് സുഖമായി ജീവിക്കുന്നുണ്ടാവണം. അവൾക്ക് ആന്ധ്രാക്കാരിയുടെ നെടുനെടുങ്കൻ രൂപമായിരുന്നു. എന്തൊരു ചന്തമായിരുന്നു അവളുടെ ആഞ്ഞുവലിഞ്ഞുള്ള നടപ്പിന്. ആന്ധ്രയിൽ ജനിച്ച സാക്ഷാൽ ഉണ്ണിയാർച്ച. രാഗമ്മ തോട്ടിപ്പണിയെടുത്ത് ഒരുപാട് കഷ്ടപ്പെട്ടവളാണ്. പുലർച്ചെ കോർപ്പറേഷന്റെ കക്കൂസ് വൃത്തിയാക്കാൻ നഗരത്തിലിറങ്ങും. ഉച്ചയോടെ തിരിച്ചെത്തി കുളിച്ച് വൃത്തിയായി സെന്റും പുരട്ടി വരും, കണ്ണുനിറയെ കാമവുമായി. അവൾ ചിരിക്കുമ്പോൾ..... വേണ്ട, ഓർക്കണ്ട, രാഗമ്മ എന്തായാലും രക്ഷപ്പെട്ടുകാണും.

വണ്ണാറപ്പേട്ടയിലെ പപ്പടക്കാരി രേവതി മരിച്ചിട്ടുണ്ടാവില്ല രാജൻനായരേ.

മരിച്ചില്ലെങ്കിൽ?

വൃദ്ധയായിക്കാണും. ആ വൃദ്ധയേയും ഒന്നു കാണണമെന്നുണ്ട്. അവൾ വൃദ്ധയായാലും രേവതി തന്നെയായിരിക്കും.

രേവതിക്ക് എല്ലാ മലയാളത്താൻമാരോടും ഇഷ്ടമായിരുന്നു. ഒരു മലയാളിയുടെ ഭാര്യയാകാൻ കഴിയാത്തതിൽ അവൾക്ക് ദുഃഖമുണ്ടായിരുന്നു. ഒരുപാട് തമിഴത്തികൾ രേവതിയെപ്പോലെയായിരുന്നു. നാൽപ്പത്തിനാലാം വയസിൽ മലയാളത്താന്റെ കുഞ്ഞിനെ അവളും പെറ്റു. അതവളുടെ ജീവിതത്തിലെ ഏറ്റവും വലിയ ആഗ്രഹമായിരുന്നു. അവൾക്ക് ഒരുപിടി മുല്ലപ്പൂവല്ലാതെ മറ്റൊന്നും വേണ്ടായിരുന്നു.

തമിഴത്തികൾ ഹൃദയംകൊണ്ടുമാത്രം ജീവിക്കുന്ന പാവങ്ങളാണ്.

അങ്ങനെയുള്ള എത്രയെത്ര പാവങ്ങളുടെ ജീവിതത്തിലൂടെയാണ് നടന്നുപോയത്. ഒരു നോട്ടം, ഒരു ചിരി, പിന്നെ സ്വന്തമാകുന്നു.

ഒരു കാലത്തിലെ ചൂളൈമേട്ടിലെ തമിഴത്തികൾ രാജൻനായരുടേതായിരുന്നു. പക്ഷെ, എല്ലാ പെണ്ണുങ്ങളെയും പഴന്തുണിപോലെയാണ് വലിച്ചെറിഞ്ഞത്. പെണ്ണൊഴിഞ്ഞ രാത്രികൾ രാജൻനായരുടെ ജീവിതത്തിൽ വളരെക്കുറച്ചേയുണ്ടായിരുന്നുള്ളൂ. അക്കാലത്തെ എല്ലാ ചായക്കടമലയാളികളും ഇത്തരക്കാരായിരുന്നു. നാട്ടിലൊരുത്തിയെ കല്യാണം കഴിച്ചുവച്ച് മാസംതോറും അവൾക്കൊരു മണിയോർഡർ അയയ്ക്കുക. പിന്നെ പാവം തമിഴത്തികളുടെ ജീവിതത്തിലൂടെ ചവിട്ടിക്കൊരട്ടി നടക്കുക. ശാരദയ്ക്കും ഇത് കുറേയൊക്കെ അറിയാം. അതിന്റെ സ്നേഹക്കുറവും അവൾക്കുണ്ട്. ഇനിയിപ്പോൾ സ്നേഹിച്ചിട്ടെന്ത്? സ്നേഹിക്കാതിരുന്നിട്ടെന്ത്?

"വീട്ടിലെന്തൊക്കെയാ വിശേഷം?" പുരുഷു ചോദിച്ചു.

"എല്ലാം എങ്ങനെയോ പോകുന്നു. മൂത്തവനിപ്പോൾ ഭാര്യവീട്ടിലാ താമസം. ഒരു ടാക്സിയുടെ ബലത്തിലാണവന്റെ പോക്ക്. ഇരുപത്തിനാല് മണിക്കൂറും മദ്യത്തിലാ. ഇളയവൻ എം എ പാസ്സായി. കവിതയെഴുതി നടപ്പാ. പിന്നെ, ശാരദയുടെ നാലഞ്ചാടുകളാ കുടുംബം പോറ്റുന്നത്. പെൺമക്കളില്ലാത്തത് ഭാഗ്യം. ശാരദയ്ക്കും തീരെ വയ്യ. വാതത്തിന്റെ അസുഖമാ. അവസാനകാലത്ത് ദൈവം എന്റെ നേരെ നോക്കിയതേയില്ല."

രാജൻകുട്ടി പറഞ്ഞുതീരുമുമ്പേ ഓട്ടോറിക്ഷ പുരുഷുവിന്റെ ചായക്കടയുടെ മുമ്പിൽ ചെന്നുനിന്നു. അയാൾ കൗതുകത്തോടെ കടയിലേക്കുതന്നെ നോക്കുകയായിരുന്നു.

നല്ല കട.

ഐശ്വര്യമുള്ള കട.

കണ്ണിൽ പൊടുന്നനെ ഊറിക്കൂടിയ പ്രകാശവുമായി ചായക്കടയോടു ചേർന്നുള്ള മുറിയിലേക്ക് പുരുഷുവിനോടൊപ്പം നടന്നു.

രാജൻകുട്ടി മുറിയാകെ ഒന്നു നോക്കി. പുരുഷു കിടക്കുന്ന മുറിയായിരിക്കണം ഇത്. ഇനി പുരുഷുവും പണിക്കാരും എവിടെയായിരിക്കണം കിടക്കുക? കടയുടെ മുമ്പില് പായിട്ട് കിടക്കുമായിരിക്കും.

മരക്കട്ടിലും ചാരുകസാലയും ചായക്കടയിലെ പുകയും രാജൻകുട്ടിയെ സ്വീകരിച്ചിരുത്തി. മരക്കട്ടിൽ പറയുന്നത് രാജൻകുട്ടി കേട്ടു, വരൂ ഇനി ഇവിടെയെങ്ങാൻ കിടന്നോളു.

കിടക്കണം. കുറച്ചുറങ്ങിയാലേ തലയൊന്നു നേരെനിൽക്കു. പക്ഷേ, പുരുഷുവിന് കിടക്കാൻ ഇനി സ്ഥലമില്ല.

സാരമില്ല. അവൻ എവിടെയെങ്കിലും കിടന്നുകൊള്ളും. നല്ലവനായ പുരുഷുവിനെക്കുറിച്ചാലോചിച്ചുകൊണ്ടാണ് കിടന്നത്. പണ്ട് ഒരു നട്ടുച്ചയ്ക്കാണവൻ ചൂളൈമേട്ടിലെ കടയിലേക്ക് കയറിവന്നത്. വാതുറന്നപ്പോൾത്തന്നെ മലബാറുകാരനാണെന്നു മനസിലായി.

ശമ്പളമൊന്നും വേണ്ട. ആഹാരം തന്നാൽ മതിയെന്നായിരുന്നു പുരുഷു അന്നു പറഞ്ഞത്. ചെലവു കഴിഞ്ഞ് പത്തുരൂപയ്ക്ക് അന്നു തന്നെ പുരുഷുവിനെ കടയിൽ നിർത്തി. ജീവിതം കഠിനാധ്വാനമാക്കി മാറ്റിയ പുരുഷുവിനോട് സ്നേഹം തോന്നി. പിന്നെ എട്ടു കൊല്ലം അവൻ കൂടെയുണ്ടായിരുന്നു. പുരുഷു മദിരാശിയിൽ വന്നിട്ട് ഇരുപതുകൊല്ലത്തിലധികമായി. എന്നിട്ടും അവനൊന്നുമായിട്ടില്ല. ഈയൊരു കടയല്ലാതെ മറ്റൊന്നും ഉണ്ടെന്നു തോന്നുന്നില്ല. ഒന്നു ജീവിച്ചു പോകണമെന്നല്ലാതെ അവന് വേറെ മോഹങ്ങളൊന്നുമുണ്ടാവുകയില്ല.

ശരീരം ഉരുകിയൊലിക്കുന്നതറിയാതെ രാജൻകുട്ടി ഉറങ്ങിപ്പോയി. ഉറക്കത്തിലുടനീളം ആരോടൊക്കെയോ സംസാരിക്കുകയായിരുന്നു. പല്ല് ഞെരിച്ച് അടിക്കാൻ ചെല്ലുമ്പോഴും വാക്കുകൾ പൊട്ടിത്തെറിക്കുമ്പോഴുമൊക്കെ പുരുഷു രാജൻകുട്ടിയെ വിളിച്ചു.

നാട്ടിൽ നിന്നുവന്ന പെരിയോർക്കുള്ള ഊണുമായി ഒരു മണിക്കു മുമ്പ് വന്നതാണ് മുത്തുലക്ഷ്മി. ചോറ് കൊണ്ടുവരാനൊന്നും അവളോട് പറഞ്ഞിട്ടില്ല. എന്നിട്ട് മുത്തുലക്ഷ്മി, ഉറങ്ങുന്നയാൾ ഉണരുന്നതും കാത്തിരിക്കുകയായിരുന്നു. അവൾക്ക് വന്നയാളുമായി പരിചയപ്പെടണം. ഊണ് ഇഷ്ടമായോ എന്നറിയണം. എല്ലാ ദിവസവും പെരിയോർക്കുവേണ്ടി, അമ്മൻകോവിലിൽ പ്രാർഥിക്കുമെന്നവൾ നേരത്തെ പുരുഷുവിനോട് പറഞ്ഞിരുന്നു.

മുത്തുലക്ഷ്മി പോകാൻ പുരുഷു പലതവണ പറഞ്ഞുനോക്കി. ചുവന്ന പട്ടുസാരിയും തലനിറയെ മുല്ലപ്പൂവും ചൂടി അണിഞ്ഞൊരുങ്ങിയവൾ വന്നിരിക്കുന്നത്.

പുരുഷുവിന് വിഷമം തോന്നി. രാജേട്ടൻ ഇവളെക്കുറിച്ച് ചോദിച്ചാൽ എന്താണു പറയുക.

മുത്തുലക്ഷ്മിക്കൊരു കൂസലുമില്ലായിരുന്നു. അവൾ സന്തോഷത്തോടെ രാജൻകുട്ടി ഉണരുന്നതും കാത്തിരുന്നു. അവളുടെ കണ്ണുകൾ മീനുകളെപ്പോലെ ഓടുകയായിരുന്നു.

രണ്ടു മണികഴിഞ്ഞാണ് രാജൻകുട്ടി ഉണർന്നത്. അയാൾ കണ്ണ് തുറന്നത് മുത്തുലക്ഷ്മിയുടെ മുഖത്തേക്ക് തന്നെയായിരുന്നു. അവൾ രാജൻകുട്ടിയെ വണങ്ങി ആദരവോടെ മാറിനിന്നു. അയാൾ അവളെ വാത്സല്യത്തോടെ നോക്കുകയായിരുന്നു.

ആ ചെറുപ്പക്കാരി ചിരപരിചിതനായ ഒരാളെപ്പോലെ തന്നോട് പെരുമാറിയത് രാജൻകുട്ടിയെ വിസ്മയിച്ചൊന്നുമില്ല. പുരുഷുവിന്റെ നന്മയാണിതെന്നുമാത്രം വിചാരിച്ചു. അവൾ ചോദിക്കുന്നതിനെല്ലാം രാജൻകുട്ടി ഉത്തരം പറയുന്നുണ്ടായിരുന്നു. എല്ലാം അവൾ അറിഞ്ഞുവച്ചിരിക്കുന്നതുപോലെ തോന്നി. വീട്ടിലെ വിശേഷങ്ങൾ ചോദിച്ചു. നാട്ടിൽ മഴയുണ്ടോയെന്നായിരുന്നു അവൾക്കറിയേണ്ടിയിരുന്ന മറ്റൊരു കാര്യം.

അവൾ സ്നേഹവതിയായ ഒരു മകളെപ്പോലെ ഹൃദയത്തിലേക്കു വരികയായിരുന്നു.

മുത്തുലക്ഷ്മി വിളമ്പിക്കൊടുത്ത ഊണ് രുചിയോടെ കഴിച്ചു. ചീര ക്കറിയുടെ രുചിയെക്കുറിച്ച് പറഞ്ഞ് അവളെ ചിരിപ്പിച്ചു. അവൾ പോയിട്ടും ഇവൾ ഏതാണെന്ന് രാജൻകുട്ടി പുരുഷുവിനോട് ചോദിച്ചില്ല. നാളെ കാലത്ത് വരാമെന്ന് പറയുകയുമുണ്ടായി.

ഊണ് കഴിഞ്ഞ് വെറുതെ ഇരിക്കുമ്പോൾ പുരുഷു പറഞ്ഞു "നാളെ രാവിലെ അഡയാറാശുപത്രിയിൽ പോകാം. എല്ലാം ഞാൻ ഏർപ്പാടു ചെയ്തു വച്ചിട്ടുണ്ട്. എന്റെ പരിചയക്കാരൻ ഒരു ഡോക്ടറുണ്ട്. ഈയാ ഴ്ചതന്നെ റേഡിയേഷൻ തുടങ്ങാമെന്നാണ് ഡോക്ടർ പറഞ്ഞത്. സഹാ യത്തിന് ക്യാൻസർ ഇൻസ്റ്റിറ്റ്യൂട്ടിൽ നമുക്ക് പലരുമുണ്ട്."

"പുരുഷു, നീ ഒരുപാട് ബുദ്ധിമുട്ടും."

"ഒരു ബുദ്ധിമുട്ടുമില്ല."

"റേഡിയേഷൻ കഴിഞ്ഞാൽ ഞാൻ ഇങ്ങനെയൊന്നുമായിരിക്കില്ല. എന്നെക്കണ്ടാൽ നീ തന്നെ പേടിച്ചുപോകും. എന്റെ ലംഗ്സിലിനി ഒന്നും ബാക്കിയില്ല. എന്നാലും നിന്റെ ആഗ്രഹം നടക്കട്ടെ."

രാജൻകുട്ടിയുടെ സംസാരം പതുക്കെ പഴയ മദിരാശിക്കാരൻ രാജൻനായരുടെ ജീവിതത്തിലേക്ക് വഴുതിപ്പോയി. നെഞ്ച് നന്നായി വേദ നിക്കുന്നുണ്ടായിരുന്നു. മുന്നിലെ റേഡിയേഷന്റെ നാളുകളിലേക്ക് നോക്കി ക്കൊണ്ട് രാജൻകുട്ടി പറഞ്ഞു: "പുരുഷു എന്നെ ഇനി നീ നാട്ടിലേക്ക് അയയ്ക്കണ്ട. ചൂളൈമേട്ടിലെ ശ്മശാനത്തില് കത്തിച്ചുകളഞ്ഞാൽമതി."

പുരുഷു ഒന്നും മിണ്ടാതെ രാജൻകുട്ടിയുടെ മുമ്പിൽ നിന്നെഴുന്നേ റ്റുപോയി.

രാജൻകുട്ടി ആലോചിക്കുകയായിരുന്നു.

എന്താ പുരുഷു ഇങ്ങനെ പെട്ടെന്ന് എഴുന്നേറ്റുപോയത്. പുരുഷു വിനോട് ഒരുപാടു കാര്യങ്ങൾ പറയാനുണ്ട്. വരട്ടെ, രാത്രിയാവട്ടെ. രാത്രി കാറ്റുണ്ടെങ്കിൽ ചൂളൈമേട്ടിലൂടെ പുരുഷുവിനോടൊപ്പം ഒന്നു നടക്കു കയും വേണം.

എന്താണ് എന്റെ കഥ?

ഒന്നരക്കൊല്ലത്തിനകത്ത് ജയകൃഷ്ണനെ ഞാൻ ഒരുപാടു കഥകൾ പറഞ്ഞുകേൾപ്പിച്ചു. ഓരോ കഥയും കേട്ട് എന്റെ വീടിന്റെ വരാന്തയിൽനിന്നോ കടൽക്കരയിൽനിന്നോ ബാറിൽനിന്നോ അവൻ ആവേശത്തോടെ കാറോടിച്ചുപോകുന്നു. എന്നിട്ട്, രണ്ടോ മൂന്നോ ദിവസം കഴിയുമ്പോൾ അവൻ വീണ്ടും വരുന്നു. നമുക്കു വേറൊരു കഥ ആലോചിക്കാം. അതവിടെ നിൽക്കട്ടെ. ഒരു കഥകൂടി നമ്മളങ്ങു മറക്കുന്നുവെന്നു വിചാരിക്കുക.

എന്റെ കഥയുടെ പോരായ്കളെക്കുറിച്ചും സാധ്യതകളെക്കുറിച്ചും ജയകൃഷ്ണൻ ഒന്നരക്കൊല്ലമായി സംസാരിച്ചുകൊണ്ടിരികയാണ്. വയലൻസ് കൂടുന്നു, ഹ്യൂമറില്ല, നായികയ്ക്ക് പ്രാധാന്യമില്ല. നായകൻ മലപോലെ ഉയർന്നു നിൽക്കുന്നു.

ഇന്നലെ രാത്രി സംഭവിച്ചതിനെക്കുറിച്ചാലോചിക്കുമ്പോൾ എനിക്കൊന്നും മനസിലാവുന്നില്ല. പേടിയാവുന്നുമുണ്ട്. തലയ്ക്കകത്ത് എന്തോ മോശമായത് അരിച്ചിഴയുന്നുമുണ്ട്.

ഞാൻ പറഞ്ഞുകൊടുക്കുന്ന കഥകളെ ജയകൃഷ്ണൻ പുല്ലുപോലെ വലിച്ചെറിയുമ്പോൾ എനിക്ക് സങ്കടം വരും. എന്റെ മനസാണ് അവൻ വലിച്ചുകീറിയെറിയുന്നത്. ഞാൻ കരഞ്ഞുപോയ ദിവസങ്ങൾപോലുമുണ്ട്.

സഹികെട്ട്, ഇന്നലെ ഞാൻ അവനോട് പറഞ്ഞു: “ഇനി എന്റെ മനസിൽ കഥകളൊന്നുമില്ല. നിനക്കാവശ്യമുള്ള ഒരു കഥ എന്റെ മനസിലേക്കു കയറിവരാനിടയുമില്ല.”

“എന്താ, നിന്റെ മനസ്സിൽ കാട്ടുചെടികൾ വളരുകയാണോ?” അവൻ ചോദിച്ചു.

“അല്ല ഒരു കാട്ടുചെടിപോലുമില്ല. എല്ലാ ചെടികളും ഉണങ്ങിപ്പോയിരിക്കുന്നു. നിനക്കുവേണ്ടി കഥകൾ കെട്ടിയുണ്ടാക്കുന്നത് ഇപ്പോൾ എനിക്കൊരു വേദനയാണ്. ഈ പാവപ്പെട്ട ജീവിതം കഥകളില്ലാതെയും ജിവിച്ചുതീർക്കാം. എന്റെ കഥകളെ നീ ക്രൂരമായി വലിച്ചെറിയുന്നു. എന്റെ മനസിനു നീ മുറിവേൽപ്പിക്കുന്നതുപോലെ തോന്നുന്നു.”

അന്നേരം ജയകൃഷ്ണൻ എന്നെ പരിഹസിച്ചു ചിരിച്ചു. സന്ധ്യകഴിഞ്ഞ നേരം. ആണും പെണ്ണും ശംഖുമുഖം കടപ്പുറത്തെ ഹരം കൊള്ളിക്കുന്നുണ്ടായിരുന്നു. നഗരത്തിന്റെ ഒരു കടുത്ത നിറമായി മാറുകയാണ് ശംഖുമുഖമെന്ന് എനിക്കുതോന്നി. നഗരവാസികൾക്കു ശംഖുമുഖത്തോട് പ്രിയമേറിക്കൊണ്ടിരിക്കുകയാണ്. പതുക്കെ ഓടുന്ന കാറിലിരുന്ന് കടൽ കാണാൻ പ്രത്യേകമൊരു സുഖമുണ്ടെന്ന് ഞാൻ അവനോട് പറഞ്ഞു.

കടൽക്കരയെ നോക്കി കടന്നുപോകുന്ന ഈ റോഡ് എനിക്ക് പ്രിയപ്പെട്ടതാണെന്ന് അവനറിയാം.

“ഈ കടൽ ഇല്ലായിരുന്നെങ്കിൽ........” ഞാൻ വെറുതെ പറഞ്ഞു.

“എന്നോടോ കടലിനോടോ?” ജയകൃഷ്ണൻ ചോദിച്ചു.

“കടലിനോട്.”

അപ്പോൾ അവൻ എന്നെ നോക്കിച്ചിരിച്ചു.

കടൽ എന്നോടെന്തൊക്കെയോ അലറിപ്പറയുന്നുണ്ടായിരുന്നു. കടലിന്റെ ഭാഷ എനിക്കു നന്നായറിയാമെന്ന് ഞാൻ ജയകൃഷ്ണനോടു പറഞ്ഞു. എന്നാൽ, കടൽ എന്നോടു പറയുന്നതെന്താണെന്ന് എനിക്ക് മനസിലാവാറേയില്ല. കടലും ഞാനുമായി എന്തൊക്കെയോ ബന്ധങ്ങളുണ്ട്. എത്രയെങ്കിലും തവണ കടൽക്കരയിലിരുന്നു തിരമാലകളെ നോക്കി എന്തിനെന്നറിയാതെ കരഞ്ഞിട്ടുണ്ട്. കരയുന്നു. തിരമാലകൾ അതു കാണുന്നു.

എന്റെ മനസ്സ് ആ നിമിഷങ്ങളിൽ തിരമാലകളോടൊപ്പം ഉയരുകയും പൊട്ടിച്ചിതറുകയുമായിരുന്നു.

ജയകൃഷ്ണൻ പാതിപരിഹാസത്തിൽ പറഞ്ഞു :“എനിക്കുവേണ്ടി മറ്റൊരു കഥ ആലോചിക്കുകയാണോ? കടലിൽ നിന്നൊരു കഥ പൊക്കിയെടുക്കാൻ പറ്റുമോയെന്ന് നോക്ക്. ഒരു ചെമ്മീനോ മൊബിഡിക്കോ ഓൾഡ് മാൻ ആന്റ് സീയോ അല്ല ഞാൻ ആവശ്യപ്പെടുന്നത്. കടലിനകത്ത് കോടാനുകോടി കഥകളുണ്ട്. അവയിൽ നിന്നൊരു കഥ.”

“എനിക്കതു കഴിയുമെന്നു തോന്നുന്നില്ല.”

പറഞ്ഞത് കടലിനോടാണ്, ജയകൃഷ്ണനോടല്ല.

ജയകൃഷ്ണൻ സംസാരിച്ചുകൊണ്ടേയിരുന്നു. എല്ലാം എനിക്കുള്ള പാഠങ്ങളായിരുന്നു. കഥയെഴുതുമ്പോൾ ജീവിതത്തിൽ മുങ്ങി, അതിന്റെ ആഴത്തിലൂടെ നീന്തണം. ജീവിതസാഗരത്തിനകത്താണ് കഥ അടിഞ്ഞമർന്നു കിടക്കുന്നത്. അങ്ങനെ നീന്തിയാലേ പുതിയ പുതിയ കഥകൾ പിടിച്ചുകൊണ്ടുവരാൻ കഴിയുകയുള്ളൂ.

ഞാൻ ജീവിതത്തിൽ നിന്നു മാറിനിൽക്കുകയാണെന്നും ഒരു യൂസ്ലസ് ഫെലോ ആയിപ്പോയെന്നും ജയകൃഷ്ണൻ ഏതാണ്ടൊരു ശാസനാസ്വരത്തിൽ പറഞ്ഞു. ജോലിസ്ഥലത്തുനിന്ന് പതിനാറു കിലോമീറ്ററകലെ നഗരവുമായി യാതൊരു ബന്ധവുമില്ലാത്തിടത്തേക്കു മാറിത്താമസിച്ചതു തന്നെ ഒരു വങ്കത്തരമാണ്. രാവിലെ വീട്ടിൽനിന്നിറങ്ങി മൂന്നു ബസുകൾ മാറിമാറിക്കയറി ഓഫീസിലെത്തുക. വൈകുന്നേരവും അങ്ങനെ തന്നെ തിരിച്ചുപോവുക. എന്നിട്ടു വീട്ടിനകത്തു വാതിലടച്ചിരുന്നു എന്തെങ്കിലും വായിച്ചു കിടന്നുറങ്ങുക. യാന്ത്രികമായ ഈ ജീവിതത്തിലേക്ക് എങ്ങനെ കഥകൾ കയറിവരും?

അപ്പോൾ ഞാൻ ജയകൃഷ്ണനോടു പറഞ്ഞു: "ഞാൻ ചെറിയൊരു ശമ്പളക്കാരനാണ്. എന്നെപ്പോലെയുള്ള നാലഞ്ചുപേർ ചേർന്ന് നഗരത്തിൽ നിന്നു വളരെ ദൂരെയൊരു വീടെടുത്തത് ഞങ്ങളുടെ പരാധീനതകൾകൊണ്ടാണ്. ഞങ്ങളൊക്കെ പാവങ്ങളാണ്. പയറും കഞ്ഞിയും ദോശയുംകൊണ്ട് ഞങ്ങൾ ജീവിക്കുന്നു. നാട്ടിൻപുറത്തെ ഞങ്ങളുടെ കുടുംബം ഞങ്ങളേക്കാൾ വിഷമത്തിലാണ്. നഗരം ഞങ്ങളെപ്പോലുള്ളവർക്കുള്ളതല്ല. എനിക്കാണെങ്കിൽ വയസായിത്തുടങ്ങുകയാണ്. ഇപ്പോൾത്തന്നെ ഡയബറ്റിക്സും ബി പിയുമൊക്കെയുണ്ട്. പല രോഗങ്ങളും എന്നെ കാത്തിരിക്കുന്നുമുണ്ട്. വാസ്തവത്തിൽ ഞാനൊക്കെ ജീവിതത്തിന്റെ പുറമ്പോക്കിലാണ്. വേദനകളെ മാറ്റിവച്ച്, നഗരത്തിൽ നിന്നകലെ ഒരു കൊച്ചുവീട്ടിൽ ഒതുങ്ങിക്കഴിയുന്നുവെന്നു വിചാരിച്ചാൽമതി. സാഹസികമായി ജീവിച്ച്, ജിവിതത്തിൽ നിന്നു പലതും നേടിയെടുക്കാനുള്ള ബുദ്ധിയൊന്നും ദൈവം എനിക്ക് നൽകിയിട്ടില്ല. പിന്നെ, അതൊന്നും ഞാൻ ആശിക്കുന്നുമില്ല."

"നീയൊരു പെസിമിസ്റ്റാണ്. മനുഷ്യൻ സാഹസികമായിത്തന്നെ ജീവിക്കണം. ജീവിതത്തിൽ മുങ്ങണം. ഡൊസ്റ്റോവ്സ്കിയുടെ ജീവിതത്തിൽനിന്നു നിങ്ങൾക്കൊക്കെ ചിലതു പഠിക്കാനില്ലേ? നിങ്ങളുടെ തന്നെ ജീവിതസാഹചര്യത്തിൽ നിന്ന്, ഗ്രാമീണപശ്ചാത്തലത്തിൽ ഒരു കഥയുണ്ടാക്കിക്കൂടേ? തെയ്യവും തിറയുമൊക്കെയുള്ള ഒരു നാട്ടിൽ നിന്നല്ലേ നിങ്ങൾ വരുന്നത്? ദാരിദ്ര്യത്തിനകത്തെ ഒരു വിശുദ്ധാനുരാഗത്തിന്റെ കഥ. നിങ്ങൾ അതിലൊന്നും മനസുവയ്ക്കുന്നില്ല."

ഞാൻ ഒന്നും പറഞ്ഞില്ല. എന്നാൽ, ജയകൃഷ്ണൻ എന്നെ ചെറുതാക്കി സംസാരിച്ചുകൊണ്ടേയിരുന്നു. എന്റെ ജീവിതം മാറ്റിയെടുക്കാനുള്ള മാർഗങ്ങൾ ഉപദേശിച്ചുകൊണ്ടിരുന്നു. രാത്രികാലങ്ങളിൽ നഗരത്തിലൂടെ നടക്കണം. തെരുവുജീവിതം കാണണം. നന്നായി മദ്യപിക്കണം. ജീവിതത്തിന്റെ എല്ലാ മേഖലകളിലും പുതിയ സ്നേഹിന്മാരെ ഉണ്ടാക്കണം. യാത്രചെയ്യണം. നഗരത്തിലെ കലാപരിപാടികളൊക്കെ കാണണം. നഗരത്തിലെത്തുന്ന എല്ലാ സിനിമകളും കാണണം. പെണ്ണുങ്ങളുമായൊക്കെ നല്ല ബന്ധം വേണം. പ്രേമാനുഭവങ്ങളും ലൈംഗികാനുഭവങ്ങളും കുറഞ്ഞതിന്റെ കുഴപ്പങ്ങൾ കഥയ്ക്കുണ്ട്. സെക്സ് ഇക്കാ

ലത്തിന്റെ ആത്മാവു സ്വീകരിച്ചുകൊണ്ട് പൊട്ടിത്തെറിക്കുന്നില്ല. സെക്സിനെന്തിനാണ് ഇങ്ങനെയൊരു അമ്പലത്തുളസിയുടെ പരിപാവനത്വം?

കടൽത്തീരം പിന്നിട്ട് കാറ്റ് തെക്കുഭാഗത്തേക്കാണ് തിരിഞ്ഞത്, ഒരിടുങ്ങിയ റോഡിലേക്ക്. ആ റോഡിൽ ജയകൃഷ്ണന്റെ കോണ്ടസ ഓടാൻ വിഷമിക്കുന്നുണ്ടായിരുന്നു. വളവുകളും തിരിവുകളും പിന്നിട്ട് കുറെദൂരം പോയി നല്ല വെളിച്ചമുള്ള ഒരു വീടിനുമുന്നിൽ കാർ ചെന്നു നിന്നു. പാതി തുറന്ന ഗേറ്റിലൂടെ ഞാൻ ആ വീടും വീടിന്റെ അകവും കണ്ടു. കാറിനെയും ഞങ്ങളെയും ആരൊക്കെയോ നോക്കി നിൽക്കുന്നുണ്ടായിരുന്നു. വീടിന്റെ നടയിലേക്ക് കാലെടുത്തു വച്ചപ്പോൾത്തന്നെ അതൊരു മദ്യപാന സങ്കേതമാണെന്ന് എനിക്ക് മനസിലായി. ജയകൃഷ്ണൻ എന്നെ നോക്കി കണ്ണിറുക്കി ഒന്നു ചിരിച്ചു.

"സിറ്റിയിലെ ബാറുകളിലൊന്നും ഒരു സുഖവുമില്ല. എനിക്കു ബാറുകൾ മടുത്തു. ഇത് എന്റെ ഒരു പഴയ സങ്കേതമാണ്. ഓറഞ്ചുതൊലിയിട്ടുവാറ്റിയ ചാരായവും കപ്പയും മീനുമൊക്കെ കിട്ടും. വിസ്കിയും റമ്മുമൊക്കെ വേണമെങ്കിൽ, അതും കിട്ടും. ശാരദയക്കന്റെ പർണശാല. ഇത് ഹൃദയപൂർണമായ ഫ്രീഡത്തിന്റെ ഒരിടമാണ്. ശാരദയക്കൻ വലിയൊരു കഥാപാത്രമാണ്. പിന്നിലൊരുപാട് ചരിത്രമുണ്ട്.

അത് മനുഷ്യനന്മയുടെ ചരിത്രമാണ്. അതെല്ലാം പിന്നീടൊരിക്കൽ പറയാം."

ശാരദയക്കനെ ഞാൻ കണ്ടു. ഞങ്ങളെ സൂക്ഷിച്ചുനോക്കുന്നു. ആ ചിരിയും ഞാൻ കണ്ടു. ജയകൃഷ്ണനെ കണ്ടപ്പോഴുള്ള ചിരി. അത് അടുപ്പത്തിന്റെ ചിരിയായിരുന്നു.

മധ്യവയസ്കയായ ആ തടിച്ചുവെളുത്ത സ്ത്രീ ആഹ്ളാദത്തോടെ മുറ്റത്തിറങ്ങിവന്ന് ഞങ്ങളെ സ്വീകരിച്ചു. മുറിക്കകത്തിരുന്നു കുടിക്കുന്നവർ ഞങ്ങളെ ശ്രദ്ധിക്കുന്നുണ്ടായിരുന്നു.

ശാരദയക്കനും ജയകൃഷ്ണനും പരസ്പരം പല വിശേഷങ്ങളും അന്വേഷിക്കുന്നു. കുറേ മാസങ്ങളായി കാണാത്തതിന്റെ പരിഭവം ജയകൃഷ്ണനോടു പറയുന്നു. ഇനി ഇടയ്ക്കിടെ വരാമെന്ന് ജയകൃഷ്ണൻ ഉറപ്പുകൊടുക്കുന്നു.

ജയകൃഷ്ണൻ ശാരദയക്കന് എന്നെ പരിചയപ്പെടുത്തി. അവന്റെ വാക്കുകളിൽ ഞാനൊരു വലിയ ജേർണലിസ്റ്റും കഥാകാരനുമൊക്കെയായിരുന്നു. അതുകൊണ്ടാവാം, അവർ ആദരവോടെ എന്റെ നേർക്കു കൈകൂപ്പിയത്. അകത്തുനിന്ന് ആരൊക്കെയോ ശാരദയക്കനെ വിളിക്കുന്നുണ്ടായിരുന്നു. കപ്പ വേണം, കണവ വേണം, മീൻകറി വേണം.

തട്ടിവച്ചു മറച്ച് വരാന്തയുടെ ഒരറ്റത്ത്, പുറമേനിന്ന് കയറിവരുന്നവർക്കു കാണാൻ കഴിയാത്തവിധത്തിലാണ് ശാരദയക്കൻ ഞങ്ങളെ ഇരുത്തിയത്. എന്നിട്ട് ജയകൃഷ്ണനോട് പറഞ്ഞു: "അകത്തിരിക്കുന്നോമ്മാർക്ക് പേടിയാവുന്നുണ്ടാവും. സർക്കിളും ഡി വൈ എസ് പി യുമാ

ണെന്നാ പറഞ്ഞിരിക്കുന്നേ."

ജയകൃഷ്ണൻ പൊട്ടിച്ചിരിക്കാൻ തുടങ്ങുമ്പോൾ ശാരദയക്കൻ മേലിട്ട തുണികൊണ്ട് ജയകൃഷ്ണന്റെ വായപൊത്തി നിമിഷങ്ങളോളം ചിരിച്ചു. ആ ചിരിക്ക് കുലീനമായ ഒരു അച്ചടക്കമുണ്ടായിരുന്നു.

"പൊലീസെങ്ങാൻ വരുമോ?" ഞാൻ ജയകൃഷ്ണനോടു ചോദിച്ചു.

"ഏതു പൊലീസ്."

ഡി വൈ എസ് പിയും സർക്കിളും പുറത്തിരിക്കുന്നുണ്ടെങ്കിലും അകത്തെ മുറികളിൽ നിന്നു പട്ടച്ചാരായം ചെറുങ്ങനെ പാടുന്നുണ്ടായിരുന്നു.

ആദരവോടെ ഞങ്ങൾക്കു ചാരായമൊഴിക്കുമ്പോൾ ശാരദയക്കൻ പറഞ്ഞു: "അഞ്ചാറാളുകളേയുള്ളു. പാവങ്ങളാ. അവര് വേഗം പോയിക്കോളും. പത്തുമണിക്ക് വർക്കലേന്ന് ഏതോ ഒരു ഗൾഫ് പാർട്ടി വരാന്നുപറഞ്ഞിട്ടുണ്ട്. ഞണ്ട് തിന്നാനാ. അവരുടെ കൂട്ടത്തില് ഇവിടെ പതിവായി വരുന്ന ഒരു സർക്കിൾ ഇൻസ്പെക്ടറുണ്ടാവും. നല്ല ആളാ മീൻ കൊതിയനാ."

"പ്രശ്നങ്ങളൊന്നുമില്ലല്ലോ?" ജയകൃഷ്ണൻ ചോദിച്ചു.

"ഒരു പ്രശ്നോമില്ല. എല്ലാം വർഗീസ് നോക്കിക്കൊള്ളും."

വർഗീസ് ഇടയ്ക്കിടെ മുഖം കാണിച്ചു ചിരിക്കുന്നുണ്ടായിരുന്നു. വർഗീസ് വെളുത്ത ഒരാനക്കുട്ടിയായിരുന്നു. അവന്റെ രണ്ടു തുമ്പിക്കൈകളാണ് എല്ലാം നിയന്ത്രിക്കുന്നത്.

ചാരായത്തിൽ വെള്ളമോ സോഡയോ ഒന്നും ഒഴിക്കരുതെന്ന് ജയകൃഷ്ണൻ എന്നോടു പറഞ്ഞു. മദ്യത്തിൽ വെള്ളമൊഴിച്ചാൽ അതു മദ്യമാവില്ല. വെള്ളമോ സോഡയോ ഒഴിക്കുന്നത് മദ്യത്തെ അപമാനിക്കലാണ്. അന്നേരം ശാരദയക്കൻ എന്നോടു പറഞ്ഞു: "വെള്ളമൊഴിക്കണം. വെള്ളമൊഴിച്ചില്ലേ നെഞ്ചു കത്തും."

വെള്ളമൊഴിക്കാതെതന്നെ ഞാൻ കഴിച്ചുനോക്കി. ഓറഞ്ചിന്റെ മണവും അൽപ്പമൊരു രസകരമായ ചവർപ്പും. ചാരായം എനിക്കു നന്നായി ഇഷ്ടപ്പെട്ടു. കണ്ണൻവൈദ്യരുടെ വിപ്ളവാരിഷ്ടം പോലെ.

ശാരയക്കൻ മക്കളെ തീറ്റിക്കുന്നതുപോലെയാണ് ഓരോന്നും കൊണ്ടുവയ്ക്കുന്നത്. ഞണ്ടും ചിപ്പിയും കരിമീനും തേഡുമുട്ടയുമൊക്കെ തിന്നു. ചാരായവും നന്നായി കുടിച്ചു.

"കൊറച്ചു കുടിച്ച്, നന്നായി തിന്നാ കൊഴപ്പോന്നില്ല." ശാരദയക്കൻ മക്കളോടെന്നപോലെ സ്നേഹത്തോടെ പറഞ്ഞു. ഒരു നിറഗ്ലാസ് ചാരായം ഒറ്റവലിക്കകത്താക്കിയിട്ട് ജയകൃഷ്ണൻ ശാരദയക്കന്റെ മുമ്പിൽ വച്ച് എന്നോടു പറഞ്ഞു. "ഈ നിൽക്കുന്നത് എന്റെ അക്കനല്ല. എന്റെ വേറൊരമ്മയാണ്."

അന്നേരം ശാരദയക്കൻ വയർ തടവിയും ചന്തി ചൊറിഞ്ഞും കാലിളക്കിയുമൊന്നു ചിരിച്ചു.

ജയകൃഷ്ണൻ വീണ്ടുമൊരു കുപ്പി പൊട്ടിക്കാൻ തുടങ്ങുമ്പോൾ

ശാരദയക്കൻ വലതുകൈകൊണ്ടു തടഞ്ഞു.

"അതവിടെയിരിക്കട്ടെ. കൊണ്ടുപൊയ്ക്കോ."

ഇനിവേണ്ട എന്നു ശാരദയക്കൻ കണ്ണുകാണിച്ചപ്പോൾ ഞാനും ഒന്ന ടങ്ങി.

അകത്തെ മുറിയിൽനിന്നു പുറത്തേക്കൊഴുകുന്ന പാട്ട് ജയകൃഷ്ണൻ മേശയിൽ താളമടിച്ചാവർത്തിച്ചു പാടിക്കൊണ്ടിരുന്നു. അവൻ ആടിപ്പാടി രസിക്കുകയായിരുന്നു. ജയകൃഷ്ണന്റെ ആ നിമിഷങ്ങൾ എനിക്ക് നന്നായി ഇഷ്ടപ്പെട്ടു. മനുഷ്യന്റെ ജീവിതത്തിലൂടെ മദ്യമിങ്ങനെയൊക്കെയിഴഞ്ഞാൽ ഒരു കുഴപ്പവുമില്ലെന്ന് ഞാൻ എന്നോടുതന്നെ പറഞ്ഞു.

ഇതിനിടയിൽ ശാരദയക്കൻ അവരുടെ മകളെ വിളിച്ചുകൊണ്ടു വന്ന് എനിക്ക് പരിചയപ്പെടുത്തി.

"സാറേ, ഇത് എന്റെ മോള് സോജ."

സോജ എന്റെനേരെ കൈകൂപ്പിച്ചിരിച്ചു.

"സോജാ എന്തൊക്കെയുണ്ട് വിശേഷങ്ങൾ?" ജയകൃഷ്ണൻ ചോദിച്ചു. സോജ ചിരിക്കുകയല്ലാതെ ഒന്നും പറഞ്ഞില്ല. സോജയെ എന്റെ മുന്നിലേക്ക് നിർത്തിക്കൊണ്ട് ശാരദയക്കൻ പറഞ്ഞു: "സോജ എം എവരെ പഠിച്ചതാ സാറിനൊരു കാര്യമറിയോ?"

"എന്താ?" ഞാൻ ചോദിച്ചു.

ശാരദയക്കൻ ജയകൃഷ്ണനെ നോക്കിയൊന്നു ചിരിച്ചു.

"ഇവളും കുറേശ്ശേ കഥയെഴുതും. മനസാകെ കഥയാ. നാലഞ്ചെണ്ണം അച്ചടിച്ചുവന്നിട്ടുണ്ട്."

ഞാൻ സന്തോഷത്തോടെ സോജയെ നോക്കി. അവളുടെ കണ്ണുകളിലെ എന്നോടുള്ള ആദരവ് ഞാൻ കണ്ടു. അന്നേരം ജയകൃഷ്ണൻ എന്റെ തോളത്തു കൈവച്ചുകൊണ്ടു പറഞ്ഞു. "സോജയും എനിക്കു വേണ്ടി കഥകളുണ്ടാക്കുന്നുണ്ട്. ഇവളെനിക്കു പന്ത്രണ്ടു കഥകൾ പറഞ്ഞുതന്നു. സോജ ജയറാമിനെയും ശ്രീനിവാസനെയും മനസിൽവച്ചുകൊണ്ടാണ് കഥകളുണ്ടാക്കുന്നത്. പക്ഷേ, ഇവളുടെ കഥകളിലെ നായികമാരെ പ്രേക്ഷകർ ഇഷ്ടപ്പെടുകയില്ല."

"സാറേ ഞാനൊരു കഥകൂടി കണ്ടുപിടിച്ചിട്ടുണ്ട്. അതിൽ മമ്മൂട്ടിയും മോഹൻലാലുമുണ്ട്." അതു പറഞ്ഞിട്ട് സോജ നാണം കുണുങ്ങി ചിരിക്കുകയായിരുന്നു. ശാരദയക്കന്റെ മകൾ സോജയോട് എനിക്ക് വല്ലാത്തൊരു മമത തോന്നി.

"പറയൂ സോജേ, നിന്റെ പുതിയ കഥ ഞാനൊന്നു കേൾക്കട്ടെ."

ജയകൃഷ്ണൻ കഥ കേൾക്കാൻ തയ്യാറായി നേരെ ഇരുന്നു.

സോജ അൽപ്പമൊരു ഗൗരവത്തോടെ മാറിനിന്നിട്ടു പറഞ്ഞു: "ഇല്ല, ഇപ്പോൾ പറയില്ല. വേറൊരിക്കലാവട്ടെ. ചാരായം കഴിക്കാത്തപ്പോൾ പറഞ്ഞുതരാം. ഞാൻ കണ്ടുപിടിച്ച പുതിയ കഥ വളരെ സീരിയസാണ്. അമ്പലത്തിൽപ്പോയി പ്രാർഥിച്ചുവന്നേ ഞാനതു പറയുകയുള്ളൂ."

കഥ പറയാൻ ജയകൃഷ്ണൻ സോജയെ നിർബന്ധിച്ചു. ഇപ്പോൾ പറയില്ലെന്ന് സോജ തീർത്തും പറഞ്ഞു. കഥയുമായി അവൾ അകത്തേക്കു വലിഞ്ഞപ്പോൾ ഏതോ ശൂന്യതയിലേക്ക് എന്റെ മനസ്സു വഴുതി വീണു.

ജയകൃഷ്ണൻ പണം കൊടുക്കുമ്പോൾ ശാരദയക്കൻ ചിരിച്ചുകൊണ്ടു ചോദിച്ചു. "പെണ്ണ് കഥ പറഞ്ഞോ നല്ല കഥയാ. അവൾ അതെന്നോടു പറഞ്ഞു. എങ്ങനെ കിട്ടി ആ കഥ എന്നു ദൈവത്തിനേ അറിയൂ."

ശാരദയക്കന്റെ പർണശാലയിൽനിന്നിറങ്ങിയപ്പോൾ ജയകൃഷ്ണൻ എന്നോടു ചോദിച്ചു. "എങ്ങോട്ടു പോകണം?"

"എന്റെ വീട്ടിലേക്ക്."

"വേണ്ട, നമുക്ക് കുറച്ചുനേരം കടപ്പുറത്തിരിക്കാം. വരുമ്പോൾ അക്കൻ ചാരായക്കുപ്പി തന്നതു കണ്ടിട്ടില്ലേ. അതു നമുക്ക് ശംഖുമുഖം കടപ്പുറത്തിരുന്നു കുടിക്കാനാ. ചങ്ങാതീ, നീ ഈ നിലാവിലേക്ക് നോക്ക്. എന്നിട്ട് മേലോട്ടു നോക്കി നിലാവിന്റെ തന്തപ്പടിക്കു നന്ദി പറയൂ."

കാറ് കടൽക്കരയോടടുക്കുമ്പോൾ ജയകൃഷ്ണൻ പറഞ്ഞു: "എന്താണ് നമ്മളിപ്പോൾ കണ്ടത്. ഒരു അസാധാരണമായ ജീവിതം. എന്നാൽ, സാധാരണവും സത്യസന്ധവും. ഒരു ധർമാചാരംപോലെ ഓറഞ്ചിന്റെ മണമുള്ള ചാരായം വിൽക്കുന്ന അമ്മ, ഹൃദയത്തിൽ ഒരു പൂവുമായി ജിവിക്കുന്ന നിർമലയായ പെൺകുട്ടി. അവരെ ചുറ്റിപ്പറ്റി ഒരു ജീവിതമുണ്ട്. ഇങ്ങനെയുള്ള ജീവിതത്തിൽ നിന്നൊരു കഥ കണ്ടെത്താൻ നിനക്കു കഴിയുന്നില്ല. നീ നിന്റെ മനസിന്റെ വരൾച്ചയെയും ആ വരൾച്ചയിൽ നിന്നുണ്ടാകുന്ന നിന്റെ ഉണക്കക്കഥകളെയും വലിയ കാര്യമായി കണക്കാക്കുന്നു."

എനിക്കു നന്നെ വിഷമം തോന്നി. എന്റെ കരളിൽ എന്തിനാണിങ്ങനെ ജയകൃഷ്ണൻ കുറ്റിച്ചൂലെടുത്തടിക്കുന്നതെന്ന് എനിക്കു മനസിലാവുന്നേയില്ല. ജയകൃഷ്ണാ, എന്നെ നീ ഇങ്ങനെ വേദനിപ്പിക്കരുതെന്നു ഞാൻ പറഞ്ഞപ്പോൾ അവൻ പൊട്ടിച്ചിരിച്ചു. നീ വേദനിച്ചിട്ടെന്തു ഫലം എന്നു ചോദിച്ചു അവൻ എന്നെ തുറിച്ചുനോക്കി.

ശംഖുമുഖത്തെ നിലാവിലിരുന്ന് ശാരദയക്കന്റെ ചാരായം കുടിച്ചുകൊണ്ടിരിക്കെ ജയകൃഷ്ണൻ എന്റെ കൈപിടിച്ച്, മുഖം കാതിനടുത്തേക്കടുപ്പിച്ചുകൊണ്ടു പറഞ്ഞു: "നീ പറഞ്ഞുതന്ന എല്ലാ കഥകളും എന്റെ മനസിലുണ്ട്. എന്നാൽ, ഒരു കഥമാത്രം നീ എനിക്കു പറഞ്ഞുതന്നില്ല. എല്ലാ നിമിഷങ്ങളിലും നീ നിന്റെകൂടെ കൊണ്ടു നടക്കുന്ന കഥ. ആ കഥയാണ് എനിക്കുവേണ്ടത്. അത് നിന്നെക്കൊണ്ട് ഞാൻ പറയിപ്പിക്കും."

കഥ തേടിയലഞ്ഞ് ജയകൃഷ്ണനു ഭ്രാന്തിളകുകയാണോ? അവൻ കടുത്ത വാക്കുകൾകൊണ്ട് എന്റെ കരളിൽ ആഞ്ഞടിക്കുകയായിരുന്നു. അവന്റെ നെറ്റി എന്റെ നെറ്റിയോടുരസിക്കൊണ്ട് അവൻ പറഞ്ഞു "ആ കഥ എനിക്കു തരൂ."

പതഞ്ഞുപൊങ്ങി, പൊട്ടിച്ചിതറി അലറുന്ന കടൽത്തിരകളെ നോക്കി

ഞാൻ ആലോചിക്കുകയായിരുന്നു. എന്റെ ജീവിതത്തിൽ അങ്ങനെയൊരു കഥയുണ്ടോ എങ്കിൽ ഏതാണ് ആ കഥ, എന്താണ് ആ കഥ?

എനിക്കൊന്നും മനസിലാവുന്നില്ല. ജയകൃഷ്ണനിൽ നിന്ന് ഒളിച്ചോടാൻ കഴിയുന്നുമില്ല. ഇന്നോ നാളെയോ വൈകുന്നേരമാവുമ്പോൾ ജയകൃഷ്ണനും അവന്റെ കോണ്ടസാകാറും വരും. ഞാനാകെ കുഴപ്പത്തിലാവുകയാണ്.

കാർത്തികയുടെ കാലം

എക്സൈസ്മന്ത്രി മോഹനചന്ദ്രൻ വൈകുന്നേരം ആറുമണി മുതൽ അയാളുടെ പ്രിയപ്പെട്ട സ്നേഹിതൻ പുഷ്പരാജനെ നിരന്തരമായി ഫോണിൽ വിളിക്കുകയായിരുന്നു. മന്ത്രിയുടെ ശബ്ദത്തിലെ ഇടർച്ചയും ബേജാറും പുഷ്പരാജന്റെ ഭാര്യ കാർത്തിക തിരിച്ചറിഞ്ഞു. കാർത്തികയ്ക്ക് വല്ലാതെ വിഷമം തോന്നി. എന്തോ അത്യാവശ്യമായിരിക്കും. അല്ലെങ്കിൽ ഇങ്ങനെ വിളിക്കുമോ? എവിടെപ്പോയിക്കിടക്കുകയാ ഈ മനുഷ്യൻ? ക്ലബ്ബിലെ ഏതെങ്കിലും മുറിയിൽ അടച്ചിട്ടിരുന്നു മദ്യപിക്കുക തന്നെയാവും. അങ്ങനെയാ ചില ദിവസങ്ങളിൽ.

മദ്യപിക്കുമ്പോൾ മൊബൈൽ ഓഫ് ചെയ്തു വയ്ക്കരുതെന്ന് എപ്പോഴും പറയാറുള്ളതാണ്.

ഏഴുമണിയാവുമ്പോഴേക്കും മന്ത്രി പത്തുതവണയെങ്കിലും വളിക്കുകയുണ്ടായി. പുഷ്പരാജനെ കണ്ടേ പറ്റുകയുള്ളൂ.

ഒരു തവണ കാർത്തിക സ്നേഹസമേതം പതുക്കെ ചോദിച്ചു:

"എന്തോ മോഹനേട്ടാ?"

"അതിപ്പോൾ ഫോണിൽ പറയാൻ പറ്റില്ല കാർത്തികേ. അത്രയും അത്യാവശ്യമാണ്."

"എന്നാലും പറയൂ."

"കാർത്തിക ഫോൺവയ്ക്കൂ."

"പറയൂ, മോഹനേട്ടാ."

"കാർത്തികേ, ഫോൺ വയ്ക്കൂ. കാർത്തിക അതിനെക്കുറിച്ചാലോചിക്കണ്ട."

പിന്നെ കാർത്തികയും പലേടത്തും വിളിച്ചുനോക്കി. സ്നേഹിതന്മാരുടെ ആരുടെയും അടുത്തു പുഷ്പരാജൻ ചെന്നിട്ടില്ല. അവസാനം മന്ത്രി

യോട് കാർത്തിക പറഞ്ഞു: "കൊച്ചിയിൽനിന്നു ആ സിനിമാക്കാരൻ ജോസുകുട്ടി വന്നിട്ടുണ്ടാവും. അയാൾ വരുമ്പോൾ എപ്പോഴും ഇങ്ങനെയാണ്. ജോസ്കുട്ടിയെ എനിക്കു തീരെ ഇഷ്ടമല്ല. അയാളുമായുള്ള കൂട്ടുകെട്ട് ഒഴിവാക്കണമെന്നു മോഹനേട്ടനോടൊന്നു പറയണം. അയാൾ പുഷ്പൻ ചേട്ടനെക്കൊണ്ടു സിനിമയെടുപ്പിക്കാനുള്ള ശ്രമത്തിലാണ്. ഈയിടെയായി പുഷ്പൻചേട്ടനു സിനിമയിലൊരു കമ്പമുണ്ട്. മോഹനേട്ടന് ജോസ്കുട്ടിയെക്കുറിച്ചെന്താണ് അഭിപ്രായം."

കാർത്തിക പറയുന്നതൊന്നും കേട്ടതായി ഭാവിക്കാതെ മന്ത്രി മോഹനചന്ദ്രൻ അവളോട് പറഞ്ഞു: "എന്തായാലും എനിക്കിന്നു പുഷ്പരാജനെ കണ്ടേ പറ്റുകയുള്ളൂ. പോകാനിടയുള്ളോടത്തൊക്കെ വിളിക്കൂ. അത്രയും ആവശ്യമാണ്. ഞാൻ വീട്ടിലേക്കു പോകുന്നു. എന്നെ കാർത്തിക മൊബൈലിൽ ഇടയ്ക്കിടെ വിളിക്കണം. പിന്നെ ഞാനൊന്നു ചോദിക്കട്ടെ, എന്താ കാർത്തികേ ഈയിടെയായൊന്നും വിളിക്കാത്തത്?"

കാർത്തിക ചെറുതായൊന്നു ചിരിച്ചുകൊണ്ടു പറഞ്ഞു: "അത് മോഹനേട്ടാ, വെറുതെ വിളിക്കണ്ടെന്നു കരുതിയാ."

"ശരി എന്നെ ചിലപ്പോഴെങ്കിലും വിളിക്കണം. ഇഷ്ടപ്പെട്ട സ്വരവും മുഖവും ഞാൻ മറക്കാറില്ല."

അന്നേരം കാർത്തിക ചിരിച്ചില്ല. കാർത്തിക വീണ്ടും പുഷ്പരാജനെ മൊബൈലിൽ വിളിച്ചു. അനക്കമില്ല. എന്നിട്ട് അവൾ പുഷ്പരാജന്റെ മൂന്നു സഹോദരിമാരെയും വിളിച്ചു പറഞ്ഞു: "പുഷ്പൻ ചേട്ടൻ എവിടെയെങ്കിലുമുണ്ടോയെന്നു നോക്കണം. മിനിസ്റ്റർക്കെന്തോ പ്രശ്നമുണ്ട്. വലിയ പ്രശ്നമാണെന്ന് തോന്നുന്നു. പുഷ്പൻചേട്ടനെ കണ്ടേ മതിയാവൂ എന്നാണ് പറയുന്നത്."

പുഷ്പരാജന്റെ മൂന്നാമത്തെ സഹോദരി സ്വൽപ്പമൊരു പരിഹാസത്തോടെ കാർത്തികയോട് പറഞ്ഞു: "ചേട്ടത്തിയമ്മ ഇങ്ങനെ ബേജാറാവുകയൊന്നും വേണ്ട. വലിയണ്ണന് എന്തെല്ലാം കാര്യങ്ങളുള്ളതാ........."

വലിയണ്ണന്റെ കാര്യം എനിക്കല്ലേ അറിയുന്നത്? കാർത്തിക ഓർത്തു. "നിന്റെ വലിയണ്ണൻ ആ സിനിമാക്കാരന്റെ കൂടെ നടക്കുകയായിരിക്കും. അയാൾ ചീത്തയാണ്. അയാളുടെ നോട്ടവും കണ്ണും ചിരിയുമൊക്കെ ചീത്തയാണ്. ഒന്നിനുമൊരു വ്യവസ്ഥയില്ലാതാവുന്നു. അയാളെ, ആ സിനിമാക്കാരനെ, പേടിയാവുന്നുണ്ട്. പുഷ്പൻ ചേട്ടന് പണം മതി, പണം മാത്രം. എല്ലാവർക്കും പണം മതിയല്ലോ."

വീട്ടിലേക്കു കാറോടിക്കുന്നതിനിടയിൽ മന്ത്രി വീണ്ടും മൊബൈലിൽ കാർത്തികയെ വിളിച്ചു. "ഞാൻ വീട്ടിലേക്കാണു പോകുന്നത്. പുഷ്പരാജൻ ഏതു സമയത്തുവന്നാലും വീട്ടിലേക്കു വരാൻ പറയണം. കാര്യം വളരെ സീരിയസാണെന്ന് പറയുക. ഇന്ന് എന്റെ ഫാമിലിയൊക്കെ നാട്ടിലേക്ക് പോയി. ഞാൻ തനിച്ചാണെന്നും പുഷ്പരാജനോട് പറയുക."

അപ്പോൾ കാർത്തികയ്ക്ക് സങ്കടം തോന്നി.

"പിന്നെ ഒരു കാര്യം, വരുമ്പോൾ ഒരു ബോൺവിറ്റ കൂടി കൊണ്ടു വരാൻ പറയണം."

"ബോൺവിറ്റയോ" കാർത്തിക ചോദിച്ചു.

"അതു പുഷ്പരാജനു മനസിലാവും."

"ബോൺവിറ്റ....."

"അതെ, ബോൺവിറ്റ."

"ബോൺവിറ്റയെന്തിനാ?"

മോഹനചന്ദ്രൻ ചിരിച്ചുകൊണ്ടു പറഞ്ഞു: "ഞങ്ങളുടെ ഭാഷ കാർത്തികയ്ക്ക് ഇതുവരെ പിടികിട്ടിയില്ലേ. എന്നാൽ കാർത്തിക ബോൺ വിറ്റയെന്നാൽ വിസ്കി."

എന്നിട്ട്, മന്ത്രി മോഹനചന്ദ്രൻ ചെറുതായൊന്നു ചിരിച്ചു. കാർത്തി കയ്ക്കാകട്ടെ ചിരിവന്നില്ല. അവളോർത്തു. എന്തോ പ്രശ്നമുണ്ട്. എല്ലാം മറന്നൊന്നുറങ്ങാനായിരിക്കും. കുടുംബ പ്രശ്നങ്ങൾ വല്ലതും കാണുമോ ഫാമിലിയൊക്കെ നാട്ടിലേക്ക് പോയതെന്താവാം...

കാർത്തിക ടി വി ഓൺ ചെയ്തു സീരിയലിനു മുമ്പിലിരിപ്പായി. അന്നേരം പുഷ്പരാജന്റെ ഫോൺ വന്നു. വീട്ടിലേക്ക് വരുന്നതിനിടയി ലാണ് വീണ്ടും വിളിച്ചത്. കാർത്തിക അമർഷത്തോടെ ചോദിച്ചു: "കുടി ക്കുമ്പോൾ മൊബൈൽ ഓഫ് ചെയ്തു വയ്ക്കരുതെന്നു പറഞ്ഞില്ലേ എവിടെയായിരുന്നു? കൊച്ചിയിലെ സിനിമാക്കാരൻ വന്നിട്ടുണ്ടാവും."

അയാളെക്കുറിച്ചെന്തൊക്കെയോ പറഞ്ഞു

"പക്ഷേ അയാൾ വന്നിട്ടില്ലല്ലോ കാർത്തികേ" പുഷ്പരാജൻ പറഞ്ഞു.

മന്ത്രിയായി പിന്നെ കാർത്തികയുടെ വിഷയം.

"ഇതാ, ഞാൻ പത്തുമിനിട്ടിനകം എത്തും. കോളേജ് ജംഗ്ഷനിലെ ത്തിക്കഴിഞ്ഞു. എല്ലാം എനിക്കറിയാം. ഞാൻ മന്ത്രിയുമായി ഇപ്പോൾ സംസാരിച്ചതേയുള്ളൂ. എല്ലാ പ്രശ്നവും ഒഴിവാക്കിയിട്ടാണ് ഞാൻ വരു ന്നത്."

ഫോണിന്റെ ശബ്ദം പെട്ടെന്ന് നിലച്ചപ്പോൾ കാർത്തികയ്ക്ക് ചെറു ങ്ങനെ വെറുപ്പുതോന്നി.

ടി വി യിലേക്കു നോക്കി ഇരിക്കുമ്പോൾ മുറിയടച്ചിട്ട് പഠിക്കുകയാ യിരുന്ന സാജുമോൻ കണ്ണിറുക്കി ചിരിച്ചുകൊണ്ട് പുറത്തേക്ക് വന്നു. അവൻ അമ്മയുടെ കവിളത്തൊരു മുത്തം കൊടുത്തിട്ട് കാതിൽ ചോദിച്ചു. "കുറച്ചുനേരം ഞാൻ ടി വി കണ്ടോട്ടെ അമ്മേ."

കാർത്തിക അവനെ മാറോട് ചേർത്തു മൂർദ്ധാവിൽ മുഖംചേർത്തു കൊണ്ടു പറഞ്ഞു: "കണ്ടോ അച്ഛൻ വരുന്നുണ്ട്. എന്നാലും കണ്ടോ."

അമ്മയും മോനും സീരിയലിൽ ലയിച്ചിരിക്കെ പുഷ്പരാജന്റെ കാറ് വീട്ടുമുറ്റത്തെത്തി. അയാൾ കയറിവരുന്നത് കാർത്തിക ശ്രദ്ധിച്ചുനോക്കി. മദ്യപിച്ച മട്ടൊന്നുമില്ല. പിന്നെ, ഇതെവിടെയായിരുന്നു.

വന്നപാടെ ഓഫീസ്മുറിയിലേക്കാണ് കയറിപ്പോയത്. പിന്നാലെ, കാർത്തികയും ചെന്നു.

“അവനെ ഞാൻ ഒതുക്കി. റാസ്ക്കൽ.....! വെറും ഇരുപത്തഞ്ചായിരം രൂപയിൽ അവനെ ഞാനൊതുക്കി.”

“ആരെ” കാർത്തിക ചോദിച്ചു.

“ആ പത്രക്കാരനെ. അവന്റെയൊരു ഈവനിംഗ് ഡെയ്‌ലിപോലും.”

“എന്താ കാര്യം.”

“നമുക്കു ഡിസ്റ്റിലറി അനുവദിച്ചുതന്നത് അവിഹിതമാർഗത്തിലൂടെയാണെന്ന് അവൻ എഴുതുമ്പോലും. അവന്റെ കൈയിൽ എവിഡൻസുണ്ടെന്ന്. ഇതറിഞ്ഞു പേടിച്ചിട്ടാണ് ആ മണ്ടൻ മന്ത്രി കിടന്നു വിളിക്കുന്നത്. ഇതെല്ലാം എന്റെ കൈയിലൊതുങ്ങുന്ന കാര്യമാണെന്ന് അയാൾക്കു മനസിലാക്കാൻ കഴിയുന്നുമില്ല.”

പുഷ്പരാജൻ കുടിക്കാൻ വെള്ളം ചോദിച്ചു. സാജുമോനോട് മുറിയിൽ ചെന്നിരുന്നു പഠിക്കാൻ പറഞ്ഞു. വെള്ളം കുടിച്ചിട്ട് കാർത്തികയോട് പതുക്കെ പറഞ്ഞു: “നീയൊന്നു ഡ്രസ്സ് ചെയ്യൂ. എന്നിട്ട് നിന്റെ കാറെടുത്ത് മന്ത്രിയുടെ വീടുവരെ പോകണം. ബെഡ്റൂമിലെ അലമാരയിൽ ഒരു ഷീവാസുണ്ട്. അതുകൂടി അങ്ങെടുത്തോളൂ. അയാളെ ഒന്നു സമാധാനിപ്പിക്കൂ. ഞാൻ പത്തുമണിക്കുമുമ്പ് അവിടെയെത്തും. ആ ഈവനിംഗ് ഡെയ്‌ലിക്കാരനും അവന്റെയൊരു സുഹൃത്തും ഇങ്ങോട്ടു വരുന്നുണ്ട്. അവറ്റകൾക്ക് രണ്ട് പെഗ്ഗൊഴിച്ച് കൊടുത്തു കുറച്ചുനേരം സംസാരിച്ചിട്ട് ഞാൻ അങ്ങോട്ടു വരാം.”

കാർത്തിക മുഖം തിരിച്ചുകൊണ്ടു പറഞ്ഞു: “എനിക്കു വയ്യ.”

“നിനക്കു വയ്യെന്നു പറഞ്ഞാൽ പറ്റില്ല. നമ്മുടെ കാര്യമാണ്.”

“എനിക്കു വയ്യ, അയാളുടെ ഫാമിലിയൊന്നും അവിടെയില്ല.”

“അയാളുടെ ഫാമിലിയെ കാണാനല്ലല്ലോ നീ പോകുന്നത്. നീ ചെന്ന് അവനെ സമാധാനിപ്പിക്കൂ. എല്ലാം ഒതുക്കിയെന്നു പറയൂ.”

കാർത്തികയുടെ മുഖം ഒരു നിമിഷം വിറച്ചു. പിന്നെ, പല്ലു ഞെരിച്ചുകൊണ്ട് അവൾ പറഞ്ഞു: “എനിക്കിതൊന്നും വയ്യ.”

പുഷ്പരാജൻ അവളോട് ഒന്നും പറഞ്ഞില്ല. കുറച്ചുനേരം കാർത്തിക വെറുതെ നിന്നു. പിന്നീട് അവൾ ഡ്രസ്സ് മാറി. കല്യാണത്തിനുപോകുമ്പോൾ മാത്രം പുറത്തെടുക്കുന്ന ചുവന്ന കാഞ്ചീപുരം പട്ടുസാരിതന്നെയാണ് ധരിച്ചത്. പ്ലാസ്റ്റിക് സഞ്ചിയിലെ കുപ്പി കക്ഷത്തിറുക്കിപ്പിടിച്ചുകൊണ്ട് അവൾ വീടിന്റെ പടിയിറങ്ങി. കാറ് സ്റ്റാർട്ട്ചെയ്തു. കാർത്തികയും കാറും കണ്ണിൽ നിന്നു മാഞ്ഞപ്പോൾ പുഷ്പരാജൻ മന്ത്രിയെ വിളിച്ചു പറഞ്ഞു: “കാർത്തിക അങ്ങോട്ടു വരുന്നുണ്ട്.”

ജീവിതഗന്ധി

ജീവൽസാഹിത്യത്തിൽപ്പെടുത്താവുന്ന ഒരു കഥയാണിത്. ജീവിതഗന്ധിയായ എന്റെ ഈ കഥ ജീവൽസാഹിത്യത്തിൽപ്പെടുന്നില്ലെങ്കിൽ കുഴപ്പം എന്റെ കഥയുടേതായിരിക്കില്ല. ജീവത്സാഹിത്യത്തിന്റേതുതന്നെയായിരിക്കും. ഈ കഥയെ ഞാൻ ജീവൽസാഹിത്യം എന്നു വിളിക്കുന്നത് എന്റെ ജീവിതത്തിൽ നിന്നുതന്നെയുണ്ടായ അല്ലെങ്കിൽ ഉണ്ടാക്കിയ ഒരു കഥയായതുകൊണ്ടാണ്.

എന്റെ ജീവിതംകൊണ്ടു ഞാനുണ്ടാക്കിയ ഒരു കഥ.

ഭാവനകൊണ്ടും സ്വപ്നംകൊണ്ടുമൊക്കെ കഥയുണ്ടാക്കുന്ന എന്റെ ആ പഴയ വിദ്യ വളരെ അരോചകമായിത്തോന്നുകയാണിപ്പോൾ. എന്റെ പഴയ കഥകളും ജീവിതവും തമ്മിൽ ഒരു ബന്ധവുമില്ലാതായിപ്പോയി. എന്റെ കഥകളിലൂടെ കടന്നുപോയ ജീവിതവുമായി എന്റെ ചുറ്റുമുണ്ടായിരുന്ന ജീവിതത്തിന് ഒരു ബന്ധവുമുണ്ടായിരുന്നില്ല എന്നാവാം ഞാൻ പറയുന്നത്.

എന്നെക്കുറിച്ച് ഏതാനും ചില കാര്യങ്ങൾ മാത്രം പറഞ്ഞുവച്ചതിനു ശേഷം ജീവിതമെന്ന നരകപാതയിലൂടെ ഞാൻ പതുക്കെപ്പതുക്കെ കഥയിലേക്കു നടന്നുവരാം. നടന്നുവരുമ്പോൾ എന്റെ കാലിടറുകയില്ല. കുറ്റബോധത്തിന്റെ നരച്ചുമങ്ങിയ ഒരു നിഴലിൽപ്പോലും ഞാൻ പെടുകയില്ല. എന്റെ കഥയിലെ ജീവൽസാഹിത്യസംഭവം ജീവിതത്തിൽ അനുകരിച്ചു മുന്നേറണമെന്ന ഒരു സന്ദേശംകൂടി യുവാക്കളുടെ മനസിൽ എനിക്ക് എത്തിക്കാനുണ്ട്. കാരണം, കഥയിലെ കേന്ദ്രസംഭവം ചെറിയ തോതിലൊരു ജീവിതം എനിക്കും ഉണ്ടാക്കാനുള്ള ശ്രമത്തിന്റെ ഭാഗമാണ്.

നരകവാരിധി തൻ നടുവിൽ ജീവിതം തലയിലേറ്റി നിൽക്കുന്നവൻ ഞാൻ. അഭ്യസ്തവിദ്യനായ തൊഴിൽരഹിതനായി എന്റെ നാടിനും നാട്ടിലെ മഹാപ്രസ്ഥാനങ്ങൾക്കും വേണ്ടി ജീവിച്ച് എനിക്കു മതിയായി.

എനിക്ക് എന്നെ മതിയായാൽ എന്താണു ചെയ്യുക? എനിക്കു മരിക്കാം അല്ലെങ്കിൽ എന്നെ വിൽക്കാം.

രണ്ടാമത്തേത് നമ്മുടെയൊന്നും രാജ്യത്തു നടപ്പുള്ളതല്ല. മരിക്കാൻ എനിക്കൊട്ടു ധൈര്യവുമില്ല. മരിക്കാൻ ജീവിതദുഃഖമോ ദുരന്താനുഭവങ്ങളോ നിരാശയോ ഒന്നുമല്ല വേണ്ടത്. ധൈര്യമാണ്. ധൈര്യമെന്ന വികാരത്തിന്റെ കുറവുകൊണ്ടുമാത്രമാണല്ലോ നമ്മൾ ജനകോടികൾ മരിക്കാതിരിക്കുന്നത്. ചരിത്രത്തിന്റെ ഭാഗമായിത്തീരാനാണ് എന്ന സത്യവും ഞാൻ വസ്മരിക്കുന്നില്ല. ഇങ്ങനെയെല്ലാം ഞാൻ ആലോചിക്കുന്നുണ്ടെങ്കിലും ജീവൽസാഹിത്യസൈദ്ധാന്തികന്മാരുടെ ചോദ്യം ഞാൻ കേൾക്കുന്നുണ്ട്. കഥയൊക്കെ എഴുതി ശീലമുള്ള ഒരാളല്ലേ നീ? നിന്റെ ഈ ജീവിതദുഃഖം, ജീവിതാനുഭവം വലിയൊരു കൈമുതലായിക്കരുതാൻ നിനക്കു കഴിയേണ്ടതല്ലേ? ജീവിതദു:ഖത്തിൽ നിന്നുണ്ടാകുന്ന അനുഭവങ്ങളാണ് എഴുത്തുകാരന്റെ ഖനി എന്നോർക്കണം. ഇന്നുണ്ടാകുന്ന ജീവൽസാഹിത്യ കൃതികളുടെ പോരായ്മ ജീവിതാനുഭവങ്ങളുടെ കുറവാണ്. ജീവിതം സാഹിത്യത്തിൽക്കിടന്നു തിളച്ചുമറിയണം.

ചോദിക്കുന്നതും പറയുന്നതും വളരെ ശരിയായ കാര്യങ്ങളാണ്. പക്ഷെ, എന്നെങ്കിലുമൊരു ജീവൽസാഹിത്യകൃതിയെഴുതുന്നതുകൊണ്ടു മാത്രം ഞാൻ എങ്ങനെയാണു ജീവിക്കുക? ജീവിതത്തിൽ ഞാൻ അഭ്യസ്തവിദ്യനായ തൊഴിൽരഹിതനും പുറമ്പോക്കിലെ പാഴ്ച്ചെടിയുമാവുക. കഥയിലോ, ഒരു ജീവൽസാഹിത്യകാരനായി ജീവിക്കുക. ഈ പാതയിലൂടെ എനിക്കു വേണ്ടപോലെ നടക്കാനാവുന്നില്ലെങ്കിലും എന്റെ പാത ഇനിയങ്ങോട്ട് ഇതുതന്നെയാണ്. എന്നിൽ നിന്ന് എനിക്കു പുറത്തേക്കു നീളുന്ന പ്രപഞ്ചസത്യം പോലുള്ള പാത.

ലക്ഷ്യബോധമുള്ളവനായും സ്വയംതൊഴിൽ കണ്ടെത്തിയും ജീവിതഗന്ധിയായ കഥകൾ രചിച്ചും ഞാൻ ഒരുപക്ഷേ, മുന്നേറിയെന്നു വരും.

തൊഴിലില്ലാത്ത ഒരു ചെറുപ്പക്കാരനായി ആരും എന്നെ ഇനി കാണരുത്. ദാരിദ്ര്യവും വിശപ്പും, ദു:ഖം മാത്രമല്ല അപമാനവും കൂടിയാണ്. ഈ അപമാനം എനിക്കിനി സഹിക്കാൻ വയ്യ. എന്റെ കഴിവിനനുസരിച്ച് ഞാനിങ്ങനെ ഓരോരോ കൊച്ചു കൊച്ചു തൊഴിലുകൾ കണ്ടെത്തും.

ഇനി ഞാൻ പതുക്കെ കഥയിലേക്കു നടക്കുകയാണ്. അവളും ഞാനും അയാളുമാണ് ഈ കഥയിലെ കഥാപാത്രങ്ങൾ. അവൾ എന്നു കേൾക്കുമ്പോൾ തെറ്റിദ്ധരിക്കണ്ട. അവൾ ഈ കഥയിൽ കാമുകിയോ ഭാര്യയോ സതീരത്നമോ അഗ്നിപുത്രിയോ ഒന്നുമല്ല. അവന്റെ കഥകളിൽ ഏതോ ഒരു പെണ്ണുകിടന്നു കളിക്കുന്നു എന്ന ഒരാക്ഷേപം നിലവിലുണ്ട്. അത് ഏറെക്കുറെ ശരിയാണ്. അവളെന്റെ സ്വന്തമൊന്നുമല്ല. അവൾ എന്റെ കഥയിലേക്കു പല വേഷങ്ങളിലും ഭാവങ്ങളിലും കയറി വന്നത് എനിക്കു ജീവൽസാഹിത്യത്തെക്കുറിച്ചു വലിയ അറിവൊന്നുമില്ലാത്ത കാലത്താണെന്ന കുറ്റസമ്മതത്തിന്റെ കുഴലിലൂടെയാണ്.

എന്റെ കഥയിലെ ഈ അവൾ എന്നുപറയുന്നത് മറ്റൊന്നും വിൽക്കാ

നില്ലാത്തതുകൊണ്ടു ശരീരം വിറ്റു ജീവിച്ച സ്ത്രീയാണ്. മനുഷ്യചരിത്രത്തിന്റെ ആരംഭവേളയിൽത്തന്നെ കൂടെ അവളും ഉണ്ടായിരുന്നു. ചരിത്രമാരംഭിക്കുന്നതിനുമുമ്പ് എല്ലാ സ്ത്രീകളും അവളെപ്പോലെതന്നെയായിരുന്നു. അവളെ ശുദ്ധീകരിച്ചെടുത്ത്, പതിവ്രതയെന്നും സഹധർമിണിയെന്നും കാമുകിയെന്നും മകളെന്നും മുത്തശ്ശിയെന്നും പേരിട്ടു പുരുഷൻ തന്റെ ചിറകിനുള്ളിലൊതുക്കി വച്ചുവെന്നല്ലാതെ മറ്റെന്താണു സംഭവിച്ചത്? അവളുടെ നിലനിൽപ്പിന്റെ അവസാനതന്ത്രം ശരീരം വിൽക്കുകയെന്നല്ലാതെ മറ്റെന്താണ്? അവളെ ഞാൻ എന്റെ അഗാധമായ അറിവിന്റെ വെളിച്ചത്തിലൂടെത്തന്നെയാണ് എന്റെ കഥകളിലൂടെ നടത്തിച്ചത്.

ഞാൻ എന്റെ കഥകളിലാകെ പരതിനോക്കിയിട്ട് എനിക്ക് അങ്ങനെയുള്ള ഒമ്പതുപേരെ മാത്രമാണ് കാണാൻ കഴിഞ്ഞത്. പ്രണയിനികളെയും സഹധർമിണികളെയും പ്രേമവതികളെയുമൊന്നും ഞാൻ എണ്ണിനോക്കിയിട്ടില്ല. ലോകം അവരെകൊണ്ടു നിറയുകയും അവരുടെ തേനിലൂടെയും പാലിലൂടെയും ജീവിതമൊഴുകുകയും ചെയ്യുന്ന നിലയ്ക്ക് ഞാനെന്തിനാണ് അവരെ എണ്ണിനോക്കുന്നത്? മറ്റേ ഒമ്പതുപേരാണല്ലോ പ്രശ്നം. ഈ ഒമ്പതു പാവം സ്ത്രീകളുടെ പേരിൽ എന്നെ ആക്ഷേപിക്കുന്നവർ തെക്കും വടക്കും തിരിയാത്തവരാണ്. ആ പാവം സ്ത്രീകൾ ജീവൽസാഹിത്യത്തിൽ നിന്നു പുറത്തേക്കുപോകേണ്ടുന്നവരാണെന്നും ഞാൻ വിചാരിക്കുന്നില്ല.

ഇതാ, ഞാൻ കഥയിലേക്കു നടക്കുകയാണ്.

കഥയ്ക്കുവേണ്ടി തിരശ്ശീല പൊങ്ങുന്നു. സ്ഥലം: നഗരസിരാകേന്ദ്രമായ തിയേറ്റർ മുക്ക്. അരങ്ങിന്റെ മധ്യത്തിലെ സത്രം ബസ്സ്റ്റോപ്പിലേക്കൊന്നു നോക്കൂ. വരട്ടെ, എന്നെക്കുറിച്ചൽപ്പംകൂടി പറയേണ്ടതുണ്ട്. ഉച്ചമുതൽ വിശന്നുപൊരിഞ്ഞു നഗരപാതകളിലൂടെ തെണ്ടിയലഞ്ഞു വരികയാണു ഞാൻ. ഇങ്ങനെയല്ല പറയേണ്ടത്. നഗരപാതകൾ എന്നെ ശവമാക്കി കെട്ടിവലിച്ചു തിയേറ്റർ മുക്കിലേക്കു തള്ളി. ചത്ത പട്ടിയെ വലിച്ചെറിയുന്നതുപോലെ.

നഗരത്തെ മുഴുക്കെയും വിഴുങ്ങാനുള്ള വിശപ്പും ദാഹവും. ഇങ്ങനെയൊന്നുമല്ല പറയേണ്ടത്. എന്റെ ഈ അവസ്ഥയിൽ ഭാഷയും എന്നെ കൈയൊഴിച്ചതുപോലെ തോന്നുന്നു. അഭ്യസ്തവിദ്യനായ തൊഴിൽരഹിതൻ എന്ന എന്റെ വിശേഷണം ഇതാ, ഞാൻ കടിച്ചുകീറുകയാണ്.

ക്ഷമിക്കൂ, എന്നിൽനിന്നു പറന്നുപോകാൻ തയ്യാറെടുത്തു ചിറകു കുടയുന്ന ജീവിതവുമായി ഞാൻ കഥയിലേക്കുതന്നെ നടക്കുകയാണ്. സമയം: സായാഹ്നവും സന്ധ്യയും കാമാവേശത്തോടെ ആലിംഗനബദ്ധരാവാൻ മുഖാമുഖം നിന്നു വിറകൊള്ളുന്ന മുഹൂർത്തം.

സത്രം ബസ്സ്റ്റോപ്പിലേക്കൊന്നുനോക്കൂ. ഭയാനകമായ ഒരാൺപെൺകൂട്ടം. അക്കൂട്ടത്തിലൊരുത്തി പച്ചപ്പുടവയിൽ പൊതിഞ്ഞ് എന്റെ അസാധാരണമായ ഉയരത്തിനുമുകളിലും കഴുത്തുയർത്തിപ്പിടിച്ച് തിയേ

റ്റർ മുക്കിനെ കീഴടക്കിക്കൊണ്ടു നിൽക്കുന്നു. അവൾ പച്ചക്കിളിയല്ല, പച്ചക്കുതിരയല്ല. പച്ചപ്പാവവുമല്ല. ഒരു നെടുനെടുങ്കൻ പെണ്ണ്.

സന്ധ്യയ്ക്കും സായാഹ്നത്തിനുമിടയിലൂടെ, (ഇങ്ങനെയല്ല) സായാഹ്നത്തെ നെഞ്ചിൽ ചേർത്തു ഞെരിക്കുന്ന സന്ധ്യയിലൂടെ, (ഇങ്ങനെയുമല്ല) ഏപ്രിൽമാസവിയർപ്പിന്റെ കൊടുംചൂടിലൂടെ ഞാൻ പതുക്കെപ്പതുക്കെ സത്രം ബസ്സ്റ്റോപ്പിലെത്തി അവളിൽനിന്നും നാലഞ്ചടിമാറിനിന്ന് പട്ടിണികൊണ്ട് ചുവന്നുപോയ എന്റെ കണ്ണുകൾ കൊണ്ടു മേലാസകലം അവളെയൊന്നു പരിശോധിക്കുന്നു. എന്റെ കണ്ണുകൾ അവളെ കുറേശ്ശേ മാന്തിപ്പറിക്കുന്നു. അടുത്തു നിൽക്കുന്ന കിഴവനോട് അവൾ ബോണക്കാട്ടേക്കുള്ള ബസിനെക്കുറിച്ച് അന്വേഷിക്കുന്നു. കിഴവന്റെ വാക്കുകൾ എന്റെ കാതിൽ വീഴുന്നില്ല.

ഞാൻ അവളെ മൂലധനമായി സ്വീകരിക്കുകയാണ്. ബോണക്കാട്ടേക്കുള്ള ബസിന് അവൾ പോകും. ആനപ്പാറയിലോ കല്ലാറിലോ വിതുരയിലോ ബോണക്കാട്ടോ ആയിരിക്കും എന്റെ മൂലധനത്തിന്റെ വീട്. മൂലധനം ഗ്രാമീണസൗന്ദര്യത്തിന്റെ കനത്ത പ്രഭയാണ് സത്രം ബസ്സ്റ്റോപ്പിൽ ചൊരിഞ്ഞുകൊണ്ടിരിക്കുന്നത്.

തികഞ്ഞ ലക്ഷ്യബോധത്തോടെ അവളിൽ നിന്നു ഞാൻ നടന്നകലുന്നു. ഇടതുകൈയിൽ ബ്രീഫ്കേസുമായി സത്രം ബസ്സ്റ്റോപ്പിലേക്ക് എന്റെ നെടുനെടുങ്കൻ പച്ചപ്പെണ്ണിനെ നോക്കിനിൽക്കുകയായിരുന്ന മധ്യവയസ്കന്റെ ചിറകിൽച്ചെന്നുനിന്ന് അയാളെ സാർ..... സാർ..... എന്നു ഭയത്തോടെ നാലുപാടും നോക്കിക്കൊണ്ട് ഈച്ച പറക്കുന്ന ഒച്ചയിൽ വിളിക്കുന്നു. അയാൾ എന്റെ മുഖത്തേക്കു തിരിയുന്നു. ഞാൻ ഭയം അഭിനയിക്കുന്നു. ആ അഭിനയത്തിനിടയിലൂടെ കണ്ണുകൊണ്ടു സത്രംബസ്സ്റ്റോപ്പിലെ എന്റെ മൂലധനത്തെ ചൂണ്ടിക്കാണിച്ചുകൊടുക്കുന്നു. അയാൾ അവളെ നോക്കി നുണയുന്നു. ഞാൻ അയാളെ, എന്റെ ഭയാഭിനയം അൽപ്പമൊന്നു മാറ്റിവച്ച് തിയേറ്ററിന്റെ മൂത്രപ്പുരയുടെ അടുത്തേക്കു വിളിക്കുന്നു.

കഥയിലേക്കുള്ള എന്റെ നടത്തത്തിന്റെ വേഗത കൂടുന്നു, അല്ലേ? വേഗം നടക്കുകയേ നിവൃത്തിയുള്ളൂ. ബോണക്കാട്ടേക്കുള്ള ബസ് വരാറായി.

അഞ്ചുമിനിട്ടുകൊണ്ട് കച്ചവടം ഉറപ്പിക്കുന്നു. ഇതിനിടയിൽത്തന്നെ ഞാൻ അവളുടെ സ്വഭാവവർണന നടത്തുന്നുണ്ട്. ഒരു രാത്രി മുഴുക്കെയും അവളിൽനിന്ന് ലഭിക്കാൻ പോകുന്ന സ്വർഗീയസുഖത്തിനു വർണച്ചിറകുവച്ചു കൊടുക്കുന്നുണ്ട്. അവളുടെ ഭൂതകാല വിശേഷം പറയുന്നുണ്ട്. അയാൾ ഈ നഗരത്തിലേതല്ലെന്നും അങ്ങനെയൊന്നുമുള്ള ഒരാളെല്ലെന്നും പൊലീസും റെയിഡുമൊക്കെ ഭയമാണെന്നും.... അങ്ങനെയെന്തൊക്കെയോ പറയുന്നു. എല്ലാം ഞാൻ ഏൽക്കുന്നു. പൊലീസ് വരാത്ത ഹോട്ടൽമുറിയും മായമില്ലാത്ത മദ്യവും രുചിയുള്ള ഭക്ഷണവും.... അയാ

ളുടെ മുറിയിലേക്കു ജാലകത്തിലൂടെ നീലാകാശത്തിന്റെ കീറും സ്വർണ്ണ നിലാവും......

അയാൾ തന്ന അഞ്ഞൂറുപ ഞാൻ എന്റെ കീശയിലേക്കു താഴ്ത്തിയിട്ട് അയാളോടു പറയുന്നു "സാറേ, ഇതു മറ്റാരുമല്ല എന്റെ സ്വന്തം ഭാര്യയാണ്."

അയാൾ ഹൃദ്യമായി ഒന്നു പുഞ്ചിരിക്കുന്നു.

ഞാൻ അവളെ വിളിച്ചുകൊണ്ടുവരാൻ സത്രം ബസ്സ്റ്റോപ്പിലേക്ക് നടക്കുന്നു. അയാൾ മൂത്രപ്പുരയുടെ അടുത്ത് തനിക്കായൊരുങ്ങി വരുന്ന സുഖദായിനിയായ രാവിനെ സ്വപ്നം കണ്ടുകൊണ്ട് നിൽക്കുന്നു.

ഞാൻ എന്റെ മൂലധനത്തിനടുത്ത് വീണ്ടുമൊന്നു കറങ്ങി നിൽക്കുന്നു. അവളുടെ പുറകിലേക്കൊന്നു മാറി അവളോടെന്തോ സ്വകാര്യം പറയുകയാണെന്ന ഭാവത്തിൽ രണ്ടു മൂന്നു നിമിഷം പതുങ്ങിനിന്ന് പിന്നെ യാന്ത്രികമായി ആൾക്കൂട്ടത്തിൽ ലയിച്ച് ഞാൻ അപ്രത്യക്ഷനാകുന്നു. അപ്രത്യക്ഷനായ ഞാൻ ദിശകളെ മറന്നു റോഡുകൾ മാറിമാറിപ്പോകുന്നു.

അയാളിൽ നിന്നും അവളിൽ നിന്നും വളരെ അകലെ മറ്റൊരാൾക്കൂട്ടത്തിലൂടെ എന്റെ തലയും നീങ്ങുന്നു.

തിയേറ്റർ മുക്കിലും സത്രം ബസ്സ്റ്റോപ്പിനകത്തും എന്നെ തിരഞ്ഞലയുന്ന അയാളുടെ അമർഷത്തിലൂടെയും നിരാശയിലൂടെയും എനിക്കു നടക്കാനാവില്ല. ബോണക്കാട്ടേക്കുള്ള ബസിൽ എങ്ങനെയൊക്കെയോ വലിഞ്ഞുകയറി വീട്ടിലേക്കുപോയ അവളുടെ മനസിലൂടെ ഞാൻ ഒരു കാരണവശാലും നടക്കേണ്ടുന്ന ആവശ്യമില്ല. ഈ കഥയിൽ അതിനൊക്കെ എന്തെങ്കിലും പ്രസക്തിയുണ്ടോ?

ഇനി എന്റെ കഥയോട് എനിക്കു ചിലതൊക്കെ ചോദിക്കാനുണ്ട്. ഞാൻ എന്തിനാണ് അയാളോട് അവൾ എന്റെ ഭാര്യയാണെന്നു പറഞ്ഞത്? ഭാര്യയെ മറ്റൊരാൾക്കു വിൽക്കുന്നവനാണോ ഞാൻ? അവൾ എന്റെ ഭാര്യയാണെന്നു പറഞ്ഞപ്പോൾ അയാളെന്തിനാ ചിരിച്ചത്? അയാൾക്ക് ഒരു സ്ത്രീയും ഒരു രാവും മാത്രമായിരുന്നില്ലേ വേണ്ടിയിരുന്നത്? എന്റെ ഭാര്യയാണെന്നറിഞ്ഞപ്പോൾ അയാൾക്കു പ്രത്യേകമായൊരു സന്തോഷം തോന്നിയതെന്തുകൊണ്ടാണ്? അഞ്ഞൂറുപയാണ് അവളുടെ വിലയെന്ന് ഞാനും അയാളും എങ്ങനെ തീരുമാനിച്ചു? അവളുടെ കണ്ണുകൾക്ക് അയാൾ എത്ര രൂപയായിരിക്കും വിലയിട്ടിരിക്കുക ബസ്സ്റ്റോപ്പിൽ ബസ് കാത്തുനിൽക്കുകയായിരുന്ന അവളെ അയാൾ എങ്ങനെ ആശിച്ചു? അവളെ ആശിക്കാനുള്ള അവകാശം ബ്രീഫ്കേസിലെ പണം മാത്രമായിരുന്നില്ലേ? ആ പണം അയാൾ എങ്ങനെയൊക്കെയായിരിക്കും ഉണ്ടാക്കിയിരിക്കുക?

വാസ്തവത്തിൽ കഥയോട് ചോദ്യം പാടില്ലാത്തതാണ്. പക്ഷെ ഈ കഥ ജീവൽസാഹിത്യത്തിൽ പെടുന്നതുകൊണ്ട് ചോദ്യങ്ങൾ ചോദിക്കുകതന്നെ വേണം. കാരണം, ഞാൻ ഇനിയും ജീവിതം കൊണ്ടു കഥയുണ്ടാക്കേണ്ടവനാണ്.

അവളെ വിറ്റുകിട്ടിയ അഞ്ഞൂറുരൂപ ഞാൻ ഇതുവരെ തൊട്ടിട്ടില്ല. എന്റെ സ്വന്തമായിത്തീർന്ന നൂറിന്റെ അഞ്ചുനോട്ടുകളെ ചുറ്റിപ്പറ്റി ഒരു പാടു പദ്ധതികൾ ആവിഷ്ക്കരിക്കാവുന്നതാണ്. പക്ഷേ, എന്റെ മനസിനെ അഞ്ഞൂറുരൂപയിൽ നിന്നൊന്നു പുറത്തെടുക്കാനേ കഴിയുന്നില്ല.

സ്വയംതൊഴിൽ കണ്ടെത്താനുള്ള എന്റെ ആദ്യപരിശ്രമം വിജയിച്ച തിൽ അത്യധികമായ സന്തോഷമുണ്ട്. അതോടൊപ്പം എന്നിൽ നിന്ന് ഒരു ജീവൽസാഹിത്യ രചനയും ഉണ്ടായിരിക്കുന്നു.

എന്റെ കഥയ്ക്കും വായനക്കാരനുമിടയിലേക്കു നിരൂപകന്റെ പ്രേതം കടന്നുവരാതിരിക്കില്ല. ആ പ്രേതരചനയും ഞാൻ തന്നെ നിർവഹിച്ചുവ ച്ചാൽ അയാൾക്കുപോയി കിടന്നുറങ്ങാമല്ലോ. അതുകൊണ്ട് ഇതു കൂടി വായിക്കുക. അവിശ്വസനീയവും അസംഭവ്യവുമാണ് ഈ കഥ. കഥ യിൽപ്പറയുന്ന കച്ചവടം ഇത്ര എളുപ്പത്തിൽ നടക്കുകയില്ല. പെണ്ണിനെ വിൽക്കുന്ന കച്ചവടം നമ്മുടെ ഇടയിലില്ല എന്നു പറയുന്നില്ല. ആ കച്ച വടം ജീവിതത്തിന്റെ എല്ലാ രംഗങ്ങളെയും അടക്കി ഭരിക്കുന്നുമുണ്ട്. പക്ഷെ, ഈ കഥയിലെ വിൽപ്പന വെറുമൊരു ഭാവനാസൃഷ്ടിയാണ്. പെണ്ണറിയാതെ, പെണ്ണിനെ വിൽക്കുകയോ? ധർമബോധത്തിന്റെ ഭാര തീയമായ പിടിയിലാണ് ഈ കഥാകാരൻ ഇപ്പോഴും. ദുർബലവും കാൽപ്പ നികവുമായ ഒരു കഥയെന്നേ പറയേണ്ടു. പെണ്ണിനെ സുഖഭോഗവസ്തു വായി മാത്രം കാണുന്ന സംസ്കാരത്തിനെതിരെ ആഞ്ഞടിക്കാൻ ഈ കഥയ്ക്കു കഴിയുന്നില്ല. ജീവിതാനുഭവം കമ്മിയായതുകൊണ്ടാണ് ഈ കഥ പരാജയപ്പെട്ടുപോയത്. ബസ്സ്റ്റോപ്പിൽ ബസ് കാത്തുനിൽക്കുന്ന ഏതോ ഒരു പെണ്ണിനെ ഏതോ ഒരാൾ ഏതോ ഒരാൾക്ക് വിറ്റ് അഞ്ഞൂറു രൂപ സമ്പാദിക്കുന്നു. ഇതൊരു സജീവമായ സാമൂഹ്യപ്രശ്നമാണോ? സ്വയം തൊഴിൽ കണ്ടെത്തുക എന്ന ആശയം പ്രചരിപ്പിക്കുകയെന്ന ലക്ഷ്യം കഥാകൃത്തിന്റെ മനസിലുണ്ട്. ഈ കാലഘട്ടത്തിനാവശ്യമായ ഒരാശയം തന്നെയാണത്. സ്വയംതൊഴിൽ എന്ന ലക്ഷ്യം ഈ കഥ സാക്ഷാത്കരിക്കുന്നുണ്ട്. ഈ സാക്ഷാത്കാരത്തിന്റെ പേരിൽ മാത്രം കഥ ജീവിക്കാൻ പോകുന്നില്ല. സ്വയം തൊഴിൽ കണ്ടെത്തൽ എന്ന ആശയം സാഹിത്യത്തിനു തള്ളിക്കളയാനുമാവില്ല. ആയതിനാൽ ഈ കഥ ആശയതലത്തിൽ മാത്രം നിൽക്കുന്ന ഒരു രചനയാണ്.

ഓറഞ്ചുതോട്ടത്തിന്റെ കാവൽക്കാരൻ

മിനിഞ്ഞാന്ന് ഉച്ചയ്ക്ക് ഊണുകഴിഞ്ഞ് ഞാൻ വെറുതെ കോലായിലിരിക്കുമ്പോഴാണ് ശേഖരൻമാഷ് വന്നത്. നാട്ടുവെയിലിലൂടെ നടന്നു ക്ഷീണിച്ച്, തോളിലെ സഞ്ചിയിൽ കൈയും താങ്ങിക്കൊണ്ട് മാഷ് കോണി കയറി വന്നു.

നന്നെ അവശനും വൃദ്ധനുമായിത്തീർന്ന മാഷെ ആദ്യം എനിക്കോ അമ്മയ്ക്കോ തിരിച്ചറിയാൻ കഴിഞ്ഞില്ല. അത് മാഷിന് വേഗം മനസിലായി. അതോർത്ത് മാഷ് വേദനിച്ചു കാണും. എന്തുചെയ്യാനാ, എത്ര വർഷമായി മാഷ് ഇവിടെനിന്ന് പോയിട്ട്.

നിങ്ങളുടെ മുറ്റത്ത് വന്നുനിൽക്കുന്നയാൾ കല്ലാമല സ്കൂളിലെ പഴയ ശേഖരൻമാഷാണെന്ന് മാഷ് തന്നെയങ്ങ് പറഞ്ഞു. എന്നിട്ട് മാഷ് വീണ്ടും വിശദീകരിച്ചു. എൺപത്തിനാലില് കുടകില് കുടിയേറ്റത്തിനുപോയ ശേഖരൻമാഷ്.

അമ്മ അദ്ഭുതപ്പെട്ടു നിൽക്കുകയായിരുന്നു. സംശയത്തോടെ മാഷെ സൂക്ഷിച്ചു നോക്കിക്കൊണ്ട് അമ്മ ചോദിച്ചു: “ശേഖരൻമാഷോ, നമ്മളെ കുന്നോത്തെ ശേഖരൻമാഷ്.”

അമ്മ കണ്ണട നേരെയാക്കിയും കണ്ണടയെടുത്തും നോക്കുന്നു. എന്നിട്ട് അമ്മയ്ക്ക് വിശ്വസിക്കാൻ കഴിയുന്നുണ്ടായിരുന്നില്ല, വന്നത് കുന്നോത്തെ ശേഖരൻമാഷാണെന്ന്.

അമ്മ കൈകൂപ്പിക്കൊണ്ടു ചോദിച്ചു: “അല്ലാ, മാഷിങ്ങനെയായോ?”

“ഞാനായിത്, മാധവി. ശേഖരൻമാഷ്. മാധവിയും മറന്നോ?” ചാവാറായ ഒരു പടുവൃദ്ധൻ. മുഴുവനായി നരച്ച മുടിയും താടിയും കാടുപോലെ വളർന്നിട്ടുണ്ട്. നടക്കാൻ വലിയ പ്രയാസം അനുഭവിക്കുന്നതുപോലെ തോന്നി. ഒരു യാചകന്റെ രൂപത്തിൽ ഈ മാഷ് എവിട്ന്നാ വരുന്നത്, ഞാൻ ആലോചിക്കുകയായിരുന്നു.

എന്റെ അമ്മ സ്തംഭിച്ചു നിൽക്കുന്നു. മാഷ് സംസാരിച്ചു തുടങ്ങിയപ്പോൾ മദ്യത്തിന്റെ മണം വന്നു. കണ്ണു നന്നായി ചുവന്നു കലങ്ങിയിരുന്നു. കുഴിഞ്ഞ ആ കണ്ണ് ലഹരിയിൽ മയങ്ങുന്നതുപോലെ തോന്നി.

സംശയമില്ല മാഷ് തന്നെ. പക്ഷേ, മാഷ് പണ്ട് ഇരുകൈകളും വീശിയാണ് നടക്കുക. അതു കാണാനൊരഴകായിരുന്നു. കൈ വീശിയേ നടക്കാവൂ എന്ന് കുട്ടികളെ ഉപദേശിക്കും. വഴിയിൽ കാണുന്ന എല്ലാവരോടും മാഷ് ചിരിക്കും. വിശേഷങ്ങളന്വേഷിക്കും. ഉറക്കെയാണ് സംസാരം. നല്ല ചന്തമുള്ള ഒരു മനുഷ്യനായിരുന്നു. ആ മനുഷ്യനു വന്ന മാറ്റം. അന്നത്തെ മാഷും തമ്മിൽ ഒരു ബന്ധവുമില്ല.

ഇപ്പോൾ അമ്മയ്ക്കും മനസിലായി, മാഷ് തന്നെ.

അമ്മ മാഷോട് കുടുംബവിശേഷങ്ങൾ അന്വേഷിക്കുകയായിരുന്നു. പക്ഷേ, മാഷ് ഒന്നിനും ഉത്തരം പറയുന്നുണ്ടായിരുന്നില്ല. തീരെ വയ്യാത്തതുപോലെ. എന്നാലും മാഷിന് എന്തെങ്കിലും സംസാരിച്ചുകൂടെ? ചുമയും ശ്വാസംമുട്ടലുമൊക്കെയുണ്ട്. എന്നിട്ടും ബീഡി നിർത്താതെ വലിച്ചുതള്ളുന്നു.

മാഷിന് എന്തോ താങ്ങാനാവാത്തത് സംഭവിച്ചതുപോലെയുണ്ട്. ഉറക്കം തൂങ്ങിത്തുടങ്ങിയപ്പോൾ ഞാൻ ചോദിച്ചു: "കിടക്കണോ മാഷേ?"

അതുകേൾക്കേണ്ട താമസം, കോലായയിലെ കട്ടിലിൽ ചരിഞ്ഞു കിടന്നു വേഗം ഉറങ്ങിപ്പോയി. ആ കിടപ്പിനൊരു ദയനീയഭാവമായിരുന്നു. മരിച്ച വീട്ടിലെ കിടപ്പ്. നന്നായി കുടിച്ചിട്ടുണ്ടാവണം. ഇപ്പോഴാണ് ആദ്യമായി ശേഖരൻമാഷെ കുടിച്ചു കാണുന്നത്.

അമ്മ എന്നെ അകത്തേക്കു വിളിച്ചു കൊണ്ടുപോയി പതുക്കെ ചോദിച്ചു.

"ശേഖരൻമാഷിനെന്തുപറ്റി മോനെ? തലയ്ക്കെങ്ങാൻ സ്ഥിരോല്ലാണ്ടായോ. കണ്ണും മുഖോക്കെ കാണുമ്പം അങ്ങനെയൊരു തോന്നല്. ശേഖരൻമാഷെ വേഷം നോക്ക്യേ നീ."

ഞാൻ അമ്മയോടു കാര്യം പറഞ്ഞു. മാഷ് നന്നായി കുടിച്ചിട്ടുണ്ട്. കുടിച്ച് വെയിലിലൂടെ നടന്നുവന്നതുകൊണ്ടാ ഈ ക്ഷീണം. പിന്നെ, പ്രായമായില്ലേ. അറുപത്തെട്ടു വയസ്സായിക്കാണൂല്ലേ മാഷിന്.

അറുപത്തെട്ടൊന്നും അമ്മ ആദ്യം സമ്മതിച്ചില്ല. ആരുടെ വയസും കൂടുന്നത് അമ്മയ്ക്കിഷ്ടമല്ല. അമ്മയും ഞാനും മാഷിന്റെ വയസ്സ് കൂട്ടി നോക്കി. പെൻഷൻപറ്റി ആറുമാസം കഴിഞ്ഞാ പോയത്. എന്നിട്ടിപ്പോൾ പന്ത്രണ്ടു കൊല്ലം കഴിഞ്ഞു. അമ്മ സമ്മതിച്ചു. അറുപത്തെട്ടറുപത്തൊമ്പതു തന്നെ. പന്ത്രണ്ടുകൊല്ലം എത്ര വേഗമാ കഴിഞ്ഞുപോയതെന്നായി അമ്മയുടെ ചിന്ത.

മാഷിന്റേത് ദയനീയമായൊരു കഥ തന്നെ ആയിപ്പോയി. കല്ലാമല പ്രദേശത്തെ ഏറ്റവും നല്ല മനുഷ്യനായിരുന്നു. എന്നിട്ടിപ്പോൾ മാഷെ കല്ലാമലക്കാരെല്ലാം മറന്നുപോയി. മലകയറിപ്പോയതിനുശേഷം മാഷിങ്ങോട്ടൊന്നും തിരിഞ്ഞുനോക്കിയതു പോലുമില്ല. പെൻഷനായി അഞ്ചാ

റുമാസം കഴിഞ്ഞപ്പോൾ പോയതാണ്. നാടുവിട്ടുപോകരുതെന്ന് ആരു പറഞ്ഞിട്ടും കേട്ടില്ല. ഉള്ളതെല്ലാം വിറ്റുപെറുക്കി ഭാര്യയെയും മോളെയും കൂട്ടി മാഷ് അങ്ങ് മലകയറിപ്പോയി. കല്യാണിയമ്മ ഒരു പാവം സ്ത്രീയായിരുന്നു. അമ്മയും മോളും മാഷ് പറയുന്നതെന്തും അനുസരിക്കും. മാഷിന്റെ പാവം പച്ചപ്പശുക്കളായിരുന്നു അമ്മയും മോളും.

മാഷിന്റെ മോള് സുജാതയെ ആരായിരിക്കും കല്യാണം കഴിച്ചിരിക്കുക. ഒരു ഭാഗ്യവാൻ തന്നെയായിരിക്കും അവൻ. നാട് വിട്ടുപോകുമ്പോൾ അവൾക്ക് ഇരുപത്തിരണ്ടു വയസെങ്കിലും കാണും. എങ്കിൽ ഇപ്പോൾ സുജാതയ്ക്ക് മുപ്പത്തിനാല് വയസ്സ്.

സുജാതയെക്കുറിച്ച് എന്തൊക്കെയോ ഓർത്തുപോയി. അവളുടെ മുപ്പത്തിനാല് വയസിനെക്കുറിച്ചുമോർത്തു. വേണ്ട, അവളെക്കുറിച്ചോർക്കേണ്ട എന്ന് മനസ്സ് പറഞ്ഞു. അല്ലെങ്കിൽ എന്തിനാണോർക്കുന്നത്. അവളെനിക്കാരുമല്ലല്ലോ. ശേഖരൻമാഷിന്റെ മോളു മാത്രം. അവളോട് ഒന്നും പറഞ്ഞിട്ടില്ലല്ലോ. അവൾ തന്നോടും ഒന്നും പറഞ്ഞിട്ടില്ല. അപ്പോഴും ഓർമയിലെന്തോ തങ്ങിനിൽക്കുന്നു. അവളോടെന്തോ പറയാനുണ്ടായിരുന്നു. പക്ഷേ, പറയാൻ കഴിയുന്നതിനു മുമ്പേ അവൾ അച്ഛനോടൊപ്പം മലകയറിപ്പോയി.

മുപ്പത്തിനാല് വയസിൽ സുജാത എങ്ങനെയായിരിക്കും? അവളെ ഒന്നു കാണണമെന്നുണ്ട്. സുജാതയെയല്ല. അവളുടെ മുപ്പത്തിനാല് വയസിനെയാണ് കാണേണ്ടത്.

എന്നാലും മാഷെന്താ ഇങ്ങനെ തനിച്ചു വന്നത് എന്നായി എന്റെ ചിന്ത. മകളെയും ഭാര്യയെയുമൊക്കെ കൂട്ടിക്കൂടായിരുന്നോ.

വാസ്തവത്തിൽ ഈ മാഷെന്തിനാ ജനിച്ച നാടിനെ ഇങ്ങനെ മറന്നുകളഞ്ഞത്. മാഷെപ്പോലെതന്നെ മാഷെ നാട്ടുകാരും ബന്ധുക്കളുമങ്ങ് മറന്നുകളഞ്ഞു. ഇങ്ങനെ മറന്നുകളഞ്ഞതിലും ഏതോ വലിയ ക്രൂരതയുണ്ട്. ഒന്നാലോചിച്ചാൽ എല്ലാം ഒരു മായപോലെ. ആർക്ക് ആരെ വേണം?

ആദ്യമൊക്കെ മാഷ് മീനങ്ങാടിക്കടുത്തെവിടെയോ പോയെന്നറിഞ്ഞു. ഇവിടെ നിന്നു പോയത് പക്ഷേ, കുടകിലേക്കാണ്. ആറേഴുകൊല്ലമായി മാഷെക്കുറിച്ചാരും ഒന്നും പറയാറില്ല. ആരുപറയാനാ. കാറ്റും മഴയും പറയാനോ? മാഷിന്റെ ബന്ധുക്കളൊക്കെ എങ്ങോട്ടൊക്കെയോ കല്യാണം കഴിച്ചും വീടുവെച്ചും ഉദ്യോഗം കിട്ടിയും പോയി. നാട്ടുകാരോ ബന്ധുക്കളോ ഇവിടുന്ന് പോയതിൽപ്പിന്നെ മാഷെ കണ്ടിട്ടില്ല. മാഷിനും ആരെയും കാണണ്ടായിരുന്നല്ലോ. ബന്ധുക്കളുടെ കല്യാണവും മരണവുമൊന്നും മാഷ് അറിഞ്ഞില്ല. എന്തായിരിക്കും മാഷ് എല്ലാവരെയുമിങ്ങനെ മറന്നുകളയാൻ കാരണം. എന്തെങ്കിലുമൊക്കെ കാണും. അതൊന്നും മറ്റാർക്കുമറിയാൻ കഴിയില്ല. മനുഷ്യന്റെ മനസ്സ് വല്ലാത്തൊരതിശയംതന്നെ!

സുജാത നല്ല പെണ്ണായിരുന്നു. പഠിക്കാൻ മണ്ടിയായിരുന്നെങ്കിലും

അവളുടെ സ്വഭാവവും പെരുമാറ്റവും പൊന്നുപോലെ തിളങ്ങുന്നതായി രുന്നു. അവളൊരു ദൈവീക സൃഷ്ടിതന്നെയാണ്. വളരെക്കാലത്തെ പ്രാർഥനക്കുശേഷം മൂകാംബികാദേവി മാഷിന് സമ്മാനിച്ച നിധിയാണ് സുജാത. കല്യാണി അമ്മ പെറ്റതാണെങ്കിലും മാഷിന്റെ മനസിൽ അവൾ മൂകാംബികയുടെ മകളാണ്. എന്തു നല്ല പെണ്ണായിരുന്നു അവൾ. അവ ളുടെ മൂക്കുത്തി ഒരു നക്ഷത്രം പോലെ ഇപ്പോഴും എന്റെ മനസിലുണ്ട്.

മാഷ് ചിലപ്പോൾ തമാശയായി ആ മണ്ടത്തിയെക്കുറിച്ചു പറയും. “അവളോടു ദേവി പറഞ്ഞതാ നീ പഠിക്കണ്ടാന്ന്.”

അഞ്ചുതവണ എഴുതിയിട്ടും പത്താംക്ലാസ്സ് പാസായില്ല. ഒരിക്കൽ അവളും പറഞ്ഞു: “എനിക്ക് മൂകാംബിക മതി. പഠിപ്പു വേണ്ട.”

ഞാൻ വെറുതേ എന്തിനോരോന്നിങ്ങനെ ആലോചിക്കുന്നു.

മാഷിന്റെ കിടപ്പ് കണ്ടിട്ട് അമ്മയ്ക്ക് സങ്കടം വന്നു. അമ്മ എന്തൊക്കെയോ പറയാനായി എന്റെ അരികെ വന്ന് ഇരുന്നു.

“ഈ ശേഖരൻമാഷ് ഒരുപാട് കഷ്ടപ്പെട്ട ഒരാളാ. മൂന്നു പെങ്ങന്മാരെ കല്യാണം കഴിപ്പിച്ചു കൊടുത്തതും രണ്ടനിയന്മാരെ പഠിപ്പിച്ചതും മാഷാ. ഒരു സ്കൂൾ മാഷെ പണികൊണ്ട് ഒരു വലിയ കുടുംബത്തെ രക്ഷപ്പെ ടുത്തി. അവരെല്ലാം നന്നായപ്പോ മാഷെ തിരിഞ്ഞുനോക്കീല്ല. കഴിയുന്ന ദ്രോഹോം മാഷിന് ചെയ്തു. പെങ്ങള്ട മോനെക്കൊണ്ട് മോളെ കല്യാണം കഴിപ്പിക്കാൻ മാഷാശിച്ചതാ. അവനും അവന്റമ്മേം തയ്യാറായില്ല. കുടും ബത്തെ കരകേറ്റി മാഷ് മലകയറിപ്പോയി. പെൻഷനായപ്പോൾ എല്ലാ രെയും മറന്ന് എല്ലാം ഇട്ടെറിഞ്ഞ് പോയതാ മാഷ്.”

അമ്മ പിന്നെയും എന്തൊക്കെയോ പറഞ്ഞുകൊണ്ടിരുന്നു. മാഷിന്റെ നല്ലകാലത്തിലൂടെ അമ്മയുടെ മനസ്സ് സഞ്ചരിക്കുന്നതു ഞാൻ കണ്ടു. എന്തായാലും മാഷ് വന്നതു നന്നായി. മാഷിന്റെ കൂടെപ്പോയി കല്യാണി യമ്മയെയും സുജാതയെയും അവരുടെ മക്കളെയുമൊക്കെ ഒന്നു കാണണം.

മാഷുണരട്ടെ. അവരുടെ മല കാണാനുള്ള എന്റെ ആഗ്രഹം പറ യാം. അമ്മയെയും കൊണ്ടുപോകണം. പോകും. തീർച്ചയായും പോകും. ഞാൻ ഇവിടെ വെറുതെ കടലും ആകാശവും നോക്കി ഇരിക്കുകയല്ലേ. മലയും കൂടിയൊന്നു കാണാം.

എന്റെ ചാരുകസേരയിൽ ഞാനും ഒന്നങ്ങ് മയങ്ങിപ്പോയി. അമ്മ പലവട്ടം വിളിക്കുന്നത് ഞാൻ ചെറുങ്ങനെ കേൾക്കുന്നുണ്ടായിരുന്നു. യഥാർഥത്തിൽ എന്നെയല്ല അമ്മ വിളിച്ചുകൊണ്ടിരുന്നത്, മാഷെയാണ്. മാഷെ വിളിക്കമ്മേ എന്ന് എന്റെ അർധബോധാവസ്ഥ പറയുന്നുണ്ടായി രുന്നു. എനിക്ക് മാഷെ വിളിക്കണമെന്നു തോന്നിയില്ല. ക്ഷീണം തീരു ന്നതുവരെ ഉറങ്ങട്ടെ. അമ്മയ്ക്കു വല്ലാത്ത തിടുക്കം കല്യാണിയമ്മ യെയും സുജാതയെയും കുറിച്ചറിയാൻ.

അഞ്ചുമണി കഴിഞ്ഞപ്പോഴേ മാഷ് ഉണർന്നുള്ളൂ. ഈ നേരത്ത് നിത്യവും ഞാൻ കടപ്പുറത്തേക്കു നടക്കാറാണ് പതിവ്. എന്നിട്ട് രാത്രി

യാവുന്നതുവരെ കടലിലേക്കുനോക്കി ഇരിക്കും. സ്വയമൊന്നു ചിരിക്കാൻ വേണ്ടി ഞാൻ കടലിനെ കരുവാക്കി. അഞ്ഞൂറുവാര അപ്പുറത്തൊരു കടലുണ്ടായത് നന്നായി. സായാഹ്നത്തിലെ കടലാണിപ്പോൾ ഏക ആശ്വാസം.

മുണ്ടിന്റെ അറ്റംകൊണ്ട് ഉറങ്ങിയ കണ്ണ് വിശദമായൊന്നു തുടച്ച് മാഷ് എന്നോട് ചിരിച്ചു. മദ്യത്തിന്റെ മണം പൂർണമായും ഒഴിഞ്ഞിട്ടില്ല. നിമിഷങ്ങൾക്കകം അമ്മയും ചായയും കോലായയിലെത്തി. അമ്മ സ്നേഹത്തോടും ബഹുമാനത്തോടുംകൂടി മാഷിന്റെ അരികെ തന്നെ നിൽക്കുകയായിരുന്നു. കുഞ്ഞുന്നാളിലേ കണ്ടുചിരിച്ചവരല്ലേ. ഒരു കടലിരമ്പുന്നുണ്ടാവും മനസിൽ.

ചായ കുടിക്കുമ്പോൾ മാഷ് ചോദിച്ചു: "മോനേ നീ എവിടം വരെയൊക്കെയായി? എവിടെ നിന്റെ ഭാര്യേം മക്കളുമൊക്കെ?"

ഞാൻ ഒന്നു ചിരിച്ചു. ഒരു മനുഷ്യനെന്നാൽ അയാളുടെ ഭാര്യേം മക്കളുമാണോ?

പാവം ശേഖരൻമാഷ്! ഒന്നും തിരിഞ്ഞില്ല, അല്ലേ?

എന്നെക്കുറിച്ച് പറഞ്ഞുതുടങ്ങിയത് ഞാൻ നന്നായി ശ്രദ്ധിക്കുന്നുണ്ടായിരുന്നു. അതു കേൾക്കാനൊരു സുഖമുണ്ടാവും. ചിലപ്പോൾ കണ്ണീരും ചിരിയുമൊക്കെയുണ്ടാവും. അമ്മ കരയുമ്പോൾ ഞാൻ ചിരിക്കുകയായിരിക്കും. എനിക്കാണെങ്കിൽ കരയാനറിഞ്ഞുകൂടാ.

"ജോലിയെല്ലാം കളഞ്ഞ് അവനിങ്ങ് പോന്നുമാഷേ. അവനെന്തൊക്കെയോ പറയുന്നു. കോഴി വളർത്താനാണുപോലും ഇപ്പോഴത്തെ ആഗ്രഹം. എന്തായാലും ഒരുപാടുകഥകളൊക്കെ ഇവനെനിക്കു പറഞ്ഞുതരുന്നുണ്ട്. ഇവനിപ്പോഴെന്നെ കഥ പറഞ്ഞുറക്കുകയാണ്. ഇനി ഒന്നും ആലോചിക്കേണ്ട, പത്തു കുട്ട്യോൾക്ക് ട്യൂഷൻ കൊടുത്ത് ജീവിക്കാ...."

ഞാൻ അമ്മയോടൊന്നു ചിരിച്ചു.

"എന്താ മോനേ ജോലിയൊക്കെ ഉപേക്ഷിച്ചത്?"

മാഷോട് ഞാൻ എന്താ പറയുക. എന്നാലും പറഞ്ഞു: "ഒന്നിനും ഒരു രസവും തോന്നിയില്ല മാഷേ. ജോലി വേറെ, നമ്മുടെ മനസ്സ് വേറെ."

"വേറൊന്നും ആലോചിക്കുന്നില്ലേ?"

"ഒന്നും ആലോചിക്കുന്നില്ല. ഇങ്ങനെയങ്ങ് കഴിഞ്ഞുപോവുക. കാറ്റും മഴയും വെയിലുമൊക്കെയുണ്ടല്ലോ."

"എല്ലാദിവസവും വൈകുന്നരമായാൽ കടലിന്റെ മുമ്പിൽ ചെന്ന് ഇരിക്കും. ഞാനും നമ്മുടെ കല്ലാമലക്കടലും തമ്മിൽ വലിയ സ്നേഹത്തിലാ. മാഷറിയോ, ഞാൻ കടലിന് മിഠായി വാങ്ങിക്കൊടുക്കാറുണ്ട്."

"നിയ്യിപ്പോ കഥയൊന്നും എഴുതാറില്ലേ?"

മാഷ് അങ്ങനെ ചോദിച്ചപ്പോൾ എനിക്കു സന്തോഷം തോന്നി. ഞാൻ പണ്ടൊക്കെ കഥയെഴുതാറുണ്ടായിരുന്ന കാര്യം മാഷ് മറന്നില്ലല്ലോ. മാഷും സുജാതയുമൊക്കെ എന്റെ കഥകൾ വായിച്ചിട്ടുണ്ട്. ഏതോ ഒരു കഥ വായിച്ചിട്ട്, എപ്പോഴോ ഒരിക്കൽ സുജാത പറഞ്ഞിരുന്നു. ഞാൻ

കരഞ്ഞുപോയെന്ന്. അപ്പോൾ ഞാനും ഒരു തമാശ പറഞ്ഞു. എങ്കിൽ എന്റെ കഥ മരിച്ചുപോയെന്ന്. ആ തമാശയിലെ ക്രൂരത മണ്ടിപ്പെണ്ണിന് മനസിലായില്ല.

"ഇല്ല മാഷേ, ഞാൻ അതൊക്കെ എന്നോ നിർത്തി. ഇപ്പോൾ ഞാനാണ് എന്റെ കഥ. ഞാൻ തന്നെ ഒരു കഥയായി മാറിയ നിലയ്ക്ക്."

"നമ്മളൊന്നും എവിടെയും എത്തിയില്ലല്ലോ മോനേ....." അത്രയും പറഞ്ഞ് മാഷ് കരയുകയായിരുന്നു. മാഷ് കരയുന്നതു കണ്ടപ്പോൾ എനിക്ക് വല്ലാതെ വിഷമം തോന്നി.

"എന്റെ ജീവിതത്തിൽ പലതും സംഭവിച്ചു മോനേ. ഇപ്പോൾ ഞാൻ ഒറ്റയ്ക്കാണ്. എനിക്കിനി എത്ര നാളുണ്ടെന്നറിയില്ല."

അമ്മ മാഷെ ആശ്വസിപ്പിക്കാനെന്നോണം മാഷിന്റെ കട്ടിലിനരികെ വന്നുനിൽപ്പായി. ഞാനും മാഷിന്റെ അടുത്തുചെന്ന് ഇരിക്കുകയായിരുന്നു.

ഞാൻ മാഷിന്റെ കൈ എടുത്ത് മടിയിൽവെച്ചുകൊണ്ട് ചോദിച്ചു: "എന്താ മാഷേ ഉണ്ടായത്?"

"ഞാനാ മലമ്പ്രദേശത്ത് ആറേഴു വർഷമായി ഭ്രാന്തനെപ്പോലെ ജീവിക്കുകയാ. ഉള്ളതെല്ലാം വിറ്റ് ഞാൻ കള്ളുകുടിച്ചു. ഇനി അവിടെ ഒന്നുമില്ല. ഞാൻ ഒറ്റയ്ക്കാ."

ഞാൻ തലതാഴ്ത്തി ഇരുന്നു. അമ്മ സങ്കടംകൊണ്ട് വിങ്ങുകയാണ്. അമ്മയോട് ഇരിക്കാൻ പറഞ്ഞിട്ട് അമ്മ ഇരുന്നില്ല. അമ്മയുടെ കണ്ണും ശ്രദ്ധയും മാഷിന്റെ മുഖത്ത് തന്നെയായിരുന്നു.

"ഇവ്ട്ന്ന് പോയി രണ്ടാമത്തെകൊല്ലം എന്റെ മോളെ മനസ്സ് തെറ്റി. ആദ്യം മലങ്കുറത്തീടെ പ്രേതം കൂടിയതാന്നാ പറഞ്ഞത്. പിന്നെ ചികിത്സിച്ചു. മൂന്നുകൊല്ലം ചികിത്സിച്ചു. അവളൊരു പല്ലിക്കുട്ടിയെപ്പോലെ മെലിഞ്ഞ് ചെറുതായിപ്പോയി. ഒരു ദിവസം നട്ടുച്ചയ്ക്ക് അവൾ, കെട്ടിത്തൂങ്ങിയങ്ങ് പോയി."

മാഷ് അറിയാതെ കട്ടിലിൽ പിന്നോട്ടു മറിഞ്ഞു. എന്നിട്ട് ഉറക്കെ പൊട്ടിക്കരയുകയായിരുന്നു. അമ്മ കോലായയിൽ ഇരുന്നുപോയി. അമ്മയും മുഖം കുനിച്ചു കരയുകയായിരുന്നു.

"രണ്ടുകൊല്ലം മുമ്പ് കല്യാണീം മരിച്ചു."

മോളെയും മൂകാംബികാദേവിയെയും വിളിച്ചുകരഞ്ഞ് മാഷ് വീണ്ടും ഉറങ്ങിപ്പോയി. രാത്രി ഒരുപാടു നിർബന്ധിച്ചാണ് മാഷെ അൽപ്പം കഞ്ഞി കുടിപ്പിച്ചത്.

കഞ്ഞികുടിച്ച് വായ്കഴുകി വന്നിട്ട് മാഷ് പറഞ്ഞു: "രാവിലെ പോകണം. ആറരയ്ക്ക് മംഗലാപുരത്തേക്കുപോകുന്ന വണ്ടിക്ക്. മംഗലാപുരത്തീന്ന് മൂകാംബികയ്ക്ക് പോകണം. തിരിച്ച് മംഗലാപുരത്തുവന്ന് പഴയൊരു സ്നേഹിതൻ അച്ചായന്റെ കൂടെ ഏതോ ഒരു ഹൈറേഞ്ചിലേക്ക് പോകണം. അവിടെ അച്ചായന് ഓറഞ്ച് തോട്ടമുണ്ട്. തോട്ടത്തില് കാവൽനിൽക്കാനാ. അവസാനത്തെ പണിയുമായി അവിടെയങ്ങ് കൂടാം. ഇനി എന്താ വേണ്ടത്? കള്ളും, കിടക്കാനൊരിടോം. പിന്നെ, മരണം.

അത് അതിന്റെ വഴിക്കങ്ങ് വന്നോളും മംഗലാപുരത്തുപോകുന്ന വഴിക്ക് ഒന്നിവിടെ ഇറങ്ങിയതാ.''

അമ്മ പിന്നെ രാത്രി ഒന്നും സംസാരിച്ചിട്ടില്ല. ആഹാരവും കഴിച്ചിട്ടു ണ്ടായിരിക്കില്ല. ഞാൻ കഞ്ഞിയുടെ മുമ്പിൽ നിന്ന് അൽപ്പംപോലും കഴി ക്കാതെ എഴുന്നേറ്റുപോരുകയായിരുന്നു. ഉറങ്ങാൻ കിടക്കുമ്പോൾ ഞാൻ മാഷോട് പറഞ്ഞു:

''മാഷേ, മാഷെങ്ങോട്ടും പോകണ്ട. മാഷിന് ഇവിടെ താമസിക്കാം. മാഷെ ഞങ്ങള് നോക്കിക്കോളാം.''

മാഷ് പുലർച്ചെ എഴുന്നേറ്റ് കുളിച്ചു. പഞ്ചസാരയിടാത്ത ഒരു ചായയും കുടിച്ച് പുറപ്പെടാനൊരുങ്ങുമ്പോൾ ഞാൻ ചോദിച്ചു: ''മാഷിന് എന്നെ മകനായി കരുതിക്കൂടെ? ഞാൻ പറയുന്നതുകേട്ടുകൂടെ? എനിക്ക് മാഷിനോട് സ്നേഹമില്ലെന്ന് വിചാരിക്കുന്നോ? ഇനി എന്താ മാഷെ, അര നാഴികനേരം.''

അന്നേരം മാഷ് പറഞ്ഞു: ''മോനേ, നിന്റെ സ്നേഹം എനിക്കു വേണം, മറ്റേ ലോകത്ത്. ഈ ലോകത്തെ കാര്യങ്ങളെല്ലാം ഞാൻ തീരു മാനിച്ചു കഴിഞ്ഞു.''

നെറുകയിൽ എനിക്കൊരുമ്മയും തന്ന്, അമ്മയ്ക്ക് നേരെ കൈകൂപ്പി വരട്ടേ മാധവി എന്നുംപറഞ്ഞ് മാഷ് കോണിപ്പടിയിറങ്ങി. വേഗം നടന്ന് ഞങ്ങളുടെ കൺമുന്നിൽ നിന്ന് മറഞ്ഞു.

ആ ഓറഞ്ച്തോട്ടത്തിലേക്ക് മാഷ് എന്നെ ഒരിക്കലും വിളിക്കില്ല. ഇനി മാഷെ കണ്ടെന്നും വരില്ല.

അറ്റൻറർ മാധവേട്ടൻ

മാധവൻനായരും ഭാര്യ സരസമ്മയും ഒമ്പതുമണിക്ക് ഉറങ്ങാൻ കിടന്നതാണ്. രണ്ടുപേരുടെയും കണ്ണിനകത്ത് ഉറങ്ങാൻ കിടക്കുമ്പോൾ ഉറക്കം അൽപ്പം പോലും ഉണ്ടായിരുന്നില്ല. ഒമ്പതുമണിക്കുതന്നെ ഒപ്പിച്ചുകൂട്ടി ഉറങ്ങാനൊരുങ്ങിയത് സരസമ്മയാണ്. മാധവൻനായരെ നേരത്തേ ഉറക്കി ശീലിപ്പിക്കണം. പക്ഷേ, ഏറെ നേരം കഴിഞ്ഞിട്ടും മാധവൻനായർ കഴിഞ്ഞ മൂന്നു രാത്രികളിലെപ്പോലെ ഗാഢമായി എന്തോ ആലോചിച്ചുകൊണ്ട് കണ്ണുതുറന്നു മലർന്നുകിടക്കുകയായിരുന്നു.

എന്നാൽ എന്താണിത്രയൊക്കെ ആലോചിക്കാനുള്ളത്? വിശ്രമിക്കാനുള്ള സമയമായി. അമ്പത്തെട്ടുവയസ്സുവരെ ജോലി ചെയ്തിട്ടും പോരെന്നോ? പകൽ മുഴുവൻ സംസാരിച്ചുകൊണ്ടിരുന്നത് ഇക്കാര്യം തന്നെയാണ്. പട്ടിണി കിടന്നു ചാവേണ്ടുന്ന ഗതികേടൊന്നുമുള്ള ആളല്ല. വീടും വീട്ടുകാര്യങ്ങളും നോക്കിയങ്ങ് ജീവിക്കണം. വീടിനുപുറമേ ഹൈവേയിൽ മുപ്പത്തഞ്ച് സെൻറ് സ്ഥലവും നാലേക്കർ ഭൂമിയുമുള്ള മനുഷ്യൻ. ഭാഗ്യവാൻ. സജിതയുടെ കല്യാണമൊന്നു നടത്തണം. അങ്ങനെയൊരു ബാധ്യത മാത്രമേ ഇനിയുള്ളൂ. അച്ഛനെന്ന നിലയിൽ ആ വശത്തേക്കല്ലല്ലോ മനസ്സ് പോകുന്നത്. മനസിപ്പോഴും ആ പത്രമാപ്പീസിനകത്തുതന്നെ ഒട്ടിച്ചേർന്നുകിടക്കുകയാണ്.

നെഞ്ചത്തെ വെളുത്ത രോമങ്ങളെ വിരലുകൾ കൊണ്ട് ഓമനിക്കവേ, സരസമ്മയുടെ മനസ്സ് പറയുകയായിരുന്നു. ഉറക്കൊക്കെ ശരിയാവണമെങ്കിൽ ഒന്നുരണ്ടാഴ്ചയെങ്കിലുമെടുക്കും. എല്ലാം ഒരു ശീലത്തിന്റെ ഭാഗമാണ്. മുപ്പത്താറുകൊല്ലത്തെ ശീലമല്ലേ മാറിവരേണ്ടത്. അതെന്തായാലും മൂന്നുദിവസം കൊണ്ട് മാറുകയില്ല.

സരസമ്മ ഭർത്താവിനെനോക്കി ചെറുങ്ങനെ ഒന്നു ചിരിച്ചു. എന്തോ ആശിച്ചുകൊണ്ടോർത്തു. യന്ത്രം പോലെ ഓഫീസിനകത്തു ജീവിച്ച ഈ

മനുഷ്യനെ ഒരു ഗൃഹനാഥനാക്കിയെടുക്കണം. വയസും ശരി, പെൻഷ നായതുംശരി. അമ്പത്തെട്ടുവയസും അറുപതുവയസും ഒരു വയ സൊന്നുമല്ല.

മാധവൻനായരുടെ കൺവെട്ടത്തിനപ്പുറത്ത് നീണ്ടുമലർന്നു കിടന്ന് മാധവൻനായരെ നോക്കി സരസമ്മ ഊറിച്ചിരിച്ചു.

ഉറക്കം വരണം. ഉറങ്ങിയില്ലെങ്കിൽ ചിന്തിച്ചു ചിന്തിച്ച് മനസ്സ് പുണ്ണാക്കും. പത്തുമണിക്കുമുമ്പേ ഉറങ്ങി ശീലിച്ചേ പറ്റൂ. പത്തുമണിക്ക് കിടത്തി ഉറക്കിയില്ലെങ്കിൽ സരസമ്മ സരസമ്മയല്ല. ഉറക്കം സരസമ്മയുടെ കൈയിലുണ്ട്. അഞ്ചാറുദിവസം ഇങ്ങനെയൊക്കെ അങ്ങ് പോട്ടെ.

മാധവൻനായർക്കുവേണ്ടി ഉറഞ്ഞുകൂടിയ സ്നേഹത്തിനകത്ത് മനസ്സുപൂഴ്ത്തിവച്ചുകൊണ്ട് സരസമ്മ പതുക്കെ നിവർന്നു. ഒന്നുമാലോചിക്കാതെ കണ്ണടച്ചുകിടക്കാൻ പറഞ്ഞിട്ട് മകൾ ഉറങ്ങുന്ന മുറിയിലേക്കു നടന്നു.

കണ്ടപാടേ സജിതയുടെ കിടപ്പ് അത്ര ഇഷ്ടമായില്ല.

അമ്മ അടുത്തില്ലാതായാൽ ഇങ്ങനെയാണ്. അവൾ കഥയില്ലാതെ കിടന്നുറങ്ങാൻ തുടങ്ങും.

സജിതയെ ആസകലം നോക്കിയപ്പോൾ അൽപ്പമൊന്ന് വിഷമിച്ചുപോയി.

നല്ല ഉറക്കത്തിലായിരുന്ന മകളോട് ചേർന്നുകിടന്ന് അമ്മ മധുരമുള്ള തെറിവാക്കുകൾ സ്നേഹത്തോടെ മകളുടെ മേലാകെ വാരിയെറിഞ്ഞു. ചന്തിക്കും കാലിനുമൊക്കെ വേദനിക്കാത്ത ഓരോ അടിയും കൊടുത്തു. അമ്മയുടെ വിരലുകൾ മകളുടെ മുടിയിലൂടെ മൂളിപ്പാട്ടുപോലെ ഇഴഞ്ഞു. വെറുതെ ഒരു തമാശയായി സരസമ്മ ആലോചിച്ചു. മൂത്തവളല്ല ഇവളാണ് ഉരുപ്പടി. എന്നായാലും വല്ലാത്തൊരു വളർച്ചതന്നെ. പെണ്ണങ്ങു വല്ലാതെ വലുതായിപ്പോയി. ഇവളെ കെട്ടിച്ചുവിട്ടാ അമ്മയ്ക്കും അച്ഛനും എട്ടുമണിക്കു തന്നെ ഉറങ്ങാം. അച്ഛനിതൊന്നും ഓർക്കുന്നതും കാണുന്നുമില്ല. എന്തൊരു വളർച്ചയാണിത് ! അച്ഛനുമമ്മയ്ക്കുമില്ലാത്ത ഉയരം. പണ്ടത്തെ പെണ്ണുങ്ങളുടെ ഒരു വളർച്ച. ഈ ഉയരത്തിനൊത്ത, ഇവളെപ്പോലെ വെളുത്ത, നല്ല ആരോഗ്യമുള്ള ഒരു ചെറുക്കൻ തന്നെ വേണം. മൂത്തവൾക്കുണ്ടായ ഭാഗ്യം ഇവൾക്കും ദൈവം കൊടുക്കാതിരിക്കില്ല.

മനസിൽ ദൈവങ്ങളെ വിളിച്ചുകൊണ്ട് അമ്മ മകളെ തന്നോട് കൂടുതൽ ചേർത്തുവച്ചു. അങ്ങനെ കുറേനേരം മകളോടൊപ്പം കിടന്ന് മാധവൻനായരുടെ അടുത്തേക്ക് തിരിച്ചുപോരുമ്പോൾ സരസമ്മയ്ക്ക് തോന്നി. ഈ പ്രായത്തിൽ അമ്മ മകളോടൊപ്പമാണുറങ്ങേണ്ടത്. പക്ഷേ, ഉറക്കം വരാത്ത അച്ഛനെയൊന്നുറക്കണ്ടേ? സാരമില്ല. പുലർച്ചെ സജിതയുടെ കൂടെ ചെന്നുകിടന്നുറങ്ങാമെന്നാലോചിച്ചു സമാധാനിച്ചു. അവളാണെങ്കിൽ രാത്രി മൂന്നും നാലും തവണ ഉണരും. കണ്ണു തുറന്നയുടനെ തപ്പി നോക്കുന്നത് അമ്മയെയായിരിക്കും.

ഇനി നീ തനിച്ചുറങ്ങി, തനിച്ചുണർന്ന്, തനിച്ചുപോയി മൂത്രമൊഴി

ക്കുക. അമ്മയ്ക്ക് അച്ഛനെ ഉറക്കണം. നിന്റെ അച്ഛനിപ്പോൾ കൊച്ചുകുട്ടിയാണ്. അല്ലെങ്കിലും നിങ്ങളുടെ അമ്മ രാത്രി പത്തുമണിക്കും പതിനൊന്നുമണിക്കുമൊക്കെ അച്ഛന്റെകൂടെ ഈ ആയുസ്സില് എത്ര ദിവസമാ ഉറങ്ങിയിട്ടുണ്ടാവുക?

മാധവൻനായർ ലൈറ്റണച്ചിട്ടില്ലായിരുന്നു. കണ്ണുതുറന്നു മലർന്ന് ഒരേ കിടപ്പുതന്നെ. ഒരു കള്ളച്ചിരിയോടെ ലൈറ്റണച്ചിട്ട് സരസമ്മ ചോദിച്ചു: " രണ്ടുമണിവരെ ഞാനും ഉറങ്ങാതെ കിടക്കണോ?"

മാധവൻനായരുടെ കിടപ്പും മുറിയിലെ ഇരുട്ടും സരസമ്മയുടെ മനസിനെ പഴയപോലെ ഉലത്തി ഉണർത്തുകയായിരുന്നു. ഭർത്താവിനെ മനസിലേക്ക് വാരിയെടുത്തിട്ട് പറഞ്ഞു. പെൻഷനായത് ആപ്പീസിലെ പുസ്തകത്തിലാ. സരസമ്മയുടെ പുസ്തകത്തിൽ മാധവേട്ടൻ പെൻഷനായിട്ടില്ല. മാധവേട്ടനെ ഉറക്കാനിനി സരസമ്മയ്ക്കേ കഴിയൂ. മോളെയൊന്നു കെട്ടിച്ചുവിട്ടാൽ.......... നമ്മൾ രണ്ടാളും ചെറുപ്പംവച്ച് ജീവിക്കാൻ തുടങ്ങും. വയസ്സ് ശരീരത്തിനാ. മനസിനല്ല.

എന്താ ഇങ്ങനെയൊന്നുമോർക്കാത്തത്? പെൻഷൻ പറ്റിയാൽ മനുഷ്യനിങ്ങനെ പാവമാകണോ?

അന്നേരം ഇരുട്ട് സരസമ്മയോടെന്തൊക്കെയോ പറയുന്നുണ്ടായിരുന്നു.

ഇരുട്ട് സരസമ്മയെ മാധവൻനായരുടെ അടുത്തേക്ക് പിടിച്ചു വലിക്കുന്നുണ്ടായിരുന്നു. മാധവൻനായരോടു ചേർന്നു കിടന്നിട്ട്, ഇരുട്ടും സരസമ്മയും മാധവൻനായരുടെ കാതിലെന്തോ മന്ത്രിക്കുന്നുണ്ടായിരുന്നു.

മാധവൻനായർക്ക് അനക്കമില്ല. വീണ്ടും വീണ്ടും കാതിൽ മന്ത്രിച്ചു നോക്കി. ആ മന്ത്രം മുഖം കൊണ്ട് നെഞ്ചിലാകെ പുരട്ടി നോക്കി. മാധവൻനായർ അതൊന്നുമറിയുന്നില്ലായിരുന്നു. സരസമ്മയുടെ ആഗ്രഹങ്ങളുടെ അയഞ്ഞ തന്ത്രികളിലൂടെ സ്നേഹം വീർപ്പുമുട്ടുന്നുണ്ടായിരുന്നു. ഭാര്യ ഓർമകളുടെ അങ്ങേയറ്റത്തേക്ക് നടന്നുപോകുന്നത് മാധവൻനായർ അറിയുന്നേയുണ്ടായിരുന്നില്ല. സരസമ്മ തലയിൽ മുല്ലപ്പൂ വച്ചുറങ്ങിയ കാലത്തേക്കു വഴുതി വീഴുകയായിരുന്നു. മാധവൻനായരെ തന്നിലേക്ക് ലയിപ്പിക്കാനുള്ള ശ്രമത്തിൽ പരാജയപ്പെടുമ്പോൾ സരസമ്മയ്ക്ക് എന്തെന്നില്ലാത്ത വെറുപ്പ് തോന്നി. ആ വെറുപ്പും പൊട്ടിച്ചിരിയുടെ രൂപത്തിലാണ് പുറത്തുവന്നത്. സരസമ്മയുടെ വാക്കുകളും ഭാവവും ശരീരവും മാറുകയായിരുന്നു. ചിരിയോടൊപ്പം വായിൽ നിന്ന് പുറത്തേക്ക് വീണ ചീത്ത വാക്കുകൾ സരസമ്മയെ തുറിച്ചു നോക്കാൻ തുടങ്ങിയപ്പോൾ പേടിയായി.

വെട്ടിയിട്ട മരത്തടിപോലെ നിശ്ചലമായിക്കിടക്കുന്ന മാധവൻനായർ. ആ കിടപ്പിന്റെ നിശ്ചലതയോട് സരസമ്മ വെറുതേ സംസാരിച്ചു.

സരസമ്മയ്ക്ക് അമ്പതു വയസായിട്ടില്ല. വരുന്ന ചിങ്ങത്തിലേ അമ്പത് തികയൂ. മോഹങ്ങളൊന്നും തീർന്നിട്ടുമില്ല. ഒരിക്കലും തീരുകയുമില്ല. മാധവേട്ടൻ പെൻഷനാകുന്നതും കാത്തിരിക്കുകയായിരുന്നു. ഇനി

വീടു നോക്കണം. ഭാര്യയെയും മക്കളെയും ശ്രദ്ധിക്കണം. ഇതുവരെ ഒന്നും അറിഞ്ഞിട്ടില്ലല്ലോ. എല്ലാം എന്റെ ചുമലിൽ വച്ചുതന്നു. ഇനി ഞാൻ എന്നെക്കൂടി മാധവേട്ടന്റെ ചുമലിൽ വച്ചുതരാൻ പോവുകയാ.

പിന്നീടു സംസാരിച്ചതെല്ലാം മാധവൻനായരെ കെട്ടിപ്പിടിച്ചുമ്മവെച്ചുകൊണ്ടാണ്. കാതിനരികെ പൊട്ടിച്ചിരിക്കുകയും മുഖത്ത് മൂക്കും മൂക്കുത്തിയുമിട്ടുരസുകയും ചെയ്തു. ആ ചിരി മാധവൻനായരുടെ കാതു കേട്ടില്ല, കണ്ണു കണ്ടില്ല. മൂക്കും മൂക്കുത്തിയും മുഖത്തുരസുന്നത് മുഖമറിഞ്ഞില്ല.

മാധവൻനായരുടെ മനസ്സ് തന്റെ പത്രമോഫീസിന്റെ ഡസ്കിലും ടെലിപ്രിന്റർ റൂമിലും ഡി ടി പി റൂമിലുമൊക്കെ ഓടി നടക്കുകയായിരുന്നു.

ന്യൂസ് എഡിറ്റർ ആനന്ദക്കുട്ടൻ അറ്റന്റർ മാധവേട്ടനെ എന്തിനോ വിളിക്കുന്നു. ആനന്ദക്കുട്ടൻ പറയുന്ന തമാശയിൽ രസിച്ച് മാധവൻനായർ കസാലയ്ക്കു പിറകിൽ പതുങ്ങി നിൽക്കുകയായിരുന്നു. അപ്പോഴാണ് ടെലിപ്രിന്റർ ഓപ്പറേറ്റർ തിരക്കിട്ട് വിളിക്കുന്നത്. ടെലിപ്രിന്റർ റൂമിൽ നിന്ന് കിട്ടിയ വാർത്തയുമായി മാധവൻനായർ ഡസ്കിലേക്കോടിയെത്തുന്നു.

വിളി കേട്ടിടത്തേക്കോടുന്ന മാധവേട്ടൻ.

മൂന്നു ദിവസം മുമ്പുവരെ ജീവിച്ച ജീവിതം. ആ ജീവിതത്തിൽ നിന്നു മനസിനു പുറത്തുപോകാൻ കഴിയുന്നേയില്ല. മുപ്പത്താറുകൊല്ലത്തെ ദീർഘമായ ജീവിതം മനസിൽക്കണ്ട് മാധവൻനായർ നിസ്സഹായനായിക്കിടക്കുന്നു. ഇടവിട്ടിടവിട്ടുള്ള മാധവേട്ടാ എന്ന വിളി കേട്ടു കണ്ണുനനയുന്നു.

കാക്കി യൂണിഫോമിട്ട അറ്റന്റർ മാധവൻനായരെയല്ലാതെ മറ്റൊരു മാധവൻനായരെ മാധവൻനായർക്കറിയില്ല.

അറ്റന്റർ മാധവേട്ടനെ ഇനി ആർക്കും വേണ്ട. മാധവേട്ടൻ ഇനി വെറും മാധവൻനായർ.

വെറുമൊരു മാധവൻനായരായി ജീവിക്കാൻ വയ്യ.

അറ്റന്റർ മാധവേട്ടന് ഒരു കൊച്ചു പത്രാധിപരുടെ സ്ഥാനമായിരുന്നു ഡസ്ക്കിലെന്നും. പത്രാധിപസമിതിയുടെ ഇഷ്ടതോഴൻ. തന്റെ പത്രമോഫീസിനും ഡസ്ക്കിനുമപ്പുറത്തൊരു ലോകം മാധവൻനായർക്കില്ലായിരുന്നു. സരസമ്മയുടെ മക്കളുടെ അച്ഛനായി ഉറങ്ങാൻ വേണ്ടിമാത്രം മാധവൻനായർ വീട്ടിലെത്തുന്നു. കുടുംബം എന്നും സരസമ്മയുടേതായിരുന്നു.

മാധവൻനായർ ഇരുട്ടിലൊന്ന് മുരണ്ടു. എന്തൊക്കെയോ അപശബ്ദമുണ്ടാക്കി. കാലുകൾ വെറുതെ കിടക്കയിലിട്ടടിച്ചു. സരസമ്മ ഭയപ്പെട്ട് എഴുന്നേറ്റിരുന്നു. അന്നേരം മാധവൻനായർ പറഞ്ഞു:

“സരസമ്മേ, ഫസ്റ്റ് എഡിഷൻ പ്രിന്റ് ചെയ്ത് പത്രാധിപന്മാരൊക്കെ വായിച്ചുകഴിഞ്ഞാലേ മാധവൻനായർ ആഹാരം കഴിക്കുകയുള്ളൂ. പണ്ടേ ശീലിച്ചതാണ്. മുപ്പതുകൊല്ലം മുമ്പുള്ള ശീലം പുതിയ ആളുകളൊന്നും

അങ്ങനെയല്ല. എട്ടര കഴിയുമ്പോൾ ചോറുപൊതി തുറന്നുവയ്ക്കും."

ഫസ്റ്റ് എഡിഷൻ കൈയിൽക്കിട്ടിയ ഉടനെ ഏതെങ്കിലും ഒരു മൂലയ്ക്കു ചെന്നിരുന്നു മാധവൻനായരും പത്രം വായിക്കും. അറ്റന്റർ മാധവേട്ടനും ഒരുപാട് അക്ഷരത്തെറ്റുകൾ കണ്ടുപിടിച്ചിട്ടുണ്ട്.

മാധവൻനായർ ഓഫീസും അയാളുമായുള്ള ബന്ധത്തിൽ നിന്ന് ഓരോ സംഭവങ്ങൾ വാലും തലയുമില്ലാതെ പറഞ്ഞുതുടങ്ങി. പറഞ്ഞോട്ടേയെന്ന് കരുതി സരസമ്മയും എല്ലാം മൂളിക്കേട്ടു. പറഞ്ഞു പറഞ്ഞു മനസിന്റെ ഭാരം കുറയട്ടെ.

ഉറങ്ങാൻ നിർബന്ധിച്ചപ്പോൾ മാധവൻനായർ സരസമ്മയുടെ നേരെ ചരിഞ്ഞുകിടന്നു. ഉറക്കാനുള്ള ശ്രമത്തിനിടയിൽ പണ്ടത്തെപ്പോലെ സരസമ്മ മാധവൻനായരുടെ മുഖം തന്റെ മാറത്തു ചേർത്തു വച്ചു. ആ നിമിഷങ്ങളോടൊരു രസം തോന്നിയിട്ടു സരസമ്മ അൻപതാം വയസിൽ ഒരു ചെറുപ്പക്കാരിയായി മാറുകയായിരുന്നു. പെൻഷൻ പറ്റിയാലെന്താ, മനസ്സ് പെൻഷൻ പറ്റാതിരുന്നാൽപ്പോരെ.........

പാതി ഉണങ്ങിയ ആ വള്ളിക്കു വീണ്ടും ജീവൻ വയ്ക്കുകയായിരുന്നു. ആ വള്ളി പടരാൻ തുടങ്ങിയപ്പോൾ മാധവൻനായർ പൊടുന്നനെ പൊട്ടിക്കരഞ്ഞു. സരസമ്മ പേടിച്ചുപോയി. ആ കരച്ചിലിന് ഓരോ നിമിഷവും കനംവച്ചുകൊണ്ടേയിരുന്നു.

കരയുന്നതിനിടയിലും മാധവൻനായർ പ്രസ്സിലെ ശബ്ദം കേൾക്കുന്നുണ്ടായിരുന്നു. ടെലിപ്രിന്റർ റൂമിൽ നിന്നും രാമൻകുട്ടി വിളിക്കുന്നതും കേൾക്കുന്നുണ്ടായിരുന്നു.

കരഞ്ഞുതളർന്ന് സരസമ്മയുടെ ശരീരത്തിൽ ഒടിഞ്ഞുമടങ്ങിയങ്ങു വീഴുമ്പോൾ മാധവൻനായർ പറഞ്ഞു: " സരസമ്മേ, എനിക്ക് അറ്റന്റർ മാധവേട്ടനായിത്തന്നെ മരിക്കണം. രാത്രി രണ്ടുമണി കഴിയാതെ മാധവന് ഉറക്കം വരില്ല."

തനിക്കു ഭ്രാന്തുപിടിക്കുമെന്നു മാധവൻനായർ ആവർത്തിച്ചു പറഞ്ഞുകൊണ്ടേയിരുന്നു. അപ്പോഴെല്ലാം സരസമ്മ ദൈവങ്ങളിൽ മനസ്സു ചേർത്തു കണ്ണടച്ചുകിടക്കുകയല്ലാതെ ഒന്നും പറഞ്ഞില്ല.

സരസമ്മ മയങ്ങിത്തുടങ്ങുമ്പോളും മാധവൻനായർ കരയുകയും പറയുകയുമായിരുന്നു.

ഒരുറക്കം കഴിഞ്ഞ് സരസമ്മ പതിവുപോലെ ഞെട്ടിയുണർന്നു. മാധവൻനായർ വരുന്ന സമയമാണ്. ചോറ്റുപാത്രം സരസമ്മയെ ഏൽപ്പിച്ച് കുറേ ജീരകവെള്ളവും കുടിച്ച് കയറിക്കിടപ്പാകും. പിന്നെ ഉണരാൻ പകൽ പതിനൊന്നു കഴിയണം. മാധവൻനായർക്കു പ്രഭാതങ്ങളും സായാഹ്നങ്ങളുമുണ്ടായിരുന്നില്ല. മാധവൻനായരുടെ രാത്രികൾ സരസമ്മയ്ക്കും മക്കൾക്കും വളരെയൊന്നും ലഭിച്ചിട്ടില്ല. അറ്റന്റർ മാധവേട്ടന്റെ ജീവിതം മാത്രമേ മാധവൻനായർ അനുഭവിച്ചിട്ടുള്ളൂ.

സരസമ്മ ലൈറ്റിട്ടുനോക്കി. വലതുവശം ചരിഞ്ഞു നന്നായുറങ്ങുകയാണ്. ആ കിടപ്പു കണ്ടപ്പോൾ ആശ്വാസം തോന്നി. എല്ലാം ശരിയാവും.

ജീവിതം ഇനി ശീലിപ്പിച്ചെടുക്കണം. പുലർച്ചെ തട്ടിയെഴുന്നേൽപ്പിച്ച് അമ്പലത്തിൽ തൊഴാനയയ്ക്കണം. വൈകുന്നേരം നടക്കുന്ന ശീലമുണ്ടാക്കണം. നടന്നു ക്ഷീണിച്ചാൽ രാത്രി നേരത്തേ കിടന്നുറങ്ങിക്കോളും.

പുതിയൊരു ജീവിതമാണ് ഇനി വേണ്ടത്. ആ ജീവിതത്തെക്കുറിച്ച് ആലോചിക്കുകയായിരുന്നു സരസമ്മ. വയസൊന്നുമായിട്ടില്ല. ബീഡി വലിച്ചും ഉറക്കൊഴിഞ്ഞും ഉണങ്ങിപ്പോയെന്നേയുള്ളൂ. എണ്ണയും കുഴമ്പുമൊക്കെ വാങ്ങിവയ്ക്കണം.

പുലർച്ചെ സരസമ്മ ഉണരുമ്പോഴും മാധവൻനായർ നല്ല ഉറക്കത്തിലായിരുന്നു. വിളിച്ചുണർത്താൻ കൈകൾ നീണ്ടുചെന്നതാണ്. പക്ഷേ, വിളിച്ചില്ല.

പതിനൊന്നുമണിയോടുകൂടി ഉണർന്നു കുളിച്ച് പ്രാതൽ കഴിച്ച് മാധവൻനായർ വീണ്ടും ചെന്നു കിടന്നു. കടുത്ത മനോവേദനയുടെ ഒരു ചുരുണ്ടുക്കിടപ്പ്.

ഉച്ചയൂണിന് മുമ്പിലിരുന്നുകൊണ്ടു പലതും സംസാരിക്കാനുള്ള തയ്യാറെടുപ്പോടെ സരസമ്മ ചോദിച്ചു: "ഇനിയുള്ള ആയുസ്സ് ഉറങ്ങിത്തീർക്കാനാണോ തീരുമാനം?"

കൂടുതലൊന്നും സംസാരിക്കണ്ട എന്നു ദയനീയഭാവത്തിൽ മാധവൻനായർ കൈകൊണ്ടു വിലക്കി. എന്നാലും സരസമ്മ സ്നേഹത്തോടെ ചെറുതായൊന്നു പൊട്ടിത്തെറിച്ചു. മാധവൻനായർ അതൊന്നും ശ്രദ്ധിക്കാതെ ഊണുകഴിഞ്ഞ് കൈകഴുകി വീണ്ടും ചെന്നുകിടന്നു. ആഹാരംകഴിച്ച് അടുക്കളയൊക്കെ ഒതുക്കി സരസമ്മ വരുമ്പോഴേക്കും മാധവൻനായർ ഉറങ്ങിക്കഴിഞ്ഞിരുന്നു. നാലുമണിവരെ ഒരേ ഉറക്കമായിരുന്നു. നാലുമണിക്കുണർന്ന മാധവൻനായർ സമയം നോക്കി. തിടുക്കത്തിലൊന്നു മേലുകഴുകി. പൂജാമുറിയിൽക്കയറി പ്രാർഥിച്ചു. പുറത്തുവന്ന് സരസമ്മയോടും മക്കളോടും ചിരിച്ചു. മൂന്നു ദിവസത്തിനു ശേഷം ആദ്യമായി ചിരിക്കുകയാണ്. മുഖത്തു മൂന്നുദിവസമായി കാണാത്ത പ്രകാശം.

മാധവൻനായർ പുറത്തിറങ്ങാനുള്ള പുറപ്പാടായിരുന്നു. അമ്മയും മകളും കാണാതെ പതുങ്ങിച്ചെന്ന് സഞ്ചിയിൽ യൂണിഫോമെടുത്തു തിരുകി പുറപ്പെടുമ്പോൾ സരസമ്മയോടു പറഞ്ഞു: " ഇന്ന് ആഹാരമൊന്നും വേണ്ട. മണിയന്റെ തട്ടുകടേന്ന് ദോശയും ചമ്മന്തിയും കഴിച്ചോളാം."

അമ്മയും മകളും അദ്ഭുതസ്തബ്ധരായി നിൽക്കേ, മാധവൻനായർ ഓഫീസിലേക്കെന്ന പോലെ നടന്നുതുടങ്ങിയിരുന്നു. ഗേറ്റിനു വെളിയിലെത്തിയ മാധവൻനായരെ അമ്മയും മകളും തടഞ്ഞുവച്ച് മുറുകെ കെട്ടിപ്പിടിച്ചു കരഞ്ഞു. നിമിഷങ്ങളോളം സരസമ്മയുടെയും മകളുടെയും പിടിയിലൊതുങ്ങി മാധവൻനായർ ശ്വാസംമുട്ടുകയായിരുന്നു. അവരെ ഏതെല്ലാമോ ദൃഢനിശ്ചയങ്ങളുടെ കൈകൾകൊണ്ടു തട്ടിമാറ്റിയിട്ടു പറഞ്ഞു:

“എന്നെ തടയരുത്. മാറിനിൽക്ക്. എന്റെ കൂടെ ദൈവമുണ്ട്. സരസമ്മേ ഞാൻ അറ്റന്റർ മാധവനാ, മാധവൻനായരല്ല.”

സരസമ്മ മകളോടു ചോദിച്ചു: “ മോളേ നിന്റച്ഛനെന്തുപറ്റി?”

സരസമ്മ പൊട്ടിക്കരഞ്ഞു. കരഞ്ഞുകൊണ്ട് കുറേദൂരം മാധവൻനായരുടെ പിന്നാലെ ചെന്നു. മാധവൻനായർ തിരിഞ്ഞുനോക്കാതെ ധൃതിയിൽ നടക്കുകയായിരുന്നു. വഴിക്കുവച്ചു കണ്ട പരിചയക്കാരുടെ മുഖത്തുപോലും നോക്കിയില്ല. മാധവൻനായർ നടന്നുകൊണ്ടിരുന്നത് ദൈവത്തോടൊപ്പമായിരുന്നു.

ഓഫീസിന്റെ ഗേറ്റുകടന്ന് അകത്തെത്തിയപ്പോൾ മാധവൻനായർക്ക് ആശ്വാസം തോന്നി. ആരോടൊക്കെയോ മാധവൻനായർ ചിരിച്ചു. ജീവിതം മുറിഞ്ഞ ചിരി. പക്ഷേ, ആർക്കും വിശേഷങ്ങൾ ചോദിക്കാനുള്ള അവസരം നൽകിയില്ല.

അറ്റന്റർ മാധവേട്ടൻ ഫോർമാന്റെ മുറിയിലേക്കു കയറിപ്പോകുന്നതു ചിലരൊക്കെ കണ്ടു. അവരിലൊരാൾ പറഞ്ഞു: “ പെൻഷനായ കാര്യം മാധവേട്ടൻ മറന്നുപോയെന്നാ തോന്നുന്നത്. ഡ്യൂട്ടിക്കുവന്നിരിക്കുകയാ.”

മാധവേട്ടൻ ഫോർമാന്റെ മുമ്പിൽ കരഞ്ഞുകൊണ്ടു നിൽക്കുന്നത് ഒരു വാർത്തയായി പുറത്തുപരന്നു. വാർത്ത കാന്റീനിൽ വളരെ വേഗം ചർച്ചയായി മാറി. ചർച്ചയ്ക്കിടയിൽ ആരോ പറഞ്ഞു. “ഭാര്യ ഇറക്കിവിട്ടതായിരിക്കും. പെൻഷൻപറ്റിയാൽ പിന്നെ ആർക്കുവേണമെടോ നമ്മളെയൊക്കെ?”

ചർച്ച വളരുകയായിരുന്നു. പെൻഷൻ പറ്റിയ ആർക്കും ജോലി കൊടുക്കുകയില്ലെന്ന കാര്യം മാധവേട്ടനറിഞ്ഞുകൂടെന്നോ? കമ്പനി എടുത്ത തീരുമാനം നന്നായറിയാവുന്ന മാധവേട്ടനെന്തിനാ ഇങ്ങനെ കരയാൻ വന്നത്? വാസ്തവത്തിൽ ഇതു തൊഴിലാളികൾക്ക് ഒരപമാനമാണ്.

ചിലരൊക്കെ മാധവൻനായർക്കു വേണ്ടി വാദിച്ചു. ചിലർ മാധവൻനായരെ പരിഹസിച്ചു.

ഫോർമാന്റെ ധർമസങ്കടം ഒരു വാടിയ ചിരിയുമായി പുറത്തു വന്നു. കുറേ നല്ല വാക്കുകൾ പറഞ്ഞ് സാധുവായ മാധവൻനായരുടെ മുമ്പിൽ നിന്നു രക്ഷപ്പെട്ട് ഫോർമാൻ പ്രസ്സിലേക്കു പോയി. മാധവൻനായർ ഡെസ്കിലും ടെലിപ്രിന്റർ റൂമിലുമൊക്കെ കറങ്ങിനടന്നു. ഇങ്ങനെ ഒരിക്കലും മാധവൻനായർ കറങ്ങിനടന്നിട്ടില്ല. പത്രമോഫീസിലെ തിരക്കുപിടിച്ച സമയം മാധവൻനായരുടെ വരവ് ഒരു കൗതുകവാർത്തയാക്കി മാറ്റിക്കഴിഞ്ഞിരുന്നു.

സമയം ആറര കഴിയുന്നതു മാധവൻനായർ ചുമരിൽ കണ്ടു. ഒരു ജോലിയും ചെയ്യാതെ ഇങ്ങനെ കറങ്ങി നടക്കുന്നതെന്താ, മാധവൻനായർ മാധവൻനായരോടു ചോദിച്ചു.

കാക്കി യൂണിഫോം ധൃതിപ്പെട്ട് ശരീരത്തിൽ വലിച്ചുകേറ്റി മാധവൻനായർ ഡെസ്കിലേക്കു നടന്നു. പത്രാധിപസമിതിയിലെ എല്ലാവർക്കും കാണാവുന്നൊരിടത്ത് കുറേ സമയം നടുവിനുകൈയും

കൊടുത്തു നിന്നു. ആരും ഒന്നും മിണ്ടുന്നില്ല. ന്യൂസ് എഡിറ്റർ ആനന്ദ ക്കുട്ടനെ നോക്കി. അയാൾ തലകുനിച്ചിരിക്കുകയാണ്.

മാധവൻനായർ ഒരു പ്രശ്നമായി വളരുകയായിരുന്നു. ഫോർമാൻ ഇടങ്കണ്ണാലെ നോക്കി കടന്നുപോയി. മാധവൻനായർ യൂണിഫോമിട്ട് പത്രാധിപന്മാരുടെ മുമ്പിൽ വന്നുനിൽക്കുന്ന വിവരം ഫോണിലൂടെ കമ്പ നിയുടെ ഉയർന്ന ഉദ്യോഗസ്ഥന്മാരുടെ വീടുകളിലൊക്കെ എത്തുന്നുണ്ടാ യിരുന്നു. ടി വി കണ്ടുകൊണ്ടിരുന്ന പേഴ്സണൽ ഓഫീസർ രംഗം നേരിൽ കാണാൻ ഓഫീസിലേക്കു പുറപ്പെട്ടിട്ടുണ്ട്.

ആരെങ്കിലും തന്നോടൊന്നു ചിരിക്കാനോ, ഒരക്ഷരം ഉരിയാടാനോ മാധവൻനായർ ആശിച്ചു. പത്രാധിപന്മാരോടു ചോദിക്കണമെന്നുണ്ടായി രുന്നു. മുന്നുദിവസം കൊണ്ട് ഞാൻ നിങ്ങളുടെയൊക്കെ ആരുമല്ലാതാ യിപ്പോയോ?

വെറുതേ നിന്നു വിയർത്തപ്പോൾ മാധവൻനായർ വിറയലോടെ എല്ലാവരോടുമായി പറഞ്ഞു: "ഞാനാ അറ്റന്റർ മാധവേട്ടൻ. എന്റെ ചരമ വാർത്തകൂടി എഴുതിക്കോളൂ."

അമ്മുക്കുട്ടിയുടെ പ്രിവ്യൂ

ആരും വന്നിട്ടില്ല. പതിനൊന്നു മണിക്കെത്താനാണ് പറഞ്ഞത്. ഇനിയിപ്പോൾ ഈ തിയേറ്ററിനുമുമ്പിൽ മരംപോലെ നിൽക്കണം. ഈ നിൽപ്പ് ഒരു രസമില്ല.

എങ്ങോട്ടെങ്കിലും മാറിനിന്നാലോയെന്ന് രാധിക അച്ഛനോട് ചോദിച്ചു. അച്ഛൻ വാച്ചിലേക്കു നോക്കിയിട്ട് പറഞ്ഞു: "പത്തരയാവുമ്പോൾ അവരൊക്കെയെത്തും. ഈ വെയിലത്ത് ഇനി എങ്ങോട്ടുപോകാനാ?"

സിനിമാക്കാരാണ്. അച്ഛനിവരെയൊന്നും തീരെ അറിഞ്ഞുകൂടാ. കാലത്ത് പതിനൊന്നുമണിയെന്നു പറഞ്ഞാൽ ഇവർക്ക് വൈകുന്നേരം അഞ്ചുമണിയായിരിക്കും. ഒമ്പതുമണിക്കുള്ള ബസിന് പുറപ്പെട്ടാൽ മതിയെന്ന് അച്ഛനോടു പറഞ്ഞതാണ്. അച്ഛൻ മുഖം ചുളിച്ചു. പിന്നെ കലണ്ടറിൽ രാഹുകാലവുമുണ്ടല്ലോ. അല്ലെങ്കിലും തിരുവനന്തപുരത്തേക്കു പോകുന്ന ബസിനെ അച്ഛന് തീരെ വിശ്വാസമില്ല. വൈകിയെത്തുന്നതോ നേരത്തെ എത്തുന്നതോ നല്ലത് എന്ന ഒരു ചോദ്യമായിരുന്നു ഇങ്ങോട്ട്.

വല്ലാതെ മടുപ്പിച്ച ഒരു ബസ്‌യാത്രയായിരുന്നു ഇന്നത്തേത്. മൂന്നാമത്തെ സ്റ്റോപ്പിൽ നിന്ന് മാധവനങ്കിൾ ബസിൽ കയറിയപ്പോഴാണ് മടുപ്പു തുടങ്ങിയത്. മാധവനങ്കിളിനെ പറഞ്ഞിട്ടെന്താ, അച്ഛനല്ലേ കാരണം. മാധവനങ്കിളെങ്ങിനെ ആ ബസ്സ്റ്റോപ്പിലെത്തിപ്പെട്ടു. ഒരു പരിസരബോധവുമില്ലാതെ അങ്ങ് സംസാരമായിരുന്നു രണ്ടുപേരും. ഒന്നുമിണ്ടാതിരി അച്ഛാ എന്നുപറയാൻ പലതവണ വാ തുറന്നതാണ്. പക്ഷേ മാധവനങ്കിൾ.........

നല്ല മനുഷ്യരുടെ കുഴപ്പമാണിത്. അവർക്ക് ഒന്നും ഒളിച്ചുവയ്ക്കാനാവില്ല. രാഘവൻപിള്ളയുടെ മോളെ മാധവൻനായർക്ക് വലിയ ഇഷ്ടമാണ്. ഇരുവരുടെയും പഴയ കൂട്ടുകെട്ടിനെക്കുറിച്ച് അമ്മ ഒരുപാടു പറഞ്ഞിട്ടുണ്ട്. ഒരുമിച്ച് സർവീസിലിരുന്ന് ഒരേകൊല്ലം പെൻഷൻ പറ്റിയവരാണ്.

പെൻഷൻ പറ്റിയ ഉടനെ മാധവനങ്കിളിന് എസ്റ്റേറ്റിൽ ജോലി സംഘടിപ്പിക്കാൻ കഴിഞ്ഞു. അച്ഛനെയും വിളിച്ചതാണ്. പോയില്ല. പത്ത് പതിനൊന്നു മാസത്തിനുശേഷം കണ്ടുമുട്ടുകയാണ് അച്ഛനും മാധവനങ്കിളും. ബസിൽ മാധവനങ്കിളിനെ കണ്ടപ്പോൾ കാണാതായ മുതൽ കണ്ടുമുട്ടിയ സന്തോഷമായിരുന്നു അച്ഛന്. ആ സന്തോഷത്തിന്റെ ഭാഗമായിട്ടാണ് അച്ഛൻ മോള് സിനിമയിലഭിനയിച്ച കാര്യം പുറത്തു പറഞ്ഞത്. അതുകാണാൻ പോവുകയാ തിരുവനന്തപുരത്ത്. മാധവനങ്കിൾ സന്തോഷം കൊണ്ട് എന്തൊക്കെയോ അങ്ങ് സംസാരിക്കുകയായിരുന്നു. രണ്ടുപേരും കെട്ടിപ്പിടിച്ചും പൊട്ടിച്ചിരിച്ചും സന്തോഷം പങ്കിടുകയായിരുന്നു. അടുത്തിരിക്കുകയും നിൽക്കുകയും ചെയ്യുന്ന യാത്രക്കാരുടെ ശ്രദ്ധ കിഴവന്മാരിലേക്കു പതിയുമ്പോൾ വെറുപ്പും ലജ്ജയും തോന്നി. പരിചയമുള്ള മുഖങ്ങൾക്ക് നേരെ നോക്കാനേ കഴിഞ്ഞില്ല. എന്തൊരാവേശമായിരുന്നു. കാണുന്നവരോടൊക്കെ ഇതുതന്നെയാണ് പറയുന്നത്. മോള് സിനിമയിലഭിനയിച്ച കാര്യം.

പുറത്തേക്കു നോക്കിയിരുന്നു. കിഴവന്മാരുടെ സംഭാഷണത്തിൽ നിന്ന് അടുത്തിരിക്കുന്ന യാത്രക്കാർ എന്തൊക്കെയോ മനസിലാക്കി. അവർ കാതുകൂർപ്പിച്ചിരിക്കുന്നു, കിഴവന്മാർ പറയുന്നതുകേട്ട് രസിക്കാൻ.

“സിനിമ പുറത്തുവന്നാൽ ഇങ്ങനെ ബസിലൊന്നും യാത്ര ചെയ്യാൻ പറ്റില്ല കേട്ടോ രാഘവൻപിള്ളേ. ആരാധകരുടെ ശല്യമായിരിക്കും.”

അതുപറഞ്ഞുതീരുംമുമ്പേ യാത്രക്കാരിലാരോ ചിരിച്ചു. മാധവനങ്കിൾ പറഞ്ഞതും അൽപ്പം പരിഹാസമായിട്ടുതന്നെയായിരിക്കണം. എല്ലാറ്റിനും കാരണം അച്ഛന്റെ വലിയ വാതന്നെ.

തമ്പാനൂരിൽ ബസിറങ്ങുമ്പോൾ ബസിലുണ്ടായിരുന്ന രണ്ടുമൂന്നു ചെറുപ്പക്കാരുടെ ഒരു തുറിച്ചുനോട്ടമുണ്ടായിരുന്നു. അച്ഛനുണ്ടോ ഇതൊക്കെ അറിയുന്നു. മാധവനങ്കിളും അച്ഛനും ബസ് സ്റ്റാന്റിലിറങ്ങിനിന്നിട്ടും ആവേശംകൊണ്ട സംസാരവും ചിരിയും തമാശപറച്ചിലുംതന്നെ.

മാധവൻ അങ്കിളിന് സെക്രട്ടേറിയറ്റിൽ ആരെയോ അത്യാവശ്യമായി കാണേണ്ടതുണ്ട്. പോകാതിരിക്കാൻ പറ്റില്ല. അച്ഛന്റെയും മോളുടെയും കൂടെ വന്നിരുന്ന് സിനിമ കാണാൻ അതിയായ ആഗ്രഹമുണ്ടെന്നു പറഞ്ഞു. വരാതിരുന്നത് നന്നായി.

യാത്ര പറഞ്ഞുപിരിയുമ്പോൾ ഒരു ഉപദേശമുണ്ടായിരുന്നു. സിനിമയാണ് സൂക്ഷിക്കണം. എവിടെ എത്തിയാലും രാഘവൻപിള്ളയുടെ മകളായിത്തന്നെ ജീവിക്കണം.

സഹിക്കുകയായിരുന്നു രണ്ടു കിഴവന്മാരെയും.

മാധവൻനായർ പോയപ്പോൾ രാധികയ്ക്ക് വലിയ ആശ്വാസം തോന്നിയെങ്കിലും ഇപ്പോൾ എന്തോ ഒരു വിഷമം.

മാധവനങ്കിളിനോട് വീട്ടിലെ വിശേഷങ്ങളൊന്നും ചോദിച്ചില്ല. ഒന്നു നന്നായി ചിരിച്ചിട്ടുപോലുമില്ല. വെറുതെ പുറത്തേക്കുനോക്കി മിണ്ടാതെ ഇരിക്കുകയായിരുന്നു. രാഘവന്റെ മോള് ഒരു സിനിമയിലഭിനയിച്ചതു

കാരണം വലിയ ഗൗരവക്കാരിയായിരിക്കുന്നുവെന്ന് മനസിലോർത്തിരിക്കണം. സിനിമയെക്കുറിച്ച് സംസാരിക്കേണ്ടുന്ന ഒരാവശ്യവുമുണ്ടായിരുന്നില്ല. വഴിക്കെവിടെയെങ്കിലും ഇറങ്ങിയാലോ എന്നു വരെ ആലോചിച്ചുപോയി. അമർഷം ഉള്ളിലൊതുക്കപ്പിടിച്ചാണ് തമ്പാനൂരിൽ ബസിറങ്ങിയത്. ഇനി എന്നാണ് മാധവനങ്കിളിനെ കാണുക. വീട്ടിലെത്തിയാൽ ഭാര്യയോടും മക്കളോടും പറയുന്നത് ബസിൽ വച്ച് രാഘവൻപിള്ളയെയും മോളെയും കണ്ട കാര്യമായിരിക്കും. രാഘവനെയും മോളെയും കണ്ടു. ആ പെണ്ണ് സിനിമയിലഭിനയിക്കുകയാണ്. ഒരു സിനിമയിൽ നായികയായി അഭിനയിച്ചിട്ടുണ്ട്. അവളിപ്പോൾത്തന്നെ വലിയ ഗൗരവത്തിലാണ്. ഇനി രാഘവന്റെ മോളുടെ അഭിനയവും കാണണം. നല്ലതൊന്നും പറയാനിടയില്ല. ബസിലെ മിണ്ടാതെയുള്ള ഇരിപ്പ് തീരെ ഇഷ്ടമായിട്ടുണ്ടാവില്ല.

അക്ഷമനായി റോഡിലേക്കു നോക്കി സിഗരറ്റ് വലിച്ചുകൊണ്ടിരുന്ന അച്ഛനോട് രാധിക പറഞ്ഞു: “മാധവനങ്കിളിനോട് വീട്ടിലെ വിശേഷങ്ങളൊന്നും ചോദിച്ചില്ല.”

“ഞാനും ഒന്നും ചോദിച്ചില്ല. എസ്റ്റേറ്റിലെ ജോലി സുഖമാണെന്നു പറഞ്ഞു.”

“സിനിമയെക്കുറിച്ച് ബസിൽ വച്ച് സംസാരിക്കേണ്ടുന്ന ഒരാവശ്യവുമില്ലായിരുന്നു. ”

എന്തോ തെറ്റു ചെയ്തുപോയ ഒരു സാധുവിനെപ്പോലെ രാധികയെ നോക്കി. സിഗരറ്റ് നിലത്തിട്ട് ചെരിപ്പുകൊണ്ട് ചവിട്ടിയരയ്ക്കുന്നതിനിടയിൽ രാഘവൻപിള്ള പറഞ്ഞു: “നീ സിനിമയിലഭിനയിച്ചത് എന്തിനാ രഹസ്യമാക്കിവയ്ക്കുന്നത്. നാട്ടുകാരെല്ലാം അറിയാൻപോകുന്ന ഒരു കാര്യമല്ലേ? അല്ലെങ്കിലും പത്രങ്ങളിലൊക്കെ വന്നില്ലേ, നാട്ടുകാർക്കൊക്കെ അറിയാം.”

അന്നേരം പ്രൊഡ്യൂസർ മുരളിക്കുറുപ്പിന്റെ മാരുതികാറ് തിയേറ്ററിന്റെ ഗേറ്റ് കടന്നുവരികയായിരുന്നു. മുരളിക്കുറുപ്പ് രാധികയെയും അച്ഛനെയും ദൂരെനിന്നുതന്നെ കാണുകയുണ്ടായി. സംവിധായകൻ മാധവൻകുട്ടിയും മുരളിക്കുറുപ്പും അപരിചിതനായ മറ്റൊരാളും കാറിൽനിന്നിറങ്ങി. അവർ നേരെ രാധികയും അവളുടെ അച്ഛനും നിൽക്കുന്നിടത്തേക്കുവന്നു. അവർ പിള്ളച്ചേട്ടനെ വണങ്ങി രാധികയോട് ഹൃദ്യമായി ചിരിച്ചു ലോഹ്യം പറഞ്ഞു. രാധികയ്ക്ക് സംസാരിക്കാൻ വാക്കുകൾ കുറവായിരുന്നു. രാധികയും അമ്മുക്കുട്ടിയെപ്പോലെ തന്നെയാണെന്ന് മാധവൻകുട്ടി പലതവണ പറഞ്ഞിട്ടുണ്ട്.

നിമിഷങ്ങൾകൊണ്ട് മാധവൻകുട്ടിയുടെ സംസാരം സിനിമയെക്കുറിച്ചായി: “നമ്മളുദ്ദേശിച്ചതിനൊക്കെ എത്രയോ അപ്പുറത്താണ് നമ്മുടെ ഫിലിം. ഈ വർഷം താമരക്കുളത്തെ അമ്മുക്കുട്ടി രക്ഷപ്പെടുവാൻ പോവുകയാണ്. അമ്മുക്കുട്ടി പല വേൾഡ് ഫിലിംഫെസ്റ്റിവലിലേക്കും പോകുമെന്ന കാര്യത്തിൽ എനിക്ക് സംശയമില്ല. ഇന്ന് പ്രിവ്യൂവിന് നല്ല ആൾക്കൂ

ട്ടമുണ്ടാവും. സിനിമാവൃത്തത്തിലാകെ അമ്മുക്കുട്ടി പ്രചരിച്ചിട്ടുണ്ട്. ഡയറക്ടർ രംഗനാഥൻ ഇന്ന് പ്രിവ്യൂവിന് വരും. ഫിലിം മിനിഞ്ഞാന്ന് രംഗനാഥൻ കണ്ടു. രാധികയെ കാണാനാണ് രംഗനാഥൻ വരുന്നത്, അങ്ങനെ ഒരു പുതിയ നടിയുണ്ടായി നമുക്ക് എന്നാണ് ഫിലിം കണ്ട് പുറത്തിറങ്ങിയ ഉടനെ രംഗനാഥൻ പറഞ്ഞത്. രംഗനാഥൻ രാധികയുടെ പേര് അമ്മുക്കുട്ടിയെന്നാക്കി മാറ്റും. രാധിക ഒരു എൽ.പി സ്കൂൾ അധ്യാപികയാണെന്നുകൂടി അറിഞ്ഞപ്പോൾ രംഗനാഥനു വലിയ ഹരം."

മാധവൻകുട്ടിയുടെ സംസാരത്തിനിടയിൽ കയറി പ്രൊഡ്യൂസർ മുരളിക്കുറുപ്പ് പറഞ്ഞു: "എ ഫിലിം ബൈ രാധിക എന്നാണ് അരുൺഭട്ട് പറയുന്നത്. ഞാൻ രക്ഷപ്പെടുമോയെന്നറിഞ്ഞുകൂടാ. പക്ഷെ, രാധിക രക്ഷപ്പെടും."

മുരളിക്കുറുപ്പ് രാധികയെ അരുൺഭട്ടിന് പരിചയപ്പെടുത്തി. അരുൺ ഭട്ട് രാധികയെ വാരിപ്പുണർന്നുമ്മവയ്ക്കാനെന്നോണം രാധികയുടെ മുമ്പിൽ നിൽക്കുകയായിരുന്നു. അരുൺ താടി തടവിക്കൊണ്ട് ആവേശത്തോടെ സംസാരിച്ചു. രാധികയ്ക്ക് അരുൺഭട്ട് സംസാരിക്കുന്നത് മനസിലാകുന്നുണ്ടായിരുന്നു. ഇംഗ്ലീഷ് തിരിച്ചുപറയാൻ കഴിയാത്തതിൽ വിഷമം തോന്നി. അരുൺഭട്ട് സിനിമയിലെ ഓരോ രംഗവും വ്യാഖ്യാനിച്ച് വിവരിക്കുന്നുണ്ടായിരുന്നു. രാധികയ്ക്ക് പക്ഷേ, അരുൺ ഭട്ടിനെ തീരെ ഇഷ്ടമായില്ല.

രാധികയുടെ അച്ഛനോട് മുരളിക്കുറുപ്പ് പറഞ്ഞു: "അരുൺഭട്ട് ഒരു വലിയ ഫിലിം ക്രിട്ടിക്കാണ്. ബോംബെ ബെയ്സ്ഡ് ഫിലിം ക്രിട്ടിക്ക്. ഇപ്പോൾ ഇന്ത്യൻ സിനിമയെക്കുറിച്ച് ലോകത്തോടു സംസാരിക്കുന്നത് അരുൺഭട്ടാണ്. രാധികയുടെ അമ്മുക്കുട്ടിയെ അരുണിന് നന്നായി ഇഷ്ടപ്പെട്ടു. അരുൺ രാധികയെക്കുറിച്ചു ബോംബെയിലെയും ഡൽഹിയിലെയും ഇംഗ്ലീഷ് പത്രങ്ങളിൽ എഴുതും."

അൽപ്പസമയംകൊണ്ട് വലിയൊരാൾക്കൂട്ടം ഉണ്ടായിക്കഴിഞ്ഞു. രാധിക ചുറ്റും നോക്കി. ആൾക്കൂട്ടം ആറേഴു തുരുത്തുകളായി മാറി നിൽക്കുകയാണ്. രാധിക അങ്ങനെയുള്ള ഒരു തുരുത്തിനു നടുവിലായിക്കഴിഞ്ഞു.

സംവിധായകനും പ്രൊഡ്യൂസറും രാധികയെ കാറിൽ വന്നെത്തുന്ന ചില മാന്യാതിഥികൾക്കൊക്കെ പരിചയപ്പെടുത്തുന്നുണ്ടായിരുന്നു. ചിരിച്ചും കൈകൂപ്പിയും രാധിക തളർന്നു. ഐ എ എസ്സുകാരും ഐ.പി.എസ്സുകാരും പത്രാധിപന്മാരും രാഷ്ട്രീയനേതാക്കളുമൊക്കെയുണ്ട്. എങ്ങനെയെങ്കിലും സിനിമയൊന്നു തുടങ്ങിയാൽ മതിയെന്നായി രാധികയ്ക്ക്.

നായകനായി അഭിനയിച്ച രാമനാരായണൻ ദൂരെ മാറി നിൽക്കുന്നത് രാധിക കണ്ടു. അയാൾക്കുചുറ്റും രണ്ടുമൂന്നാളുകളേ ഉണ്ടായിരുന്നുള്ളൂ. രാമനാരായണൻ ആദ്യം കണ്ടപ്പോൾ ഒന്നു ചിരിച്ചതല്ലാതെ രാധികയുടെ അടുത്തുപോലും വന്നില്ല. അയാളോടെന്തെങ്കിലും സംസാരി

ക്കണമെന്ന് രാധികയ്ക്ക് അതിയായ ആഗ്രഹം തോന്നി. അമ്മുക്കുട്ടിയെ കല്യാണം കഴിക്കാൻ ഭാഗ്യമില്ലാതായിപ്പോയ വിറകുവെട്ടിയും നല്ലവനുമായ നാണുക്കുട്ടനെ രാധിക നോക്കിനിന്നു. രാമനാരായൺ അമ്മുക്കുട്ടിയെ നോക്കുന്നുണ്ടായിരുന്നില്ല.

അർധരാത്രിയുടെ ഭയാനകമായ ഇരുട്ടിൽ പതുങ്ങിനിന്ന നാണുക്കുട്ടന് അടുക്കളവാതിൽ പതുക്കെ തുറന്നുകൊടുക്കുന്ന അമ്മുക്കുട്ടിയെ രാധിക കണ്ടു. എന്നിട്ട് രാധിക വെറുതേ ഓർത്തു. ആർക്കായിരുന്നു വാതിൽതുറന്നുകൊടുത്തത്? രാമനാരായണനോ നാണുക്കുട്ടനോ ഉത്തരമില്ലാത്ത ആ ചോദ്യത്തിനുനേരെ രാധിക മനസിൽ വെറുതേ ചിരിച്ചു.

തിയേറ്റർ മുറ്റത്തെ കണ്ണുകൾ തന്നിലേക്കു നീളുന്നത് രാധിക കാണുന്നുണ്ടായിരുന്നു. അരുൺഭട്ട് നാലഞ്ചാളുകളുടെ മധ്യത്തിൽ നിന്നുകൊണ്ട് താമരക്കുളത്തെ അമ്മുക്കുട്ടിയെക്കുറിച്ചുതന്നെ സംസാരിക്കുകയായിരുന്നു. അയാൾ ഇടയ്ക്കിടെ രാധികയെ നോക്കി ചിരിക്കുന്നുമുണ്ട്. അയാളുടെ ചിരിയും സംസാരവും അടുപ്പം ഭാവിക്കലുമൊന്നും രാധികയ്ക്ക് തീരെ ഇഷ്ടമായില്ല. അരുൺഭട്ടിൽ നിന്നു മുഖം തിരിച്ചുപിടിച്ച് രാധിക മനസിൽ കരുതി... അരുൺഭട്ട് ചിരിക്കുന്നത് രാധിയോടായിരിക്കില്ല. താമരക്കുളത്തെ അമ്മുക്കുട്ടിയോടായിരിക്കും. അരുൺഭട്ട് ഒരു വിടുവായനാണെന്നു തോന്നുന്നു. അമ്മുക്കുട്ടിയുടെ വേദനയും ഒറ്റപ്പാടും അയാൾക്ക് തിരിച്ചറിയാൻ കഴിയുമോ? അമ്മുക്കുട്ടി കേരളത്തിലെ ഒരു പൊളിഞ്ഞ തറവാട്ടുമുറ്റത്ത് ഉണങ്ങിപ്പോയ തുളസിച്ചെടിയാണല്ലോ. ആ തുളസിച്ചെടിയുടെ ഞെരുക്കം അരുൺഭട്ടിന് കേൾക്കാൻ കഴിയുമെന്നോ. അയാൾ വെറുതേ എന്തൊക്കെയോ പറയുകയാണ്.

സമയം പതിനൊന്നരയാവുന്നു. ആരൊക്കെയോ ഇനിയും വരാനുണ്ട്. ഡയറക്ടർ രംഗനാഥനും നടി മോഹനയും വന്നപ്പോൾ രംഗം കുറച്ചുകൂടി കൊഴുത്തു. മുരളിക്കുറുപ്പും മാധവൻകുട്ടിയും കാറിനടുത്തേക്കോടിച്ചെന്ന് അവരെ സ്വീകരിക്കുകയായിരുന്നു. രംഗനാഥനെയും മോഹനയെയും രാധിക കണ്ടു. മോഹന ഒരു സ്വർണക്കടപോലെയുണ്ടായിരുന്നു. ആരാധകർ മോഹനയെ വളയുകയായിരുന്നു.

മുരളിക്കുറുപ്പും രംഗനാഥനും രാധികയുടെ അടുത്തേക്കുവന്നു. മുരളിക്കുറുപ്പ് പരിചയപ്പെടുത്തുന്നതിനുമുമ്പേ രംഗനാഥൻ രാധികയോട് സംസാരം തുടങ്ങി. "ഞാൻ രാധികയെന്നു വിളിക്കുകയില്ല. രാധിക എനിക്ക് താമരക്കുളത്തെ അമ്മുക്കുട്ടിയാണ്. അമ്മുക്കുട്ടി. എന്റെ അടുത്ത ഫിലിമിൽ അമ്മുക്കുട്ടിയാണ് ഹീറോയിൻ."

രംഗനാഥൻ രാധികയോട് അവളുടെ വിശേഷങ്ങൾ ചോദിക്കുന്നതിനിടയിൽ മുരളിക്കുറുപ്പ് രാഘവൻപിള്ളയോടു പറഞ്ഞു: "യൂ ആർ എ ലക്കി ഫാദർ. രാഘവൻപിള്ളയുടെ മകൾ നർഗീസിന്റെയും മീനാകുമാരിയുടെയും ലളിത, പത്മിനി, രാഗിണിമാരുടെയുമൊക്കെ നിലയിലേക്കുതന്നെ ഉയരും. രാധിക ഇക്കാലത്തെ ഒരു സാധാരണ നടിയല്ല. ഞാൻ പതിനെട്ട് പടങ്ങൾ ഡയറക്ട് ചെയ്തു. ഇപ്പോഴാണ് ഒരു നടിയെ കണ്ടെ

ത്തുന്നത്. രാഘവൻപിള്ളേ, അതിനിടയിലൊരു കാര്യം. എനിക്ക് രാധികയുടെ ജാതകം ഒന്നു കാണണം. കഴിയുന്നതും ഈയാഴ്ചതന്നെ ജാതകമൊന്നെത്തിച്ചാൽ ഉപകാരം."

അരുൺഭട്ട് രംഗനാഥനെ കൈപൊക്കി വിളിച്ചു. രംഗനാഥൻ അങ്ങോട്ടുപോകാൻ തുടങ്ങുമ്പോൾ രാധികയോടു പറഞ്ഞു: "ഷോ കഴിഞ്ഞാൽ രാധികയെ കാണണം."

ആളുകൾ തിയേറ്ററിൽ കയറിത്തുടങ്ങി. സിനിമ തുടങ്ങാറായി. രാധികയും അച്ഛനും തിയേറ്ററിലേക്കു നടക്കുമ്പോൾ മുരളിക്കുറുപ്പ് പറഞ്ഞു: "രാധികേ, ഇതൊരു ലോ ബഡ്ജറ്റ് പടമാണെങ്കിലും ഇരുപത്തിയഞ്ചു ലക്ഷം ചെലവായി. എന്റെ വീടും നിലവുമൊക്കെ ബാങ്കിലാണ്. പുറത്ത് വേറെയും ഒരുപാടു കടമുണ്ട്. എങ്ങനെയെങ്കിലും എനിക്കൊന്ന് രക്ഷപ്പെടണം. മാധവൻകുട്ടിക്ക് ഏറെ വർക്കായി. രാധിക എന്തായാലും രക്ഷപ്പെടും. അത് എനിക്ക് സന്തോഷമുള്ള കാര്യമാണ്. ഞാൻ വളരെ വറീഡാണ്. ഡ്സിട്രിബ്യൂഷൻ ശരിയായിട്ടില്ല."

രാധിക നിസ്സഹായയായി മുരളിക്കുറുപ്പിനെ നോക്കി. അവൾക്ക് വിഷമം തോന്നി. സിനിമ കണ്ടുകൊണ്ടിരുന്നപ്പോഴും രാധികയുടെ മനസിലൂടെ മുരളിക്കുറുപ്പിന്റെ വാചകങ്ങൾ എവിടെയൊക്കെയോ വേദനിപ്പിച്ചുകൊണ്ട് ഇഴയുന്നുണ്ടായിരുന്നു. അവൾക്ക് സമാധാനിക്കാൻ തോന്നി -ഇല്ല, പേടിക്കാനൊന്നുമില്ല. താമരക്കുളത്തെ അമ്മുക്കുട്ടി മുരളിക്കുറുപ്പിനെ രക്ഷിക്കാതിരിക്കില്ല.

അരുൺഭട്ടും രംഗനാഥനും സിനിമയിലേക്ക് മിഴിച്ചുനോക്കി ഇരിപ്പാണ്. തിയേറ്റർ നിറഞ്ഞുകവിഞ്ഞിട്ടുണ്ട്. ചിലരെല്ലാം, ഇരുട്ടുള്ള മൂലകളിൽ നിന്നുകൊണ്ടാണ് സിനിമ കാണുന്നത്. മുരളിക്കുറുപ്പ് രാധികയുടെ അടുത്തുകൂടെ പുറത്തേക്കു പോകുമ്പോൾ പറഞ്ഞു: "സാധാരണയായി പ്രിവ്യൂവിന് അമ്പതിലധികം ആളുകൾ ഉണ്ടാവില്ല. തിയേറ്റർ നിറഞ്ഞ നിലയ്ക്ക് ചായ കൊടുക്കുവാനുള്ള പരിപാടി വേണ്ടെന്നുവച്ചു. മദ്രാസിലും ബോംബെയിലും ഡൽഹിയിലുമൊക്കെ പത്രക്കാരെ വിളിച്ചുകാണിക്കണമെന്നാണ് അരുൺഭട്ട് പറയുന്നത്. അരുണിന് രാധികയുടെ വിശദമായ ഒരു ഇന്റർവ്യൂ എടുക്കണമെന്നുണ്ട്."

അമ്മുക്കുട്ടി രോഗിണിയായി കിടപ്പിലാവുകയാണ്. നന്നായി മഴപെയ്യുന്ന രാത്രി. മഴയിലൂടെ നടന്നുവരുന്ന നാണുക്കുട്ടൻ. ജാലകത്തിനപ്പുറത്തുനിന്ന് നാണുക്കുട്ടൻ അമ്മുക്കുട്ടിയുടെ കിടപ്പ് കാണുകയാണ്.

അമ്മുക്കുട്ടി മരിക്കാറായപ്പോൾ രാധിക സിനിമയിൽ നിന്ന് കണ്ണ് പതുക്കെ വലിച്ചെടുത്തു തലകുനിച്ച് ഇരിപ്പായി. നാണുക്കുട്ടൻ മാവു വെട്ടുന്നതും ചിത കത്തുന്നതുമൊന്നും രാധിക കണ്ടില്ല.

സിനിമ കഴിഞ്ഞ് പുറത്തിറങ്ങിയ രാധിക അച്ഛനോടൊപ്പം ആളൊഴിഞ്ഞ ഒരിടത്തേക്കു മാറിനിന്നു. രാഘവൻപിള്ളയ്ക്ക് മകളോടെന്തൊക്കെയോ പറയണമെന്നുണ്ട്. മകളെ നോക്കി മനസിലഭിമാനം കൊണ്ട് ചിരിച്ചു.

തിയേറ്റർ മുറ്റത്തെ ആൾക്കൂട്ടം ഒഴിയുന്നില്ല. എല്ലാവരും രാധികയെയാണ് നോക്കുന്നത്. അമ്മുക്കുട്ടിയാണ് ആളുകളുടെ മനസിൽ. അവൾ മനസിൽനിന്നു മായത്തതുപോലെ. രാധികയ്ക്കുചുറ്റും ഒരാൾക്കൂട്ടം ഊറിക്കൂടുന്നുണ്ടായിരുന്നു. ആൾക്കൂട്ടത്തിന്റെ പ്രശംസയ്ക്കും സ്നേഹപ്രകടനങ്ങൾക്കും മുമ്പിൽ രാധികയ്ക്ക് വീർപ്പുമുട്ടുമ്പോൾ മാധവൻകുട്ടി കസവുമുണ്ട് മേലിട്ട ഒരു വൃദ്ധനെ രാധികയുടെ മുമ്പിലേക്കാനയിക്കുകയായിരുന്നു. വൃദ്ധൻ സ്നേഹപൂർവം രാധികയുടെ മുമ്പിൽ നിന്നു. ആ വൃദ്ധൻ റിട്ടയേഡ് ഐ ജി കെ പി ജി മേനോനാണെന്നു മനസിലായപ്പോൾ രാധിക തലകുനിച്ചു വന്ദിച്ചു. മേനോൻ അനുഗ്രഹവചനങ്ങൾ ചൊരിഞ്ഞു പ്രശംസിച്ചു: "കുട്ടീ, നീ വലിയ നടിയാവും."

ആ വലിയ മനുഷ്യന്റെ മുമ്പിൽ രാധിക കൈകൂപ്പിനിന്നു.

ആൾക്കൂട്ടമേതാണ്ടൊഴിഞ്ഞപ്പോൾ മുരളിക്കുറുപ്പ് രാധികയുടെ അച്ഛനോടു പറഞ്ഞു: "രാഘവൻപിള്ളച്ചേട്ടാ, ഊണു കഴിക്കണ്ടേ? നമുക്കെല്ലാവർക്കും കൂടി ഹോട്ടൽ സഹ്യയിലേക്കു പോകാം. അവിടെ റൂമിലിരുന്നുണ്ണാം. അരുൺഭട്ടും രംഗനാഥനുമൊക്കെയുണ്ട്."

രംഗനാഥനും അരുൺഭട്ടും മാധവൻകുട്ടിയും രാധികയുടെ അടുത്തു നിന്നു. അമ്മുക്കുട്ടിയിലെ മറ്റു നടൻമാരിൽ ചിലരും സഹസംവിധായകനും മുരളിക്കുറുപ്പിനെ ചുറ്റിപ്പറ്റി നിൽക്കുന്നുണ്ടായിരുന്നു. സരോജിനിയും വിശാലാക്ഷിയും പോയി. എന്തിനോ രാമനാരായണനെ തേടുകയായിരുന്നു രാധികയുടെ കണ്ണുകൾ. രാമനാരായണനെന്തുപറ്റി? അയാളെക്കുറിച്ചാരും ഒന്നും സംസാരിക്കുന്നില്ലല്ലോ. രാമനാരായണൻ ആരോടും യാത്രചോദിക്കാതെ പോവുകയും ചെയ്തു.

മുരളിക്കുറുപ്പ് രാധികയെ അൽപ്പം മാറ്റിനിർത്തി പതുക്കെ പറഞ്ഞു: "രാധികേ, ഈ സിനിമ രാധികയുടേതാണ്. എനിക്ക് യാതൊരു സംശയവുമില്ല. രാധികയായിരിക്കും ഇക്കൊല്ലത്തെ ബെസ്റ്റ് ആക്ട്രസ്സ്. മാധവൻകുട്ടിയും രക്ഷപ്പെടും. പക്ഷെ മാധവൻകുട്ടി നന്ദിയില്ലാത്തവനാണ്. അവൻ ഡയറക്ടറായി. ഞാൻ പണം ചെലവാക്കിയ ഒരു മണ്ടൻ മാത്രം. ഞങ്ങൾ തമ്മിലിപ്പോൾ നല്ല സുഖത്തിലല്ല, ചിരിക്കുന്നെന്നേയുള്ളൂ. അതൊന്നും പറഞ്ഞിട്ട് കാര്യമില്ല. രാധിക എന്നെ സഹായിക്കണം. എന്നെ ഒന്നു സഹായിക്കണമെന്ന് ഞാൻ രാധികയോട് അപേക്ഷിക്കുകയാണ്. അരുൺഭട്ട് പടത്തെക്കുറിച്ചും രാധികയെക്കുറിച്ചും എഴുതും. രാധികയെ ഇന്റർവ്യൂ ചെയ്യണമെന്ന് ഇന്നലെ മുതലേ പറയുകയാണ്. വൈകുന്നേരം ആറുമണിക്ക് ഡിസ്ട്രിബ്യൂട്ടർ ജോസ്കുട്ടി ഹോട്ടൽ സഹ്യയിലെത്തും."

നടക്കുന്നതിനിടയിൽ മുരളിക്കുറുപ്പ് പറഞ്ഞു: "അച്ഛനെ വേണമെങ്കിൽ ഊണുകഴിഞ്ഞ ഉടനെ എന്റെ കാറിൽ വീട്ടിൽ വിടാം."

"അയ്യോ, അതിന്റെയൊന്നും ആവശ്യമില്ല. അമ്പതു കിലോമീറ്ററിലധികമുണ്ട് ഞങ്ങളുടെ വീട്ടിലേക്ക്. ഞങ്ങള് തമ്പാനൂര്ന്ന് ബസ് കയറി പോയിക്കോളാം."

മുരളിക്കുറുപ്പിന്റെ മുഖം മങ്ങുന്നത് രാധിക കണ്ടില്ല.

കാറ് ഹോട്ടൽ സഹ്യയിലേക്കോടുമ്പോൾ രാധിക മുരളിക്കുറുപ്പിനെക്കുറിച്ചുതന്നെ ആലോചിക്കുകയായിരുന്നു. കടത്തിൽ മുങ്ങിക്കിടക്കുന്ന കുറുപ്പിനെ രക്ഷിക്കേണമേയെന്ന് ദൈവത്തോട് പ്രാർഥിച്ചു. മാധവൻകുട്ടിയെക്കുറിച്ച് മുരളിക്കുറുപ്പ് പറഞ്ഞത് ശരിയാവാം. അയാളിൽ വല്ലാത്തൊരു സ്വാർഥതയുണ്ട്. പക്ഷേ, രാമനാരായണൻ അങ്ങനെയൊന്നുമായിരുന്നില്ല. അയാളെ ഒരു നല്ല മനുഷ്യനായിട്ടാണ് തോന്നിയത്. രാമനാരായണന്റേത് ഒരു സന്യാസിയുടെ മുഖമാണ്. ഷൂട്ടിംഗ് തീരുന്നതുവരെ രാമനാരായണൻ ടീച്ചറേ എന്നേ വിളിച്ചിട്ടുള്ളൂ. അരുൺഭട്ട് രാമനാരായണനെ ഇന്റർവ്യൂ ചെയ്തുകാണുമോ?

കാറിൽ നിന്നിറങ്ങിയപ്പോൾ രാധിക അച്ഛനോട് പറഞ്ഞു: “ഊണു കഴിഞ്ഞയുടനെ നമുക്കിറങ്ങണം. അച്ഛൻ സംസാരിച്ച് സമയം കളയരുത്. നാലുമണിയാവുമ്പോൾ ബസിന് വലിയ തിരക്കായിരിക്കും.”

അരുൺഭട്ട് രാധികയെ നോക്കി വെറുതെ ചിരിക്കുകയായിരുന്നു. അന്നേരം രാധിക മനസിലോർത്തു: എന്നെക്കുറിച്ചെന്താണെഴുതാനുള്ളത്? അരുൺഭട്ട് താമരക്കുളത്തെ അമ്മുക്കുട്ടിയെക്കുറിച്ചെഴുതിക്കോട്ടെ. എനിക്ക് രംഗനാഥന്റെ അമ്മുക്കുട്ടിയൊന്നുമാകണ്ട. രാഘവൻപിള്ളയുടെ മോള് രാധികയായാൽ മതി. കക്കോടി ഗവൺമെന്റ് എൽ പി സ്കൂളിലെ അധ്യാപികയായ രാധികയായാൽ മതി. ആ രാധികയോടാണ് എനിക്ക് സ്നേഹം.

ഒരിക്കൽക്കൂടി അച്ഛനെ ഓർമിപ്പിച്ചു: “ഊണു കഴിഞ്ഞ ഉടനെ ഇറങ്ങണേ അച്ഛാ. എനിക്ക് നാളെ സ്കൂളിൽ പോകേണ്ടതാ.......”

കാറ്റും പേനും വിശപ്പും

കാറ്റിനൊരു കഥ

പ്രഭാതമെത്തിയ മുറ്റത്ത് ചാണകം പാറ്റുന്ന കിഴവിയുടെ മുമ്പിലൂടെ എന്നോ ഒരുനാൾ ഞാൻ ഇറങ്ങിനടന്നു. എന്റെ തോളിലെ സഞ്ചിനിറയെ അന്നു പുസ്തകങ്ങളായിരുന്നു. ആ യാത്ര എങ്ങോട്ടോണെന്നറിഞ്ഞുകൂടായിരുന്നു. ആ യാത്ര അവസാനിച്ചിട്ടുമില്ല. അന്നു കിഴവി ചോദിച്ചിരുന്നു- സ്വാമിനാഥാ, നീ എന്നാണു വരുന്നത് ?

മിണ്ടാതെ, ഒരു ദയനീയമായ നോട്ടത്തിൽ എല്ലാം ഒതുക്കിക്കൊണ്ട് പുന്നെല്ലു മണക്കുന്ന വഴികളിലൂടെ, മഴവെള്ളം കെട്ടിനിൽക്കുന്ന കുണ്ടനിടവഴികളിലൂടെ ഞാൻ നടന്നു. ദീർഘമായ യാത്രയ്ക്കിടയിൽ ആ പാവപ്പെട്ട കിഴവിയെയും ഗ്രാമത്തെയും ഞാൻ മറന്നു. ഞാൻ വേഷങ്ങളാടുകയായിരുന്നു. വേഷങ്ങൾ മാറിമാറിയാടുമ്പോൾ വേഷങ്ങളേകൂടെയുണ്ടായിരുന്നുള്ളൂ. എന്തെന്തു വേഷങ്ങൾ..... ഇതാ, ഞാൻ ആടിയ വേഷങ്ങളായിത്തീർന്നിരിക്കുന്നു ഞാൻ.

രാവിനെ ലക്ഷ്യംവച്ച് എന്റെ ജീവിതത്തിലൂടെ ഒരു വൈകുന്നേരം കൂടി നീങ്ങുകയാണ്. രാവു തുടങ്ങുമ്പോൾ ഈ പുൽപ്പരപ്പിൽ നിന്നെഴുന്നേറ്റുകൊടുക്കണം. പോയില്ലെങ്കിൽ കാവൽക്കാരൻ പിടിച്ചു പുറന്തള്ളും.

ആരോ വലിച്ചെറിഞ്ഞ പഴന്തുണിക്കെട്ടുപോലെ മണിക്കൂറുകളായി ഞാൻ ഈ പുൽപ്പരപ്പിൽ വീണുകിടക്കുകയാണ്.

എന്റെ മുമ്പിലെ ആകാശത്തിൽ ഒരു മഴവില്ല് നിറന്നുവന്നിട്ടുണ്ട്.

മഴയിൽ കുതിർന്നു കിടക്കാൻ, മഴയുടെയും മണ്ണിന്റെയും മണം മുകരാൻ എനിക്കു കൊതിയാവുന്നു. ഇന്നലെയും ഇങ്ങനെയൊരു മഴവില്ലുണ്ടായിരുന്നു. വളരെവേഗം ആ മഴവില്ലു മാഞ്ഞുപോയി. ഇതും അങ്ങനെത്തന്നെ മാഞ്ഞുപോകാനാണ് സാധ്യത.

രാവ് തുടങ്ങുമ്പോൾ ഞാൻ ഒരു വേഷംകെട്ടും. പുലരുമ്പോൾ വീണ്ടും ഞാൻ ഒരു വേഷം കെട്ടും.... ഞാൻ ഓരോരോ വേഷങ്ങൾ ആടിയാടിത്തളരുന്നു.

ഞാൻ പിന്നിട്ട വഴികളേ, അങ്ങോട്ടു വരുന്ന കാറ്റിനോടു ഞാനൊരു കാര്യം പറയുന്നുണ്ട്. ഇപ്പോൾ ഞാനില്ല; എന്റെ വേഷങ്ങളേയുള്ളൂ.

പേനുകൾക്കൊരു കഥ

എന്റെ ഈ നഗരത്തിൽ കവികളും ബുദ്ധിജീവികളും കലാകാരന്മാരും വേശ്യകളും യാചകരും തെണ്ടികളും തെമ്മാടികളും ഭ്രാന്തന്മാരും കുറ്റവാളികളും പെരുകുന്നു. ഒരുപക്ഷേ, ഈ നഗരം ഇവരെക്കൊണ്ടു നിറയാൻ പോവുകയായിരിക്കാം.

സന്ധ്യയാവുകയാണ്. ഒരു രാവ് മുഴുക്കെയും ഈ നഗരവും എന്റെ മുമ്പിലുണ്ട്. ഞാൻ എന്താണ് ചെയ്യുക? മറിച്ചൊന്നാലോചിച്ചാൽ, എനിക്കൊരു സ്വപ്നമായലയാൻ ഇവിടെ എത്രയെത്ര രാജപാതകളുണ്ട് എനിക്കൊന്നു ദാഹിക്കുമ്പോൾ കുടിനീരു നൽകാൻ പാതവക്കിൽ എത്രയെത്ര ഭഗിനികൾ! എനിക്കു മരിച്ചു വീഴാൻ എന്തെല്ലാം സൗകര്യങ്ങൾ!

ഇപ്പോൾ ഞാൻ അവളെക്കുറിച്ചാലോചിക്കുകയാണ്. ഇന്നലെ എനിക്ക് ബീഡി എറിഞ്ഞുതന്ന ആ പെൺകുട്ടിയെക്കുറിച്ച്. അവളെപ്പോലുള്ളവരെക്കൊണ്ട് ഇതാ, ഈ ലോകം നിറയാൻ പോകുന്നു. അവൾ ഇന്നു വന്നില്ല.

ഇങ്ങനെ ഇതേ സ്ഥലത്ത് ഇന്നലെയും ഞാൻ കിടക്കുകയായിരുന്നു. എന്റെ സമീപത്തുനിന്ന് കഞ്ചാവിന്റെ പുക വരുന്നത് ഞാൻ മണത്തറിഞ്ഞു. തൊട്ടടുത്തുള്ള പെൺകുട്ടികളുടെ തുരുത്തിലേക്കു ഞാൻ നോക്കി. ഇവിടെ അപ്പോൾ അലഞ്ഞ പുക ആ തുരുത്തിൽ നിന്നുതന്നെയായിരുന്നു. എനിക്കും ഒരു ബീഡി തരുമോ എന്നു ഞാൻ ചോദിക്കുകയും ചെയ്തു. ഉടനെ ഒരു ബീഡി അവൾ എനിക്കായി എറിഞ്ഞുതന്നു. ഞാൻ ആ ബീഡി വലിച്ചുകൊണ്ട് എന്റെ മനസിന്റെ കാട്ടിലേക്കു മറയുകയായിരുന്നു. ആ കാട്ടിലേക്ക് ഒരു പുകപോലെ അവളും വരികയായിരുന്നു.

അയഞ്ഞ വസ്ത്രത്തിനകത്തു അവൾ ഒരു നാശത്തിന്റെ ചിരിയായിരുന്നു. അവർ സംസാരിച്ചുകൊണ്ടിരുന്നത് അവളുടെ തലയിലിഴയുന്ന പേനുകളെക്കുറിച്ചായിരുന്നു. മനുഷ്യന്റെ തലയിലിഴയുന്ന പേനുകൾ തത്വജ്ഞാനികളാണെന്ന് അവൾ കൂട്ടുകാരികളോടു പറയുന്നത് ഞാൻ കേട്ടു. മനുഷ്യരേക്കാൾ മുമ്പേ, മനുഷ്യരുടെ തലയിലിഴയുന്ന പേനുകൾ ദൈവത്തിന്റെ മുമ്പിലെത്തും. ഭൂമിയിലെ മനുഷ്യരുടെ കഥകൾ ദൈവത്തിനു പറഞ്ഞുകൊടുക്കുന്നത് പേനുകളാണ്. ആ പേനുകളെ വിശ്വസിച്ചുകൊണ്ടാണ് ദൈവം മനുഷ്യരുടെമേൽ വിധി നടപ്പാക്കുന്നത്. ആയതിനാൽ തലയിലെ പേനുകളോടു നിങ്ങൾ നിത്യവും സംസാരിക്കുക.

ഏതോ ജ്ഞാനരഹസ്യത്തിന്റെ സമുദ്രത്തിൽ നീന്തുന്ന അവളോട്

ഞാൻ ചോദിച്ചു: എനിക്ക് ഇപ്പോൾ കഞ്ചാവ് തന്നവളേ, പൂർവജന്മത്തിൽ നീ കവയിത്രിയായിരുന്നോ?

അവൾ പറഞ്ഞു: ആണേ, ഞാൻ ഇപ്പോഴും ജീവിക്കുന്നത് പൂർവ ജന്മത്തിലാണ്.

അപ്പോൾ ഏതോ പുരാതനമായ കാറ്റ് വീശുകയായിരുന്നു. ഭൂമിയൊരു വെറും നദിയായൊഴുകുകയായിരുന്നു എനിക്കുചുറ്റും. ഏതെല്ലാമോ പ്രാകൃതഗന്ധങ്ങൾ നിറയുകയായിരുന്നു എനിക്കുചുറ്റും.

അവൾ പോകാൻ തുടങ്ങുമ്പോൾ ഒരു പുക എന്റെ നേർക്ക് ഊതിവിട്ടുകൊണ്ട് പറഞ്ഞു: ആണേ, ഈ ജീവിതം ഒരു പഴകിയ മാംസത്തുണ്ടമാണ്. വിശക്കുന്ന പട്ടികളുടെ ഇടയിലേക്ക് എങ്ങുനിന്നോ വന്നുവീണ, പഴകിയ ഒരു മാംസത്തുണ്ട്. ഈ മാംസത്തുണ്ടിനുമുമ്പിൽ പട്ടികൾ കുരയ്ക്കുകയും കടിപിടികൂടുകയും ചെയ്യുന്നു. അവസാനം ഏതെങ്കിലും ശക്തനായ ഒരു പട്ടി ഈ മാംസത്തുണ്ടുമായോടുന്നു. അഴുകിപ്പഴകിയ മാംസത്തുണ്ടുകൾ കിട്ടാത്ത പട്ടികൾ വീണ്ടുമലയുന്നു. അലയുന്ന പട്ടികളുടെ അവസാനിക്കാത്ത പട. ആണേ, ആ മാംസത്തുണ്ടിനും പട്ടികൾക്കുമിടയിൽ നിൽക്കാതിരിക്കൂ. സ്വന്തം തലയിലെ പേനുകളിൽ വിശ്വസിക്കൂ. ആ പേനുകൾ ദൈവരാജ്യത്തിലേക്കു പോകുന്നവരാണ്.

അവളൊരു കാറ്റിന്റെ ഓർമത്തെറ്റായി അലഞ്ഞലഞ്ഞകലുകയായിരുന്നു.

വന്നില്ലല്ലോ അവൾ. ഹേ, കഞ്ചാവുകാരീ......

അയഞ്ഞ വസ്ത്രക്കാരീ.......

പൂർവജന്മത്തിൽ ജീവിക്കുന്നവളേ.........

വിശപ്പിനൊരു കഥ

എനിക്കു വിശക്കുന്നു. മരണം പോലെയുള്ള വിശപ്പ്. എന്റെ ഈ വിശപ്പിനു മുമ്പിലൂടെ ഒരു സ്നേഹിതൻ ഏതാനും സമയം മുമ്പ് കടന്നുപോയിരുന്നു. നല്ല ഭാവിയുള്ള ഒരു ചെറുപ്പക്കാരൻ. മഞ്ഞ ജൂബ്ബയണിഞ്ഞ എന്റെ സ്നേഹിതൻ ലൈബ്രറിയിൽനിന്നിറങ്ങി, ഈ പുൽപ്പരപ്പിലൂടെ എന്റെ അടുത്തേക്കു വരുമ്പോൾ എനിക്കൊരു പ്രതീക്ഷയുണ്ടായിരുന്നു. അവൻ എനിക്കു രണ്ടുദോശ വാങ്ങിത്തരാതിരിക്കില്ല. പകരം ഇവിടെ ഇരുന്നുകൊണ്ടുതന്നെ രണ്ടു കവിതകൾ ചൊല്ലിക്കൊടുക്കുകയുമാവാം. അവന് എന്റെ കവിത കേൾക്കാൻ വലിയ ഇഷ്ടമാണ്. പക്ഷേ, അവനെ എനിക്കൊരിക്കലും ഇഷ്ടമായിരുന്നില്ല. ബുദ്ധിജീവിയായ ആ മൃഗത്തെ, ഐ പി എസ് ഓഫീസറുടെ അരുമമകനെ, ഒരു മധ്യാഹ്നത്തിൽ എന്നെ കിടപ്പുമുറിയിലേക്കു ക്ഷണിച്ച ഹീനയായ അമ്മയുടെ മകനെ, വീട്ടിലെ വേലക്കാരിയെ ഉറങ്ങാൻ സമ്മതിക്കാത്ത അവനെ എനിക്കിഷ്ടമായിരുന്നില്ല. പക്ഷേ, അവൻ ബുദ്ധിജീവിയാണ്. കൈയിൽ കാശുള്ളവനാണ്. നല്ല ഭാവിയുള്ളവനാണ്. മനുഷ്യന്റെ സകല പ്രശ്നങ്ങളെയും സകല നൂറ്റാണ്ടുകളെയും സഞ്ചിയിലാക്കി നടക്കുന്ന ബാലഗോപാലൻ എന്ന സുന്ദരക്കുട്ടപ്പനായ അവൻ ഒരു പുഴുത്ത പട്ടിയാണ്.

ജയിലിൽ കിടക്കുന്ന ലാറ്റിനമേരിക്കയിലെ ഏതോ ബുദ്ധിജീവി അനുഭവിച്ചുകൊണ്ടിരിക്കുന്ന പീഡനങ്ങളെക്കുറിച്ചു പറഞ്ഞുകൊണ്ടാണ് ബാലഗോപാലൻ സംസാരം തുടങ്ങിയത്. ലോകത്തിൽ പലേടത്തും വിലങ്ങുകളിൽ കിടന്നു പൊരുതുന്ന ആത്മാവുകളുടെ മുമ്പിൽ നമ്മളൊന്നും ആരുമല്ല എന്നായിരുന്നു ബാലഗോപാലനു പറയാനുണ്ടായിരുന്നത്. അതിനിടയിൽ നീ ഇപ്പോൾ കവിതയൊന്നും എഴുതാറില്ലേ എന്നു ബാലഗോപാലൻ എന്നോടു അന്വേഷിക്കുകയും ചെയ്തു.

അവനോടുള്ള അമർഷവും വിശപ്പും ഇരട്ടിക്കുകയായിരുന്നു.

ഞാൻ പറഞ്ഞു: ബാലഗോപാലാ, എനിക്കു വിശക്കുന്നു.

അപ്പോൾ അവൻ എനിക്കായൊരു മന്ദസ്മിതം തൂകി.

ഇന്നു രാവിലെമുതൽ ഞാൻ ഒന്നും കഴിച്ചിട്ടില്ല. അക്കാര്യം ഞാൻ അവനോടു വീണ്ടും വീണ്ടും പറഞ്ഞു. എന്റെ ഈ അഭ്യർഥനയും യാചനയും കേട്ടു മടുത്തിട്ടാകും അവൻ പറഞ്ഞു: ഭക്ഷണം വാങ്ങിത്തരാൻ കാശില്ല. നൂറു പട്ടച്ചാരായം വേണമെങ്കിൽ വാങ്ങിത്തരാം.

അവൻ പിന്നെയും ഒരുപാടു നേരം ലോകത്തിലെ വലിയവലിയ കാര്യങ്ങളെക്കുറിച്ചു സംസാരിച്ചു. ഭക്ഷണത്തെക്കുറിച്ചോ, ചാരായത്തെക്കുറിച്ചോ അവൻ ഒന്നും സംസാരിച്ചില്ല. അപ്പം കൊണ്ടുമാത്രമല്ല മനുഷ്യൻ ജീവിക്കുന്നതെന്നു സംസാരത്തിനിടയിൽ എപ്പോഴോ അവൻ പറഞ്ഞിരുന്നു.

അവന് എന്നിൽ, എന്നിലെ കവിയിൽ, ഞാൻ ജനിച്ചു വളർന്ന വടക്കുവടക്കെങ്ങാനുമുള്ള എന്റെ നാടിന്റെ ലാന്റ്സ്കേപ്പിൽ എന്തൊരു താൽപ്പര്യമാണെന്നോ. അവൻ പറയുകയായിരുന്നു. നിന്നിലെ കവി മരിക്കാനുള്ളതല്ല. നീ ആ കവിയെ കൊല്ലരുത്. കവിതയ്ക്ക് എന്തെന്തു സാധ്യതകളുള്ളതാണ് നിന്റെ ജീവിതം. നീ കാലങ്ങളെ അതിജീവിക്കുന്ന കവിയാണ് സോദരാ.....

അവൻ പോയപ്പോൾ ഞാൻ പുൽപ്പരപ്പിൽ മുഖം ചേർത്തുകിടന്നു.

വിഴിഞ്ഞം പൂവാർ ബസ്

ബസ്സ്റ്റാന്റിൽ ഡ്രൈവറെ കാത്തു കിടക്കുകയാണ് വിഴിഞ്ഞം പൂവാർ ബസ്. നേരമിരുട്ടും മുമ്പേ നാലഞ്ചു കടലോര ഗ്രാമങ്ങളിലെത്തിപ്പെടേണ്ടുന്ന ബസ്. ബസിനകത്ത്, മനുഷ്യരുടെ മൂക്കിലൂടെ തീപ്പുക പുറത്തേക്കൊഴുകുന്നു. മീൻചൂരുകലർന്ന തീപ്പുകയിലേക്ക് ചങ്ക് തുരന്നെത്തിയ നെറികെട്ട വാക്കുകൾ ബസിലാകെ ക്രോധം പൂണ്ടലയുന്നു.

ആറുമണിക്ക് പുറപ്പെടേണ്ട ബസിന് ആറരകഴിഞ്ഞിട്ടും ഒരു കൂസലുമില്ല. ബസ് മനുഷ്യജീവികളെ ഇഷ്ടികപോലെ വാരിക്കെട്ടി അടുക്കിയിട്ടുണ്ട്. എന്നിട്ടും ഡ്രൈവറെയും കണ്ടക്ടറെയും കാണാനില്ല. അവർ ദൈവങ്ങളായിത്തീർന്ന് എവിടെയോ പോയി ഒളിച്ചതുപോലെ.

ആറുമണിയുടെ ബസിലെ സ്ഥിരം യാത്രക്കാരിയായ ആവാഡ്തുറയിലെ കിഴവി പനിയമ്മ സഹികെട്ട് ചോദിച്ചു.

"ഡ്രൈവറ് പൊണ്ടോട്ട്യേം പൊക്കി സിനിമയ്ക്ക് പോയ്ക്കാണ്വോ."

അന്നേരം നിക്കോൾസൻ കാമ്പുറ്റ ഒരശ്ലീലം പറഞ്ഞു. ആ അശ്ലീലത്തിലൂടെ ജനബി വെണ്ണനൂലുപോലെ ഒന്നിഴഞ്ഞു. നിക്കോൾസനെ ഇടങ്കണ്ണാലെ നോക്കി ജനബി കണ്ണിറുക്കി ചിരിക്കുന്നതുകണ്ട് പൗളിൻ ഒന്നമർത്തി മൂളി. ആ മൂളലിന് ജനബിയും നിക്കോൾസനുമായി ബന്ധപ്പെട്ട എന്തൊക്കെയോ അർഥങ്ങളുണ്ട്. കഴുത്തും മുഖവും വെറുതെ ചൊറിഞ്ഞുകൊണ്ട് പൗളിൻ ആ അർഥത്തിൽ മനസൂന്നി ഇരുന്നു.

മാസിലാമണിയും മാർത്തയും എങ്ങോ അപ്രത്യക്ഷരായ ഡ്രൈവറെയും കണ്ടക്ടറെയും ചീത്തവിളിച്ചു. രസത്തിനിടയിൽ മാസിലാമണി മാർത്തയോടു പറഞ്ഞു: "മാർത്തമ്മോ, റൊസാരിയോ ഗോമസ് പിന്നാലെ സീറ്റില് വെല്യ ഗമേലിരിക്കുന്നുണ്ട്."

"അൽഫോൺസാ ഇന്ന് ഗോമസിന്റെ കൊങ്ങയ്ക്ക് പിടിച്ചതു തന്നെ."

"മാർത്തമ്മോ എവടന്നാ ഇവന്റെ വരവ്?"

"അൽഫോൺസയെന്താ മിണ്ടാത്തെ മാസിലാ?"

"മാർത്തമ്മോ അൽഫോൺസേം അത്ര നല്ല ഉരുപ്പട്യ്യൊന്നല്ല."

"ചുമ്മായിരി, ഗിൽബർട്ടെങ്ങാം കേട്ടോ........."

എന്നും കൃത്യസമയത്തുതന്നെ പുറപ്പെടുന്ന വിഴിഞ്ഞം പൂവാർ ബസാണിങ്ങനെ വൈകുന്നത്. കഴുത്ത് തിരിച്ച് പുറത്തേക്കു നോക്കാൻ കഴിയുന്നവരുടെ കണ്ണുകൾ ഓരോ നിമിഷവും ഡ്രൈവറെ തിരയുകയായിരുന്നു.

എന്നാൽ......

ഈ ബസ് മണിക്കൂറുകളോളം ഇങ്ങനെ നിൽക്കട്ടെ എന്നാശിക്കുന്ന ചില ആണും പെണ്ണും വിഴിഞ്ഞം പൂവാർ ബസിലുണ്ട്. തൊട്ടുരുമ്മി സുഖിച്ചുശീലിച്ച അവർക്ക് വേവലാതിയൊന്നുമില്ല. അവരുടെ കണ്ണുകൾ ഡ്രൈവറെയും കണ്ടക്ടറെയും തിരയുന്നില്ല. വാച്ചിലേക്കു നോക്കി അക്ഷമരാകുന്നില്ല. ബസിലേയ്ക്ക് തലനീട്ടുന്ന തമ്പാനൂരിലെ രാത്രിയെ ഭയപ്പെടുന്നില്ല.

സിന്താത്രമ്മയ്ക്ക് ശരീരമാകെ പുകഞ്ഞെരിഞ്ഞു. മാർത്തയ്ക്ക് ശ്വാസം മുട്ടുന്നു. ആരോഗ്യമേരിയുടെ വയറ്റിലെ മത്തങ്ങവലിപ്പമുള്ള വായു നെഞ്ചിലേക്ക് ഉരുണ്ടുകയറുന്നു. കോവളത്തേക്കു പോകാൻ ബസിനകത്തു കയറിക്കൂടിയ ചെറുപ്പക്കാരിയായ മദാമ്മ പുറത്തുചാടാൻ നടത്തിയ എല്ലാശ്രമങ്ങളും പരാജയപ്പെട്ട്, നിസ്സഹായയായി സീറ്റിൽത്തന്നെ അകപ്പെട്ടുകിടക്കുന്നു. തുടകൾകൊണ്ട് സീറ്റ് ദയനീയമായി പൊത്തിപ്പിടിച്ച്, ടൂറിസ്റ്റ് ഗൈഡ് തുറന്നുപിടിച്ച് മദാമ്മ തമ്പാനൂർ ബസ്സ്റ്റാന്റിലേക്കു നോക്കി ഇരിപ്പായി. തന്നെ ഒന്നു പുറത്തുവിടാൻ പാവം മദാമ്മ പലതരം സ്നേഹോദാരമായ വാചകങ്ങളിലൂടെ യാചിച്ചതാണ്. അപ്പോഴെല്ലാം ഇടനിലയിലെ ആൾക്കൂട്ടത്തിന് നിസ്സഹായരായി നോക്കിനിൽക്കാനേ കഴിഞ്ഞുള്ളൂ. ആരുടെയും അരികെ മദാമ്മയെ ഒന്നു പുറത്തുവിടാനുള്ള സ്ഥലമുണ്ടായിരുന്നില്ല.

മദാമ്മയുടെ വെപ്രാളം കണ്ടപ്പോൾ പനിയമ്മ പറഞ്ഞു: "മോളേ ഒന്നു ഷെമിക്ക്. ബസ്സിപ്പം ഷ്ടാർട്ടാവും."

മദാമ്മയുടെ ദൈന്യതയിൽ മനസ്സ് വിഷമിച്ചുപോയ പാതിരി ബസിന്റെ ഇടനാഴിയിൽ തൂങ്ങിക്കിടക്കുന്ന പരുന്തുകളോടു പറഞ്ഞു: "സഹോദരങ്ങളേ, അൽപ്പം ഇടം കൊടുക്കൂ. അന്യനാട്ടുകാരിയല്ലേ, ആ സ്ത്രീയൊന്നു പുറത്തുപോകട്ടെ. ഉഷ്ണം സഹിക്കാൻ കഴിയാഞ്ഞിട്ടാവണം."

തന്റെ തൊട്ടുമുമ്പിലുള്ളയാളുടെ ചവിട്ടേറ്റു കാലു വേദനിക്കുന്ന ചെറുപ്പക്കാരൻ പാതിരിയുടെ നേരെ അമർഷം കൊണ്ടു: "അച്ചന്റെ ളോഹക്കുള്ളിലിടം കൊടുക്കൂ. ഞങ്ങളുടെയരികെയൊന്നും സ്ഥലമില്ല."

ചെറുപ്പക്കാരൻ പറഞ്ഞത് ചിലർക്ക് രസിച്ചില്ലെങ്കിലും, രസിച്ചവർ ആർത്തു ചിരിച്ചു. ആ ചിരിയുടെ ക്രൂരത സഹിക്കാനാവാതെ പാതിരി

യുടെ ളോഹ നിശ്ചലമാവുകയും അദ്ദേഹം കണ്ണടച്ച് തലതാഴ്ത്തി ഇരിപ്പാവുകയും ചെയ്തു. ഇതിനിടയിൽ മദാമ്മ ടൂറിസ്റ്റ് ഗൈഡ് അടച്ചുവച്ച്, തമ്പാനൂരിലെ രാവിന്റെ നിറം കണ്ണിലേക്കാവാഹിച്ചെടുത്ത് തന്റെ സീറ്റിൽ അടങ്ങി ഒതുങ്ങി ഇരുന്നു. ധ്യാനഭരിതമായ ആ ഇരിപ്പിന്റെ കെട്ടുവിട്ടപ്പോൾ മദാമ്മ ആശ്വാസത്തിന്റെ നിമിഷങ്ങളെ മനസിൽ വാരിയടുക്കി ഇന്ത്യ നൽകിയ സുഖങ്ങളോടു ചേർത്തുവച്ചു. ചെറുങ്ങനെ മദാമ്മയുടെ മുഖത്ത് പനിയമ്മയക്കുള്ള ചിരി വിരിഞ്ഞു.

മദാമ്മയുടെ വസ്ത്രം നനയുന്നതും മൂത്രം സീറ്റിലൂടെ താഴേയ്ക്ക് പേടിച്ചുപേടിച്ചൊഴുകുന്നതും പനിയമ്മ അറിയുന്നുണ്ടായിരുന്നു. പനിയമ്മയുടെ മുഷിഞ്ഞ മുണ്ട് മൂത്രത്തിന്റെ നനവ് ഒപ്പിയെടുക്കുന്നുണ്ടായിരുന്നു. ഈ മഹാ രഹസ്യം അധികനേരം മനസിലിട്ടു സൂക്ഷിക്കാൻ പനിയമ്മയ്ക്കു കഴിഞ്ഞില്ല. മൂക്കത്തു വിരൽവച്ച് തരിച്ചിരുന്നുപോയ പനിയമ്മ പൊട്ടിത്തെറിച്ചു. അരിശത്തിന്റെ ചൂടിൽ പനിയമ്മ എല്ലാ യാത്രക്കാരോടുമായി ഉറക്കെ വിളിച്ചു പറഞ്ഞു:

“മദാമ്മ ഇരുന്നെടത്ത് പെട്ത്ത്. ആണുങ്ങളാന്നും പറഞ്ഞ് തൂങ്ങിപ്പിടിച്ച് നിക്ക്ണ്. പെണ്ണിനെ പെട്ക്കാം ബീടാത്ത നാട്.

ബസിനകത്ത് ആണുങ്ങളുടെ അടക്കിപ്പിടിച്ച ചിരി. സ്ത്രീകളിൽ ചിലർ തലതാഴ്ത്തിപ്പിടിച്ചു. പനിയമ്മയാവട്ടെ അരിശപ്പെട്ട് മദാമ്മയുടെ നേരെ പൊരിയുകയായിരുന്നു. ആവാഡ് തുറയുടെ ഭാഷ മദാമ്മയ്ക്ക് നന്നായി മനസിലായി.

“ഇവറ്റകള് അഴ്ക്ക് ജാതികള്. കോവളത്ത് കെടക്ക്ണ കെടപ്പ്കണ്ടാ......നാട് നാറ്റിക്കും. മണോം ഗുണോം തുണീല്ലാത്ത ജാതികള്.....”

മദാമ്മ താണുകേണു ക്ഷമ യാചിക്കുകയായിരുന്നു. പനിയമ്മയുടെ പ്രായത്തോടും വിഴിഞ്ഞം പൂവാർ ബസിനോടും ബസിലെ യാത്രക്കാരോടും ഇന്ത്യ എന്ന രാജ്യത്തോടും ക്ഷമ യാചിക്കുകയായിരുന്നു. വിഴിഞ്ഞം പൂവാർബസും, ഇന്ത്യയും ക്ഷമിച്ചാലും പനിയമ്മ ക്ഷമിക്കാൻ തയ്യാറായില്ല. പെൺവർഗത്തിന്റെ അന്തസ്സാണ് ഈ മദാമ്മ ബസിനകത്ത് കളഞ്ഞുകുളിച്ചിരിക്കുന്നത്.

പനിയമ്മയുടെ കത്തിയുയരുന്ന അമർഷത്തിന്റെ മുനയിൽ തൊട്ടുകൊണ്ട് മദാമ്മ പറഞ്ഞു:

“ഞാൻ എന്റെ ശരീരത്തിലാണ് മൂത്രമൊഴിച്ചത്. അതിനെക്കുറിച്ച് നിങ്ങൾ ആലോചിക്കണ്ട.”

ആരും ഒരക്ഷരം പോലും മിണ്ടിയില്ല. പാതിരി അതേക്കുറിച്ച് ഗാഢമായി ആലോചിക്കുകയായിരുന്നു. അതൊരു പുതിയ അറിവായി ബസിനകത്തു തങ്ങിനിൽക്കെ, ഇടനാഴിയുടെ മധ്യത്തിൽ നിന്നൊരു പെണ്ണൊച്ച പൊങ്ങി:

“എടാ, ചെറ്ക്കാ നാല് മക്കളെപ്പെറ്റ തള്ളേടെ ദേഹത്താ നിയ്യ് പൂമ്പാറ്റപ്പണി നടത്തുന്നേന്നോർക്കണം.”

ഇടനാഴിയിൽ തൂങ്ങിപ്പിടിച്ചു നിൽക്കുന്ന ആണുങ്ങളുടെ കണ്ണുകൾ

പെണ്ണിനുനേരെ നീളുന്നു. ആ കണ്ണുകളിൽ അവൾ നാലുപെറ്റ തള്ളയായിരുന്നില്ല. ഏതോ കണ്ണിന്റെ ഉടമ ചോദിച്ചു: "ഇരട്ടപെറ്റതോ, ഒറ്റ പെറ്റതോ."

ചിരിയും തെറിയും, ഉന്തും തള്ളും, പിടിയും വലിയും.

ശബ്ദകോലാഹലങ്ങൾക്കിടയിൽ കടലോരത്തോളം പൂണ്ടൊരു പാട്ടും താളമടിയും. ആ പാട്ട് പലരും തുടയിൽ താളമടിച്ചേറ്റു പാടിക്കൊഴുപ്പിച്ചു.

പാട്ട് പക്ഷേ, പെട്ടെന്നങ്ങ് നിലച്ചുപോയി. ബസിൽ ജീവിതത്തിന്റെ നിലവിളി അരങ്ങേറുകയായിരുന്നു. ഏറ്റവും ഒടുവിലത്തെ സീറ്റിൽ നിന്നും പൊട്ടിപ്പുറപ്പെട്ട ബഹളത്തിലേക്ക് എല്ലാവരുടേയും കാതും കണ്ണും പറന്നുപോയപ്പോൾ ചെറുക്കൻ നാലുപെറ്റ തള്ളയുടെ കാതിൽ പറഞ്ഞു:

"ഞാൻ അന്തസ്സുള്ള കുടുംബത്തിപ്പിറന്നതാ. എന്റമ്മ ടീച്ചറാ. ചേച്ചി എന്നെ അഴുക്കാക്കി. പിന്ന്ന്ള്ള തള്ളില് മേല് വീണതാ. ഞാനും പെണ്ണുങ്ങളോടൊക്കെ പെർമാറീട്ട്ണ്ട്. ചേച്ചിയെ വിഴിഞ്ഞം പൂവാർ ബസില്വെച്ച് തന്നെ ഞാൻ കണ്ടോളാം. എന്നെ അപമാനിച്ച ആരേം ഞാൻ വിട്ടിട്ടില്ല. അക്കാര്യത്തില് എന്റെ വയസ്സ് ഇരുപത്തൊന്നല്ല."

"എഡേയ് കൊച്ചനേ, ഞാനൊരു തമാശ പറഞ്ഞതാഡേയ്."

"ചേച്ചീ ഒന്നു പരീക്ഷിച്ചുനോക്ക്, ചേച്ചിക്ക് മുന്നോട്ടോ പിന്നോട്ടോ നീങ്ങാം കഴിയ്യ്യോ."

"ഇല്ലഡെ കൊച്ചനേ, ഞാനേ ഞെങ്ങിപ്പഴുക്കു. ഒരു തമാശ വായിന്നിങ്ങ് വീണ്വോയി."

"ചേച്ചീ, ഇത് വിഴിഞ്ഞം പൂവാർ ബസാ."

"ശരിയടേ, നീയ് ചൂടാവാതിരി."

"ചേച്ചി എന്നെ അഴുക്കാക്കി ഇത്രേം ആളുടെ മുന്നില്. ഞാൻ പകരം ചോദിക്കും. നോക്കിക്കോ, ചേച്ചി എറങ്ങുന്ന ബസ്സ്റ്റോപ്പില് ഞാനെറങ്ങും."

ചേച്ചി മനസറിഞ്ഞങ്ങ് ചിരിച്ചുപോയി. എന്നിട്ട് ഇടതുകൈ വളരെ രഹസ്യമായി പിന്നിലേക്ക് കൊണ്ടുവന്ന് ചെറുക്കന്റെ വയറ്റത്തൊന്നു നുള്ളി ഇക്കിളിപ്പെടുത്തിക്കൊണ്ടു പറഞ്ഞു:

"മക്കളേ മനുഷേരായാല് ചൂടാവേം തണുക്കെക്കെ സാധാരണമാ....."

അതു ചെറുക്കനും രസിച്ചു. ചെറുക്കൻ ചേച്ചിയുടെ മുടിയൊന്നു ചെറുങ്ങനെ മണത്തിട്ടു പറഞ്ഞു:

"ചേച്ചിയുടെ മുടിയെനിക്കിഷ്ടമായി. എന്തൊരു കനമാ മുടിക്ക്. മുടിയെന്തായാലും നാലു പെറ്റിട്ടില്ല."

അങ്ങനെ, അങ്ങനെ നെഞ്ച് ചേച്ചിയുടെ മുടിയോട് ചേർത്തുപിടിച്ച് അവന്റെ നിശ്വാസം ചേച്ചിയുടെ കാതിനരികിലേക്കയച്ചുകൊണ്ട് ചോദിച്ചു.

"ചേച്ചി എവിടത്ത്യ? ചേച്ചി ആരാ?"

"ഞാനോ, ഞാം നെന്റെ ചേച്ചി. വിഴിഞ്ഞം പൂവാർ ബസിലെ ചേച്ചി."

"എന്തായാലും ചേച്ചിയെ ഇഷ്ടമായി."

ബസിന്റെ പിന്നറ്റത്തെ ബഹളം മുറുകുന്നു. വാക്കുകൾ ഉടുതുണിയുരിഞ്ഞു കോമരം തുള്ളുന്നു. ഉന്തും തള്ളും കെട്ടുപിണഞ്ഞാട്ടവും. ആരുടെയൊക്കെയോ കഴുത്തുകൾക്കുനേരെ കൈകൾ നീളുന്നു. പനിയമ്മ കർത്താവിനെ വിളിച്ചുകരയുന്നു. ആരോ ആരെയോ ചവിട്ടി വെളിയിലേക്കു തള്ളുന്നു. വെളിയിലേക്കു തെറിച്ചുവീണവൻ ബസിലേക്കു തന്നെ ഓടിക്കയറി മനുഷ്യശരീരത്തെ മുരണ്ടി അലറുന്നു. പൊല്ലും പൊലിയാട്ടും കുത്തും കൊലവിളിയും.

പേടിച്ച് തളർന്ന് ജീവച്ഛവമായി മാറിയ പനിയമ്മ മദാമ്മയുടെ മടിയിൽ കൈവച്ചുകൊണ്ട് പറഞ്ഞു: "ശവം വീണത് തന്നെ മോളേ. ഗിൽബർട്ട് തെമ്മാടിയാ, നല്ലവനാണെങ്കിലും....."

മദാമ്മ പനിയമ്മയുടെ മീൻചിതമ്പലുകൾ പറ്റിപ്പിടിച്ചു വരണ്ടുണങ്ങിയ കൈ തടവി ആശ്വാസം പകർന്നു.

കണ്ണടച്ചു പ്രാർഥിച്ചുകൊണ്ടിരുന്ന പാതിരി സീറ്റിൽ നിന്നെഴുന്നേറ്റു നിന്ന് ബസിലെ ലഹളയുടെനേരെ കൈകൂപ്പി പ്രാർഥിച്ചു. പാതിരിയുടെ സഹോദരങ്ങളേ എന്ന വിളി ഒരാളുടെയും കാതിൽ വീണില്ല.

മാർത്തമ്മ കർക്കിടകത്തിലെ കടലിനെപ്പോലെ അലറുന്നു.

"എടാ റൊസാരിയോ ഗോമസേ.......

സിന്താത്രേ, ഗിൽബർട്ടത്തര നല്ലവനൊന്നല്ല. സ്റ്റീഫനെ കൊന്നതാരാ. എങ്ങനാടീ സിന്താത്രേ സ്റ്റീഫന്റെ പൊണ്ടാട്ടിവന്റെ ചിന്ന വീടായത്. ഗിൽബർട്ടിനെ ആർക്കാ അറിഞ്ഞുകൂടാത്തെ. നമ്മള് ബസിലായിപ്പോയി സിന്താത്രേ. തൊറേലായിര്ന്നേ അവന് കാണ്ടേനും ത്രേസ്യടെ ഉശിര്."

റോസ്മേരിയും മാർത്തമ്മയും കൊച്ചുത്രേസ്യയും സിന്താത്രമ്മയും മേരി ലൂസിയുമൊക്കെ ലഹളയ്ക്ക് തയ്യാറാവുന്നു. ഗിൽബട്ടും ജെറോമും റൊസാരിയോ ഗോമസിനെ കൊല്ലാനൊരുങ്ങി നിൽക്കുകയാണ്.

ഗോമസിന്റെ ഭാര്യ അൽഫോൻസ നെഞ്ചടിച്ച് കരയുന്നു.

ചെറുക്കൻ ചെറുക്കന്റെ ചേച്ചിയോട് ചോദിച്ചു.

"എന്തായിത് ചേച്ചീ."

"ഇതൊരു പെർത്ത കഥയാ. റൊസാരിയോ ഗോമസിന്റെ കെട്ട്യോളാ അൽഫോൺസാ. അവളും അത്ര നല്ലതൊന്നല്ല. അവളിപ്പം ഗിൽബർട്ടിന്റെ കൈയിലാ. എന്നാൽ ഗോമസ് ചെയ്തത് ശരിയല്ല. ഗോമസവളെ കളഞ്ഞേച്ച് പൂന്തുറയിലാരുടെയോ കൂടെ കഴിയാണ്. നാലഞ്ചു കൊല്ലമായി അവനൊളിച്ചു നടപ്പ് തൊടങ്ങീറ്റ്. അൽഫോൺസക്കിപ്പം ബസില് വച്ചവനെ പിടികിട്ട്യേതാ. അവള് വിടൂല്ല. സംഗതി വളരെ മോശാ. ജെറോമും ഗിൽബർട്ടും ഗോമസിനെ ശരിയാക്കും. ഗോമസിനെ അവൾ സ്നേഹിച്ച് കല്യാണം കഴിച്ചതാ. അൽഫോൺസാ അവനെ കരളുപോലെ കരുതിയതാ..... എന്നാലും അവള് ശെരിയല്ല."

ചെറുക്കനും ചേച്ചിയും അവരുടെ സ്വന്തം ലോകത്തൊതുങ്ങി

വിഴിഞ്ഞം പൂവാർ ബസിനെയങ്ങ് മറന്നു. ഒരു നിമിഷം അവന്റെ ചേച്ചി അവനോടു പറഞ്ഞു.

“ഇത് വല്യ സത്യമുള്ള ബസാ. കടൽക്കര ചുറ്റുന്ന ബസ്.”

അന്നേരം റൊസാരിയോ ഗോമസിന്റെ കാല് അൽഫോൺസായുടെ നാഭിയിൽ പതിച്ചു. അൽഫോൺസാ ബസിനെ കിടുക്കിക്കൊണ്ട് പിന്നോട്ടു മറിഞ്ഞുവീണു. ചെറുക്കൻ അവന്റെ ചേച്ചീടെ മീൻചൂരുള്ള മുഖത്ത് ഒരു ഉമ്മവച്ചു.

ഗിൽബർട്ടിന്റെയും ജേറോമിന്റെയും കൈകൾ റൊസാരിയോ ഗോമസിന്റെ ദേഹത്ത് പടപടാ വീഴുന്നു.

വിഴിഞ്ഞം പൂവാർ ബസ് ഇപ്പോൾ ബസല്ലാതായിക്കഴിഞ്ഞു. പാതിരിയും മദാമ്മയും തല പുറത്തിട്ട്, പുറത്തലയുന്ന പൊലീസുകാരോട് യാചിക്കുന്നു. പൊലീസുകാർ മുഖംതിരിച്ച്, ലാത്തി കക്ഷത്തിറുക്കി ആൾക്കൂട്ടത്തിലേക്ക് മറയുന്നു.

ആവാഡുതുറയിലെ അൽഫോൺസായും, റൊസാരിയോ ഗോമസും തമ്മിലുള്ള ലഹളയ്ക്ക് ഇടമൊരുക്കിക്കൊടുത്ത്, വിഴിഞ്ഞം പൂവാർ ബസ് തമ്പാനൂർ സ്റ്റാൻഡിലെ വെളിച്ചത്തിൽ മുങ്ങിനിൽക്കുന്നു.

പാതിരിയുടെ കണ്ണ് നനയുന്നത് മദാമ്മ കണ്ടു. മദാമ്മ പാതിരിയോടെന്തൊക്കെയോ ചോദിക്കുന്നു. മദാമ്മയോട് ഒരു വാക്കുപോലും ഉരിയാടാൻ പാതിരിക്ക് കഴിയുന്നില്ല.

ചെറുക്കന്റെ ചേച്ചി കഴുത്തിന് കീഴെയുള്ള ചന്ദ്രക്കീറിലൊരുമ്മയും വാങ്ങി ലഹളയ്ക്കൊരുങ്ങുന്നു. ചെറുക്കൻ വിജയഭാവത്തിൽ ഞെളിഞ്ഞു പിരിയുന്നു. ആരോഗ്യ മേരി റൊസാരിയോ ഗോമസിനെ ലക്ഷ്യമാക്കി നീട്ടിത്തുപ്പിയത് ആരുടെയോ മേൽ വീഴുന്നു.

റൊസാരിയോ ഗോമസിന്റെ നെഞ്ചിൽ കത്തി കയറ്റി ചോര ചുറ്റുപാടും തെറിച്ചപ്പോൾ വിഴിഞ്ഞം പൂവാർ ബസിലെ യാത്രക്കാരിൽ ചിലർ പൊലീസിനെയും ദൈവത്തെയും വിളിച്ചു കരയാൻ തുടങ്ങി. പുറത്തുചാടാനുള്ള മൽപ്പിടുത്തത്തിൽ ഏർപ്പെട്ട് എല്ലാവരും പരസ്പരം ചവിട്ടിക്കൊരട്ടുകയായിരുന്നു. മദാമ്മയെ നാലഞ്ചാളുകൾ നുള്ളിപ്പറിച്ചു.

“എന്നെ കൊല്ലരുതേ” എന്ന് യാചിച്ചുകൊണ്ട് മദാമ്മ പൊട്ടിക്കരയുകയായിരുന്നു. ചെറുക്കൻ അവന്റെ ചേച്ചിയുടെ കഴുത്തിലെ സ്വർണ്ണച്ചെയിൻ വലിച്ചുപൊട്ടിച്ച് കൈക്കലാക്കിക്കൊണ്ട് മുന്നോട്ടുവലിഞ്ഞ് ബസിനു പുറത്തേക്ക് എടുത്തുചാടി.

എങ്ങുനിന്നോ പറന്നെത്തിയ പൊലീസുകാർ പാതിരിയെയും മദാമ്മയെയും പനിയമ്മയെയും ചെറുക്കന്റെ ചേച്ചിയെയുമൊക്കെ റൊസാരിയോ ഗോമസിന്റെ ചോരയ്ക്കരികിലൂടെ വലിച്ചുപുറത്തിട്ടു. പൊലീസ് വലിച്ചു പുറത്തിടുമ്പോൾ ഉടുമുണ്ട് നഷ്ടപ്പെട്ട പനിയമ്മ ഒരു പൊലീസുകാരന്റെ മുഖത്തേക്കു കാർക്കിച്ചു തുപ്പി. അയാളുടെ തന്തയ്ക്കും തള്ളയ്ക്കും വിളിച്ചു കരഞ്ഞും പുലമ്പിയും നിലത്ത് ചുരുണ്ടുകിടപ്പായി. ചെറുക്കന്റെ ചേച്ചി സ്വർണ്ണച്ചെയിനൊഴിഞ്ഞ കഴുത്തുതടവി നെഞ്ചിലിടിച്ച് കര

യുകയായിരുന്നു. മദാമ്മ ആളുകൾ നുള്ളിപ്പറിപ്പ് ചോരയൊലിപ്പിച്ച തുടയും മുലയും പൊലീസുകാർക്ക് കാണിച്ചു കൊടുത്ത് ഇന്ത്യയെ തെറി വിളിച്ചു.

ആറുമണിക്ക് പുറപ്പെടേണ്ട വിഴിഞ്ഞം പൂവാർ ബസിൽ നിന്നിറക്കിയ യാത്രക്കാരെ പൊലീസ് ലാത്തിവീശി ഓടിച്ചു.

വിഴിഞ്ഞം പൂവാർ ബസിലെ ഡ്രൈവറും കണ്ടക്ടറും ഈ സമയത്തും ദൈവങ്ങളെപ്പോലെ എങ്ങോ പോയി ഒളിച്ചിരിക്കുകയായിരുന്നു. യാത്രക്കാർ പൊലീസിന്റെ ലാത്തിയെ ഭയന്ന് എങ്ങോട്ടൊക്കെയോ ഓടിപ്പോയി. അവസാനം വിഴിഞ്ഞം പൂവാർ ബസിനകത്ത് ചോരയിൽ മുങ്ങിയ റൊസാരിയോ ഗോമസും, നാഭിക്ക് ചവിട്ടേറ്റ് മലർന്നടിച്ചുവീണ അൽഫോൺസായും, കുറെ പൊലീസുകാരും മാത്രം ബാക്കിയായി.

വിഴിഞ്ഞം പൂവാർ ബസ്, ഇപ്പോൾ ബസല്ല.

ശ്രീവത്സം

ഒരാൾ എവിടെനിന്നു വന്നു,
എങ്ങോട്ടു പോകുന്നു,
ഇതൊന്നും മറ്റൊരാൾക്ക് അറിയാൻ കഴിയില്ല.
അറിഞ്ഞിട്ടു കാര്യവുമില്ല.
തനിച്ചു വരുന്നു
തനിച്ചുതന്നെ പോകുന്നു.
സ്വയം ഒരാൾ എന്നുമാത്രം.
അയാൾക്ക് അയാളല്ലാതെ മറ്റാരുമില്ല.

അതാണ് സത്യമെന്നു നഗരഗതാഗതമിരമ്പിപ്പായുന്ന വാൾടാക്സ് റോഡിനോടും നഗരവെളിച്ചത്തോടും നിറസന്ധ്യയിലൂടെ അലയുന്ന ആൾക്കൂട്ടത്തോടും വിഷ്ണു ആണയിട്ടുരച്ചു. അന്നേരം ദൈവം വിഷ്ണുവിനോടു പറഞ്ഞു: "വിഷ്ണു, നീ കമാലുദ്ദീനെ കാണാൻ പോവുകയാണെന്ന് എനിക്കറിയാം. നീ എങ്ങനെയാണ് കമാലുദ്ദീനെ അറിയുന്നത്? അയാളെക്കുറിച്ചറിയാൻ നിന്നെ ആരാണു സഹായിച്ചത്?"

വിഷ്ണു ദൈവത്തെ നോക്കി ചെറുതായൊന്നു ചിരിച്ചതല്ലാതെ മറുപടിയൊന്നും പറഞ്ഞില്ല. ദൈവം വിഷ്ണുവിനോടു വീണ്ടും എന്തൊക്കെയോ സംസാരിക്കുന്നുണ്ടായിരുന്നു. എന്നാൽ വിഷ്ണു ആ വാക്കുകൾക്ക് കാതുകൊടുത്തതേയില്ല.

അങ്ങോട്ടൊരുപാടു പറയാനില്ലാഞ്ഞിട്ടല്ല. പക്ഷേ, വേണ്ടെന്നു വിചാരിച്ചു. എന്തിനാണ് നമ്മൾ തമ്മിൽ മനുഷ്യനു കാലുവയ്ക്കാനിടമില്ലാത്ത ഈ വാൾടാക്സ് റോഡിൽ വച്ച് ഒരസുഖകരമായ സംഭാഷണമെന്ന് വിഷ്ണു ദൈവത്തോടു ചോദിച്ചു.

വാൾടാക്സ് റോഡിന്റെ ഒരറ്റത്തുനിന്ന് മറ്റേ അറ്റത്തേക്ക് നടന്നുപോകുന്ന പാവത്താനെ നോക്കി ചിരിക്കുകയായിരുന്നു. ചിരിച്ചോളൂ,

വിഷ്ണു ദൈവത്തോടു പറഞ്ഞു. ഹാസ്യമൂർത്തിയെന്ന നിലയിൽ എങ്ങനെയെല്ലാം ചിരിക്കാവുന്നയാളാണ്. വർണോജ്ജ്വലവും ഘനഗംഭീരവും സംഗീതസാന്ദ്രവുമായ എന്തെന്തുചിരികൾ സ്വന്തം ഖജാനയിൽ സൂക്ഷിക്കുന്നയാളാണ്. ദൈവത്തിന്റെ ചിരിയല്ലേ. ഭൂമിയിലെ പൂക്കളും മരങ്ങളും കാറ്റും മഴയും മഴവില്ലും കടലും കടൽമാലയും കുടലും കുടൽമാലയും മണ്ണും വിണ്ണും ആണും പെണ്ണും കണ്ണും കണ്ണീരും............ങാ.................
എന്നാലും എന്താ...........

വാൾടാക്സ്റോഡിലെ വർണങ്ങളും പെണ്ണുങ്ങളും ഉഷ്ണക്കാറ്റും വിഷ്ണുവിന്റെ തലയ്ക്കകത്തേക്ക് ഇരച്ചുകയറുകയായിരുന്നു. എവിടെയോ താൻ കത്തുന്നതിന്റെ അഗ്നിനാളങ്ങൾ വിഷ്ണു കാണുകയായിരുന്നു.

നടന്നുനടന്ന് വിഷ്ണുവിന്റെ കാലു തളരുന്നുണ്ടായിരുന്നു, തന്റെ തളർച്ചയിലേക്ക് ആഞ്ഞൊന്ന് ചവിട്ടിക്കൊണ്ടാണ് വിഷ്ണു വീണ്ടും നടന്നത്. തളരാത്തകാലുകൊണ്ട് നടക്കുന്നതിന് വല്ല അർഥവുമുണ്ടോ വിഷ്ണു ദൈവത്തോടു ചോദിച്ചു. “ഇരുമ്പുകാലും മരക്കാലും ദൈവത്തിന്റെ കാലുമല്ലേ തളരാതിരിക്കൂ.” അന്നേരം ദൈവത്തോടു വീണ്ടുമൊരു ചോദ്യം മനസിലുദിച്ചു. “അയാൾ അവിടെങ്ങാനുമുണ്ടോ? നമ്മുടെ പരന്ത്രീസുകാരൻ സാർത്ര്? അയാളുടെ ഒരടുത്തസ്നേഹിതനാണ് വിഷ്ണു. അങ്ങയുടെ നിതാന്തശത്രുവാണ് അയാളെന്ന് വിഷ്ണുവിന് നന്നായറിയാം. പക്ഷേ, വിഷ്ണു ഒരിക്കലും അയാളെ മറക്കുകയില്ല. അയാൾ ഭൂമിയോടു സത്യം പറഞ്ഞിട്ടുണ്ട്. ആ സത്യത്തിനകത്ത് അങ്ങയെ സംബന്ധിക്കുന്ന ഒരർഥരാഹിത്യമുണ്ട്.”

ആ അർഥരാഹിത്യത്തിന്റെ പാദങ്ങൾ വലിച്ചുകൊണ്ട് വിഷ്ണു വാൾടാക്സ് റോഡിന്റെ പാതി ഇരുണ്ട ഫുട്പാത്തിലൂടെ നടന്നു. വാസ്തവത്തിൽ, വിഷ്ണു നടന്നുകൊണ്ടിരുന്നത് തന്റെ സ്വന്തം പാദങ്ങളെ ചുമലിലേറ്റിക്കൊണ്ടാണ്. വിഷ്ണുവിന്റെ മനസിൽ വിഷ്ണു ഒരു പിക്കാസോ കൃതിയായി മാറുകയായിരുന്നു. ചോരയേക്കാൾ ചുവന്ന ഒരു ഫ്രെയ്മിനകത്തൂടെ സ്വന്തം പാദങ്ങൾ ചുമലിലേറ്റി ദൈവത്തിന്റെ കാഴ്ചവട്ടത്തിലേക്കു നടന്നുനീങ്ങുന്ന വിഷ്ണു.

എന്നും ഇങ്ങനെ നടന്നതുകൊണ്ടാണ് വിഷ്ണു ഇങ്ങനെയായിത്തീർന്നതെന്ന് ദൈവം അയാളുടെ കാതിൽ പറഞ്ഞു. ഇങ്ങനെയായിത്തീർന്നുവെന്നാൽ വിഷ്ണുവായിത്തീർന്നുവെന്നല്ലേ അർഥമെന്ന് വിഷ്ണു ദൈവത്തോടും ചോദിച്ചു.

ഏതോ ട്രെയിൻ വലിയൊരാൾക്കൂട്ടത്തെ വാൾടാക്സ് റോഡിലേക്കു വാരിയെറിഞ്ഞു കടന്നുപോയി. ഒന്നു നടക്കാൻ ആൾക്കൂട്ടത്തിൽ വിഷ്ണു പാദങ്ങൾ സൂക്ഷിച്ചുവയ്ക്കുകയായിരുന്നു. അറിയാതെ ഏൽക്കുന്ന ചവിട്ടിന്റെ വേദന പാദങ്ങൾ സഹിച്ചുകൊണ്ടിരുന്നു. ചവിട്ടേയുള്ളൂ ചവിട്ടുന്നയാളും ചവിട്ടേൽക്കുന്നയാളുമില്ല.

അമ്മൻകോവിലിനടുത്തെത്തിയപ്പോൾ എതിരെ വന്ന ചുവന്ന ചേല

യുടുത്ത ഒരു കറുത്ത തമിഴത്തി മൂക്കുത്തി വിറപ്പിച്ചുകൊണ്ട് വിഷ്ണുവിന്റെ കണ്ണിലേക്കു നോക്കി ചിരിച്ചു. വിഷ്ണു ഓർത്തു, ഇതാ ഒരു പെണ്ണ് ചിരിക്കുന്നു. ഒരു പെണ്ണ് മനസിലേക്കു നോക്കി ചിരിക്കുന്നു. എന്തുകൊണ്ടോ വിഷ്ണുവിന് തന്റെ കണ്ണുകൾ അവളിൽ നിന്നു വലിച്ചെലുക്കാനായില്ല. അവൾ അനങ്ങാതെ നിന്നു ചിരിക്കുകയായിരുന്നു. ആ ചിരി ഒരു പ്രകാശവിശേഷമായി വിഷ്ണുവിന്റെ മനസിൽ മിന്നിത്തിളങ്ങി. ഒരു നക്ഷത്രത്തിന്റെ ചിരി.

മൂക്കുത്തി വിറയ്ക്കുന്നു. ചേലയിൽ കാറ്റ് കയറിപ്പിടിക്കുന്നു. മുഖം കറുപ്പിൽ തിളങ്ങുന്നു. മാറു തുടിക്കുന്നു. മുടിയിൽ കാമം കത്തുന്നു. ഓരോ പുഞ്ചിരിയും ഓരോ ലീലാവിലാസമായി മാറുന്നു.

വിഷ്ണു ആലോചിക്കുകയായിരുന്നു. കമാലുദ്ദീനെ കാണാൻ പോകുമ്പോൾ എന്തിനാണ് ഇവൾ ഈ വഴിയിൽ പിടിച്ചു നിർത്തുന്നത്? ഇവൾ ഒരു ശുഭലക്ഷണമോ, മാർഗമധ്യേ മലർന്നു കിടക്കുന്ന കരിമ്പൂച്ചയോ..... ആരിവൾ...........?

അവൻ പതുക്കെ പറഞ്ഞു: ആർക്കറിയാം?

വിഷ്ണു അവളെ കണ്ണുകൊണ്ടു വിളിച്ചു. വരുന്നോ കുറേ ദൂരം എന്നോടൊപ്പം നടക്കാൻ? ഒത്തു നടന്നഞ്ചാറുവാക്കുകൾ കൈമാറാൻ.........?

ഒരാശ നിറവേറുമ്പോലെ അവൾ വിഷ്ണുവിനെ അനുഗമിച്ചു.

നമ്മളെങ്ങോട്ടാ? വിഷ്ണു ചോദിച്ചു.

വിഷ്ണു വിചാരിച്ചു. അതാണു ശരി.

അവൾക്ക് തമിഴത്തിയുടെ മണമുണ്ടായിരുന്നു. കാലാകാലമായി കനത്തുകല്ലിച്ച തമിഴത്തിയുടെ നിതംബം ചെത്തിമിനുക്കിയ ഒരു കരിമ്പാറപോലെ അവളിലൂടെ ഉരുളുകയായിരുന്നു. ഭൂമിയിൽ ദൈവത്തിന്റെ ഒരു തമാശയാണിത്. കരിമ്പാറകൊണ്ടൊരു മിനുത്ത മുറമുണ്ടാക്കി തമിഴത്തിയെ ആ മുറത്തിൽ കുടിയിരുത്തുക. ദൈവം മനുഷ്യ ശരീരത്തിൽ വല്ലാതെ കളിക്കുന്നുണ്ട്. ദൈവത്തിന്റെ മാംസംകൊണ്ടും അസ്ഥികൊണ്ടുമുള്ള ഈ കളി മനുഷ്യന് ചോദ്യം ചെയ്യാനാവുന്നില്ല.

വിഷ്ണു വിഷ്ണുവിനോട് ചോദിച്ചു:

ആരാണിവൾ?

എന്തിനാണിവൾ ഒന്നു വിളിച്ചപ്പോൾ കൂടെപ്പോരുന്നത്?

കാവേരിയോ?

കാമാക്ഷിയോ?

മുത്തുലക്ഷ്മിയോ?

കനിമൊഴിയോ?

കണ്ണമ്മയോ?

ആരാണിവൾ?

ആരുമാകട്ടെ. രണ്ടും മനുഷ്യജീവികൾ. ഒരാണും ഒരു പെണ്ണും. ആ സത്യത്തിന്റെ പാദങ്ങൾ വാൾടാക്സ് റോഡിലൂടെ ചലിക്കുന്നു.

അവളുടെ വിരിഞ്ഞുലഞ്ഞു തുടിക്കുന്ന മാറിൽ മനംചേർത്തു വച്ചുകൊണ്ട് കുറേനേരം നടന്നിട്ട് എന്തുചെയ്യണമെന്നറിയാതെ മനമൊന്നുപിടച്ചിട്ട് റോഡരികിൽ നിന്നൊരു മല്ലിമുല്ലയുടെ മാല വാങ്ങി പെട്ടിക്കടയുടെ ഇരുണ്ട നിഴലിലേക്ക് അവളെ മാറ്റി നിർത്തി ആ മല്ലിമാല അവളുടെ തലയിൽ തിരുകി ഇത്തിരി നേരം അവളുടെ മുടിയിൽ താളംപിടിച്ചു. എന്നിട്ട്, അവളെ തന്നോടുചേർത്തുപിടിച്ച് മുറുകെപ്പുണർന്ന് തലയിൽ നിന്ന് ഒരിതൾ മല്ലിമുല്ല പറിച്ചെടുത്ത് അവളോട് യാത്ര പറഞ്ഞു. അവളാം ജീവനലീല വന്ന വഴിയിലേക്കു തന്നെ തിരിഞ്ഞു നടക്കുമ്പോൾ വിഷ്ണുവിന്റെ മനസ്സ് തെല്ലൊന്നു വേദനിച്ചു.

വാൾടാക്സ്റോഡ് വിഷ്ണുവിനെ വീണ്ടും ലക്ഷ്യത്തിലേക്കു വലിച്ചുകൊണ്ടുപോവുകയായിരുന്നു. അവസാനം വിയർപ്പിൽ കുളിച്ച് വിഷ്ണു വാൾടാക്സ് റോഡിന്റെ ഇങ്ങേയറ്റത്തെ ഭീമരൂപംപൂണ്ട മൂർമാർക്കറ്റിനു മുമ്പിലെത്തിച്ചേർന്നു. ഒരു മഹാക്ഷേത്രനടയിലെന്നപോലെ വിഷ്ണു മാർക്കറ്റിനു മുമ്പിൽ കൈകൂപ്പിനിന്നു. വിശാലമായ പ്രവേശനദ്വാരത്തിലൂടെ മൂർമാർക്കറ്റിനകത്തു നോക്കിയപ്പോൾ ഒരു കാട് ആളിക്കത്തുന്നതുപോലെ തോന്നി.

മനസിലൊരു കടൽത്തിര പൊങ്ങിയുയരുന്നു. ആ തിര പൊട്ടിച്ചിതറുന്നു. ചിതറിയ തിര വീണ്ടും പൊങ്ങിയുയരുന്നു. വിഷ്ണു ആ തിരയെ എങ്ങനെയോ പിടിച്ചുകെട്ടി. കമാലുദ്ദീനെക്കുറിച്ചു ആലോചിച്ചു. കമാലുദ്ദീന്റെ ലോകത്തെത്താനുള്ള വഴി മനസിൽ നിന്നോർത്തെടുത്തു. എല്ലാം നേരത്തെ അറിഞ്ഞുവച്ചതാണ്. ആ വഴി മനസിൽ വരച്ചുതരികയായിരുന്നു.

“ആരാണു വിഷ്ണു, നിന്നെ ഇങ്ങോട്ടയച്ചത്?” ദൈവം വീണ്ടും ചോദിച്ചു.

വിഷ്ണു മിണ്ടിയില്ല. ദൈവത്തിന്റെ നേരെ നോക്കിയില്ല. ദൈവം വേറെ, വിഷ്ണു വേറെ എന്നു വിചാരിച്ചു.

നല്ല വഴിയിലൂടെയല്ല അങ്ങോട്ടു നീങ്ങേണ്ടത്. അപകടം പതിയിരിക്കുന്ന ജീർണിച്ച കടകളുടെ മുമ്പിലൂടെ, കള്ളക്കടത്തു സാധനങ്ങളുടെ വിൽപ്പന നടക്കുന്ന ബങ്ക്കടകളുടെ മുമ്പിലൂടെ, പെണ്ണുകച്ചവടം നടക്കുന്ന ബഹായിത്തെരുവിലൂടെ, കമ്പിളിക്കച്ചവടം നടക്കുന്ന നേപ്പാളി മാർക്കറ്റിന്റെ പിറകിലൂടെ.........ഇവയ്ക്കെല്ലാം അപ്പുറത്താണ് പഴയ ഇരുമ്പു സാധനങ്ങളുടെ മാർക്കറ്റ്. അവിടെയാണ് കമാലുദ്ദീന്റെ ആസ്ഥാനം. ആ അധോലോകത്ത് കമാലുദ്ദീന് കുറേ കടകളുണ്ട്. ആ കടകൾ കമാലുദ്ദീന്റെ ഗുഹകളാണ്. ഒരു വലിയ ഗുഹയിൽ മെഹനുന്നീസ ഫെയിം എന്നു പേരായ കടയിലെ ഗുഹയിൽ കമാലുദ്ദീൻ ഇരിക്കുന്നുണ്ടാവും. ആ ഗുഹയിൽ ചെന്നാണ് കമാലുദ്ദീനെ കാണേണ്ടത്.

മൂർമാർക്കറ്റിലെ കറുത്ത വഴികളിലൂടെ നടക്കുമ്പോൾ വിഷ്ണു, മെഹറുന്നീസയെക്കുറിച്ച് ആലോചിച്ചു. ആരായിരിക്കും മെഹറുന്നീസ ഒരുപക്ഷെ, കമാലുദ്ദീന്റെ ബീഗംതന്നെയാവാം.

ആരുടെയൊക്കെയോ കണ്ണുകൾ കത്തിമുനകളായും കുന്തങ്ങളായും വിഷ്ണുവിനെ പിന്തുടരുന്നുണ്ടായിരുന്നു. ചിരിച്ചുകുഴയുന്ന വാണിഭപ്പെണ്ണുങ്ങൾ കാലിൽ തടയുന്നുമുണ്ടായിരുന്നു. പെണ്ണു വേണോയെന്ന് ആണുങ്ങൾ ചോദിക്കുന്നുണ്ടായിരുന്നു.

പൊളിഞ്ഞളിഞ്ഞ വളികളിലൂടെ നടന്ന് കമാലുദ്ദീന്റെ മെഹറുന്നീസ ഫെയിമിനു മുമ്പിലെത്തിച്ചേർന്നു. പറഞ്ഞതുപോലെ അതൊരു പഴയ ഇരുമ്പു സാധനങ്ങൾ വിൽക്കുന്ന കൂറ്റൻ ഇരുമ്പുകട തന്നെയായിരുന്നു. ഏതൊക്കെയോ പുരാതനജീവികളെ ഉണക്കിവച്ചതുപോലെ പഴയ ഇരുമ്പുസാധനങ്ങൾ നിരന്നിരിക്കുന്നുണ്ടായിരുന്നു. ആ ഇരുമ്പു കടയ്ക്കകത്തെ വെളിച്ചത്തിന് കണ്ണഞ്ചിപ്പിക്കുന്ന പല വർണങ്ങളുമുണ്ടായിരുന്നു.

വിഷ്ണുവിന്റെ കണ്ണുകൾ മൂർമാർക്കറ്റിന്റെ ആകാശത്ത് കുറേ നിമിഷം ദൈവത്തെ തേടിയലഞ്ഞു. പിന്നെ കുറെ നേരം കടയ്ക്കകത്തേക്കു നോക്കി നിന്നു. കമാലുദ്ദീന്റെ കടകളിലെ ചില ഇരുമ്പുസാധനങ്ങളിൽ നിന്നു ചോരയിറ്റുന്നതായി തോന്നി. അവയ്ക്കിടയിൽ നിന്നു തടിച്ച ഈച്ചകൾ പറക്കുന്നുണ്ടായിരുന്നു.

ജീർണിപ്പിന്റെ ഗന്ധം മൂക്കിലേക്കിരച്ചുകയറി. കടുത്ത വർണങ്ങൾ കണ്ണിൽ കുത്തിനോവിപ്പിച്ചു.

മനസ്സ് ചോദിച്ചു: എന്താണിത്, യോദ്ധാക്കൾ മരിച്ചൊഴിഞ്ഞയുദ്ധക്കളമോ അസ്ഥികളെല്ലാം വലിച്ചു പുറത്തിട്ട ശ്മശാനമോ?

മെഹറുന്നീസ ഫെയിമിൽ നല്ല തിരക്കുണ്ടായിരുന്നു. ഇരുമ്പുസാധനങ്ങളുടെ തകൃതിയായ വാങ്ങലും വിൽപ്പനയും നടക്കുന്നു. ആട്ടും തുപ്പും തെറിയും കണ്ണുരുട്ടലുമൊക്കെയുണ്ടായിരുന്നു.

"ഇതാ, നരകം സ്വന്തം കണ്ണുകൊണ്ടു കാണുകയാണ്." വിഷ്ണു ദൈവത്തോടു പറഞ്ഞു: "ഇനി നരകത്തിനകത്തൊന്നു ചെന്നുപറ്റണം. കമാലുദ്ദീനെ കാണണം."

എങ്ങനെയുള്ള ആളായിരിക്കും കമാലുദ്ദീൻ. വിഷ്ണു ആലോചിക്കുകയായിരുന്നു. കറുത്ത ഗൗണിട്ട ചെകുത്താനായിരിക്കുമോ? കൈയിൽ കയറുമായി നിൽക്കുന്ന കാലനായിരിക്കുമോ?

ഏതോ ഒരാളെ കഴുത്തിനുപിടിച്ചു പുറത്താക്കാൻ കടയ്ക്കുപുറത്തിറങ്ങിയ മധ്യവയസ്കനായ കുള്ളന്റെ മുമ്പിൽ വിഷ്ണു പരമപാവമായി കൈകൂപ്പി നിന്നു. ഉണ്ടക്കണ്ണനായ ആ കറുത്ത കുള്ളന്റെ നെഞ്ചോളം തലകുനിച്ചു പിടിച്ചുകൊണ്ട് വിഷ്ണു പതുക്കെ ഒരു രഹസ്യം പോലെ പറഞ്ഞു: "കമാലുദ്ദീനെ ഒന്നു കാണാൻ എന്നെ സഹായിക്കണം."

അയാളൊന്നു ഞെട്ടിയിട്ട്, ഉണ്ടക്കണ്ണ് പൂർണമായും വെളിയിലേക്കെടുത്ത് വിഷ്ണുവിനെ തുറിച്ചുനോക്കിയും മുഖം കോട്ടിയും പതുക്കെ കാതിലെന്നോണം പറഞ്ഞു: "കമാലുദ്ദീനല്ല, സുൽത്താൻ. മെഹറുന്നീസേടെ മുമ്പീന്ന് കമാലുദ്ദീനെന്നു വിളിച്ചാ തല ഉടലിക്കാണില്ല. ആരാനീ, എവിടന്നാ വെര്ന്നേ?"

വിഷ്ണു പറഞ്ഞു: “അറിയാഞ്ഞിട്ടാണ്. എന്നോടു ക്ഷമിക്കണം. എന്റെ നാവിൽ നിന്ന് ഇങ്ങനെയൊരബദ്ധം ഇനി പുറത്തുവരില്ല. എന്തായാലും നമ്മുടെ സുൽത്താനെ കാണാൻ എന്നെയൊന്നു സഹായിച്ചേ പറ്റൂ.”

കുള്ളൻ ഉണ്ടക്കണ്ണുകൊണ്ടു തുറിച്ചുനോക്കി വിഷ്ണുവിനെ ഭയപ്പെടുത്താൻ ശ്രമിക്കുകയായിരുന്നു. അവസാനം ആ കറുത്ത കുള്ളൻ വിഷ്ണുവിനെ കടയ്ക്കകത്തേക്കു കൂട്ടിക്കൊണ്ടുപോയി. കമാലുദ്ദീന്റെ മുറി തുറന്നുകൊടുക്കുന്നതിനുമുമ്പ് കുള്ളൻ വിഷ്ണുവിന്റെ കീശയും ഇടുപ്പുമൊക്കെ പരിശോധിച്ച് മാരകായുധങ്ങളൊന്നുമില്ലെന്ന് ഉറപ്പുവരുത്തി.

ആ മുറിയിൽ കാലെടുത്തുവയ്ക്കുമ്പോൾ വിഷ്ണു ദൈവത്തോടു പറഞ്ഞു: “ഇതാ, ഞാൻ കമാലുദ്ദീന്റെ മുമ്പിലെത്തിയിരിക്കുന്നു.”

അതൊരു ഗുഹയൊന്നുമായിരുന്നില്ല. വെള്ളപൂശിയ, വൃത്തിയുള്ള ഒരു മുറിയായിരുന്നു. ആ മുറിക്കു മൂർമാർക്കറ്റുമായി യാതൊരു ബന്ധവുമുണ്ടായിരുന്നില്ല.

എല്ലാ മനുഷ്യരെയുംപോലെ കമാലുദ്ദീൻ വിഷ്ണുവിനോടു പുഞ്ചിരിച്ചു. പിന്നെ, നന്നായി ചിരിച്ചു. വെളുത്തുമെലിഞ്ഞ് സുമുഖനായ ആ മനുഷ്യനെ വിഷ്ണുവിനിഷ്ടമായി. അയാളുടെ ചിരിക്കും വാക്കുകൾക്കും ഒരു തരം വശീകരണശക്തിയുണ്ടായിരുന്നു. വളരെവേഗം അയാൾ വിഷ്ണുവിലേക്കു പടർന്നുകയറി. അയാളുടെ ശബ്ദവും വാക്കും നോട്ടവും ചിരിയുമൊക്കെ പറഞ്ഞറിഞ്ഞ കമാലുദ്ദീന്റെതായിരുന്നില്ല. തമിഴും ഇംഗ്ലീഷും മലയാളവും ഹിന്ദിയുമൊക്കെ കലർത്തിയാണ് അയാൾ സംസാരിച്ചുകൊണ്ടിരുന്നത്. എല്ലാ ഭാഷകളും അയാളുടെ സ്വന്തമായിത്തീരുകയായിരുന്നു.

വന്ന കാര്യം എത്രയും വേഗം പറഞ്ഞൊപ്പിക്കാൻ വിഷ്ണുവിന്റെ മനസ്സു വെമ്പുകയായിരുന്നു. എന്നാൽ അതിലേക്കുള്ള വാതിൽ കമാലുദ്ദീൻ തുറന്നതേയില്ല. പകൽനേരത്തു നടക്കുമ്പോൾ കൈത്തണ്ടയിലെ രോമം പോലും കരിഞ്ഞുപോകുന്ന നഗരത്തിലെ ഉഷ്ണത്തെക്കുറിച്ചാണ് കമാലുദ്ദീൻ സംസാരിച്ചുകൊണ്ടിരുന്നത്. രണ്ടു ദിവസം കൂടി കഴിഞ്ഞാൽ കാർത്തികനക്ഷത്രം മനുഷ്യരുടെമേൽ തീവാരിയെറിയും. ആകാശത്തണിഞ്ഞൊരുങ്ങുന്ന കാർത്തികയെ കമാലുദ്ദീൻ എല്ലാ ഭാഷയിലും ശപിക്കുകയായിരുന്നു.

വിഷ്ണു ഇടയ്ക്കുകയറി പറഞ്ഞു: “സുൽത്താനേ, ഞാൻ വന്ന കാര്യം പറയാം. പത്തു വർഷം മുമ്പ് വാളയാർചുരം കടന്ന് ഇവിടെ എത്തിയതാണ്. പിന്നെ, അങ്ങോട്ടുപോയിട്ടില്ല. ഇനിയൊട്ടും പോകുന്നുമില്ല. എന്റെ ജീവിതത്തെക്കുറിച്ചും ഞാൻ പിന്നിട്ട വഴികളെക്കുറിച്ചും സുൽത്താൻ ഒന്നും ചോദിക്കരുത്. അത് എനിക്കു നിർബന്ധമാണ്. ഞാൻ ഇപ്പോള് ഇക്കാണുന്ന ശരീരം മാത്രമാണ്. ഈ ശരീരത്തെ സുൽത്താൻ വിശ്വസിക്കണം. അലഞ്ഞലഞ്ഞു മരിക്കാൻ വിധിക്കപ്പെട്ട ഒരു മനസാണ്

എന്റേത്. ഇപ്പോൾ ആ മനസ്സ് മുക്കാലും മരിച്ചു. ഇനി ഈ മനസുകൊണ്ട് പ്രയോജനമൊന്നുമില്ല."

വിഷ്ണുവിന്റെ മനസ്സ് കണ്ണാടിയിലെന്നപോലെ കമാലുദ്ദീൻ കാണുന്നുണ്ടായിരുന്നു. ആ മനസ്സ് ഉരുകുന്നതു കണ്ടു. വാക്കുകൾ വിറയ്ക്കുന്നത് കണ്ടു. കരൾ കീറിപ്പറിയുന്നതു കണ്ടു. എന്നാൽ എല്ലാം കണ്ടു കമാലുദ്ദീൻ ചിരിക്കുകയായിരുന്നു. അന്നേരം വിഷ്ണു ദൈവത്തോടു പറഞ്ഞു: "ദൈവമേ, ഞാൻ ഇപ്പോൾ കമാലുദ്ദീന്റെ ചിരി കോരിക്കുടിക്കുകയാണ്."

"വിഷ്ണൂ, എന്തിനാണ് എന്നെ കാണാൻ വന്നത്?" കമാലുദ്ദീന്റെ ഈ അന്വേഷണം വിഷ്ണുവിന് ആശ്വാസമായി. ഒരു മനുഷ്യൻ ഒരു മനുഷ്യനോടു സംസാരിക്കുന്നു.

വിഷ്ണു പറഞ്ഞു: "സുൽത്താന് ഏതാണ്ടൊക്കെ മനസിലായിക്കാണും. ഞാൻ എന്നെ സുൽത്താനു വിൽക്കാൻ വന്നതാണ്."

ഇത്തിരിനേരം മൗനത്തിനകത്തിരുന്ന് എന്തൊക്കെയോ ഗാഢമായി ആലോചിച്ചിട്ട്, സുൽത്താൻ പറഞ്ഞു: "വിഷ്ണു എല്ലാം അറിഞ്ഞിരിക്കുന്നു. ആരാണ് നിന്നെ എന്റെ അടുത്തേക്കയച്ചതെന്ന് ഞാൻ ചോദിക്കുന്നില്ല. ചോദിച്ചാൽ നീ പറയുകയില്ലെന്നും എനിക്കറിയാം. പക്ഷെ, വിഷ്ണുവിന്റെ പുറപ്പാടിനോട് എനിക്ക് യോജിക്കാൻ കഴിയുന്നില്ല. ഞാൻ മനുഷ്യക്കച്ചവടം ചെയ്യുന്നുണ്ടെന്ന കാര്യം ശരിയാണ്. തൽക്കാലം വിഷ്ണു, വിഷ്ണുവിനെ വിൽക്കണ്ട എന്നാണ് എനിക്കു പറയാനുള്ളത്."

"പ്രിയപ്പെട്ട സുൽത്താൻ ഞാൻ അതു തീരുമാനിച്ചു. എന്നെ അങ്ങയ്ക്കു വിൽക്കാൻ എനിക്കിഷ്ടമാണ്. നന്നായി ആലോചിച്ചിട്ടാണ് ഞാൻ ഈ തീരുമാനമെടുത്തത്. എന്നെ വിറ്റാലേ എനിക്കിനി ആശ്വാസമുള്ളൂ."

വിഷ്ണുവിന്റെ തീരുമാനത്തിനുനേരെ കമാലുദ്ദീൻ പരിതാപത്തോടെ നോക്കുകയായിരുന്നു. അയാൾ എന്തെല്ലാം പറഞ്ഞിട്ടും വിഷ്ണു, തന്റെ തീരുമാനത്തിൽ പാറപോലെ ഉറച്ചുനിന്നു.

കമാലുദ്ദീൻ ജീവിതം, മരണം, പ്രണയം, കാമം, വ്യവസായം എന്നിവയെക്കുറിച്ച് ഒരുപാടു കാര്യങ്ങൾ സംസാരിച്ചു. പക്ഷെ, കമാലുദ്ദീൻ വിഷ്ണുവിന്റെ മുമ്പിൽ തോൽക്കുകയായിരുന്നു. അയാൾ തന്റെ ഭാവവും വാക്കുകളും മാറ്റി. വേറൊരു മനുഷ്യനെപ്പോലെ പെരുമാറിനോക്കി. മുഖത്ത് മനസിൽ നിന്ന് അൽപ്പം മഞ്ഞനിറം വാരിയെടുത്തു പുരട്ടി. കൃഷ്ണമണികൊണ്ട് പമ്പരം തിരിച്ചു. അപ്പോൾ വിഷ്ണുവിന്റെ മുഖം വേദനയുടെ നിഴൽകൊണ്ടു മൂടുകയായിരുന്നു. നിരാശയുടെ ഒരു സ്വരം കണ്ണിനകത്തു കറങ്ങിക്കരയുകയായിരുന്നു. കമാലുദ്ദീൻ എല്ലാം കണ്ട് ചിരിക്കുകയായിരുന്നു.

വിഷ്ണു ഇരിപ്പിൽ നിന്ന് അൽപ്പം മുന്നോട്ടാഞ്ഞ്, കൈ രണ്ടും മേശപ്പുറത്ത് കുത്തിക്കൊണ്ടു പറഞ്ഞു: "ശരീരം മെലിഞ്ഞിട്ടാണെങ്കിലും

എന്റെ ആരോഗ്യത്തിന് കുഴപ്പമൊന്നുമില്ല. എന്റെ കിഡ്നിയും ഹൃദയവും നല്ലതാണ്. രണ്ടും സുൽത്താനു വിശ്വസിക്കാം. ആർക്കും വിശ്വസിക്കാവുന്ന കണ്ണുകളാണ് എന്റേത്. എന്റെ കുടുംബത്തിലാരും കണ്ണട വയ്ക്കുന്നതു ഞാൻ കണ്ടിട്ടില്ല. ഞങ്ങളുടെ കുടുംബത്തിൽ ആർക്കും വെള്ളെഴുത്തു വരാറില്ല. എന്റെ ഒരവയവും സുൽത്താനെ ചതിക്കില്ല. മനസിനെ ഞാൻ പരുവപ്പെടുത്തിയെടുക്കാം. ഭീകരപ്രവർത്തനങ്ങൾക്കും ലഹളയുണ്ടാക്കാനുമൊക്കെ എന്നെ യഥേഷ്ടം ഉപയോഗിക്കാവുന്നതാണ്."

അന്നേരം കമാലുദ്ദീൻ ഒരു ഉപനിഷദ്വാക്യം ചൊല്ലിക്കൊണ്ടു ചിരിച്ചു. കസാല രണ്ടുമൂന്നുതവണ കറക്കി പൊട്ടിച്ചിരിച്ചു കൊണ്ടു പറഞ്ഞു: "മനുഷ്യനെക്കൊണ്ട് വിഷ്ണു വിചാരിക്കുന്ന ആവശ്യങ്ങളൊന്നുമല്ല എനിക്കുള്ളത്. എന്തായാലും വിഷ്ണു വിഷമിക്കണ്ട. നിന്നെ വിലയ്ക്കുവാങ്ങാൻ ഞാൻ തീരുമാനിച്ചു. വാങ്ങിക്കഴിഞ്ഞാൽ നീ എന്റെ അടിമയായിരിക്കും. എന്റെ ഒരു കളിക്കോപ്പായിരിക്കും. പിന്നെ, നിനക്കു സ്വന്തമായൊരു കർമമില്ല, സ്വന്തമായൊരു സ്വരമില്ല. ബന്ധുമിത്രാദികളും ശത്രുക്കളുമില്ല. നാളെ രാവിലെ പത്തുമണിക്ക് വിഷ്ണു എന്നെ വന്നു കാണുക. അപ്പോൾ എന്റെ ഡോക്ടർ ഇവിടെ ഉണ്ടാകും. അദ്ദേഹം വിഷ്ണുവിനെ പരിശോധിക്കും. അവസാനം വിഷ്ണുവിനെ പരിശോധിക്കുന്നത് സൈക്യാട്രിസ്റ്റായിരിക്കും."

വിഷ്ണുവിന്റെ മനസിലേക്കു തണുത്ത കാറ്റു വീശി. മുഖമൊന്നു തെളിഞ്ഞു. കമാലുദ്ദീനോട് വിഷ്ണുവിന് എന്തൊക്കെയോ പറയണമെന്നുണ്ടായിരുന്നു. എന്നാലൊന്നും പറയാൻ കഴിഞ്ഞില്ല. കമാലുദ്ദീന്റെ കണ്ണിലേക്കു നോക്കി വെറുതെ ഇരിക്കുക മാത്രമായിരുന്നു.

തിരിച്ചുപോകാനായി എഴുന്നേറ്റപ്പോൾ കമാലുദ്ദീൻ വിഷ്ണുവിനോടു പറഞ്ഞു: "ഓർക്കുക, നാളെ രാവിലെ പത്തുമണിമുതൽ വിഷ്ണുവിന് വിഷ്ണു നഷ്ടപ്പെടും. വിഷ്ണുവിന്റെ പേരുപോലും മറ്റൊന്നായിരിക്കും. വിഷ്ണുവിന് മറ്റൊരു പേര് കണ്ടുപിടിക്കും. നിന്നെ ഞാൻ മറ്റൊരാളാക്കി മാറ്റുകയും ചെയ്യും. നീ നിനക്കു തന്നെ അപരിചിതനായിത്തീരും."

വാൾട്ടാക്സ് റോഡിലിറങ്ങിയ വിഷ്ണു ആകാശത്തേക്കു നോക്കി ദൈവത്തോടു പറഞ്ഞു: "ദൈവമേ, നിന്റെ അനുവാദമില്ലാതെതന്നെ ഞാൻ എന്നെ വിൽക്കുകയാണ്. കുറേ ദിവസം കഴിയുമ്പോൾ ഞാൻ നിന്റെ സൃഷ്ടിയല്ലാതായിത്തീരും."

ഒരു നീലരാത്രിയുടെ ജാലകം

അവൾ അയാളെ മൂന്നു മണിക്കൂറിലധികമായി കാത്തിരിക്കുകയായിരുന്നു. അയലത്തും അവളുടെ വീട്ടിലുമെല്ലാം ഉറങ്ങിക്കഴിഞ്ഞു. എട്ടുമണിയോടുകൂടി വരുമെന്നാണ് പറഞ്ഞത്. അയാൾ എപ്പോഴും വരുന്നത് എട്ടിനും ഒമ്പതിനുമിടയിലാണ്.

ഒന്നും ചെയ്യാനില്ലാഞ്ഞിട്ട് അവൾ മുടിയഴിച്ചിട്ട് കൈകൊണ്ട് വെറുതെ ചീകിക്കൊണ്ടിരിരുന്നു. ഇടയ്ക്കിടെ അയാൾക്കു പ്രിയപ്പെട്ട തന്റെ മുടി അവൾ മൂക്കിനടുത്തുവച്ചു മണപ്പിച്ചു നോക്കുന്നുമുണ്ടായിരുന്നു. അയാൾക്കു വേണ്ടിയാണ് നീലിഭൃംഗാദി തേക്കുന്നത്. നിന്റെ മുടിയിലെ നീലിഭൃംഗാദിയുടെ മണം എനിക്കൊരു ലഹരിയാണെന്ന് അയാൾ എപ്പോഴും പറയാറുണ്ട്. അവളുടെ മുടി അയാൾക്കായി രാത്രിയിൽ മാത്രം വിരിയുന്ന റോസാപ്പൂക്കളാണ്. ആ മുടി അയാൾ മൃദുലമായി വാരിയെടുത്തു ഉമ്മവയ്ക്കും.

ഇനി, ഈ വൈകിയ രാത്രിയിൽ അയാൾ വരുമെന്ന് തോന്നുന്നില്ല. എട്ടുമണിക്കുമുമ്പേ വരുമെന്ന് പറഞ്ഞ ആൾക്ക് പതിനൊന്നു മണിക്കിടയിൽ എങ്ങനെയെങ്കിലും ഒന്നു ഫോൺ ചെയ്യാമായിരുന്നില്ലേ? ഇനി ഏതായാലും അയാൾ വരാനിടയില്ല. ഇത്രയും വൈകി അയാൾ ഒരിക്കലും വന്നിട്ടില്ല. ഇനി പോയിക്കിടന്നുറങ്ങാം. പക്ഷേ, ഉറക്കം വരികയില്ല.

അയാൾക്കുവേണ്ടി തുറന്നുവച്ച ജാലകം അവൾ പതുക്കെ അടച്ചു. പിന്നീട്, അമ്മ കിടക്കുന്ന മുറിയിൽ ചെന്നു നോക്കി. അമ്മ വളരെ നേരത്തേതന്നെ ഉറങ്ങിക്കഴിഞ്ഞിരുന്നു. മകന്റെ മുറിയിലേക്ക് ചെന്നപ്പോൾ അവന്റെ കൂർക്കം വലിയാണ് അവളെ സ്വാഗതം ചെയ്തത്. ആ ശബ്ദം അവളിൽ നേരിയ ഭയം ഉളവാക്കി. മകനെക്കുറിച്ചോരോന്നാലോചിച്ചുകൊണ്ടു അവൾ അവന്റെ ബഡ്ഡിന്റെ കോണിൽ ഇരുന്നു. എന്നിട്ടവൾ

മനസിൽ പറയുകയായിരുന്നു: എന്റെ മോനേ, നീ വലുതാകുന്നതു കാണുമ്പോൾ എനിക്കു സന്തോഷമുണ്ട്. ആ സന്തോഷത്തോടൊപ്പം എന്തോ ഒരിഷ്ടമില്ലായ്മയുണ്ട്. പണ്ടത്തെപ്പോലെ നിന്നോടിപ്പോൾ എനിക്കിഷ്ടമില്ലല്ലോ മോനേ..... നിക്കറിട്ടു നടക്കുമ്പോൾ എന്റെ മോനേ, നിനക്കെന്തൊരോമനത്തമായിരുന്നു. അന്നൊക്കെ ഇരുപത്തിനാലുമണിക്കൂറും നീ എന്റെ ചിറകിനുള്ളിലായിരുന്നു. എത്ര നല്ല കാലമായിരുന്നു അത്. അമ്മ വാരിത്തരുന്നതു മാത്രം തിന്നുകയും അമ്മയോടൊപ്പം കളിക്കുകയും അമ്മയുടെ മാറത്തുമാത്രം ഉറങ്ങുകയും ചെയ്ത നീ എത്ര മാറിപ്പോയി. മോനേ, ഈ അമ്മയിൽനിന്ന് നീ എത്ര അകന്നുപോയി. നിനക്കൊരു സ്വകാര്യലോകം ഉണ്ടായിത്തുടങ്ങുകയാണ്. എന്റെ മോനേ, നീ വളരണ്ടായിരുന്നു. ഇനിയും ആറേഴുവർഷം കഴിയുമ്പോൾ നീ ഈ അമ്മയിൽനിന്ന് എത്ര അകലെയായിരിക്കും.

മകനിൽ നിന്നു പതുക്കെ അവളുടെ മനസ്സ് അവന്റെ അച്ഛനിലേക്ക് തെന്നിപ്പോവുകയായി. അച്ഛന്റെ അതേ മുഖവുമായിട്ടാണ് അവൻ വളർന്നുവരുന്നത്. അവന്റെ അച്ഛന് കല്യാണിൽനിന്ന് അംബർനാഥിലേക്കു സ്ഥലംമാറ്റം കിട്ടിയ വിവരം കഴിഞ്ഞാഴ്ച എഴുതി അറിയിച്ചിരുന്നു. അംബർനാഥ് ഒരു മലയടിവാരത്തിലാണെന്നും, ഫാക്ടറികൾ കൊണ്ട് നിറഞ്ഞ ആ മലയടിവാരം ഇപ്പോഴും ഒരു ഗ്രാമത്തെപ്പോലെയാണെന്നുമൊക്കെ എഴുതിയിരുന്നു. നല്ല തണുപ്പുള്ള ഈ രാത്രിയിൽ അംബർനാഥിലെ ഏതെങ്കിലും ഫ്ളാറ്റിൽ അദ്ദേഹം കൂർക്കംവലിച്ചുറങ്ങുകയാവാം.

താനിപ്പോൾ മോന്റെ അച്ഛന്റെ മനസിലുണ്ടാവുമോ എന്ന് അവളാലോചിക്കുകയായിരുന്നു.

അദ്ദേഹത്തിന്റെ സ്വപ്നങ്ങളിൽ താൻ കടന്നുവരുന്നുണ്ടാവുമോ? ഉറങ്ങാൻ കിടക്കുമ്പോഴും ഉണരുമ്പോഴും ഇവളെക്കുറിച്ചോർക്കുന്നുണ്ടാകുമോ?

ഒന്നിലും ഒരു കഥയുമില്ല മോനേ, അവൾ പറഞ്ഞു. കുറെ സ്വപ്നങ്ങളും ഓർമകളും മടുപ്പും വേദനയും മാത്രം.

പിന്നെ, അവൾ സ്നേഹത്തെക്കുറിച്ചോർക്കുകയായിരുന്നു. ഇന്നലെയുടെയും സ്നേഹത്തിന്റെയും ഓരോരോ ചിത്രങ്ങൾ മനസിലൂടെ കടന്നുപോയപ്പോൾ എല്ലാറ്റിനോടും ഒരുതരം പുച്ഛം തോന്നി. എന്തിനാണീ സ്നേഹത്തിന്റെ എട്ടുകാലിവല?

അപ്പോൾ അവളുടെ ജാലകം ശബ്ദിച്ചു. അവൾ ഏതാനും സമയം മിണ്ടാതിരുന്നിട്ടും ജാലകം ശബ്ദിച്ചുകൊണ്ടേയിരുന്നു. അയാൾ ജാലകത്തിനപ്പുറത്തു നിൽക്കുന്നുണ്ടെങ്കിലും അയാളോട് വല്ലാതെ വെറുപ്പു തോന്നി. ഇത്രയും വൈകിയാൽ അയാൾക്ക് വരാതിരിക്കാമായിരുന്നില്ലേ?

പക്ഷേ അയാൾക്ക് വരാതിരിക്കാൻ കഴിയില്ല. തനിക്ക് കാത്തിരിക്കാതിരിക്കാനും കഴിയില്ല.

ആ ജാലകം വീണ്ടും വീണ്ടും ശബ്ദിക്കുകയായിരുന്നു. വീണ്ടും ആ ജാലകം ഒച്ചവയ്ക്കുമെന്ന് തോന്നിയപ്പോൾ അവൾ വേഗം ചെന്ന് ജാലകം തുറന്നു. എന്നിട്ട് ഒരു നിമിഷം അവൾ അയാളെത്തന്നെ നോക്കി നിന്നു. ക്ഷീണിച്ചു പരവശനായതുപോലെയുണ്ടായിരുന്നു അയാളുടെ മുഖവും നിൽപ്പും. ഒരിക്കലുമില്ലാത്ത ഒരുതരം ദയനീയത അയാളിൽ അവൾ കാണുകയായിരുന്നു.

"എന്റെ മോളേ, എന്നോടു ക്ഷമിക്കൂ," അയാൾ പറഞ്ഞു.

"നേരമെത്രയായി? വീട്ടിൽ ഭാര്യയും കുട്ടികളുമൊക്കെ കാത്തിരിക്കുന്നുണ്ടാവില്ലേ?" അവൾ ചോദിച്ചു.

"ഞാൻ വീട്ടിൽ നിന്നുതന്നെയാണ് വരുന്നത്. അവൾക്കും മോനും നല്ല പനിയാണ്. ഡോക്ടറെ കാണാൻ പോയിട്ടു മടങ്ങുമ്പോൾ പത്തുമണിയായി. മോനും അവൾക്കും ഇഞ്ചക്ഷനൊക്കെ എടുത്തു. ഇപ്പോൾ രണ്ടുപേരും നന്നായുറങ്ങുകയാണ്. ഞാനും ഉറങ്ങാൻ കിടന്നതായിരുന്നു. പക്ഷേ, നിന്നെയോർത്തപ്പോൾ എനിക്കുറക്കംവന്നില്ല. അവൾ വല്ലാതെ അവശയായിരിക്കുന്നു. എന്തൊരു പനിയാണ്. അവളും മോനും ഇപ്പോൾ നന്നായുറങ്ങുകയാണ്."

അവൾക്കാകെ വിഷമം തോന്നി. പൊള്ളുന്ന പനിയിൽ തളർന്നുറങ്ങുന്ന അയാളുടെ ഭാര്യയും മകനും അവളുടെ മനസിലും വന്നു കിടപ്പായി.

അയാളുടെ ഭാര്യ പനിക്കിടയിൽനിന്നുണർന്നെങ്കിലോ? മകനുണർന്നു കരഞ്ഞെങ്കിലോ? ഭർത്താവിനെ അരികിൽ കണ്ടില്ലെങ്കിൽ പനിക്കിടയിലിരുന്നു ആ സ്ത്രീ വീണ്ടും വേവുകയില്ലേ. ആ പാവം അവിടെ പനിച്ചുകിടക്കുമ്പോഴാണല്ലോ ഇയാളിങ്ങോട്ട് പോന്നത്.

അവൾക്ക് അവളെക്കുറിച്ചും അയാളെക്കുറിച്ചും മനുഷ്യരെക്കുറിച്ചുമൊക്കെ എന്തൊക്കെയോ തോന്നുകയായിരുന്നു. അവൾ ജാലകത്തിൽ അയാളുടെ കണ്ണിനുനേരെ മുഖം ചേർത്തുവച്ചുകൊണ്ട് പറഞ്ഞു: "വേഗം വീട്ടിലേക്ക് പോകണം. നിങ്ങളെന്താണ് ഈ കാണിച്ചിരിക്കുന്നത്? എന്റെ പൊന്നേ, ഇത് ശരിയായില്ല."

"എനിക്കു നിന്നെയോർത്തപ്പോൾ അവിടെ കിടക്കാൻ കഴിഞ്ഞില്ല." അയാൾ പറഞ്ഞു.

അയാളുടെ മനസ്സ് പൊരിയുന്നതും ആ മനസ്സ് എന്തിനെല്ലാമോ വേണ്ടി കൈനീട്ടുന്നതും അവൾ കാണുന്നുണ്ടായിരുന്നു. എന്റെ പൊന്നുകുട്ടാ എന്നു വിളിച്ചുകൊണ്ട് അവൾ അയാളുടെ നെഞ്ചിൽ തടവിക്കൊടുത്തു. നന്നായി വിയർത്ത അയാളുടെ മുഖം പാതി ഇരുട്ടിൽ മിന്നുന്നതുപോലെ അവൾക്ക് തോന്നുകയുണ്ടായി. തന്റെ ദീർഘമായ കാത്തിരിപ്പിന്റെ മടുപ്പെല്ലാം മറന്ന് അവൾ ആ ജാലകക്കീറിലൂടെ അയാളെ തന്നോട് ചേർത്തു. എന്നിട്ട്, അയാളുടെ മൂക്കത്തും ചുണ്ടത്തും ഉമ്മവച്ചു. ഒരുമ്മയ്ക്കിടയിൽ അയാൾ അവളുടെ കഴുത്തിലെ കറുത്ത

ഉണ്ണിയെ തിരയുകയായിരുന്നു. പിന്നെ ഇത്തിരിനേരം അയാളുടെ വിരലുകൾ താമരയിൽ വെണ്ണനൂലെന്നപോലെ അവളുടെ കവിളത്തു പറ്റിപ്പിടിച്ചു.

പെട്ടെന്ന് അവളുടെ മനസിൽ അയാളുടെ ഭാര്യയുടെ തളർന്നു കിടക്കുന്ന രൂപം കടന്നുവന്നു. തെന്നിത്തെറിക്കുമ്പോലെ പിന്നോട്ട് മാറിക്കൊണ്ടവൾ പറഞ്ഞു: "എന്റെ പൊന്നേ, പോകൂ. ഒന്നു വേഗം പോകൂ."

അയാൾ തിരിഞ്ഞുനടന്ന് ഗേറ്റിനുവെളിയിലിറങ്ങിയപ്പോൾ അവൾ ആ ജാലകം അടച്ചു.

മറീനയിലെ കുതിരകൾ

എന്റെ മുമ്പിലൂടെയാണവൾ നടന്നുപോയത്. മനോഹരമായ വസ്ത്രങ്ങളണിഞ്ഞ അവളുടെ നടപ്പിനും നല്ല ഭംഗിയുണ്ടായിരുന്നു. മഹാനഗരത്തിലെ സുന്ദരിയായ ഏതോ ചെറുപ്പക്കാരി. ഞാൻ അവളെ കൗതുകത്തോടെ, അല്ല ഇഷ്ടത്തോടെതന്നെ നോക്കിയിരുന്നു. ചിലർക്കതിഷ്ടമാവില്ല. പക്ഷേ, എന്റെ കണ്ണുകൾ എന്നെയും കവിഞ്ഞ് അവളിലേക്കു നീളുകയായിരുന്നു. അവളുടെ നടപ്പിന്റെ ഭംഗി എന്റെ മനസിലേക്കു കയറി വന്നു.

അവൾ കുതിരയുടെ അടുത്തു ചെന്നു നിൽക്കുകയും കുതിരക്കാരനു കാശുകൊടുക്കുന്നതും ഞാൻ കാണുന്നുണ്ടായിരുന്നു. കുതിരയെ ഒന്നുരണ്ടുതവണ തലോടിയിട്ട്, അവൾ മിന്നൽവേഗത്തിൽ കുതിരപ്പുറത്ത് പാഞ്ഞുകയറി. ആ കാഴ്ച ഒരു രസമായിരുന്നു. അവളെയും വഹിച്ചുകൊണ്ട് കുതിര ഓടുന്നത് കൗതുകത്തോടെ ഞാൻ നോക്കിയിരുന്നു. അവളുടെ കുതിര പലതവണ എന്റെ മുന്നിലൂടെയും ഓടിപ്പോയി. ഞാൻ അവളെ നോക്കി ചിരിച്ചിരുന്നു. അവളത് കണ്ടില്ല. അവൾ രസിച്ചാഹ്ലാദിച്ച് കുതിരയോടെന്തൊക്കെയോ സംസാരിക്കുന്നുണ്ടായിരുന്നു. എന്തായിരിക്കാം അവൾ കുതിരയോടു സംസാരിച്ചിരിക്കുക? തനിച്ച് കുതിരപ്പുറത്തിരിക്കുമ്പോൾ ഒരു പെണ്ണിന് കുതിരയോടെന്തൊക്കെയായിരിക്കും പറയാനുണ്ടാവുക? എന്തും പറയാം. പെണ്ണുങ്ങൾക്ക് കുതിരയെ വലിയ ഇഷ്ടമാണ്. കുതിരയും പെണ്ണും തമ്മിലെന്തോ ബന്ധമുണ്ട്. അവൾ ഇടയ്ക്കിടെ ആഹ്ലാദത്തോടെ കുതിരപ്പുറത്തുനിന്നും ചാടിയിറങ്ങുകയും പാഞ്ഞുകയറുകയും ചെയ്യുന്നുണ്ടായിരുന്നു. വേഗതയുടെ സുഖമായിരിക്കാം അവൾ തേടുന്നത്. ആയിരിക്കില്ല. അവൾക്ക് കുതിരയോട് അതിയായ സ്നേഹമുണ്ട്. കുതിരയെ ഓമനിക്കുകയും ചുംബിക്കുകയും ചെയ്തുകൊണ്ടിരുന്നു. കുതിരയ്ക്കും അവളെ നന്നായി ഇഷ്ടപ്പെട്ടതു

പോലെയുണ്ട്. ഒരുപക്ഷേ, പെണ്ണിന്റെ മനസ്സ് നന്നായറിയുന്ന ഒരു കുതിരയായിരിക്കുമത്.

പണ്ടൊക്കെ മറീനയിൽ അഞ്ചോ ആറോ കുതിരകളെ ഉണ്ടാവാറുള്ളൂ. കുട്ടികളെ പുറത്തുകയറ്റി നടക്കുന്ന വയസ്സൻ ചാവാലിക്കുതിരകൾ. ഇപ്പോൾ മറീനയിലൂടെ നടക്കുമ്പോൾ കുതിരകളെ സൂക്ഷിക്കണം. മറീനയിലെ കുതിരകളെ വെറുതെ ഞാനൊന്നെണ്ണിനോക്കി. അറുപതു കുതിരകളെ എണ്ണിയിട്ട്, പിന്നെ എണ്ണിയില്ല. എന്തുകൊണ്ടായിരിക്കാം മറീനയിലിങ്ങനെ കുതിരകൾ പെരുകിയത്? പെട്ടെന്ന് എനിക്കു തോന്നി, ഞാനൊരു വിഡ്ഢിയെപ്പോലെയാണല്ലോ ആലോചിക്കുന്നത്. കുതിരപ്പുറത്തുകയറി ഓടി രസിക്കുന്നവരുടെ എണ്ണം കൂടി. അതുകൊണ്ട് കുതിരകളും കൂടി. വയസ്സൻകുതിരകളൊന്നുമല്ല, കൂറ്റൻ കുതിരകൾ തന്നെയാണിപ്പോൾ മറീനയിലോടുന്നത്. കുതിരപ്പുറത്തു കയറാൻ കുട്ടികളില്ലാതായിരിക്കുന്നു. യുവാക്കളും യുവതികളുമാണിപ്പോൾ കുതിരകളെ ഇഷ്ടപ്പെടുന്നതും അവയുടെ പുറത്തേറികളിക്കുന്നതും. സുന്ദരികളും സുന്ദരന്മാരും കുതിരപ്പുറത്തു കയറി ഓടുന്നത് മറീനയിലെ നല്ലൊരു കാഴ്ചയായി മാറിയിരിക്കുന്നു.

എന്തൊരാൾക്കൂട്ടമാണ് മറീനയിൽ! വൈകുന്നേരമാകുമ്പോൾ നഗരമിങ്ങൊട്ടൊഴുകയാണല്ലോ. ശാന്തത തീരെയില്ലാതായി. കാറ്റുമില്ല, തനിച്ചിരുന്നു സ്വപ്നം കാണാനിടവുമില്ല. കാലം കാമം കളിച്ച് ഈ കടൽത്തീരത്തിന്റെ സൗന്ദര്യം മായ്ച്ചുകളഞ്ഞു. മരിക്കുന്ന വലിയവരെല്ലാം പ്രതിമകളായും സ്മാരകങ്ങളായും മറീനയിലേക്കു പോരുന്നു. കടലിനിപ്പോൾ പ്രസക്തിയില്ല.

കൈയിൽ കർച്ചീഫുമായി നടക്കുന്ന പെണ്ണുങ്ങൾ വന്നു തുടങ്ങി. എട്ടുമണിവരെ അവർ മറീനയിൽ അലയും. എട്ടുമണി കഴിഞ്ഞാണ് പൊലീസുകാർ അവരുടെ മുമ്പിൽ പ്രത്യക്ഷപ്പെടുന്നത്. പെണ്ണുങ്ങൾ പ്രേമിച്ചും ഉമ്മവച്ചും ആണുങ്ങളുടെ മടിയിൽക്കിടന്നു പാട്ടുപാടിയുമുണ്ടാക്കുന്ന കാശിലൊരുഭാഗം അവരുടെ മടിക്കുത്തിൽനിന്ന് കാക്കിക്കുപ്പായത്തിലെ കീശയിലേക്കു ചെല്ലും.

കർച്ചീഫ് കാറ്റിൽ വീശിക്കൊണ്ടാണവർ മറീനയിൽ നടക്കുക. ആ കർച്ചീഫ് അവരാരാണെന്നു പറയുന്നു. ഇണയെ കിട്ടിയാൽ ആളൊഴിഞ്ഞ ഇടം തേടിയങ്ങു പോകും. യുവമിഥുനങ്ങളായി കെട്ടിപ്പിടിച്ചു പുണരും. മടിയിൽ കിടന്നുപാടുക, ആണും പെണ്ണും പരസ്പരം മണക്കുക, ചുണ്ടും മൂക്കും കാതും കഴുത്തും മുടിയും മുലയും മണക്കുക, തലയിലെ മുല്ലപ്പൂവു മണത്ത് നെഞ്ചോടു ചേർക്കുക, ജീവിതം അഭിനയിച്ചു രസിക്കുക. അവസാനം പ്രണയത്തിന്റെ ഫ്രെയിമിൽ നിന്ന് അവൾ എഴുന്നേറ്റുപോകുന്നു. വേറേതോ ഫ്രെയിമിലേക്ക്.

ഞാൻ ഇരിക്കുന്നതിന് അൽപ്പമകലെ ഒരു കറുത്ത തമിഴത്തിയും മെലിഞ്ഞ ചെറുപ്പക്കാരനും ഏറെനേരമായി ആടിപ്പാടി ഇരിക്കുകയായിരുന്നു. അവൾ പോകാനെഴുന്നേറ്റിട്ടും അവൻ സമ്മതിക്കുന്നില്ലായിരുന്നു.

അവൻ അവളുടെ കൈ മുറുകെ പിടിച്ചുവച്ചിരിക്കുന്നത് ഞാൻ കണ്ടു. കൈ വേദനിച്ചപ്പോൾ അവൾ വാ നിറയെ തെറിവിളിച്ചു. എങ്ങനെയോ അവന്റെ പിടുത്തത്തിൽനിന്നൂരി ഓടിവന്ന് എന്റെ തൊട്ടടുത്തിരിപ്പായി. ഞാൻ അവളെ നോക്കിയില്ല. ഞാൻ നോക്കിക്കൊണ്ടിരുന്നത് കുതിരപ്പുറത്തു കളിക്കുന്ന പെൺകുട്ടിയെയാണ്. സന്ധ്യകഴിഞ്ഞ് മറീനയിൽ ഇരുട്ടാവുകയായിരുന്നു. അവൾ കുതിരയെ കുതിരക്കാരനെ ഏൽപ്പിച്ച് ധൃതിയിൽ വടക്കോട്ടു നടന്ന് മാഞ്ഞുപോയി. ഇല്ല. അവൾ മാഞ്ഞുപോയില്ല. അവളും അവളുടെ കുതിരയും എന്റെ മനസിലൂടെ ഓടുകയായിരുന്നു.

അടുത്തിരിക്കുന്നവൾ എന്നോടു ചോദിച്ചു: "മലയാളമാ.....?"

ഞാൻ ഒന്നും പറഞ്ഞില്ല. അവൾ വീണ്ടും എന്തൊക്കെയോ ചോദിക്കുന്നുണ്ടായിരുന്നു. ഞാൻ കടൽത്തിരകളെ നോക്കി ഇരുന്നു. എന്റെ മൂകത സഹിക്കാതെയാവണം, അവൾ എഴുന്നേറ്റ് തലയിലെ മുല്ലപ്പൂവ് ഊരിയെടുത്ത് എന്റെ മുഖത്തേക്കെറിഞ്ഞ് ഓടിപ്പോയി. അവളുടെ മുല്ലപ്പൂവും നോക്കി കുറേനേരംകൂടി ഞാൻ ഇരുന്നു. വാടിയ മുല്ലപ്പൂവ് എന്നെ നോക്കി കരയുന്നതുപോലെ തോന്നി.

ഒരു മരണത്തിന്റെ വിവിധ മുഖങ്ങൾ

പുലർച്ചെ അഞ്ചുമണിക്കാണ് ബാബുരാജ് വീട്ടിലെത്തിയത്. രഘുവരന്റെ ചിരപരിചിതമായ നീണ്ട കാറ് ബാബുരാജിനെ ഗേറ്റിൽ കൊണ്ടുവന്നുവിടുന്നത് രാധാമണി ജാലകത്തിലൂടെ കാണുന്നുണ്ടായിരുന്നു. ആ കാറിനെയും രഘുവരനെയും അവൾക്ക് ഒരുപോലെ വെറുപ്പാണ്.

രാത്രി മുഴുവനും ബാബുരാജ് തന്റെ പുതിയ സീരിയലിന്റെ എഡിറ്റിങ്ങിലായിരുന്നു. നാലുമണിവരെ ഇടയ്ക്കിടെ വിസ്കിയും കഴിച്ചിരുന്നു. ആഹാരമൊന്നുമുണ്ടായിരുന്നില്ല.

തലയ്ക്കകത്ത് കരിങ്കല്ലിന്റെ ഭാരവും കണ്ണിലുറക്കത്തിന്റെ കനവും. വിസ്കിയുടെ ഗന്ധത്തിലേക്കാണ് രാധാമണി വാതിൽ തുറന്നു കൊടുത്തത്. മദ്യഗന്ധത്തോട് ഇപ്പോൾ അവൾക്ക് അമർഷമൊന്നുമില്ല. അത് ജീവിതത്തിന്റെ ഗന്ധമായിക്കഴിഞ്ഞു. ഛർദി കോരുന്നു, വെറുതേ അഴിഞ്ഞുപോകുന്ന തുണിയെടുത്തുടുപ്പിക്കുന്നു. വീഴാതെ കട്ടിലിൽ പിടിച്ചുകിടത്തുന്നു.........

എന്നാലും രാധാമണി രൂക്ഷമായി ബാബുരാജിനെ ഒന്നു നോക്കിയിട്ടു പറഞ്ഞു: "പിള്ളച്ചേട്ടൻ രാത്രി രണ്ടരമണിക്കു മരിച്ചുപോയി. ഞാൻ നാലഞ്ചുതവണ സ്റ്റൂഡിയോയിലേക്കു വിളിച്ചിരുന്നു. ഫോണെടുത്തില്ല."

ഏതാനും നിമിഷം ബാബുരാജ് നിന്നേടത്തു നിശ്ചലമായി. പിന്നെ ചാരുകസാലയിലേക്കു മറിഞ്ഞു. രാധാമണിയുടെ മനസോ കണ്ണോ ബാബുരാജിന്റെ മനസിലേക്കു നീളുന്നുണ്ടായിരുന്നില്ല. അവളുടെ മനസ്സ് മറ്റൊരു ലോകത്തായിരുന്നു. അവൾ തന്റെ ജീവിതത്തെത്തന്നെ ശപിക്കുകയായിരുന്നു.

പിള്ളച്ചേട്ടന്റെ മരണം ബാബുരാജിന്റെ മനസിലേക്കു കയറിയൊന്നു പുളഞ്ഞു. എങ്കിലും ഓർത്തു. പിള്ളച്ചേട്ടൻ മരിക്കാൻ കണ്ട ഒരു ദിവസം. രാധാമണി അയാളുടെ അടുത്തുതന്നെ നിൽപ്പുണ്ടായിരുന്നു. തീർച്ച

യായും ഞാനിവിടെയൊന്നുമില്ല എന്ന് അവളുടെ മനസ്സ് മന്ത്രിച്ചു കൊണ്ടേയിരുന്നു.

ബാബുരാജിന്റെ മനസ്സ് പിള്ളച്ചേട്ടന്റെ മൃതശരീരത്തിനടുത്തേക്കു നീങ്ങി. മെലിഞ്ഞുണങ്ങിയ ആ ശരീരം നോക്കിനിന്നു. പിള്ളച്ചേട്ടന്റെ വാക്കുകൾ കാതിൽ വീഴുന്നതുപോലെ തോന്നി: “ഞാൻ രാത്രി രണ്ടുമണിക്കു മരിച്ചുപോയി ബാബുരാജേ. നിന്നെ കണ്ടിട്ട് നാലഞ്ചുമാസമായല്ലോ. നിന്നെക്കുറിച്ചു ഞാൻ എപ്പോഴും ഓർക്കാറുണ്ട്. നീ നല്ല തിരക്കിലായിരിക്കും. വാസ്തവത്തിൽ നീ എങ്ങോട്ടൊക്കെയാണ് പോകുന്നത്?”

ബാബുരാജ് രാധാമണിയോടു പറഞ്ഞു: “അന്ത്യശ്വാസം വലിക്കുമ്പോൾ ഞാൻ അടുത്തുണ്ടായില്ല. അവസാനകാലത്ത് ഞാൻ അദ്ദേഹത്തിനു തീരെ ഉപകരിച്ചില്ല. എന്നെ ഉണ്ടാക്കിയത് പിള്ളച്ചേട്ടനാണ്. ഈ നഗരത്തിൽ ഞാൻ ജോലിതേടിയലയുന്ന കാലത്ത് എന്നെ പിള്ളച്ചേട്ടൻ ഒരു പത്രത്തിലേക്കു വലിച്ചുകേറ്റി. ഞാൻ ഒരു കണ്ണുപൊട്ടനായിരുന്നു. പിള്ളച്ചേട്ടൻ എനിക്കു വടിയായി എന്റെ മുമ്പേ നടന്നു. അദ്ദേഹം അദ്ദേഹത്തെക്കുറിച്ചൊരിക്കലും ആലോചിച്ചിട്ടില്ല. സ്വന്തം ജന്മനക്ഷത്രവും ജന്മനാളും മറന്നവനായിരുന്നു. മറ്റുള്ളവർക്കുവേണ്ടി മാത്രം ജീവിച്ച ഒരു മനുഷ്യൻ. മുപ്പതാംവയസിൽ കെട്ടിയ പെണ്ണ് മുപ്പത്തഞ്ചാം വയസിൽ മറ്റൊരുവന്റെകൂടെ ഓടിപ്പായി. അപ്പോഴും അദ്ദേഹം ദുഃഖിച്ചില്ല. പിന്നെ പല പത്രങ്ങളിലും ജോലി ചെയ്ത് ഒരു നൊമേഡായി ജീവിച്ചു. മഹാനായ നൊമേഡ്. സന്യാസിയായ നൊമേഡ്. മദ്യത്തെ സ്നേഹിച്ചു. ഈ നഗരത്തിലെ റൗഡികളെയും വേശ്യകളെയും സ്നേഹിച്ചു. നഗരത്തിൽ ബുദ്ധിജീവികളെയുണ്ടാക്കി. രാഷ്ട്രീയക്കാരെ തിരുത്തി. ഓടകളിലെ മനുഷ്യരെ പൊക്കിയെടുത്തു തിളക്കി. അദ്ദേഹം എന്തെല്ലാമെന്തെല്ലാമായിരുന്നു! മഹാനായ ഒരു മനുഷ്യൻ.

അന്നേരം രാധാമണി വെറുപ്പോടെ, നിറഞ്ഞ പുച്ഛത്തോടെ എവിടെയോ കണ്ണുനീരും വേദനയും ഒളിപ്പിച്ചുവച്ചുകൊണ്ടു ചോദിച്ചു: “കെട്ട് വിട്ടില്ലേ? മരിക്കാൻ കിടക്കുമ്പോൾ കേറിനോക്കാത്തയാൾ.....”

ഒരു മന്ദബുദ്ധിയെപ്പോലെ ബാബുരാജ് രാധാമണിയെ നോക്കി ഇരിക്കുമ്പോൾ അവൾ പറഞ്ഞു: “ഒന്നു കുളിച്ചാൽ, മോനെയും കുട്ടി നേരെ നമുക്കങ്ങ് പിള്ളച്ചേട്ടന്റെ വീട്ടിലേക്കു പോകാം. മോനിന്ന് സ്കൂളിപ്പോകുന്നില്ല. അടക്കം തിരുവെട്ടാറായിരിക്കും. നമുക്ക് തിരുവെട്ടാറിലും പോകണം.”

അപ്പോൾ ബാബുരാജിന് ഒരു ഫോൺ വന്നു: “എല്ലാം അറിഞ്ഞല്ലോ. പത്തുമണിക്ക് പ്രസ്സ് ക്ലബ്ബിൽ പൊതു ദർശനത്തിനു വയ്ക്കും. സാംസ്കാരികവകുപ്പുമന്ത്രി സർക്കാരിനുവേണ്ടി പുഷ്പചക്രം അർപ്പിക്കും. പന്ത്രണ്ടുമണിക്ക് തിരുവെട്ടാറിൽ തറവാട്ടിലേക്കു കൊണ്ടുപോകും. അവിടെ എരിയാൻ സ്ഥലം നേരത്തെ തീരുമാനിച്ചിട്ടുണ്ട്. നീ വേഗം ഇങ്ങോടുവരണം. ഒരുപാടു കാര്യങ്ങൾ ചെയ്യാനുണ്ട്.”

ഫോൺ താഴെവച്ച് ബാബുരാജ് ചിന്താമഗ്നനായി തലതാഴ്ത്തി ഇരുന്നു. അപ്പോൾ വീണ്ടും ഫോൺ വന്നു: “ബാബുരാജേ, നീയെന്താ

ണിങ്ങോട്ടു വിളിക്കാത്തത്. പിള്ളച്ചേട്ടൻ മരിച്ചാൽ ആരാണ് നമ്മുടെ വാരികയിൽ അദ്ദേഹത്തെക്കുറിച്ചെഴുതേണ്ടത്? നീയല്ലേ? നീ രണ്ടു മാസം ലീവെടുത്തെങ്കിലും, ഇത്തരം കാര്യങ്ങളെക്കുറിച്ചാലോചിക്കണ്ടേ? എനിക്ക് ഇന്നു ഉച്ചയോടുകൂടി പിള്ളച്ചേട്ടനെക്കുറിച്ചൊരു കുറിപ്പു കിട്ടണം. ഒരു ഒന്നാന്തരം കുറിപ്പാണ് ഞാൻ പ്രതീക്ഷിക്കുന്നത്. അദ്ദേഹം ഒരു വലിയ മനുഷ്യനാണ്. നിന്റെ സീരിയൽ എവിടെവരെയെത്തി? ഒരു കാരണവശാലും ലീവ് നീട്ടിത്തരാൻ പറ്റില്ല."

ബാബുരാജിന്റെ എഡിറ്റർ ഇടിവെട്ടുമ്പോലെ ഫോൺവച്ചു. അപ്പോൾ ബാബുരാജ് ആലോചിച്ചു. എഴുതേണ്ടതുതന്നെയല്ല. എഴുതും. എഴുതിയേപറ്റൂ. എന്തെല്ലാമുണ്ടെഴുതാൻ!

രാധാമണി കട്ടൻകാപ്പിയുമായി ബാബുരാജിന്റെ മുമ്പിലെത്തി. അപ്പോൾ ബാബുരാജ് അവളെയൊന്നു തറപ്പിച്ചുനോക്കി. ഒരിറക്ക് കട്ടൻകാപ്പി കുടിച്ച് എഴുന്നേറ്റ് ബെഡ്റൂമിലേക്കു നടന്നു. അപ്പോൾ രാധാമണിയെ കൂടെ വരാൻ വിളിക്കുകയുമുണ്ടായി. അവൾ കണ്ണൊന്ന് കത്തിമുനയാക്കി ബാബുരാജിനെ നോക്കി. ചിരപരിചിതമായ പ്രഭാതസുഖത്തിന്റെ ഓർമയെ അവൾ മനസിൽനിന്നു തട്ടിക്കളഞ്ഞു. അവളുടെ മനസ്സ് പറഞ്ഞു. ഇതല്ല സമയം. ഇന്ന് ഒന്നും വയ്യ. പിള്ളച്ചേട്ടൻ മരിച്ച ദിവസമാണ്. എന്തൊരു മനുഷ്യനാ ഇത്! കുടിച്ചു കുടിച്ച് മനുഷ്യത്വം പോയി.

മോൻ ചുവരോടു ചേർന്നുറങ്ങുകയായിരുന്നു. ട്യൂബ്ലൈറ്റിന്റെ വെളിച്ചമുള്ളതുകൊണ്ട് ബെഡ്റൂമിൽ രാത്രി അവസാനിച്ചിട്ടുണ്ടായിരുന്നില്ല.

ചേർത്തുപിടിക്കുമ്പോഴും വസ്ത്രം വലിച്ചുനീക്കുമ്പോഴും രാധാമണിക്കു കരയാനാണു തോന്നിയത്. അവൾ ഒരു മരംപോലെയായി മാറുകയായിരുന്നു. ഒരു കീഴടങ്ങലിന്റെ നിസ്സഹായതയായി അതവസാനിച്ചപ്പോൾ ബാബുരാജിനോട് അവൾക്ക് കടുത്ത അമർഷവും പുച്ഛവും തോന്നി. മനസ്സ് എങ്ങനെയൊക്കെയോ തിളയ്ക്കുന്നുണ്ടായിരുന്നു.

മോനെ വിളിച്ചുണർത്തി അവനെ മാറോടണച്ച് വെറുതേ ബെഡ്ഡിലിരുന്നു. മോൻ അവളുടെ മാറത്ത് വീണ്ടും മയങ്ങുകയായിരുന്നു.

ബാബുരാജ് രാധാമണിയോടു പറഞ്ഞു: "ആദ്യമൊന്നു കുളിക്കട്ടെ. എന്നിട്ട് പിള്ളച്ചേട്ടനെക്കുറിച്ചൊരു കുറിപ്പെഴുതണം. ഒന്നു മുഖം കാണിച്ച ഉടനെ എനിക്ക് സ്റ്റുഡിയോയിലേക്കു പോകണം. തിരുവെട്ടാറിലേക്കൊന്നും പോകാൻ വയ്യ. ഇന്നു രാത്രി എട്ടുമണിക്കുമുമ്പ് കാസറ്റ് ദൂരദർശനിൽ സബ്മിറ്റ് ചെയ്യണം. വല്ലാത്തൊരു ദിവസമാണിന്ന്. നീയും മോനും അവിടെത്തന്നെ നിൽക്കണം."

രാധാമണി മോനെയും മാറത്തിട്ട് അടുക്കളയിലേക്കു കയറി. ബാബുരാജ് കുളിച്ചുവന്ന്, ചായക്കപ്പിനു മുമ്പിലിരുന്ന്, മുറിയുടെ വാതിലടച്ച് എഴുതിത്തുടങ്ങി: "ഇന്നലെ രാത്രി നമ്മളോടു യാത്രപറഞ്ഞ പിള്ളച്ചേട്ടൻ ഈ നഗരത്തിലെ പത്രപ്രവർത്തനത്തിന്റെ ഒരു കാലഘട്ടമായിരുന്നു. അദ്ദേഹത്തെ ആരും കെ പി പിള്ള എന്നു വിളിച്ചു കേട്ടില്ല. അദ്ദേഹം

ഈ നഗരത്തിൽ പിള്ളച്ചേട്ടനായിരുന്നു. ഒരർഥത്തിൽ ഈ നഗരത്തിൽ ഇന്നറിയപ്പെടുന്ന സീനിയർ ജേർണലിസ്റ്റുകൾ പിള്ളച്ചേട്ടന്റെ സൃഷ്ടികളാണ്. ഈ കുറിപ്പെഴുതുന്നയാൾക്ക് ഇങ്ങനെയൊരു ജീവിതം നൽകിയത് പിള്ളച്ചേട്ടനാണ്. എന്റെ ശരീരത്തിലെ ചോരയും മാംസവും ബോധവും ബുദ്ധിയും പിള്ളച്ചേട്ടൻ നൽകിയതാണ്. എന്നിലേക്ക് അദ്ദേഹം പടർന്നുകയറിയത് പ്രിയപുത്രനിലേക്ക് സ്നേഹനമ്പന്നനായ ഒരു പിതാവിനെപ്പോലെയാണ്. മരിച്ചത് പിള്ളച്ചേട്ടനല്ല. ഞാനാണെന്ന് എനിക്ക് ഈ നിമിഷം തോന്നിപ്പോകുന്നു. അദ്ദേഹം ഒന്നും നേടിയിട്ടില്ല. നമുക്കു പലതും നേടിത്തന്നു. ഒരുപിടി വേദനയും സ്വന്തം ജീവിതത്തിലെ ദുരന്തസ്മൃതികളും മാത്രമേ അദ്ദേഹം കൂടെ കൊണ്ടുപോയിട്ടുള്ളൂ."

എഴുത്തിന് ഒഴുക്കുണ്ടായപ്പോഴാണ് വീണ്ടും ഫോൺ വന്നത്. ശല്യം തോന്നിയെങ്കിലും ഫോണെടുത്തു. പതുങ്ങിയ ആ മധുരസ്വരം ബാബുരാജിനോട് പറഞ്ഞു: "ഞാൻ ഇന്നു നല്ല റിസ്കെടുത്താണ് വരുന്നത്. നാളെ വിമൽകുമാർസാറിന്റെ സീരിയലിന്റെ വർക്ക് കോഴിക്കോട്ട് തുടങ്ങുകയാണ്. നാളെ വൈകുന്നേരം എനിക്ക് കോഴിക്കോട്ടേക്കു പുറപ്പെടണം. പത്തരമണിക്ക് കുളത്തൂർ ഹോട്ടലിൽ ഞാൻ എത്താം. ഹോട്ടലിനു മുമ്പിൽതന്നെ നിൽക്കണം. എനിക്കു പേടിയാവും. എനിക്കിതൊന്നും ശീലമില്ലാത്തതാണ്. മറ്റൊന്നുമല്ല. വാക്കുപാലിക്കുന്നുവെന്നു മാത്രം. ഒരു മണിക്കൂർ നമുക്കു വെറുതെ സംസാരിച്ചിരിക്കാം. എനിക്ക് ആദരവും സ്നേഹവുമുള്ള ഒരു ജീനിയസ്സാണ് ബാബുവേട്ടൻ."

ബാബുരാജിന്റെ മനസ്സ് ആകെ കുഴപ്പത്തിലായിരുന്നുവെങ്കിലും മാധുരിയോടു പതുക്കെ ചിരിക്കുന്നുണ്ടായിരുന്നു. മധുരോദാരമായി മൂളിക്കൊണ്ടിരുന്നു. പിള്ളച്ചേട്ടന്റെ മരണത്തെക്കുറിച്ചും സീരിയലിന്റെ പതിമൂന്നാമത്തെ എപ്പിസോഡിനെക്കുറിച്ചുമൊക്കെ ആലോചിക്കുന്നുണ്ടായിരുന്നു. പെട്ടെന്നുതന്നെ മനസൊരു തീരുമാനമെടുത്തു.

"മാധുരി ഫോൺ വയ്ക്കൂ. പത്തുമിനിട്ടിനകം ഞാൻ അങ്ങോട്ടു വിളിക്കാം."

എന്നിട്ട് ബാബുരാജ് കുളത്തൂർ ഹോട്ടലിലേക്കു വിളിച്ചു. അയാളുടെ സ്നേഹിതൻ ഗോപകുമാറിന്റെ ചെവിയിൽത്തന്നെയാണ് ഫോൺ കിട്ടിയത്. ഒരു ചെറു ചിരിയോടെ മുറി ഏർപ്പാടാക്കി, മാധുരിയെ വിളിച്ച് പത്തരമണിക്കുതന്നെ കുളത്തൂർ ഹോട്ടലിനു മുമ്പിലെത്താൻ പറഞ്ഞു. ഫോണിനെ നോക്കിക്കൊണ്ട് അയാൾ ഒരു നിമിഷം ആലോചിച്ചു. ചെറിയ മനുഷ്യരും വലിയ ലോകവും. അനശ്വരമായൊന്നുമില്ല. എല്ലാം നശ്വരം. മനുഷ്യൻ വരുന്നു, പോകുന്നു. ഓരോരോ നാടകമാടി തിരിച്ചു പോകുന്നു.

പിന്നെ വിളിച്ചത് ചീഫ് എഡിറ്ററായിരുന്നു. എഴുതിത്തുടങ്ങിയോ എന്നു ചോദിച്ചപ്പോൾ വിറയലോടെ ബാബുരാജ് പറഞ്ഞു: "എനിക്കെഴുതാൻ പറ്റുന്നില്ല സർ. എന്നെ ഒഴിവാക്കണം. മരിച്ചത് ഞാൻ തന്നെയാണ്."

“എനിക്ക് എന്റെ എഡിറ്റോറിയൽ ബോർഡിൽനിന്നുതന്നെ പിള്ള ച്ചേട്ടനെക്കുറിച്ചൊരു കുറിപ്പു വേണം. അതു ബാബുരാജ് തന്നെ എഴു തുകയും വേണം.”

“ഇല്ല, എന്നെക്കൊണ്ടാവില്ല. പിള്ളച്ചേട്ടൻ എനിക്ക് ഒരു ചാക്കാല ക്കുറുപ്പിന്റെ വിഷയമല്ല. എല്ലാമറിഞ്ഞിട്ട് സാറെന്തിനാണ് എന്നോടിങ്ങ നെയൊരു ക്രൂരത കാണിക്കുന്നത്?”

“അങ്ങനെയൊന്നും എന്നോടു പറയണ്ട. ചാക്കാലക്കുറിപ്പായാലും എനിക്ക് വേണ്ടത് ബെസ്റ്റ്റൈറ്റിങ്ങാണ്. ബാബുരാജിനു വയ്യെന്നുവച്ചാൽ, ഏതെങ്കിലും കുഞ്ഞിരാമനെക്കൊണ്ട് ഞാൻ എഴുതിച്ചോളാം. നിങ്ങളുടെ സിൻസിയറിറ്റിയെ ഞാൻ സംശയിക്കുന്നു.”

ബാബുരാജിന്റെ ഇടറിയ ശബ്ദം അങ്ങോട്ടിഴയുമ്പോൾ അയാളുടെ എഡിറ്റർ ഉറക്കെ ഫോൺ വച്ചു.

എങ്ങുനിന്നോ ഒരു പെണ്ണ്

തെലുങ്കന്മാർമാത്രം തിങ്ങിപ്പാർക്കുന്ന ആ കോളനിയിൽ ആകെ നാലു ടെറസുകെട്ടിടങ്ങളേ ഉണ്ടായിരുന്നുള്ളൂ. കടലിലെ വിളക്കുമരങ്ങൾപ്പോലെയായിരുന്നു ആ കെട്ടിടങ്ങൾ.

ആദി ശങ്കരനാരായണറാവു എന്ന കവിയും നാഗിറെഡ്ഡി എന്ന വക്കീലും പ്രേമ എന്ന സുന്ദരിയും ഞാനുമാണ് ആ കെട്ടിടങ്ങളിൽ താമസിച്ചിരുന്നത്. ബാക്കിയെല്ലാം ഓടുമേഞ്ഞ കൊച്ചു വീടുകളും കുടിശികളും പലകവീടുകളുമായിരുന്നു.

മഹാനഗരത്തിന്റെ വിശാലമായ ആ ചാളപ്രദേശം മുമ്പ് ഒരു ഒരറവുശാലയായിരുന്നു. ഓൾഡ് സ്ളോട്ടർ ഹൗസ് എന്ന പേരിൽ നിന്നു ഇന്ദിരാകോളനിക്ക് ഒരിക്കലും മോചനമുണ്ടായില്ല.

വക്കീൽ നാഗിറെഡ്ഡിയാണ് എനിക്ക് ആ വീട് സംഘടിപ്പിച്ചുതന്നത്. ആദി ശങ്കരനാരായണറാവുവിലൂടെയാണ് ഞാൻ നാഗിറെഡ്ഡിയെ പരിചയപ്പെടുന്നത്. നാഗിറെഡ്ഡി കേസില്ലാത്ത വക്കീലും ആദിശങ്കരനാരായണറാവു ഗതികിട്ടാത്ത കവിയുമായിരുന്നു. വക്കീലിനും കവിക്കും എന്നെ എന്തുകൊണ്ടോ സ്നേഹമായിരുന്നു. ഏതോ നാട്ടിൽ പിറന്ന, ജീവിതം വെറുമൊരു കഥ മാത്രമായിത്തീർന്ന ഒരു പാവം ചെറുപ്പക്കാരൻ എന്ന് എന്നെപ്പറ്റി കവി എപ്പോഴും പറയും.

ഞങ്ങളുടെ ടെറസിൽ നിന്നു താഴോട്ടു നോക്കുമ്പോൾ കാണുന്നത് ഒരു കീറിപ്പറിഞ്ഞ ലോകമാണ്. തോട്ടികളുടെ ഓലവീടുകളും എരുമത്തൊഴുത്തുകളും മെലിഞ്ഞരണ്ടുപോയ കുഞ്ഞുങ്ങളും ജീർണിച്ച പെണ്ണുങ്ങളും ചേർന്നുണ്ടായ ഒരു മനുഷ്യവനം. അവർ ചിരിച്ചാലും കരഞ്ഞാലും മൃഗങ്ങൾ നിറഞ്ഞ കാടിന്റെ ശബ്ദമാണ്. അവരുടെ ലോകത്തിൽനിന്നു ഞങ്ങളുടെ കെട്ടിടങ്ങളിലേക്കെപ്പോഴും ദുർഗന്ധം പാഞ്ഞു

കയറും.

ആ പാവങ്ങൾക്ക് ഞങ്ങളെ വലിയ സ്നേഹമായിരുന്നു. ആദി ശങ്കരനാരായണറാവു അവരെക്കുറിച്ചു കവിതയെഴുതുന്നു. അവരുടെ കുടിലിൽച്ചെന്ന് കവിത ചൊല്ലുകയും ചാരായം കുടിക്കുകയും ചെയ്യുന്നു. ദൈവവിശ്വാസിയായ ഈ പ്രോലിറ്റേറിയൻ കവി തികഞ്ഞ മദ്യപാനിയുമായിരുന്നു. പക്ഷേ, മദ്യപാനം സൃഷ്ടിക്കുന്ന ദുരന്തങ്ങളെക്കുറിച്ചും ആദി ശങ്കരനാരായണറാവു കവിതകൾ എഴുതിയിട്ടുണ്ട്.

കോളനിയിലെ തോട്ടികളോടൊപ്പമിരുന്ന് റാവു ചീട്ടുകളിക്കും. അവരുടെ ഉണക്കി വറുത്ത പന്നിയിറച്ചി തിന്നും. അവർക്കു പണം കടം കൊടുക്കുകയും അവരെ ഉപദേശിക്കുകയും ചെയ്യും.

ആദി ശങ്കരനാരായണറാവു അവരുടെ കാരുണ്യമൂർത്തിയായിരുന്നു.

എന്നാൽ നാഗിറെഡ്ഡിക്ക് അവരുമായി അത്ര വലിയ സമ്പർക്കമൊന്നുമില്ല. തോട്ടിവേല ചെയ്യുന്ന അവരെ മനസുകൊണ്ട് നാഗിറെഡ്ഡിക്ക് ഇഷ്ടവുമല്ല. തോട്ടികൾ ഒരിക്കലും നന്നാവില്ലെന്നാണ് നാഗിറെഡ്ഡിയുടെ വിശ്വാസം. ജാതിയിലൊക്കെ നന്നായി വിശ്വസിക്കുന്ന ആളാണ്. എന്നാലും ഈ നാഗിറെഡ്ഡിക്ക് എരുമക്കാരി രാഗമ്മയുമായി രഹസ്യബന്ധങ്ങളുണ്ടായിരുന്നു. റമ്മിന്റെ ലഹരിയിൽ ആദി ശങ്കരനാരായണറാവു ഇതൊക്കെയങ്ങ് വിളിച്ചുപറയും. അതിലൊന്നും നാഗിറെഡ്ഡി ചുളിപ്പോവുകയില്ല. ലോകത്ത് ഈയൊരു കാര്യത്തിനുമാത്രം ജാതിയും മതവുമില്ലെന്നാണ് നാഗിറെഡ്ഡി പറയുക. എന്നിട്ട് നാഗിറെഡ്ഡിക്കൊരു ചിരിയുണ്ട്. ഓർമകളുടെ നരച്ചുലഞ്ഞ ചിരി.

മിക്കവാറും രാത്രികളിൽ ഞങ്ങൾ റമ്മി കളിക്കുകയും ചിലപ്പോൾ മാത്രം റം കുടിക്കുകയും ചെയ്യും. ഞങ്ങളുടെ ബന്ധം അരക്കിട്ടുറപ്പിച്ചത് ഒരുപക്ഷെ, റമ്മായിരിക്കാം. നാഗിറെഡ്ഡിക്കും എനിക്കും എവിടെനിന്നെങ്കിലും റം കിട്ടിയാൽ കവിയെ ഏൽപ്പിക്കണമെന്നൊരു നിബന്ധനയുണ്ട്.

റം കുടിച്ചാൽ പിന്നെ നാരായണറാവുവിനെക്കൊണ്ട് യാതൊരു പ്രയോജനവുമുണ്ടാവില്ല എന്നാണ് നാഗിറെഡ്ഡി പറയുക. ശ്രീശ്രീയുടെയും ദേവുലപ്പിള്ളിയുടെയുമൊക്കെ കവിതയങ്ങ് നീട്ടിച്ചൊല്ലാൻ തുടങ്ങും. തെലുങ്കുഭാഷ പിടിപാടൊന്നുമില്ലെങ്കിലും റാവു കവിത ചൊല്ലുന്നതു കേൾക്കാൻ എനിക്ക് വലിയ താൽപ്പര്യമായിരുന്നു. വക്കീലിനാകട്ടെ, കവിത കേൾക്കുമ്പോൾ മനസിലൊരു ചൊറിയാണ്. എന്നാൽ ആദി ശങ്കരനാരാണറാവു ഞങ്ങൾക്കുവേണ്ടി കവിത ചൊല്ലുന്നു. നാഗിറെഡ്ഡി അതു സഹിച്ച് ഇരിക്കുകയും ചെയ്യും. റമ്മിനും റമ്മിക്കുമിടയിൽ ഞങ്ങൾ ഒരുപാട് അശ്ലീലം പറയും. നഗരത്തിലെ മാന്യകളായ സ്ത്രീകളെക്കുറിച്ചുള്ള എത്രയോ അശ്ലീലകഥകളുണ്ട് നാഗിറെഡ്ഡിയുടെ കീശയിൽ. ചിലപ്പോൾ ഞങ്ങളുടെ അയൽക്കാരിയായ പ്രേമ എന്ന സുന്ദരിയും അശ്ലീല കഥയ്ക്ക് വിധേയമാവാറുണ്ട്. പക്ഷേ, എനിക്കത് ഇഷ്ടമാവാറില്ല.

റായൽസീമക്കാരിയായ പ്രേമയുമായി എനിക്ക് പരിചയമൊന്നുമു

ണ്ടായിരുന്നില്ല. പക്ഷേ, എന്റെ ടെറസിൽ നിന്നു നിത്യവും ഞാനവളെ കാണാറുണ്ടായിരുന്നു. അവൾ വലിയൊരു കൗതുകമായി എന്നിൽ നില നിന്നു.

അവൾക്ക് വിലപിടിച്ച ഒരുപാട് സാരികളുണ്ട്. ഞാൻ അവളുടെ സാരികൾ മനസിൽ എണ്ണിവച്ചു. എനിക്ക് ഇങ്ങനെ ചില കൗതുകങ്ങ ളുണ്ട്. പെണ്ണുങ്ങളുടെ സാരി എണ്ണിവയ്ക്കുക, ഇഷ്ടപ്പെട്ടവരുടെ മുടി ആദ്യമായി നരയ്ക്കുമ്പോൾ ഒരിഴ വാങ്ങി സൂക്ഷിക്കുക. സ്ത്രീകളുടെ നീളമുള്ള കണ്ണുകൾ മനസിൽ ഓർത്തുവയ്ക്കുക. ടെറസിൽ ഉണങ്ങാനി ടുമ്പോഴാണ് എനിക്ക് പ്രേമയുടെ സാരിയുടെ എണ്ണം കിട്ടുന്നത്. അവൾക്ക് എല്ലാ നിറങ്ങളിലുമുള്ള സാരികൾ ഉണ്ടായിരുന്നു. എല്ലാ നിറ ങ്ങളും അവൾക്കൊരുപോലെ ഇഷ്ടവുമായിരിക്കുമെന്നു ഞാൻ കരുതി. എല്ലാ നിറങ്ങളും അവൾക്കൊരുപോലെ ചേരുന്നുമുണ്ട്. അത്രയും സുന്ദ രിയാണവൾ. തെലുങ്കത്തിയുടെ ആകർഷകമായ ഉയരവും നീണ്ട കണ്ണു കളും സമൃദ്ധമായ മുടിയും പ്രേമയ്ക്കുണ്ട്. അടുത്തുനിന്നും അകലെ നിന്നും ഞാൻ അവളെ കണ്ടു. പക്ഷേ, അവളെ അകലെനിന്നു കാണാ നാണു സുഖം.

പ്രേമയെക്കുറിച്ച് നാഗിറെഡ്ഡിയും നാരായണറാവുവും ചിലപ്പോ ഴൊക്കെ സംസാരിക്കും. അവൾക്കെന്തൊക്കെയോ കുഴപ്പങ്ങളുണ്ട്. അവൾ ഒരു രഹസ്യംപോലെയായിരുന്നു. ചിലപ്പോൾ കവിയും വക്കീലും അവളെ പരിഹസിക്കുകയും പുച്ഛിക്കുകയും ചെയ്യും. പക്ഷേ, ഇരുവർക്കും പ്രേമയെ ഇഷ്ടമായിരുന്നു. പ്രേമ ആരാണ്. അവൾ ഇങ്ങനെ തനിച്ചു താമസിക്കുന്നതെന്താണ് എന്നൊക്കെ ഞാൻ ചിലപ്പോൾ റാവുവിനോടു ചോദിക്കും. എന്നാൽ, അക്കാര്യത്തിൽ നിന്ന് റാവു സൂത്രത്തിൽ ഒഴി ഞ്ഞുകളയാറാണ് പതിവ്.

പ്രേമയ്ക്ക് എട്ട് എരുമകൾ ഉണ്ടായിരുന്നു. എരുമകളെ നോക്കാനും കറക്കാനും കാക്കിനാടക്കാരനായ ഒരു എരുമക്കാരനുമുണ്ട്. അവളുടെ കിഴവിയായ വേലക്കാരിയും ആന്ധ്രയിൽ നിന്നു വന്നതാണ്. എല്ലാ വർക്കും തമിഴ് നല്ലപോലെ സംസാരിക്കാൻ കഴിയും.

വേലക്കാരിയും എരുമക്കാരനും കണ്ടാലൊന്നു ചിരിക്കുകയല്ലാതെ സംസാരിക്കുകയൊന്നുമില്ല.

പ്രേമയെക്കുറിച്ച് ഞാൻ എന്തെങ്കിലും ചോദിക്കുന്നതോ അന്വേഷി ക്കുന്നതോ നാരായണറാവുവിനും നാഗിറെഡ്ഡിക്കും അത്ര ഇഷ്ടമുള്ള കാര്യമായിരുന്നില്ല.

ഒരു ദിവസം വൈകുന്നേരം നാഗിറെഡ്ഡിയും ഞാനും കോളനിയി ലേക്കു മടങ്ങുമ്പോൾ പ്രേമയുടെ വീടിനുമുമ്പിൽ ഒരു കാറ് നിൽക്കുന്ന തുകണ്ടു. എന്റെ കണ്ണും ശ്രദ്ധയും ആ കാറിലേക്കു ഗാഢമായിത്തന്നെ പതിഞ്ഞു. പെട്ടെന്ന് സുമുഖനായ ഒരു മധ്യവയസ്കനും പ്രേമയും കാറിൽക്കയറാനായി വീട്ടിൽ നിന്നിറങ്ങിവന്നു. പ്രായവ്യത്യാസമുണ്ടായി രുന്നെങ്കിലും അവർ തമ്മിൽ നല്ല ചേർച്ചയുണ്ടായിരുന്നു.

അവരെ കണ്ട ഉടനെ നാഗിറെഡ്ഡി കൈകൂപ്പിക്കൊണ്ട് കാറിനടുത്തേക്ക് ഓടി. നാഗിറെഡ്ഡിയുടെ കാറിനടുത്തുള്ള നിൽപ്പ് ദേവവിഗ്രഹത്തിനു മുമ്പിൽ പരമഭക്തനെപ്പോലെയായിരുന്നു. പ്രേമയുടെ കൂടെ വന്ന മനുഷ്യൻ നാഗിറെഡ്ഡിയോടു വളരെ അടുപ്പത്തിലാണു സംസാരിച്ചുകൊണ്ടിരുന്നത്. കാറ് സ്റ്റാർട്ടുചെയ്യുമ്പോൾ നാഗിറെഡ്ഡി കൈകൂപ്പിക്കൊണ്ട് സ്നേഹാദരങ്ങളോടെ പിന്നോട്ടു മാറുകയായിരുന്നു.

"ആരാണ് നാഗിറെഡ്ഡി അത്?" ഞാൻ ചോദിച്ചു.

"അതാണ് ജയചന്ദ്രറെഡ്ഡി."

പിന്നെ നാഗിറെഡ്ഡി വളരെ ബഹുമാനത്തോടുകൂടി ജയചന്ദ്ര റെഡ്ഡിയെപ്പറ്റി എനിക്കു പറഞ്ഞുതന്നു. പ്രമുഖനായ വ്യവസായിയാണ്. മനസറിഞ്ഞു ദാനം ചെയ്യുന്നു. ജയചന്ദ്രറെഡ്ഡി ബുദ്ധിജീവികളെയും കലാകാരന്മാരെയും സ്നേഹിക്കുന്ന ആളാണ്. തെലുങ്കിലെ എത്രയോ എഴുത്തുകാരെ അദ്ദേഹം സഹായിക്കുന്നുണ്ട്. ആദി ശങ്കരനാരായണറാവു തന്നെ ജീവിച്ചുപോരുന്നത് ജയചന്ദ്രറെഡ്ഡിയുടെ സഹായംകൊണ്ടാണ്. ജയചന്ദ്രറെഡ്ഡിയെ എല്ലാവർക്കും സ്നേഹമാണ്. വലിയ മുതലാളിയാണെങ്കിലും ഒരു കലാകാരനെപ്പോലെയാണ് അദ്ദേഹം ജീവിക്കുന്നത്. പ്രേമയെ ഈ കോളനിയിൽ കൊണ്ടുവന്നു താമസിപ്പിച്ചത് ജയചന്ദ്രറെഡ്ഡിയാണ്. അവൾക്ക് എരുമകളെ വാങ്ങിക്കൊടുത്തതും ജയചന്ദ്രറെഡ്ഡിയാണ്. പ്രേമ ഇപ്പോൾ ജയചന്ദ്രറെഡ്ഡിയുടെ സ്വന്തമാണ്. അവരെയെല്ലാം ജയചന്ദ്രറെഡ്ഡി തീറ്റിപ്പോറ്റുകയും സ്നേഹിക്കുകയും ചെയ്യുന്നു.

"അപ്പോൾ പ്രേമ ഒരു വേശ്യയാണോ?" ഞാൻ നാഗിറെഡ്ഡിയോടു ചോദിച്ചു.

നാഗിറെഡ്ഡിക്ക് ആ ചോദ്യം തീരെ ഇഷ്ടമായില്ല. റെഡ്ഡി പറഞ്ഞു: "അവൾ ജയചന്ദ്രറെഡ്ഡിയുടെ സ്വന്തമാണ്. ഭർത്താവുള്ള പലരും ജയചന്ദ്രറെഡ്ഡിയുടെ സ്വന്തമാവാൻവേണ്ടി ഇറങ്ങിപ്പോന്നിട്ടുണ്ട്. പ്രേമ ജയചന്ദ്രറെഡ്ഡിയുടെ സ്വന്തമാണെങ്കിൽ എങ്ങനെയാണ് വേശ്യയാവുക അവൾ അദ്ദേഹത്തിന്റെ സ്വന്തമാണെന്നു മാത്രമേ എനിക്കറിഞ്ഞുകൂടൂ."

ഞാൻ വീണ്ടും വീണ്ടും പ്രേമയെപ്പറ്റി റെഡ്ഡിയോടു ചോദിച്ചു. രാത്രിയാവുന്നതുവരെ നാഗിറെഡ്ഡിക്ക് പ്രേമയെപ്പറ്റിത്തന്നെ സംസാരിക്കേണ്ടി വന്നു. റായൽസീമയിൽനിന്ന് നരസിംഹറാവു എന്ന ഒരാളുടെകൂടെ അവൾ ഈ നഗരത്തിലേക്കു ഒളിച്ചോടിപ്പോന്നതാണെന്നു ചിലർ പറയുന്നുണ്ട്. ആ നരസിംഹറാവുവും പ്രേമയുമായുള്ള ബന്ധം എങ്ങനെയായിരുന്നു എന്നൊന്നും എനിക്കറിഞ്ഞുകൂടാ. പക്ഷേ, അയാൾ ഒരു തെമ്മാടിയായിരുന്നു. അയാൾ ഈ നഗരത്തിലെവിടെയോ താമസിക്കുന്നുണ്ട്. ഇപ്പോഴും ഇടയ്ക്കിടെ അവളെ കാണാൻവരും. നരസിംഹറാവുവിനോടു തെറ്റി അവൾ ജയചന്ദ്രറെഡ്ഡിയുടെ സ്വന്തമായതാണെന്നും ജയചന്ദ്രറെഡ്ഡിക്കുവേണ്ടി നരസിംഹറാവു ഇവളെ റായൽസീമയിൽ നിന്നുകൊണ്ടുവന്നതാണെന്നും നരസിംഹറാവു ഇവളെ ഒരു ലക്ഷത്തിന് ജയചന്ദ്രറെഡ്ഡിക്ക് വിറ്റതാണെന്നും ജയചന്ദ്രറെഡ്ഡി ഇവളെ നരസിംഹറാവുവിന്റെ

കൈയിൽ നോക്കാൻ ഏൽപ്പിച്ചതാണെന്നും ജയചന്ദ്രറെഡ്ഡിക്കുവേണ്ടി നരസിംഹറാവുവിനെക്കൊണ്ട് കല്യാണം കഴിപ്പിച്ചതാണെന്നുമൊക്കെ പറഞ്ഞുപോരുന്നുണ്ട്. ഏതാണ് യാഥാർത്ഥ്യമെന്ന് ആർക്കുമറിഞ്ഞുകൂടാ, നരസിംഹറാവുവിന് പ്രേമയിൽ എന്തോ അവകാശമുണ്ട്. അയാൾ അവളുടെ വീട്ടിൽ അധികാരത്തോടുകൂടി കയറിവരുന്നു. അർധരാത്രിപോലും കയറിവന്ന് അവളെ അയാൾ തെറിവിളിക്കുന്നതും കേൾക്കുന്നുണ്ട്.

നാഗിറെഡ്ഡി പറഞ്ഞതിൽ നിന്ന് ഒരു കാര്യം വിശ്വസിക്കാം. പ്രേമ ഒരാളുടെ വെപ്പാട്ടിയാണ്. വേശ്യയുടെ ജീവിതമാണവൾ ജീവിക്കുന്നത്. ഞാൻ ആദി ശങ്കരനാരായണറാവുവിനോടു ചോദിച്ചു: “പ്രേമ വേശ്യയല്ലേ, റാവു?”

അങ്ങനെയൊന്നും മുദ്രകുത്തുന്നത് ശരിയല്ലെന്നാണ് അദ്ദേഹം പറഞ്ഞത്. മനസിന്റെ ഏതോ കോണിൽ റാവുവിന് അവളോട് ആദരവുണ്ട്. അനുകമ്പയും സ്നേഹവുമുണ്ട്. ഒരു സ്ത്രീയെന്ന നിലയിൽ അവൾ എവിടെയോ വഴിമാറിപ്പോയി. ദയനീയമായ ഒരു മുഖമാണ് അവൾക്കുള്ളത്. ദുരന്തങ്ങൾ നിറഞ്ഞ എന്തെങ്കിലും ഒരു പശ്ചാത്തലം അവൾക്ക് കാണും. ആ ദുരന്തം അവളിൽത്തന്നെ അവസാനിക്കുന്നതായിരിക്കുമോ? മനുഷ്യൻ അവന്റെ ദുരിതങ്ങളോടും സുഖങ്ങളോടും കൂടി സ്വയം ഒരു പ്രമേയമാണ്. ഒരാൾ താങ്ങിനടക്കുന്ന പ്രമേയം മറ്റൊരാൾക്ക് മനസിലാക്കാൻ പ്രയാസമാണ്. പ്രേമ പാവപ്പെട്ട ഒരു പെണ്ണ്. ഒരുപക്ഷേ, അവൾ സ്നേഹം മാത്രമായിരിക്കും. മറ്റാർക്കും അത് മനസിലാവണമെന്നില്ലല്ലോ. ഇങ്ങനെയൊക്കെയാണ് ചിലപ്പോൾ പ്രേമയെപ്പറ്റി ആദി ശങ്കരനാരായണറാവു പറയുക. എല്ലാവരുടെയും ജീവിതം ഈ കവി നോക്കിക്കാണുന്നത് വെറുമൊരു വികാരജീവിയുടെ മനസുകൊണ്ടാണ്. ചിലപ്പോൾ ഈ ആദി ശങ്കരനാരായണറാവു പ്രേമയെ പരിഹസിക്കും. നാലു ചുമരു പോലും അറിയാതെ തെറിവിളിക്കും.

കോളനിയിലെ തെലുങ്കന്മാരായ തോട്ടികൾക്കെല്ലാം പ്രേമയെ ഇഷ്ടമാണെന്ന് ഞാൻ പിന്നീട് മനസിലാക്കി. പ്രേമയെ അവർ വളരെ നല്ലൊരു സ്ത്രീയായിട്ടാണ് കരുതുന്നത്. അവൾ ഈ കോളനിയിൽ താമസിക്കുന്നതുകൊണ്ടാണ് ജയചന്ദ്രറെഡ്ഡി എന്ന വലിയ മനുഷ്യൻ ഇവിടെ വരുന്നത്. ജയചന്ദ്രറെഡ്ഡിയിൽ നിന്ന് ഇന്ദിരാകോളനിയും തോട്ടികളും എന്തൊക്കെയോ പ്രതീക്ഷിക്കുന്നുണ്ട്. അവരുടെ മനസിൽ അദ്ദേഹം ഒരു രക്ഷകനെപ്പോലെയാണ്. മൂക്ക് നീണ്ട കാറിൽ ചിലപ്പോഴൊക്കെ വന്നിറങ്ങുന്ന സുമുഖനായ ഈ മധ്യവയസ്കൻ അവർക്ക് ദൈവം നൽകിയ അനുഗ്രഹം പോലെയാണ്. നരസിംഹറാവുവിനും ഇന്ദിരാകോളനിയുമായി നല്ല ബന്ധമുണ്ട്. അയാൾ രാത്രി സമയത്താണ് കോളനിയിൽ വരുന്നതെന്ന് എന്നോട് ആരോ പറഞ്ഞിട്ടുണ്ട്.

നരസിംഹറാവു പലപ്പോഴും പകൽ സമയത്തുതന്നെ പ്രേമയുടെ വീട്ടിൽ വരുന്നത് ഞാൻ കാണാറുണ്ട്. നാഗിറെഡ്ഡി പറഞ്ഞതു ശരിയാണ്. കാഴ്ചയിൽ അയാളൊരു തെമ്മാടിതന്നെ. അയാളുടെ കൊമ്പൻമീശയും

ചുവന്ന കണ്ണുകളും അഴുക്കുപുരണ്ട വസ്ത്രങ്ങളും ആരിലും വെറുപ്പു ളവാക്കുന്നതാണ്. പക്ഷേ, ഇതിനെല്ലാമപ്പുറത്തെവിടെയോ അയാൾ ദുഃഖിതനും നിരാശനുമാണെന്ന് ആ ചുവന്ന കണ്ണുകൾതന്നെ പറയു ന്നുണ്ടായിരുന്നു. അയാൾക്കെന്തൊക്കെയോ നിരാശകളുണ്ടെന്ന കാര്യം തീർച്ചയാണ്. ഒരുപക്ഷേ, നരസിംഹറാവുവിന്റെ ഭാര്യയായിരുന്നിരിക്കണം പണ്ട് ഈ പ്രേമ. ഏതെങ്കിലും വിധത്തിൽ ജയചന്ദ്രറെഡ്ഡി ഇവളെ അയാ ളിൽ നിന്നു തട്ടിയെടുത്തതാവാം. ഇഷ്ടം തോന്നുന്ന സ്ത്രീകളെയൊക്കെ സ്വന്തമാക്കിവയ്ക്കുന്ന ജയചന്ദ്രറെഡ്ഡി ഒരു നല്ല മനുഷ്യനാണെന്നെ ങ്ങനെ പറയാൻ കഴിയും? ആദിശങ്കരനാരായണറാവുവും നാഗിറെഡ്ഡിയും ജയചന്ദ്രറെഡ്ഡിക്കു കൽപ്പിക്കുന്ന ഗുണങ്ങളെല്ലാം ഉള്ളതായിരിക്കുമോ? എന്തായാലും മൂന്നുപേരും എന്റെ മനസിൽ കിടന്നിങ്ങനെ കളിക്കാൻ തുടങ്ങി. ചിലപ്പോൾ എനിക്കു തോന്നും എന്തിനാണ് ഞാനിങ്ങനെ റായൽസീമയിൽ നിന്നു വന്ന ഒരു വേശ്യയെപ്പറ്റി ആലോചിക്കുന്നത്? അങ്ങനെ ആലോചിക്കുമ്പോഴും എനിക്കവളോട് എന്തോ ഒരടുപ്പം തോന്നു ന്നതുപോലെ. എന്നും രാവിലെ ടെറസിൽ നിന്ന് അവളെന്നെ നോക്കു ന്നുണ്ടല്ലോ. എന്തോ ഒരടുപ്പം എന്നോടു തോന്നുന്നതുകൊണ്ടല്ലേ അവ ളങ്ങനെ നോക്കുന്നത്? ഇതെല്ലാം എന്റെ വെറും തോന്നലായിരിക്കുമോ? അല്ല അവളെന്നെ നോക്കുന്നത് സ്ത്രീസഹജമായ രാഗഭാവങ്ങളോടെ യാണ്.

നാഗിറെഡ്ഡിയോടും നാരായണറാവുവിനോടും ഞാനവളെപ്പറ്റി സംസാരിക്കാതായി. ടെറസിൽനിന്ന് അവളെ നോക്കുന്നത് എന്റെ ഒരു സുഖമായിത്തീർന്നു. അവളുടെ ഉണങ്ങാനിട്ട സാരിയുടെ നിറങ്ങളും നോക്കി ഞാൻ നിൽക്കും. എല്ലാം ഒരു രസം. മനസിനൊരു സുഖം.

അങ്ങനെ നാളുകൾ രസകരമായി നീങ്ങവേ അക്കൊല്ലത്തെ ദീപാ വലിക്കാലത്തൊരു വൈകുന്നേരം പ്രേമയുടെ വീട്ടിനകത്തുനിന്ന് കര ച്ചിലും ബഹളവുമുയർന്നു. ഞാൻ എന്റെ മുറിയിലിരുന്ന് എന്തോ വായി ക്കുകയായിരുന്നു. കരച്ചിലും ബഹളവും കേട്ടപ്പോൾ ഞാൻ ടെറസിൽ കയറി നോക്കി. ഏഴെട്ടാളുകൾ അവളുടെ വീടിനുമുമ്പിൽ നിൽക്കുന്നു ണ്ടായിരുന്നു. കൂടുതൽ ആളുകൾ ഓടിയെത്തുന്നു. അക്കൂട്ടത്തിൽ നാരാ യണറാവുവും നാഗിറെഡ്ഡിയുമുണ്ടായിരുന്നു. അവരെ കണ്ടപ്പോൾ ഞാനും ഇറങ്ങിച്ചെന്നു.

നാരായണറാവുവും നാഗിറെഡ്ഡിയും ചെന്നപ്പോൾ മാത്രമേ ആളു കൾ വീട്ടിനകത്തേക്കു കയറിയുള്ളൂ. റെഡ്ഡിയുടെയും റാവുവിന്റെയും പിന്നാലെ ഞാനും അകത്തേക്കോടിച്ചെന്നു.

പ്രേമ വെറും നിലത്തു ചോരയിൽ മുങ്ങിക്കിടക്കുന്നതാണ് ഞങ്ങൾ കണ്ടത്. ഞങ്ങൾക്കൊന്നും മനസിലായില്ല. ആളുകളെല്ലാം അവൾക്കു ചുറ്റും നിൽക്കുകയാണ്. റെഡ്ഡി അവളോടും വേലക്കാരിയോടും സംസാ രിക്കുകയായിരുന്നു. പ്രേമ വേദനകൊണ്ട് കിടന്നു പുളയുകയായിരുന്നു.

നാഗിറെഡ്ഡി ഓടിച്ചെന്ന് പുറത്തുനിൽക്കുന്നവരോടു പറഞ്ഞു: "ഓടിപ്പിടിക്കൂ. അവൻ അവിടെങ്ങാനുമുണ്ടാവും."

നരസിംഹറാവു പ്രേമയുടെ ഇടതുകൈത്തണ്ടയിൽ വെട്ടേൽപ്പിച്ച് ഓടിപ്പോയതാണ്. ജനങ്ങൾ പല വഴികളിലേക്കും നരസിംഹറാവുവിനെ പിടിക്കാനായി ഓടുകയായിരുന്നു. ഞങ്ങൾ അതിനിടയിൽ വെളുത്ത സാരികൊണ്ട് അവളുടെ മുറിവുകെട്ടി. അവളുടെ ചോര പുരണ്ടത് എന്റെ കൈകളിലായിരുന്നു.

പിന്നെ ഞങ്ങൾ എത്രയും വേഗം അവളെ ടാക്സിയിൽകയറ്റി കൊണ്ടുപോയി രാമാനന്ദാ നഴ്സിംഗ്ഹോമിൽ അഡ്മിറ്റ് ചെയ്തു. രാത്രി വളരെ വൈകുന്നതുവരെ ഞാനും നാഗിറെഡ്ഡിയും നാരായണറാവുവും നഴ്സിംഗ്ഹോമിൽത്തന്നെ ഉണ്ടായിരുന്നു. ഇന്ദിരാകോളനിയിലെ തോട്ടികൾ രണ്ടും മൂന്നും പേരായി അവളെ അന്വേഷിച്ചു വന്നുകൊണ്ടിരുന്നു.

പ്രേമയെ നഴ്സിംഗ്ഹോമിൽ അഡ്മിറ്റ് ചെയ്ത ഉടനെത്തന്നെ നാഗിറെഡ്ഡി ജയചന്ദ്രറെഡ്ഡിയെ ഫോണിൽ വിളിച്ചു. റെഡ്ഡിയുമായി വളരെ നേരം നാഗിറെഡ്ഡി സംസാരിച്ചു.

"ജയചന്ദ്രറെഡ്ഡി വരുമോ?" ഞാൻ നാഗിറെഡ്ഡിയോട് ചോദിച്ചു. "ഇല്ല, ഇന്നു വരില്ല. എല്ലാം നമ്മൾതന്നെ നോക്കണം," നാഗിറെഡ്ഡി പറഞ്ഞു.

എരുമക്കാരനും വേലക്കാരിയുമാണ് പ്രേമയുടെ അടുത്തു നിൽക്കുന്നത്. ഞങ്ങൾ പോരുമ്പോൾ ആദിശങ്കരനാരായണറാവു എന്നോടു പറഞ്ഞു: "ജയനാരായണാ, നീയും അവിടെ നിൽക്കേണ്ടതായിരുന്നു."

"അതെന്തിനാ?" ഞാൻ ചോദിച്ചു. നാരായണറാവു ഉള്ളിലൊതുക്കിപ്പിടിച്ച ഒരു ചിരിയോടെ പറഞ്ഞു: "രാമാനന്ദാനഴ്സിംഗ് ഹോമിലെ റെക്കോർഡിൽ പ്രേമ നിങ്ങളുടെ ഭാര്യയാണ്."

"എന്ത്?" ഞാൻ ചോദിച്ചു.

പ്രേമയെ നഴ്സിംഗ്ഹോമിൽ അഡ്മിറ്റ് ചെയ്തത് നിങ്ങളാണ്. അവിടത്തെ റെക്കാർഡിൽ നിങ്ങളിപ്പോൾ അവളുടെ ഭർത്താവാണ്. ആദിശങ്കരനാരായണറാവു പറഞ്ഞു.

ഞാൻ അങ്ങ് അന്ധാളിച്ചു നിന്നുപോയി. നാരായണറാവുവും നാഗിറെഡ്ഡിയും എന്റെ നിൽപ്പും അന്ധാളിപ്പും കണ്ടു പൊട്ടിച്ചിരിച്ചു. "നിങ്ങൾക്ക് പത്ത് പൈസപോലും ചെലവില്ലാതെ ഒരു ഭാര്യയെ കിട്ടിയില്ലേ? അതും എത്ര സുന്ദരിയായ ഭാര്യ. ജയചന്ദ്രറെഡ്ഡിയെപ്പോലുള്ള ഒരു വലിയ മനുഷ്യന്റെ ഹൃദയമാണവൾ. എന്നിട്ടും അവൾ നിങ്ങളുടെ ഭാര്യയായി." നാഗിറെഡ്ഡി ഇങ്ങനെ ഓരോന്നു പറഞ്ഞ് എന്നെ കളിയാക്കുകയായിരുന്നു.

ഞാനാകെ ബേജാറായി. അപമാനവും ഒരുതരം ഭയവും. ഇവരെന്തിനാണിങ്ങനെ ചെയ്തത്? ഞാൻ ആദിശങ്കരനാരായണറാവുവിനോട് ദേഷ്യപ്പെട്ടു. "ശരിയായില്ല റാവൂ, നിങ്ങളിൽ നിന്ന് ഞാനിത് പ്രതീക്ഷിച്ചില്ല."

റാവു പറഞ്ഞു: "ഇതു വലിയ തലവേദനയായല്ലോ. മണ്ടാ, ഇതിലൊന്നും ഒരു കാര്യവുമില്ല. ജയചന്ദ്രറെഡ്ഡി പറഞ്ഞിട്ടാണ് നിങ്ങളുടെ പേരെഴുതിക്കൊടുത്തത്. അദ്ദേഹത്തിന്റെ പേരെഴുതിയാൽ ചില കുഴപ്പങ്ങളുണ്ട്. നിങ്ങളുടെ മുമ്പിൽ ഒരു ഭാഗ്യം വന്നു വീണതാണെന്നു വിചാരിക്കൂ. വേണ്ടിവന്നാൽ ജയചന്ദ്രറെഡ്ഡി നിങ്ങൾക്കെന്തുസഹായവും ചെയ്യും. പ്രേമയാണെങ്കിൽ നല്ല മനസുള്ളവളുമാണ്. ഇതെല്ലാം തമാശകളായിട്ടാണെടുക്കേണ്ടത്. ജീവിതത്തിൽ ഇത്തരം തമാശകൾ വേണം. ഒരു റെക്കാർഡിൽ നിങ്ങളുടെ പേരും വിലാസവുമുണ്ടെന്നേയുള്ളൂ. നിങ്ങൾക്കിതുകൊണ്ടൊന്നും വരാനില്ല."

പക്ഷേ, എനിക്കതൊരു തമാശയായെടുക്കാൻ കഴിഞ്ഞില്ല. പ്രേമ ആരാണെന്നോ, ജയചന്ദ്രറെഡ്ഡി ആരാണെന്നോ എനിക്കറിഞ്ഞുകൂടാ. ഇപ്പോൾ ആദി ശങ്കരനാരായണറാവുവിനെക്കുറിച്ചും നാഗിറെഡ്ഡിയെക്കുറിച്ചും സംശയമായിരിക്കുന്നു. ഇവർക്കു രണ്ടാൾക്കും ഇതിന്റെ വല്ല ആവശ്യവുമുണ്ടോ അല്ലെങ്കിലും നരസിംഹറാവു അവളെ വെട്ടിയതാണ്. വല്ല പൊലീസ് കേസും വന്നാലോ?

വളരെ വൈകിയായിരുന്നെങ്കിലും അന്നു രാത്രിയും നാരായണറാവു റം തരികയും പതിവുപോലെ കുറേ നേരമിരുന്നു എന്തൊക്കെയോ സംസാരിക്കുകയും ചെയ്തു. സാധാരണയായി റം കുടിക്കുന്ന ദിവസം ഞാൻ വേഗം ഉറങ്ങിപ്പോകും. അന്ന് എനിക്ക് ഉറക്കം വന്നതേയില്ല. മനസിൽ പ്രേമയും ജയചന്ദ്രറെഡ്ഡിയും നരസിംഹറാവുവുമൊക്കെയായിരുന്നു.

പ്രേമ തന്റെ ഭാര്യയായി രാമാനന്ദ നഴ്സിംഗ്ഹോമിലെ 68-ാം നമ്പർ മുറിയിൽ കിടക്കുകയാണ്. എന്റെ സ്നേഹിതന്മാരൊക്കെ ഇതറിഞ്ഞാൽ പലതരം കഥകൾ പ്രചരിപ്പിക്കും. ഒന്നുമില്ലാതെ, നീയൊരു തെലുങ്കത്തിയുടെ ഭർത്താവാകാൻ പോകുമോ എന്നവർ ചോദിക്കും. ഒന്നാമത് തട്ടും വെട്ടും കുതികാൽവെട്ടുമുള്ള ഒരു മണ്ഡലത്തിലാണ് ഞാൻ നിൽക്കുന്നത്. എനിക്കാണെങ്കിൽ ഒരുപാട് ശത്രുക്കളുമുണ്ട്. ഞാൻ എഴുതിക്കൊടുത്ത തിരക്കഥകളൊക്കെ ക്ലിക്കാവുമോ എന്നു പേടിക്കുന്നവരുണ്ട്. എനിക്കറിഞ്ഞുകൂടാത്ത ശത്രുക്കൾപോലുമുണ്ട് എനിക്ക്. എങ്ങനെയെങ്കിലും ഇതു പുറത്തായാൽ അവർക്കൊക്കെ ഒരായുധമാണ്. ഒന്നാന്തരം ജോലിയുമുപേക്ഷിച്ച് കഥയുമെഴുതി നടക്കുന്നവനെന്ന ചീത്തപ്പേര് എനിക്കുണ്ടുതാനും. ഞാൻ അലഞ്ഞലഞ്ഞ് ഭ്രാന്തനാവുമെന്നു പ്രവചിച്ചവർപോലുമുണ്ട് എന്റെ സ്നേഹിതന്മാരുടെ കൂട്ടത്തിൽ.

പിറ്റേന്ന് കാലത്ത് ഞാനും റെഡ്ഡിയും നഴ്സിംഗ്ഹോമിൽ പ്രേമയെ കാണാൻ ചെന്നു. രാത്രി അവൾ നന്നായി ഉറങ്ങിയെന്ന് വേലക്കാരി പറഞ്ഞു. പക്ഷേ, അവൾ തീരെ സംസാരിക്കുന്നില്ല. വല്ലാതങ്ങ് പേടിച്ചുപോയെന്നു തോന്നുന്നു. ചുവന്നു തുടുത്ത അവളുടെ മുഖം കരിവാളിച്ചുപോയി. ഇടതുകൈ ആകെ വരിഞ്ഞു കെട്ടിയിരിക്കുന്നു. കിടപ്പുകണ്ടാൽ അവൾക്ക് ശരീരത്തിലെവിടെയൊക്കെയോ വേദനയുണ്ടെന്നു

തോന്നുന്നു. ഒരുപക്ഷേ നരസിംഹറാവു ഈ വെട്ടിനുപുറമേ അവളെ പലവിധത്തിലും ദേഹോപദ്രവം ഏൽപ്പിച്ചിട്ടുണ്ടാവണം. അയാൾ അവളെ ചവിട്ടുകയും ഇടിക്കുകയുമൊക്കെ ചെയ്തുകാണും.

ഞങ്ങൾ ചെന്ന് കുറെസമയം കഴിഞ്ഞ് പ്രേമ നാഗിറെഡ്ഡിയോടു പതുക്കെ സംസാരിച്ചുതുടങ്ങി. നാഗിറെഡ്ഡി അവളെ ആശ്വസിപ്പിക്കുന്നത് ഞാൻ കണ്ടു. ഒരച്ഛനെപ്പോലെയായിരുന്നു നാഗിറെഡ്ഡി സംസാരിച്ചു കൊണ്ടിരുന്നത്.

പത്തുമണിയോടെ ഞാനും നാഗിറെഡ്ഡിയും പ്രേമയുടെ മുറിയിൽ നിന്ന് പുറത്തിറങ്ങി. നഴ്സിംഗ്ഹോമിന്റെ ഇടനാഴിയിൽ നല്ല തിരക്കു ണ്ടായിരുന്നു. ആ ഇടനാഴിയിലൂടെ ഞങ്ങൾ നടന്നകലുമ്പോൾ ഞങ്ങൾ ക്കെതിരെ നരസിംഹറാവു വരുന്നത് കണ്ടു. അവനെക്കണ്ട് റെഡ്ഡി ഭയ ന്നൊന്ന് ഞെട്ടി. “അവൻ......അവൻ വരുന്നു,” റെഡ്ഡി പറഞ്ഞു. റെഡ്ഡി എന്നോടു ചോദിച്ചു, “എന്താണു ചെയ്യുക? നരസിംഹറാവു ഒരു ചെകു ത്താനാണ്. പ്രേമ ഇവിടെയാണ് കിടക്കുന്നതെന്ന് ഇവൻ എങ്ങനെ കണ്ടു പിടിച്ചു? അവൻ എന്തിനായിരിക്കും വരുന്നത്?”

ഞാൻ പറഞ്ഞു: “നാഗിറെഡ്ഡി ഭയപ്പെടാതിരിക്കൂ. ഇപ്പോൾ ഈ നഴ്സിംഗ്ഹോമിൽ പ്രേമ എന്റെ ഭാര്യയാണല്ലോ, ഞാൻ നോക്കി ക്കൊള്ളാം.”

അപ്പോഴേക്കും നരസിംഹറാവു ഞങ്ങളുടെ തൊട്ടുമുമ്പിലെത്തിക്ക ഴിഞ്ഞു. ഞാൻ അവനെ എന്റെ ശരീരംകൊണ്ട് തടഞ്ഞുവച്ചു. എന്നെ കടന്നുപോകാൻ അവനു കഴിയുമായിരുന്നില്ല. അവൻ ഒരു പുലിയെ പ്പോലെ മുരണ്ടു. മാറെടാ മാറെടാ എന്ന് ഒന്നുരണ്ടു തവണ എന്നോടു പറഞ്ഞു. “നരസിംഹറാവൂ, നീ എങ്ങോട്ടാണ്” ഞാൻ ചോദിച്ചു. അവൻ എന്നെ സൂക്ഷിച്ചുനോക്കി. ഞാൻ അവനെയും അങ്ങനെത്തന്നെ നോക്കി. അവന്റെ പല്ലുകൾ എന്റെ നേർക്കു ഞെരിഞ്ഞു. എന്റെ പല്ലുകൾ അങ്ങോട്ടും ഞെരിഞ്ഞു. പിന്നെ അവൻ പറഞ്ഞു: “ഞാൻ 68-ാം നമ്പർ മുറിയിൽ പ്രേമയെ കാണാൻ പോവുകയാണ്.”

അപ്പോൾ ഞാൻ അവനോടു പറഞ്ഞു: “നരസിംഹറാവൂ, അത് എനി ക്കറിയാം. പ്രേമ ഇപ്പോൾ എന്റെ ഭാര്യയാണ്. സംശയമുണ്ടെങ്കിൽ നീ ഈ നഴ്സിംഗ്ഹോമിലെ റെക്കാർഡ് നോക്കുക. അവളെ കാണാൻ നീയെ ന്തിനു പോകുന്നു?”

അവൻ നിശ്ചലനാവുകയായിരുന്നു. ഞാനും അവനെപ്പോലെ തന്നെ നിശ്ചലനായി നിന്നു.

“68-ാം നമ്പർ മുറിയുടെ മുമ്പിൽ നിന്നെ കണ്ടുപോകരുത്. ഈ നഴ്സിംഗ്ഹോമിന്റെ പരിസരത്തും ഞാൻ നിന്നെ കണ്ടുപോകരുത്. ഇനി നീ ഇങ്ങോട്ടുവരുന്നത് എന്റെ കണ്ണിൽപ്പെട്ടാൽ നിന്നെ ഞാൻ വെട്ടി ക്കൊല്ലും.” ഇങ്ങനെയെല്ലാം നരസിംഹറാവുവിനെ ഭീഷണിപ്പെടുത്തു കയായിരുന്നു ഞാൻ.

നരസിംഹറാവു നിസ്സഹായനായി തിരിഞ്ഞുനടന്നു. ഞാനും നാഗിറെഡ്ഡിയും അവന്റെ തൊട്ടുപിന്നിൽത്തന്നെ ഉണ്ടായിരുന്നു. രണ്ടാം നിലയിൽ നിന്നിറങ്ങുമ്പോൾ നരസിംഹറാവുവിനോടു ഞാൻ പറഞ്ഞു: “നരസിംഹറാവൂ, നീ എന്റെ വാക്കുകൾ അനുസരിച്ചില്ലെങ്കിൽ നിന്നെ എനിക്ക് ശവമാക്കേണ്ടിവരും. നീ എന്റെ ആരുമല്ല, പിന്നെ നീയെന്തിനാണെന്റെ ഭാര്യയെ കാണാൻ വരുന്നത്.”

ഞാനും റെഡ്ഡിയും അവനെ നഴ്സിംഗ്ഹോമിന്റെ ഗേറ്റുവരെ നയിച്ചു. ഗേറ്റിനു പുറത്തിറങ്ങി അവനെന്നെ ഒന്നു നോക്കി. “നീ പെട്ടെന്നുതന്നെ ഇവിടെനിന്നിറങ്ങിപ്പോകണം.” ഞാൻ പറഞ്ഞു. നരസിംഹറാവുവിന്റെ കണ്ണു നനയുന്നത് ഞാൻ കണ്ടു. ഓഹോ ഇതാണോ നരസിംഹറാവു. ഞാൻ അവനോട് ഓടാൻ പറഞ്ഞു എന്റെ വലതുകാൽ പൊക്കിപ്പിടിച്ചു കൊണ്ട് വീണ്ടും പറഞ്ഞു. “നിന്നെ ഞാൻ തകർത്തുകളയും.”

അവൻ കരയുകയായിരുന്നു. കരഞ്ഞുകൊണ്ടേ അവൻ വളരെ വേഗം നടന്നു. അവൻ അകലുന്നത് ഞാൻ നോക്കി നിന്നു. എത്ര പാവമാണ് ഈ നരസിംഹറാവു. എന്റെ മനസാകെ നോവുകയായിരുന്നു. “നരസിംഹറാവൂ......” ഞാൻ ഉച്ചത്തിൽ വിളിച്ചു. ഒന്നു തിരിഞ്ഞുനോക്കിയിട്ട് അവൻ ജീവനുംകൊണ്ട് ഓടിപ്പോയി.

അമ്പരന്നുനിൽക്കുകയായിരുന്നു നാഗിറെഡ്ഡി. ഈ നാടകം കാണാൻ ആ കവി ഞങ്ങളുടെകൂടെ ഉണ്ടായില്ലല്ലോ എന്നാലോചിക്കുകയായിരുന്നു. ഞാൻ പറഞ്ഞു: “നരസിംഹറാവു എന്ന ചെകുത്താന്റെ പാവത്തരമാണ് നമ്മളിപ്പോൾ കണ്ടത്. അവൻ എന്തു പാവമാണ്. നമ്മളാരും കാണുന്നതല്ല അവൻ. നിങ്ങൾ പലപ്പോഴും നിങ്ങൾക്കുതന്നെ അപരിചിതനായിരിക്കും. എന്നിട്ടാണോ മനുഷ്യർ എന്താണെന്നും ആരാണെന്നും നമുക്കറിയാൻ കഴിയുന്നത്?”

റോഡിലെത്തി ഞാൻ സിഗരറ്റും നാഗിറെഡ്ഡി ചുരുട്ടും വലിച്ചു. നാഗിറെഡ്ഡിക്ക് ഇനി വേഗം കോടതിയിലെത്തണം. വൈകുന്നേരം കാണാമെന്ന് പറഞ്ഞിട്ട് നാഗിറെഡ്ഡി പോയി.

റോഡുവക്കിലങ്ങനെ നിൽക്കുമ്പോൾ എനിക്കുതോന്നി - ഒന്ന് ജയചന്ദ്രറെഡ്ഡിയെ കണ്ടാലെന്താ? ഏതായാലും പ്രേമയുടെ ഭർത്താവായല്ലോ. നരസിംഹറാവുവിനെയും കണ്ടല്ലോ.

അങ്ങനെ ഞാൻ ജയചന്ദ്രറെഡ്ഡിയെ കാണാൻതന്നെ തീരുമാനിച്ചു.

പതിനൊന്നേമുക്കാലിന് ഞാൻ ജയചന്ദ്രറെഡ്ഡി ആന്റ് കമ്പനിയുടെ ഹെഡ് ഓഫീസിന് മുമ്പിലെത്തി. മൂന്നാമത്തെ നിലയിലാണ് മാനേജിംഗ് ഡയറക്ടറുടെ മുറി. ആദ്യം ഞാൻ ജയചന്ദ്രറെഡ്ഡിയുടെ പി എയെ ചെന്നുകണ്ടു. വളരെ വിനയത്തോടെ ഞാൻ എഴുതിക്കൊടുത്തു - ആദിശങ്കരനാരായണറാവുവിന്റെയും നാഗിറെഡ്ഡിയുടെയും സ്നേഹിതനാണ് ഞാൻ. നേരിട്ട് പരിചയമില്ലെങ്കിലും എനിക്ക് താങ്കളെ നന്നായറിയാം. ഞാനും ഇന്ദിരാകോളനിയിലാണ് താമസിക്കുന്നത്. ഉണ്ടായിരുന്ന ഉദ്യോഗമൊക്കെ ഉപേക്ഷിച്ച് സിനിമയ്ക്ക് കഥയുമെഴുതി നടക്കുകയാണ്.

രണ്ടുമൂന്നു സിനിമയ്ക്ക് കഥയും തിരക്കഥയുമൊക്കെ എഴുതിയിട്ടുണ്ട്. താങ്കളെ ഒന്നു കാണാനുള്ള അവസരംതരണം.

അഞ്ചുമിനിറ്റിനകം തന്നെ ജയചന്ദ്രറെഡ്ഡി എന്നെ വിളിപ്പിച്ചു. എയർ ക്കണ്ടീഷൻ ചെയ്തിരിക്കുന്നുവെന്നതൊഴിച്ചാൽ അദ്ദേഹത്തിന്റെ മുറിയിൽ ആർഭാടങ്ങളൊന്നുമുണ്ടായിരുന്നില്ല. അദ്ദേഹം എന്നെ സ്വീകരിച്ചത് വളരെ നാടകീയമായിട്ടാണ്. "ജയനാരായണൻ എന്ന തിരക്കഥാകൃത്തേ, നിങ്ങളെ എനിക്ക് നന്നായറിയാം. എനിക്ക് ആദിശങ്കരനാരായണറാവുവും നാഗിറെഡ്ഡിയും നിങ്ങളും ഒരുപോലെയാണ്. എന്റെ ഏറ്റവുമടുത്ത സ്നേഹിതന്മാരിൽ ഒരാളായിത്തീർന്നിരിക്കുന്നു നിങ്ങൾ. ഞാൻ സ്നേഹിതന്മാരുടെ ഇടയിൽമാത്രം ജീവിക്കുന്നവനാണ്. സോറി മിസ്റ്റർ ജയനാരായണൻ, നമ്മുടെ സംഭാഷണത്തിന്റെ തുടക്കം എന്നെക്കുറിച്ചായിപ്പോയി. നിങ്ങൾക്ക് ഏത് ഭാഷയിൽ വേണമെങ്കിലും എന്നോടു സംസാരിക്കാം. എനിക്ക് ദക്ഷിണേന്ത്യയിലെ മറ്റെല്ലാ ഭാഷകളും എന്റെ മാതൃഭാഷപോലെതന്നെ സംസാരിക്കാൻ കഴിയും. നിങ്ങൾക്ക് മലയാളത്തിൽ ത്തന്നെ എന്നോടു സംസാരിക്കാവുന്നതാണ്."

ഞാൻ പ്രേമയുടെ കാര്യം പറഞ്ഞുതുടങ്ങി. "രാമാനന്ദാ നഴ്സിംഗ്ഹോമിലെ റെക്കാർഡിൽ ഞാനാണ് പ്രേമയുടെ ഭർത്താവ്. എന്തിനാണങ്ങനെ ചെയ്തതെന്നെനിക്കറിഞ്ഞുകൂടാ."

നരസിംഹറാവുവിനെ നഴ്സിംഗ്ഹോം കോമ്പൗണ്ടിൽനിന്നു വിരട്ടിയോടിച്ചതും പറഞ്ഞു. എല്ലാം കേട്ടിരിക്കുകയല്ലാതെ ജയചന്ദ്രറെഡ്ഡിയുടെ മുഖത്ത് ഒരു ഭാവഭേദവുമുണ്ടായിരുന്നില്ല.

കവിക്കും വക്കീലിനും എനിക്കും റെഡ്ഡി നന്ദി പറഞ്ഞു. പ്രേമയെ പോലെതന്നെ നിങ്ങളെല്ലാം എന്റെ ജീവിതത്തിന്റെ ഭാഗമാണെന്ന് പറഞ്ഞ് റെഡ്ഡി ഏതാനും സമയം ചിന്താമഗ്നനായിരിപ്പായി.

രാത്രി ഒരു മണിക്ക് റെഡ്ഡി പ്രേമയെ കാണാൻ പോയിരുന്നു. ഉച്ച തിരിഞ്ഞ് ഇനിയും പോകുന്നുണ്ട്. അവൾ വല്ലാതെ ഭയന്നുപോയിരിക്കുന്നു. മുറിവൊന്നും അത്ര കുഴപ്പമുള്ളതല്ല.

"റെഡ്ഡീ, താങ്കളും പ്രേമയുമായുള്ള ബന്ധം എങ്ങനെയുള്ളതാണ്" ഞാൻ ചോദിച്ചു: "ഈ നരസിംഹറാവു ആരാണ്?"

റെഡ്ഡി എന്റെ മുഖത്തുതന്നെ നോക്കുകയായിരുന്നു. ആ നോട്ടത്തിൽ സ്നേഹം കലരുന്നത് ഞാൻ കണ്ടു. റെഡ്ഡി പൈപ്പ് എടുത്തു തീകൊളുത്തി, കസാലയിലേക്ക് പിന്നോട്ടൊന്നു ചരിഞ്ഞു. താൻ വലിച്ചുവിടുന്ന പുകയുടെ വൃത്തങ്ങളിൽ കുറേനേരം നോക്കിയിരുന്നു. വീണ്ടും കസാലയിൽ നിവർന്നിരുന്നിട്ട് ഒരു ചിരിയായിരുന്നു. ആ ചിരിയിൽ എല്ലാം ഒതുങ്ങിയിരിക്കുന്നുവെന്നെനിക്കു തോന്നി.

പിന്നെ ഏതോ വിസ്മൃതിയിൽ നിന്നെന്നപോലെ റെഡ്ഡി എന്നെ വിളിച്ചു: "ജയനാരായണാ, നിങ്ങൾ ഒരു കഥാകൃത്താണ്. എന്നെപ്പോലെയുള്ള ഒരു കഥാപാത്രത്തിന് ഒരുപക്ഷേ, നിങ്ങൾ ജന്മം നൽകിയിട്ടുണ്ടാവാം. പക്ഷേ, ജീവിതത്തിൽ നിന്ന് എന്നെപ്പോലൊരാളെ നിങ്ങൾ

ആദ്യമായി കാണുകയായിരിക്കും. കോടീശ്വരന്മാരുടെ കുടുംബത്തിൽ നിന്നാണ് ഞാൻ വരുന്നത്. എനിക്ക് എന്റെ ബിസിനസ്സോ, പണമോ, പദവിയോ ഒന്നും ഒരു പ്രശ്നമേയല്ല. ഇതിന്റെയെല്ലാം നിരർഥകത എനിക്കറിയാം. എന്റെ പണം എന്നെ സന്തോഷിപ്പിക്കാറില്ല. എന്റെ ജീവിതം എന്റെ സ്വപ്നത്തിലെവിടെയോ ആണ്. എനിക്കുതന്നെ എന്നെ ഒരു കഥാപാത്രമായിട്ടാണ് തോന്നാറ്. സ്നേഹം തേടി അലയുന്നവനാണ് ഞാൻ. ഇതിന്റെ അർഥം എനിക്ക് സ്നേഹം നിഷേധിക്കപ്പെട്ടുവെന്നല്ല. നിങ്ങൾ ഞാനും പ്രേമയുമായുള്ള ബന്ധത്തെക്കുറിച്ചുമാത്രമേ ചോദിച്ചുള്ളൂ. ഞങ്ങൾ തമ്മിൽ സ്നേഹമാണെന്നു പറഞ്ഞ് എനിക്ക് മിണ്ടാതിരിക്കാം. പ്രേമയെപ്പോലുള്ള പലരുമായും എനിക്കു ബന്ധമുണ്ട്. ഇവരെല്ലാം എന്നെയാണു സ്നേഹിക്കുന്നത്. എന്റെ പണത്തെയല്ല. പക്ഷേ, എന്റെ പണം ഞാനവർക്ക് വാരിക്കൊടുക്കാറുണ്ട്. അവർക്ക് മാത്രമല്ല, കവികൾക്കും ബുദ്ധിജീവികൾക്കും പാവപ്പെട്ടവർക്കുമൊക്കെ ഞാൻ എന്റെ പണം കൊടുക്കുന്നു. നാളെ ഞാൻ ഒരു ദരിദ്രനായിപ്പോകുന്നതിൽ എനിക്ക് പേടിയില്ല. എന്റെ മനസ്സ് മറ്റെന്തോ ആണ് ആഗ്രഹിക്കുന്നത്. സ്നേഹത്തിനു തുല്യമായി സ്നേഹം മാത്രമേ ഉള്ളൂ. എന്നെ അഗാധമായി സ്നേഹിച്ചയാളായിരുന്നു എന്റെ ഭാര്യ. പ്രേമയെപ്പോലെതന്നെ ജമുനയും റായൽസീമക്കാരിയാണ്. അഞ്ചു കൊല്ലംമുമ്പ് അവൾക്ക് മറ്റൊരാളോട് സ്നേഹം തോന്നി. അതു ഞാനറിഞ്ഞപ്പോൾ എനിക്കൊരു ദു:ഖവുമുണ്ടായില്ല. മറിച്ച് സന്തോഷമായിരുന്നു. അവളാഗ്രഹിക്കുന്ന സ്നേഹം ആരിൽ നിന്നോ അവൾക്ക് കിട്ടുകയല്ലേ? അതിന്റെ മുമ്പിൽ ഒരു തടസമായി നിൽക്കാൻ എനിക്കെന്തവകാശം? അവളിപ്പോഴും അയാളെ സ്നേഹിക്കുന്നു. ഞാനുമായുള്ള സ്നേഹം ഒരുപക്ഷേ, അവളുടെ മനസിൽ അവസാനിച്ചിട്ടുണ്ടാവാം. എന്നാലും അവളെന്റെ ഭാര്യയായിത്തന്നെ ജീവിക്കുന്നു. പ്രേമയും ഞാനുമായുള്ള ബന്ധത്തെക്കുറിച്ച് അവൾക്കറിയാം. ആനന്ദവല്ലിയും ജയകോമളവും സ്മിതാനായരുമായുള്ള എന്റെ ബന്ധത്തെക്കുറിച്ചും അവൾക്കറിയാം. അവർക്കൊക്കെ എന്നോടു സ്നേഹമില്ലാതാവുമ്പോൾ ഞാൻ അവരോടു യാത്രപറയും." ജയചന്ദ്ര റെഡ്ഡി അദ്ദേഹത്തിന്റെ ജീവിതത്തിലൂടെ ഒരു സ്വപ്നത്തിലൂടെയെന്ന പോലെ എന്നെ നടത്തിക്കൊണ്ടുപോവുകയായിരുന്നു. ഒന്നര മണിക്കൂറിനുള്ളിൽ ആരാധ്യനായ ഒരു വിചിത്രമനുഷ്യനായി റെഡ്ഡി എന്റെ മനസിനകത്ത് കയറിയിരിപ്പായി. റെഡ്ഡിയുടെ ജീവിതം ഒരു കഥപോലെയുണ്ട്. ഒരുപക്ഷേ, ആ കഥ വലുതായിക്കൊണ്ടിരിക്കും. മറ്റുള്ളവരുടെ ഭാവനയിൽ മാത്രം നടക്കാനിടയുള്ളത് റെഡ്ഡിയുടെ ജീവിതമായി മാറിയിരിക്കുന്നു.

ഉച്ചയായപ്പോൾ ഞാനും ജയചന്ദ്രറെഡ്ഡിയുമൊന്നിച്ചാണ് പ്രേമയെ കാണാൻ പോയത്. ജയചന്ദ്രറെഡ്ഡിയെ കണ്ടപ്പോൾ പൊടുന്നനെ അവളുടെ മുഖം പ്രകാശിച്ചു. റെഡ്ഡി അവളുടെ തലയ്ക്കടുത്തു ചെന്ന് ഇരുന്നു. അവളെ സ്നേഹത്തോടുകൂടി ഓമനിക്കുകയും സാന്ത്വനിപ്പി

ക്കുകയും ചെയ്തു. പോരുമ്പോൾ ഞങ്ങളുടെയെല്ലാം മുമ്പിൽ വച്ചുതന്നെ പ്രേമയുടെ നെറ്റിത്തടത്തിൽ റെഡ്ഡി ഉമ്മവച്ചു. രാത്രിയിൽ വീണ്ടും വരാമെന്നു പറഞ്ഞാണ് റെഡ്ഡി ഇറങ്ങിയത്.

നഴ്സിംഗ്ഹോമിന്റെ വരാന്തയിലൂടെ നടക്കുമ്പോൾ ഞാൻ ആലോചിക്കുകയായിരുന്നു. ആളുകൾക്കൊക്കെ എന്തൊരാദരവും സ്നേഹവുമാണ് ഈ റെഡ്ഡിയോട്. താനുമായി ബന്ധപ്പെടുന്നവരുടെയെല്ലാം ജീവിതത്തിലേക്ക് അദ്ദേഹം കടന്നുചെല്ലുന്നു. സ്നേഹത്തിന്റെ സുഖം എത്ര ഉദാരമായിട്ടാണ് ജയചന്ദ്രറെഡ്ഡി മറ്റുള്ളവർക്ക് നൽകുന്നത്.

ഞങ്ങൾ ഇത്രയും ചുരുങ്ങിയ സമയത്തിനുള്ളിൽ എത്ര അടുപ്പത്തിലായിക്കഴിഞ്ഞു. അതൊരു വലിയ അനുഗ്രഹം പോലെ എനിക്കു തോന്നി. അദ്ദേഹത്തിന്റെ കാറിൽ സഞ്ചരിച്ചുകൊണ്ടിരിക്കെ ഞാൻ ചോദിച്ചു: "മിസ്റ്റർ റെഡ്ഡീ, നിങ്ങൾ തമ്മിൽ വിട്ടുപിരിയാനാവാത്ത സ്നേഹത്തിലാണെങ്കിൽ പ്രേമയെ വീട്ടിൽക്കൊണ്ടുപോയി താമസിപ്പിച്ചുകൂടേ? അവൾക്കെന്തിന്റെ കുറവാണുള്ളത്? അവളുടെ മനസ്സ് അവളുടെ മുഖത്തുതന്നെയുണ്ടല്ലോ."

റെഡ്ഡി പറഞ്ഞു: "ജയനാരായണാ.....എന്റെ സ്നേഹം ഞാൻ ആർക്കും ഒരു ബന്ധനമാക്കി മാറ്റാൻ ഉദ്ദേശിക്കുന്നില്ല. സമൂഹനീതിപ്രകാരമുള്ള ഒരു ഭാര്യയിൽ ഞാൻ വിശ്വസിക്കുന്നില്ല. എന്റെ ഹൃദയവും സമൂഹത്തിന്റെ നീതിയുമായി ഞാനൊരു ബന്ധവും കാണുന്നില്ല. ഒരു പക്ഷേ, നിങ്ങൾ എന്നെ ഇനിയും മനസിലാക്കേണ്ടിയിരിക്കുന്നു. പൂക്കളുടെയും പൂമ്പാറ്റകളുടെയും കാറ്റിന്റെയും നിലാവിന്റെയും കാർമേഘങ്ങളുടെയും നദിയുടെയും മകനാണ് ജയചന്ദ്രറെഡ്ഡി."

പിന്നെ ഞാൻ ഒന്നും സംസാരിച്ചില്ല. എന്നെ എന്റെ കോളനിയിലേക്കുള്ള റോഡിൽ വിടുമ്പോൾ ജയചന്ദ്രറെഡ്ഡി പറഞ്ഞു: "നിങ്ങൾക്കെന്നെ ഇഷ്ടമായോ എന്നെനിക്കറിഞ്ഞുകൂടാ. എനിക്കു നിങ്ങളെ ഇഷ്ടമായി. നിങ്ങളെ കാണാൻ ഞാൻ വരും, നിങ്ങളെന്നെയും കാണാൻ വരണം."

"മിസ്റ്റർ റെഡ്ഡീ, താങ്കളോടെനിക്കും സ്നേഹമാണ്. താങ്കളുമായി ഇങ്ങനെയൊരു സൗഹൃദമുണ്ടാക്കാൻ കഴിഞ്ഞത് വലിയ ഭാഗ്യമായി ഞാൻ കരുതുന്നു," ഞാനും പറഞ്ഞു.

ജയചന്ദ്രറെഡ്ഡിയുടെ അസാധാരണമായ ആ ചിരി എന്റെ മനസിൽ തങ്ങിനിന്നു.

ആദി ശങ്കരനാരായണറാവുവിനോടൊപ്പം അന്നു വൈകുന്നേരവും ഞാൻ പ്രേമയെ ചെന്നുനോക്കി. നരസിംഹറാവുവിനെ രാവിലെ വിരട്ടിയോടിച്ച കഥയൊക്കെ നാരായണറാവുവിനെയും പറഞ്ഞു കേൾപ്പിച്ചു. റാവുവിന് അത് വളരെ ഇഷ്ടമായി. റാവു എന്നെ അഭിനന്ദിച്ചുകൊണ്ടു പറഞ്ഞു: "അങ്ങനെതന്നെ വേണം. സ്വപ്നങ്ങളും ദുഃഖങ്ങളും ഉണ്ടായിട്ടു കാര്യമില്ല. നട്ടെല്ലും ധൈര്യവുമാണ് വേണ്ടത്. നട്ടെല്ലുകൊണ്ടാണ് മനുഷ്യൻ സ്വപ്നങ്ങളുണ്ടാക്കേണ്ടത്."

പക്ഷേ, ഈ നരസിംഹറാവു ആരാണ്? രാവിലെ കണ്ട ആ മനു

ഷ്യൻ എത്ര പാവമായിരുന്നു? ആ മനുഷ്യനോട് ഞാൻ എന്തെങ്കിലും പാപം ചെയ്തോ? ജയചന്ദ്രറെഡ്ഡി നരസിംഹറാവുവിനെപ്പറ്റി ഒന്നും പറഞ്ഞില്ല. എന്തിനായിരിക്കും നരസിംഹറാവു പ്രേമയുടെ കൈയ്ക്ക് വെട്ടേൽപ്പിച്ചത്? നരസിംഹറാവു ഒരു പാവമാണെന്ന കാര്യത്തിൽ സംശയമില്ല. രാവിലെ അയാൾ ജീവനും കൊണ്ടോടുകയായിരുന്നു. നരസിംഹറാവുവിനെ കാണുകതന്നെ വേണം. എന്നിട്ട് അയാളോട് ഒരുപാടു കാര്യങ്ങൾ ചോദിക്കാനുണ്ട്.

രണ്ട്

നരസിംഹറാവുവിനെ കണ്ടുപിടിക്കാനെന്താണു മാർഗമെന്ന് ഞാൻ പ്രേമയോടാരാഞ്ഞു. പ്രേമ പറഞ്ഞു, “അയാൾ ഇവിടെ വരും. വരാതിരിക്കില്ല.”

പ്രേമ എന്റെ ഭാര്യയാണെന്ന് പറഞ്ഞ് നരസിംഹറാവുവിനെ വിരട്ടിയോടിച്ചതും നഴ്സിംഗ്ഹോമിലെ റെക്കാർഡിൽ ഞാനവളുടെ ഭർത്താവായതുമൊക്കെ ഒരിക്കൽക്കൂടി പറഞ്ഞു ചിരിച്ചു. ആ ചിരിക്കുശേഷം അവൾ ഒരുതരം അനുകമ്പയോടെയാണ് എന്നെ നോക്കിയത്. അപ്പോൾ എനിക്കവളോട് വെറുപ്പുതോന്നി. പ്രേമയെ വെട്ടി ഓടിയവനാണ് നരസിംഹറാവു. അയാളോട് അവൾക്ക് വെറുപ്പൊന്നും തോന്നുന്നില്ലേന്നോ? ഇതിലൊക്കെ എന്തോ കാര്യമുണ്ട്. എന്തായാലും നരസിംഹറാവുവിനെ കാണണം.

ഞങ്ങളുടെ കോളനിയിലെ രങ്കയ്യ എന്ന തോട്ടിക്ക് നരസിംഹറാവു താമസിക്കുന്ന സ്ഥലമറിയാമെന്ന് ആദി ശങ്കരനാരായണറാവുവിൽ നിന്ന് ഞാൻ മനസിലാക്കി. ഞാൻ അടുത്ത ദിവസംതന്നെ രങ്കയ്യയെ സമീപിച്ചു. നരസിംഹറാവുവിനെ അയാൾ കാണിച്ചുതരാമെന്നേൽക്കുകയും ചെയ്തു.

പ്രേമ നഴ്സിംഗ്ഹോമിലെത്തിയിട്ട് എട്ടാം ദിവസം വൈകുന്നേരം ഞാനും തങ്കയ്യയും നരസിംഹറാവുവിനെ കാണാൻ പുറപ്പെട്ടു. നഗരാതിർത്തിയിൽനിന്ന് കുറേ അകലെയുള്ള ഒരു സ്ഥലത്തേക്കാണ് രങ്കയ്യ എന്നെ കൂട്ടിക്കൊണ്ടുപോകുന്നതെന്ന് നേരത്തേതന്നെ പറഞ്ഞിരുന്നു.

നഗരാതിർത്തി കഴിഞ്ഞ് ഏതെല്ലാമോ ഊടുവഴികളിലൂടെ പോകുമ്പോൾ ഞാൻ ചോദിച്ചു. “ഇനിയും കുറേ ദൂരമുണ്ടോ?”

സാധാരണനിലയിൽ ആ വഴികളിലൂടെയൊക്കെ സന്ധ്യാനേരത്തു നടക്കുന്ന ഒരാൾക്ക് ഭയം തോന്നേണ്ടതാണ്. എന്നാൽ എനിക്കു ഭയമൊന്നുമുണ്ടായിരുന്നില്ല.

ഞങ്ങൾ നരസിംഹറാവുവിന്റെ സങ്കേതത്തിലെത്തുമ്പോൾ സന്ധ്യയൊക്കെ കഴിഞ്ഞുപോയിരുന്നു. സാമാന്യം ഭേദപ്പെട്ട ഒരു വീട്ടിലേക്കാണ് ഞങ്ങൾ കയറിച്ചെന്നത്. നരസിംഹറാവു എന്ന മനുഷ്യന്റെ പ്രകൃതവുമായി ആ വീടിന് യാതൊരു ബന്ധവുമുണ്ടായിരുന്നില്ല.

"കേട്ടിരിക്കാനിടയില്ല. സിനിമയിലെ ഹെയർഡ്രെസ്സർ ഭാമയുടെ വീടാണ്." രങ്കയ്യ പറഞ്ഞു. പൊടുന്നനെ ഞാനങ്ങു ചോദിച്ചുപോയി. "നരസിംഹറാവുവിന്റെ ആരാണ് ഈ ഭാമ?"

രങ്കയ്യ അതിനുള്ള മറുപടി പറയുന്നതിനു മുമ്പുതന്നെ ആ വീടിന്റെ വാതിൽ തുറക്കപ്പെട്ടു. വാതിൽ തുറന്ന സ്ത്രീ ഭാമയാണെന്ന് എനിക്കു മനസിലായി. രങ്കയ്യ ഭാമയോട് നരസിംഹറാവുവിനെപ്പറ്റി അന്വേഷിച്ചു.

"എട്ടുമണിയാവും നരസിംഹറാവു വരാൻ." ഭാമ ഞങ്ങളോട് ഇരിക്കാൻ പറഞ്ഞു. രങ്കയ്യയെ ഭാമയ്ക്ക് നേരത്തേതന്നെ അടുത്ത പരിചയമുണ്ടെന്നു തോന്നി, അവരുടെ സംസാരം കേട്ടപ്പോൾ. രങ്കയ്യയുടെയും നരസിംഹറാവുവിന്റെയും ഒരു സ്നേഹിതനായിട്ടാണ് എന്നെ പരിചയപ്പെടുത്തിയത്. ഞാൻ ഭാമ എന്ന സ്ത്രീയോട് വളരെ ആദരവോടുകൂടിത്തന്നെ പെരുമാറി. ആദരിക്കാൻ തോന്നുന്നതായിരുന്നു കുലീനമായ ആ പെരുമാറ്റവും ഒതുക്കമുള്ള ആ ശരീരവും.

ആരായിരിക്കും ഈ ഹെയർഡ്രെസ്സർ ഭാമ? ഞാൻ എന്റെ മനസിനകത്ത് ചോദിക്കുന്നുണ്ടായിരുന്നു. നരസിംഹറാവുവും ഈ സ്ത്രീയുമായുള്ള ബന്ധമെന്തായിരിക്കും? നരസിംഹറാവുവിന്റെ ഭാര്യതന്നെയാവാം. എന്റെ മനസ്സ് ഭാമയെ നരസിംഹറാവുവിന്റെ ഭാര്യ എന്ന നിലയിൽത്തന്നെ കാണാൻ തുടങ്ങി.

ഓരോ നിമിഷവും ഞാൻ നരസിംഹറാവുവിനെ പ്രതീക്ഷിച്ചുകൊണ്ടിരിക്കുകയായിരുന്നു. എങ്ങനെയാണയാളെ അഭിമുഖീകരിക്കുക. അയാളെങ്ങനെയായിരിക്കും എന്നെ സ്വീകരിക്കുക? എന്നൊക്കെയുള്ള ചിന്തകളുമായി ഞാൻ വീർപ്പുമുട്ടുകയായിരുന്നു. എന്നെ കാണുന്നമാത്രയിൽത്തന്നെ ഒരുപക്ഷേ, നരസിംഹറാവു കത്തിവലിച്ചൂരി എന്റെ നേർക്കു നീട്ടിയെന്നുവരാം. എന്റെ കഴുത്തുപിടിച്ചു ഞെക്കിയെന്നുവരാം. രാമാനന്ദാ നഴ്സിംഗ്ഹോമിന്റെ വരാന്തയിൽനിന്ന് ഞാൻ അയാളെ വിരട്ടിയോടിച്ചതുപോലെ എന്നെയും വിരട്ടിയോടിച്ചെന്നുവരാം. നരസിംഹറാവു വരുന്നതോടുകൂടി എനിക്കെന്തും സംഭവിക്കാം.

അപ്പോൾ ഞാൻ ആലോചിക്കുകയായിരുന്നു. വാസ്തവത്തിൽ ഞാൻ എന്തിനാണ് നരസിംഹറാവുവിനെ കാണാൻ വന്നത്? ഞാൻ എന്തിനാണ് ജയചന്ദ്രറെഡ്ഡിയെ കാണാൻ പോയത്? ഞാനെന്തിനാണിങ്ങനെ നിത്യവും നഴ്സിംഗ്ഹോമിൽ പ്രേമയെ കാണാൻ പോകുന്നത്? ഇവരെല്ലാം എന്റെ ആരാണ്?

നരസിംഹറാവു വരുമ്പോൾ എട്ടുമണിയായിരുന്നു. എന്നെക്കണ്ട് അയാൾ ഒരു നിമിഷം പകച്ചുപോയി. അകത്തില്ലാതിരുന്ന ഒരു ദുർബലമായ ചിരി എങ്ങനെയോ ഞാൻ മുഖത്തുവരുത്തി. പെട്ടെന്ന് നരസിംഹറാവു ഒന്നു തളർന്നതുപോലെ തോന്നി. "നരസിംഹറാവൂ, ഞാൻ താങ്കളെ കാണാൻ വന്നതാണ്." ഞാൻ പറഞ്ഞു. "എനിക്കു താങ്കളോട് ചിലത് സംസാരിക്കാനുണ്ട്. നമുക്കു പുറത്തിറങ്ങാം. അതായിരിക്കും നല്ലത്."

നരസിംഹറാവുവിന്റെ മുഖം ഒരു പാവം മനുഷ്യന്റേതായി മാറി. അനുനിമിഷം ആ മുഖം ശാന്തമാവുന്നതു ഞാൻ കണ്ടു.

ഭാമയോട് എന്തോ പറഞ്ഞിട്ട് നരസിംഹറാവു ഞങ്ങളോടൊപ്പം പുറത്തിറങ്ങി. രങ്കയ്യയോടു ഞാൻ പറഞ്ഞു: "രങ്കയ്യ മുമ്പിൽ നടന്നോളൂ. ഞങ്ങൾക്ക് ചില സ്വകാര്യം സംസാരിക്കാനുണ്ട്."

"പ്രേമയ്ക്ക് എങ്ങനെയുണ്ട്" നരസിംഹറാവു ചോദിച്ചു. പിന്നെ അയാൾതന്നെ പറഞ്ഞു, "കുഴപ്പമൊന്നും ഉണ്ടാകാനിടയില്ല. ചെറിയ രണ്ടു വെട്ടുകളായിരുന്നു. ചോര കുറച്ചു കൂടുതൽ വന്നിട്ടുണ്ടാവാം."

"റാവൂ, പ്രേമ താങ്കളുടെ ആരാണ്" ഞാൻ ചോദിച്ചു.

റാവു ചിരിക്കുകയായിരുന്നു.

സ്നേഹിതാ, താങ്കളുടെ ഭാര്യയെക്കുറിച്ച് എന്നോട് ആരാണെന്നു ചോദിക്കുന്നതിൽ വല്ല അർഥവുമുണ്ടോ എന്നായി നരസിംഹറാവു. പിന്നീടു കുറച്ചുസമയം അയാളൊന്നും സംസാരിച്ചില്ല. എന്തായാലും എനിക്കതറിയണം. പ്രേമയും നരസിംഹറാവുവും തമ്മിലുള്ള ബന്ധമെന്താണെന്നെനിക്കറിയണം. അവളെ എന്തിനാണ് നരസിംഹറാവു വെട്ടേൽപ്പിച്ചതെന്നുമെനിക്കറിയണം. പക്ഷേ, നരസിംഹറാവു ഒന്നും സംസാരിക്കുന്നില്ല. നഗരാതിർത്തിയോടടുക്കുമ്പോൾ ഞാൻ വീണ്ടും ചോദിച്ചു: "റാവൂ, പ്രേമ താങ്കളുടെ ആരാണ്?"

"അവൾ ഒരു പാവം പെണ്ണാണ്." നരസിംഹറാവു പറഞ്ഞു. "അവളെപ്പറ്റി ഒന്നും പറയാൻ എനിക്ക് ഇഷ്ടമില്ല. അവൾ നഴ്സിംഗ്ഹോമിൽ കിടക്കുകയാണ്. നിങ്ങൾ അവളെ ശ്രദ്ധിക്കുകയും ആശ്വസിപ്പിക്കുകയും വേണം. അവളെക്കുറിച്ച് മറ്റൊന്നും അന്വേഷിക്കാതിരിക്കൂ. അവൾ നല്ലവളാണ്. മറ്റൊന്നും അവളെപ്പറ്റി പറയാൻ എനിക്കറിഞ്ഞുകൂടാ." നരസിംഹറാവു പറഞ്ഞു.

നഗരാതിർത്തിക്ക് കുറെ ഇപ്പുറത്തുള്ള ബസ്സ്റ്റോപ്പിൽ എന്നെയും രങ്കയ്യയെയും വിട്ടിട്ട് നരസിംഹറാവു ഞങ്ങളോടു യാത്ര ചോദിച്ചു. അയാൾ നടന്നുപോകുന്നതു നോക്കിനിൽക്കേ എനിക്ക് വല്ലാതെ നിരാശ തോന്നി. അയാൾ ഞാൻ അന്വേഷിച്ചുവന്ന കാര്യത്തിനൊരു സൂചനപോലും നൽകാതെ പോവുകയാണ്.

"ഈ ഭാമ നരസിംഹറാവുവിന്റെ ആരാണ്?" ഞാൻ രങ്കയ്യയോടു ചോദിച്ചു. രങ്കയ്യ ആദ്യം ഒന്നും മിണ്ടിയില്ല. ഇവനെന്തിനാണിതൊക്കെ അറിയുന്നതെന്നായിരിക്കും രങ്കയ്യ ആലോചിച്ചുകൊണ്ടിരുന്നത്.

ബസിൽക്കയറി ഇരുന്നപ്പോൾ രങ്കയ്യ പറഞ്ഞു: "ഭാമ നരസിംഹറാവുവിന്റെ ആരുമല്ല. പക്ഷേ, അയാൾ കുറേ കാലമായി ഭാമയുടെകൂടെയാണു താമസിക്കുന്നത്. റാവുവാണ് ഭാമയ്ക്കു ഹെയർഡ്രസറുടെ ജോലി വാങ്ങിക്കൊടുത്തത്. നരസിംഹറാവു ഭാമയ്ക്കു ദൈവത്തെപ്പോലെയാണ്. നമ്മുടെ കോളനിയിലായിരുന്നു ഭാമ ആദ്യം താമസിച്ചുകൊണ്ടിരുന്നത്."

"പ്രേമ നരസിംഹറാവുവിന്റെ ആരാണ്?" ഞാൻ വീണ്ടും രങ്കയ്യയോടു ചോദിച്ചു.

"അവർ തമ്മിലുള്ള ബന്ധം എന്താണെന്ന് നിങ്ങളെപ്പോലെതന്നെ എനിക്കും അറിഞ്ഞുകൂടാ. പലരും പലതും പറയുന്നു. ഒന്നും വിശ്വസിക്കാവുന്നതുമല്ല. പക്ഷേ, വളരെ നല്ലൊരു സ്ത്രീയാണ് പ്രേമ." അതു പറഞ്ഞ് രങ്കയ്യ സംസാരം നിർത്തി. ബസ് ഓടിക്കൊണ്ടിരിക്കെ ഇടയ്ക്കിടെ രങ്കയ്യ കാക്കക്കണ്ണിട്ട് എന്നെ നോക്കിക്കൊണ്ടിരിക്കുകയായിരുന്നു.

ബസ് രാമാനന്ദാ നഴ്സിംഗ്ഹോമിനടുത്തെത്തിയപ്പോൾ ഞാൻ അവിടെ ഇറങ്ങി. ഞാൻ ചെല്ലുമ്പോൾ പ്രേമ നന്നായുറങ്ങുകയായിരുന്നു. എന്നെ കണ്ട വേലക്കാരി പ്രേമയെ പതുക്കെ തട്ടിവിളിച്ചു. കണ്ണു തുറന്ന് ഇത്തിരിനേരം നോക്കിയിട്ട് പ്രേമ ഒന്നു പുഞ്ചിരിച്ചു. പിന്നെ അവളുടെ കിടയ്ക്കയ്ക്കരികെ ചെന്നിരിക്കാൻ എന്നെ തലകൊണ്ടു മാടിവിളിച്ചു.

ഞാൻ തലയ്ക്കടുത്തുള്ള സ്റ്റൂളിൽ ചെന്നിരുന്ന് അവളുടെ സുഖവിവരങ്ങൾ അന്വേഷിച്ചു.

"മുറിവിൽ നിന്ന് വേദനയൊന്നുമില്ല. പൂർണമായി ഉണങ്ങാൻ പത്തു പന്ത്രണ്ടു ദിവസംകൂടി വേണ്ടിവരും. ജയചന്ദ്രറെഡ്ഡി നേരത്തേ വന്നിരുന്നു. ഒരു മണിക്കൂറോളം റെഡ്ഡി ഉണ്ടായിരുന്നു."

റെഡ്ഡി എന്നെപ്പറ്റി ചോദിക്കുകയുണ്ടായെന്ന് അവൾ പറഞ്ഞു. സംസാരമധ്യേ നരസിംഹറാവുവിനെ കണ്ട കാര്യം ഞാൻ അവളെ അറിയിച്ചു. അവളപ്പോൾ ചിരിക്കുകയായിരുന്നു. എന്താണിത്? ഞാൻ ആലോചിച്ചു. നരസിംഹറാവുവിനോട് ഇവൾക്ക് വെറുപ്പൊന്നുമില്ലേ?

പ്രേമ സ്റ്റാന്റിൽ നിന്ന് ഓറഞ്ചെടുത്ത് എന്റെ കൈയിൽ തന്ന് അതിന്റെ തോടു പൊളിച്ചുകൊടുക്കാൻ പറഞ്ഞു. ഓറഞ്ച് പൊളിച്ച് അല്ലി അടർത്തി ഞാനവളുടെ കൈയിൽ വച്ചുകൊടുത്തു. അവൾ ഓറഞ്ചു തിന്നുന്നത് ഞാൻ നോക്കി ഇരുന്നു. ഞാൻ എന്താണ് ഓറഞ്ച് തിന്നാത്തതെന്ന് അവൾ ചോദിക്കുന്നുണ്ടായിരുന്നു. എനിക്ക് വേണ്ട എന്നു ഞാനും പറഞ്ഞുകൊണ്ടിരുന്നു. അപ്പോഴെല്ലാം അവൾ എന്നെ ഓറഞ്ചു തിന്നാൻ മധുരമായി നിർബന്ധിക്കുകയായിരുന്നു. അങ്ങനെ ഞാനും ഓറഞ്ചു തിന്നു. അന്നു ഞാൻ ഏറെനേരം അവളുടെ അടുത്തിരുന്നു. രാമാനന്ദാ നഴ്സിംഗ്ഹോമിനെപ്പറ്റിയും അവിടത്തെ ഡോക്ടർമാരെപ്പറ്റിയുമൊക്കെ ഞങ്ങൾ സംസാരിച്ചുകൊണ്ടിരുന്നു. ഞങ്ങളുടെ സംസാരത്തിനിടയിൽ വേലക്കാരി കിഴവി ഉറങ്ങിത്തുടങ്ങിയിരുന്നു.

പതിനൊന്നു മണിയായപ്പോൾ പ്രേമ ചോദിച്ചു. "പോകണ്ടേ?"

"പോകണം. നിനക്ക് ഉറക്കം വരുന്നുണ്ടോ? വേണമെങ്കിൽ നിനക്കുറക്കം വരുന്നതുവരെ ഞാൻ ഇരിക്കാം," ഞാൻ പറഞ്ഞു. ഇത്രയായിട്ടും അവൾ എന്നെപ്പറ്റി ഒന്നും ചോദിക്കുന്നില്ലല്ലോ എന്നായിരുന്നു എന്റെ ചിന്ത.

അവളുടെ വീടിനെക്കുറിച്ചും എരുമകളെക്കുറിച്ചും സംസാരിക്കുന്നതിനിടയിൽ ഞാൻ ചോദിച്ചു. "എന്റെ വീടിന്റെ ടെറസിൽ നിന്ന് ഞാൻ നിന്നെ നോക്കാറുണ്ടായിരുന്നത് നീ ശ്രദ്ധിച്ചിരുന്നോ?"

"ഞാനും നോക്കാറുണ്ടായിരുന്നല്ലോ." അവൾ പറഞ്ഞു.

“നീ നഴ്സിംഗ്ഹോമിൽ നിന്ന് വീട്ടിൽ എത്തിയാൽ എന്നും ഞാൻ എന്റെ ടെറസിൽനിന്ന് നിന്നെ നോക്കിക്കോട്ടെ” ഞാൻ ചോദിച്ചു. അവൾ ഉറക്കെ ചിരിച്ചുപോയി.

സമയം പന്ത്രണ്ടൊക്കെ കഴിഞ്ഞിട്ടാണ് ഞാൻ മുറിയിൽനിന്ന് പുറത്തു കടന്നത്. നടക്കുമ്പോൾ എനിക്കു തോന്നി, പ്രേമയുടെ നെറ്റിത്തടത്തിൽ ഒരുമ്മ കൊടുക്കേണ്ടതായിരുന്നു.

ആ സമയം വാഹനങ്ങളൊന്നുമില്ലായിരുന്നു. ഞാൻ എന്റെ വീടുവരെ നടന്നുപോകണം. നടക്കാൻ തന്നെ തീരുമാനിച്ചു. ഞാൻ ആകെ മാറിയതുപോലെ എനിക്കു തോന്നി. പ്രേമയോട് ഞാൻ എന്താണു ചോദിച്ചത്, നിന്നെ ഞാൻ എന്റെ ടെറസിൽനിന്ന് നോക്കിക്കോട്ടേ എന്നല്ലേ. അവൾ എനിക്ക് ഇത്രത്തോളം ഒരു ദൗർബല്യമായി മാറിയോ? എനിക്കെന്താണ് പ്രേമയോട് ഇങ്ങനെ ഇഷ്ടം തോന്നുന്നത്? വളരെ യാഥാർഥ്യബോധത്തോടെ ആലോചിച്ചാൽ പ്രേമ ഒരു വേശ്യയല്ലേ? ജയചന്ദ്രറെഡ്ഡി എന്ന സമ്പന്നന്റെ വെപ്പാട്ടിയല്ലേ? എന്റെ ജീവിതം വഴിമാറുകയാണോ? ജയചന്ദ്രറെഡ്ഡിയുടെ വെപ്പാട്ടിയോട് എനിക്കു തോന്നുന്ന സ്നേഹം ഒരു ഭ്രാന്തല്ലേ? നരസിംഹറാവുവിനെ ഇവൾ ചതിച്ചതായിരിക്കുമോ? എനിക്ക് പ്രേമയോടു തോന്നുന്ന ഈ സ്നേഹത്തിനെന്താണ് അർഥം? ഒരു സാധാരണ ചെറുപ്പക്കാരന് അവളോട് സ്വാഭാവികമായും തോന്നുക മറ്റെന്തോ വികാരമല്ലേ?

ആരാണിവൾ ഈ പ്രേമ?

അന്നു രാത്രി മൂന്നുമണിവരെയും ഞാൻ ഇങ്ങനെ പ്രേമയുടെ വീടിന്റെ ടെറസിലേക്കു നോക്കി ഇരിക്കുകയായിരുന്നു. അവൾ എന്റെ മനസിനോട് ഒട്ടിപ്പിടിച്ചു നിന്നു. മനസിൽനിന്നവളെ പറിച്ചെറിയാൻ ഏതെല്ലാം രീതിയിൽ ശ്രമിച്ചിട്ടും എനിക്കു കഴിയുന്നില്ലായിരുന്നു. എന്റെ ജീവിതത്തിൽ എന്തെല്ലാമോ സംഭവിക്കാൻപോകുന്നതുപോലെ. മനുഷ്യനിലേക്കുള്ള എന്റെ തലയ്ക്കകത്തെ എല്ലാ പാതകളും പെരുമ്പാമ്പുകളെപ്പോലെ പുളയുകയായിരുന്നു.

മൂന്ന്

പിറ്റേന്നു രാവിലെ പത്തുമണിയോടുകൂടി ഞാൻ ജയചന്ദ്രറെഡ്ഡിയുടെ ഓഫീസിലെത്തി. റെഡ്ഡി എഴുന്നേറ്റുനിന്നുകൊണ്ടാണ് എന്നെ സ്വീകരിച്ചത്. എന്റെ മുറിയിലേക്ക് അനുവാദമില്ലാതെ കടന്നുവരാവുന്ന ആളുകളുടെ കൂട്ടത്തിലാണ് താങ്കളെന്ന് ജയചന്ദ്രറെഡ്ഡി എന്നോടു പറഞ്ഞു. ജയചന്ദ്രറെഡ്ഡി തന്റെ തിരക്കുപിടിച്ച ജീവിതത്തെക്കുറിച്ചാണ് പിന്നീട് സംസാരിച്ചു തുടങ്ങിയത്. തലേദിവസം അദ്ദേഹത്തിന് ലണ്ടനിൽ പോകേണ്ടതുണ്ടായിരുന്നു. പക്ഷേ, ആ ലണ്ടൻ ട്രിപ്പ് ക്യാൻസൽ ചെയ്തു. മാസത്തിൽ ഒരു തവണയെങ്കിലും തിരുപ്പതിയിൽ പോകുന്ന

താണ്. ഇപ്പോൾ അതും കഴിയാതായിരിക്കുന്നു. ജീവിതം വളരെ യാന്ത്രികമായിപ്പോയി. ഒരു സന്യാസിയുടെയോ സംഗീതജ്ഞന്റെയോ ജിവിതമായിരുന്നു ദൈവം തന്നിരുന്നതെങ്കിൽ..... ജയചന്ദ്രറെഡ്ഡി ഇങ്ങനെ ആത്മഗതമെന്നോണം പറഞ്ഞുകൊണ്ടിരിക്കുകയായിരുന്നു.

പിന്നെ ജയചന്ദ്രറെഡ്ഡി പ്രേമയെപ്പറ്റി സംസാരിച്ചു തുടങ്ങി. ഏഴെട്ടു ദിവസം കൂടി അവൾ നഴ്സിംഗ്ഹോമിൽത്തന്നെ കിടക്കട്ടെ. വീട്ടിലേക്കു പോയാൽ അവളെ നോക്കാനാരാണുള്ളത്? ആ കിഴവിയെക്കൊണ്ടൊന്നും സാധിക്കുകയില്ല. അവൾ വല്ലാതെ ഭയന്നുപോയിരിക്കുന്നു. ജിവിതത്തോട് അവൾക്കൊരിഷ്ടവുമില്ലാതായിക്കഴിഞ്ഞു. ഒരിക്കലും അവൾ ജീവിതത്തെ സ്നേഹിച്ചതായി ഞാൻ കണ്ടിട്ടില്ല. അവളോട് റായൽസീമയിലേക്കു പോകുന്നോ എന്നു ഞാൻ ചോദിക്കുന്നു. എനിക്കവിടെ ആറേക്കർ നിലക്കടലത്തോട്ടമുണ്ട്. ആ തോട്ടത്തോട് ചേർന്ന് ഒരു ചെറിയ വീടുമുണ്ട്. അവിടെ താമസിച്ച് നിലക്കടലത്തോട്ടവും നോക്കി അവൾക്കു ജീവിക്കാം. കൃഷിക്കാരനായ ഏതെങ്കിലും ഒരു ചെറുപ്പക്കാരനെ കല്യാണം കഴിക്കുകയും ചെയ്യാം. അവൾക്കങ്ങനെയൊരു ജീവിതമുണ്ടാകാൻ ഞാനാശിക്കുന്നു. ആ പാവം പെണ്ണ് ഈ നഗരത്തിലിങ്ങനെ തനിച്ചു താമസിക്കുന്നതു കാണുമ്പോൾ എനിക്കു വല്ലാത്ത വേദനയുണ്ട്. നഴ്സിംഗ്ഹോമിൽ നിന്നിറങ്ങട്ടെ. അവളെ എല്ലാം പറഞ്ഞു മനസിലാക്കണം. അവൾക്കു ചിരിക്കാനും കരയാനും സ്നേഹിക്കാനുമേ അറിഞ്ഞുകൂടൂ. ജീവിതത്തെപ്പറ്റി ഒന്നുമറിഞ്ഞുകൂടാ. അവളുടെ ജീവിതമെന്ന ഒന്ന് അവൾക്കില്ല.

ജയചന്ദ്രറെഡ്ഡി പ്രേമയെക്കുറിച്ചോർത്ത് ദുഃഖിതനാവുകയായിരുന്നു. മനസിനകത്ത് ഞാനാകെ പല പല സംശയങ്ങളുമായി കുഴയുകയായിരുന്നു. പ്രേമയോട് ജയചന്ദ്രറെഡ്ഡിക്കുള്ള സ്നേഹം വാസ്തവത്തിൽ ഏതു തരത്തിലുള്ളതായിരിക്കും? എനിക്കൊന്നും മനസിലാവുന്നില്ലല്ലോ.

പ്രേമ എങ്ങനെയാണ് ഈ നഗരത്തിലെത്തിപ്പെട്ടതെന്ന് ഞാൻ ജയചന്ദ്രറെഡ്ഡിയോട് ചോദിച്ചു. ഒരു ദീർഘനിശ്വാസത്തിനുശേഷം എന്നെ അലസമായി നോക്കിക്കൊണ്ട് ജയചന്ദ്രറെഡ്ഡി പറഞ്ഞു: "ജയനാരായണാ, ദൈവം ഓരോ ആൾക്കും ഓരോ വര വരഞ്ഞിരിക്കുന്നു. ജീവിതയാത്ര ആ വരയിലൂടെ മാത്രമേ സംഭവിക്കുകയുള്ളൂ. നമ്മളിപ്പോൾ പരസ്പരം നോക്കിയിരിക്കുന്നു. താങ്കൾ ജയനാരായണനും ഞാൻ ജയചന്ദ്രറെഡ്ഡിയും. നമ്മളിപ്പോൾ സ്നേഹിതന്മാരായിത്തീർന്നു. ജീവൻ വിട്ടൊഴിയുന്നതുവരെ ഒരുപക്ഷേ, നമ്മുടെ ബന്ധം നിലനിന്നേക്കാം. നാളെ ഞാൻ മരിച്ചുപോയാലും നിങ്ങളുടെ മനസിൽ ഞാൻ ജീവിച്ചേക്കാം. നിങ്ങൾ എന്റെ മനസിലും ജീവിച്ചേക്കാം."

ജയചന്ദ്രറെഡ്ഡി പറയുന്നതിന്റെ അർഥമൊന്നും എനിക്കു മനസിലായില്ല. അതിനൊക്കെ എന്തെങ്കിലും അർഥമുണ്ടെന്നും എനിക്കു തോന്നിയിരുന്നില്ല. ഒന്നുകിൽ റെഡ്ഡി ഒരു എക്സൻട്രിക്കോ അല്ലെങ്കിൽ പല പല രഹസ്യങ്ങളുടെയും ഒരു കലവറയോ ആകാം.

ജയചന്ദ്രറെഡ്ഡി കണ്ണട എടുത്തുവച്ച് നെറ്റി തുടച്ചും ചുമ്മാ ചുമച്ചും എന്റെ ജീവിതത്തിലേക്കു പതുക്കെപ്പതുക്കെ കടന്നുവന്നു. എന്നെക്കുറിച്ച് ഞാൻ പറയുന്നതെല്ലാം അദ്ദേഹം മനസിലെവിടെയോ കൊത്തിവയ്ക്കുന്നതുപോലെ എനിക്കുതോന്നി.

എങ്ങനെ നോക്കിയാലും ജയചന്ദ്രറെഡ്ഡി ഒരു സാധാരണമനുഷ്യനല്ല. ഈ മഹാനഗരത്തിൽ രാജകുമാരനെപ്പോലെ ജീവിക്കുന്ന സമ്പന്നനും വ്യവസായ പ്രമുഖനുമായ ജയചന്ദ്രറെഡ്ഡി എന്നോടു കാണിക്കുന്ന ഈ സ്നേഹത്തിനെന്താണർഥം? തൊട്ടടുത്ത നിമിഷം ഞാൻ എന്നോടുതന്നെ ചോദിക്കുകയായിരുന്നു. നീ എന്തിനാണിങ്ങനെ ആലോചിക്കുന്നത്. നിന്നെ അയാൾക്കിഷ്ടപ്പെട്ടു. നിനക്കയാളെയും ഇഷ്ടപ്പെട്ടു. ആദിശങ്കരനാരായണറാവുവിനും നാഗിറെഡ്ഡിക്കും നിന്നോടെങ്ങനെയാണിഷ്ടം തോന്നിയത്? ഇപ്പോൾ നിനക്ക് പ്രേമയോടു തോന്നുന്ന അടുപ്പമുണ്ടല്ലോ, അതെങ്ങനെ ഉണ്ടായി? മനുഷ്യൻ ഇതിനൊന്നും കാരണങ്ങൾ തേടിനടന്നിട്ടു കാര്യമില്ല.

മനസിന്റെ ഏതെല്ലാമോ തലങ്ങളിൽ എനിക്കു സംഭവിച്ചുകൊണ്ടിരുന്ന മാറ്റങ്ങൾ എനിക്കനുഭവപ്പെടുന്നുണ്ടായിരുന്നു. ജയചന്ദ്രറെഡ്ഡിയുടെ ഓഫീസിൽ നിന്നിറങ്ങി ഞാൻ നേരെ രാമാനന്ദാ നഴ്സിംഗ്ഹോമിലെ 68-ാം നമ്പർ മുറിയിലേക്കു ചെന്നു. ഞാൻ ചെല്ലുമ്പോൾ പ്രേമ ബെഡ്ഡിൽ ചരിഞ്ഞുകിടന്ന് ഗാഢമായി എന്തോ ആലോചിക്കുകയായിരുന്നു. എന്നെ കണ്ടപ്പോൾ അവൾ വളരെയേറെ പ്രസന്നവതിയായി. വേലക്കാരി അപ്പോൾ അവിടെ ഇല്ലായിരുന്നു.

ഞാൻ അവളുടെ ബെഡ്ഡിൽത്തന്നെയാണ് ഇരുന്നത്. രാവിലെ മുതൽ ചെറുതായി തലവേദനയുണ്ടെന്നവൾ പറഞ്ഞു. അവളുടെ നെറ്റിയിൽ ചൂടുണ്ടോ എന്നു ഞാൻ കൈവച്ചു നോക്കി. ചൂടൊന്നുമില്ലായിരുന്നു. പിന്നെ, അവളുടെ നെറ്റിത്തടത്തിലൊരുമ്മ നൽകിയിട്ട് ഞാൻ പറഞ്ഞു, "ഇനി തലവേദനയൊന്നുമുണ്ടാവില്ല. നിനക്കു തലവേദനയുണ്ടാവുമ്പോൾ എന്നെ വിളിക്കുക, ഞാനൊരു ഉമ്മ നൽകിയാൽ അതുടനെ മാറും."

നിഷ്കളങ്കമായ അവളുടെ ചിരി ആ നെറ്റിത്തടത്തിൽ വീണ്ടുമൊരുമ്മ ആവശ്യപ്പെടുന്നതുപോലെ എനിക്കു തോന്നി.

എന്റെ ഹൃദയത്തിന്റെ വാതിൽ അന്നു ഞാൻ അവളുടെ മുമ്പിൽ പൂർണമായി തുറന്നിട്ടു. ജയചന്ദ്രറെഡ്ഡിയെക്കുറിച്ചും നരസിംഹറാവുവിനെക്കുറിച്ചും ചോദിച്ചു. അവരെ കുറിച്ചവൾ മൂകത പാലിച്ചതേയുള്ളൂ. എന്തൊക്കെയോ ഉണ്ട്. തന്റെ ഭൂതകാലത്തിലേക്കു പോകാൻ അവളെക്കൊണ്ടാവില്ലെന്നു തോന്നി.

പ്രേമ നഴ്സിംഗ്ഹോമിൽ നിന്നു വിടുന്നതുവരെ നിത്യവും രാവിലെയും വൈകുന്നേരവും ഞാനവളെ കാണാൻ പോയിരുന്നു. അവളെ ഡിസ്ചാർജ് ചെയ്യുന്ന ദിവസം രാവിലെ ഒരു വാഴയിലയിൽ പിച്ചിപ്പൂമാലയും ചുരുട്ടിയാണു ഞാൻ ചെന്നത്. അവൾ ആ പിച്ചിപ്പൂമാല കുറേനേരം നോക്കി ഇരുന്നു.

കിഴവി ബാത്ത്റൂമിൽ പോയപ്പോൾ ആ പൂമാല അവളുടെ തലയിൽ തിരുകിക്കൊടുക്കാൻ ആവശ്യപ്പെട്ടു. തലയിൽ പൂമാല ചൂടിക്കൊടുക്കാൻ എനിക്കറിഞ്ഞുകൂടായിരുന്നു. എന്നിട്ടും ഞാൻ എങ്ങനെയെല്ലാമോ ആ മാല അവളുടെ തലയിൽ തിരുകിക്കൊടുത്തു. "ആരുടെയും തലയിൽ ഇന്നേവരെ പൂമാല തിരുകിക്കൊടുത്തിട്ടില്ല, അല്ലേ" പ്രേമ എന്നോടു ചോദിച്ചു. "ഇല്ല, ഇതാദ്യമായാണ്." ആ സുഖം എന്റെ മനസ്സ് അനുഭവിക്കുന്നുമുണ്ട്. നീയും ആ സുഖം അനുഭവിക്കണം. ഞാൻ എന്റെ മനസിൽ പറഞ്ഞു.

അവളുടെ ഹൃദയം അതിന്റെ സകല നൈമിഷികകാന്തിയോടും കൂടി അവളുടെ മുഖത്തേക്കിറങ്ങിവന്നു. അവളുടെ പുഞ്ചിരി എന്നിൽ ആനന്ദം കോരിയിടുകയായിരുന്നു. എന്നെ ഉമ്മവയ്ക്കുന്നതായി ചുണ്ടുകൊണ്ടവൾ ആംഗ്യം കാണിച്ചു. അപ്പോൾ എന്റെ ഹൃദയത്തിലൂടെ ഒരു പൂമ്പാറ്റ പറന്നുപോയി.

ഞാൻ അവളോടു പറഞ്ഞു, "പ്രേമേ, എനിക്ക് നിന്നെക്കവിഞ്ഞ് ഈ ഭൂമിയിൽ ഇനി മറ്റൊന്നുമില്ല. ഞാൻ നിന്നെ എന്തുകൊണ്ടാണ് സ്നേഹിക്കുന്നതെന്ന് എനിക്ക് അറിഞ്ഞുകൂടാ. പക്ഷേ, എനിക്കു സ്നേഹമാണ്. എനിക്ക് പലതരം ഭ്രാന്തുകളുണ്ട്. അതിൽ ഒന്നാവാം ഇത്. നീ സ്നേഹം മാത്രമാണെന്ന് ഞാൻ വിചാരിക്കുന്നു."

അവളുടെ നെറ്റിയിലും കവിളത്തും അന്നും ഞാൻ ഉമ്മകൊടുത്ത് തിരിച്ചുപോരുമ്പോൾ ഈ ഞാൻ മറ്റൊരു ലോകത്തായിരുന്നു.

ജയചന്ദ്രറെഡ്ഡിയുടെ കാറിലാണ് പ്രേമ അന്നു വൈകുന്നേരം അവളുടെ വീട്ടിൽ പോയത്. അവളുടെകൂടെ ജയചന്ദ്രറെഡ്ഡിയും ഉണ്ടായിരുന്നു. ഞാൻ എന്റെ ടെറസിലിരുന്ന് അവർ കാറിൽ വന്നിറങ്ങുന്നതും വീട്ടിലേക്ക് കയറിപ്പോകുന്നതുമൊക്കെ കാണുന്നുണ്ടായിരുന്നു.

സന്ധ്യ കഴിഞ്ഞ് ജയചന്ദ്രറെഡ്ഡിയുടെ കാറ് തിരിച്ചുപോയി. ഇരുട്ടിന്റെ ഒരു വട്ടത്തിൽ ഞാൻ എന്റെ ടെറസിൽതന്നെ ഇരിക്കുകയായിരുന്നു; അവൾ വരുമെന്ന പ്രതീക്ഷയോടെ. അപ്പോഴും എന്റെ മനസ്സ് മറ്റൊരിടത്തേക്ക് തെന്നുന്നുണ്ടായിരുന്നു. നരസിംഹറാവു, ജയചന്ദ്രറെഡ്ഡി... ഇവർ രണ്ടുപേരും ഇനി എന്നെ എങ്ങനെയായിരിക്കും കാണുക? ആദിശങ്കരനാരായണറാവുവും നാഗിറെഡ്ഡിയും എന്നെക്കുറിച്ച് എന്തു വിചാരിക്കും?

ഒമ്പതരമണിയായപ്പോൾ വലിയൊരു ഷാൾ പുതച്ചുകൊണ്ട് അവൾ ഒരു നിഴൽപോലെ ടെറസിൽ പ്രത്യക്ഷപ്പെട്ടു. എത്രയോ നേരം അവൾ അവിടെ നിശ്ചലമായി നിന്നു. തണുപ്പുകാറ്റടിക്കുമ്പോൾ എന്റെ ടെറസിലെ ഇരുട്ടിൽനിന്ന് ഒരുമ്മ നൽകിക്കൊണ്ട് പോകാനായി കൈവീശിക്കാണിച്ചു. പോകുമ്പോൾ അവളുടെ ടെറസിലെ ഇരുട്ടിൽ നിന്ന് അവളും എനിക്ക് ഉമ്മ നൽകിയിട്ടുണ്ടാവും. അവൾ പോയിട്ടും ഞാൻ അവിടത്തന്നെ നിൽക്കുകയായിരുന്നു.

ഞങ്ങളുടെ പ്രഭാതങ്ങളും സായാഹ്നങ്ങളും സ്നേഹത്തിന്റെ വീർപ്പു

മുട്ടലുകളിലൂടെയും മൗനത്തിലൂടെയും കഴിഞ്ഞുപോയി. ഒരു നിമിഷമെങ്കിലും അവൾ എന്റെ മനസിൽനിന്നു മാറി നിന്നില്ല. എന്റെ ഭൂതകാലവും ജീവിതവും എന്നോടു പറയുകയായിരുന്നു, നിന്റെ മനസ്സ് ഇവിടെ മോചനമില്ലാതെ ബന്ധനത്തിലായിത്തീർന്നല്ലോ, ഇനി ഏതാണ് നിന്റെ പാത?

ഒരു ദിവസം രാത്രി കോളനിയിലെ തോട്ടികളും പെണ്ണുങ്ങളും ഉണർന്നിരിക്കുമ്പോൾത്തന്നെ, എന്നാൽ അവരുടെയൊന്നും കണ്ണിൽപ്പെടാതെ ഞാൻ പ്രേമയുടെ വീട്ടിൽ കയറിച്ചെന്നു. എന്നെ കണ്ടപ്പോൾ ആദ്യം അവളുടെ കണ്ണുകൾ ഒന്നു പിന്നോട്ടു വലിഞ്ഞു. പിന്നെ ഏതോ വിസ്മയത്തോടെ പറഞ്ഞു: "ഇങ്ങനെ ഒരുനാൾ കയറിവരുമെന്ന് എനിക്ക് അറിയാമായിരുന്നു."

എരുമക്കാരനും കിഴവിയും ഭയത്തോടെ എന്നെ പകച്ചുനോക്കി. പ്രേമ എന്നോടു കാണിക്കുന്ന അടുപ്പം കണ്ട് അവർ ഉൾവലിഞ്ഞു. അവൾ എന്റെ തൊട്ടടുത്ത് വന്നിരിപ്പായി. ഒരു കുഞ്ഞിന്റെ നിഷ്കളങ്കതയായിരുന്നു അപ്പോൾ അവളുടെ മുഖത്ത്. എത്രയോ ജന്മങ്ങളുടെ ഏതെല്ലാമോ ആശകളുണ്ടായിരുന്നു എന്റെ മനസിൽ. അവളെ എന്റെ സ്വന്തമായി കരുതിയ മനസാണ് എന്റേത്.

അവൾ എന്റെ നെഞ്ചിൽ മുഖമമർത്തി ചിരിച്ചു. എന്റെ ഹൃദയത്തിനടുത്ത് കാതു ചേർത്തുവച്ചു. എന്റെ മീശയുടെ കറുപ്പിൽ രസിച്ചു. ആ സ്നേഹത്തിന്റെ തീവ്രതയിൽനിന്നു തന്നെ ഞാൻ ജയചന്ദ്രറെഡ്ഡിയെക്കുറിച്ചും നരസിംഹറാവുവിനെക്കുറിച്ചും ചോദിച്ചു: "ഇവരൊക്കെ നിന്റെ ജീവിതത്തിലേക്ക് എങ്ങനെ കടന്നുവന്നു? ജയചന്ദ്രറെഡ്ഡിയെ നിനക്ക് സ്നേഹമാണോ? എന്തിനാണ് നരസിംഹറാവു നിന്നെ വെട്ടിയത്? നരസിംഹറാവു നിന്റെ ആരാണ്? ഇപ്പോൾ ജയചന്ദ്രറെഡ്ഡി നിനക്ക് റായൽസീമയ്ക്കടുത്ത് ആറേക്കർ നിലക്കടലത്തോട്ടം തരാമെന്നു പറയുന്നത് എന്തുകൊണ്ടാണ്? നീ എല്ലാം എന്നോടു തുറന്നു പറയുമെന്ന് ഞാൻ വിചാരിക്കുന്നു. എങ്ങനെയോ നീ എന്റെ ഹൃദയംതന്നെയായിക്കഴിഞ്ഞു. നീ മാത്രമേ എന്റെ മനസിൽ ഇപ്പോഴുള്ളൂ. മറ്റൊന്നിനെക്കുറിച്ചും മറ്റൊരാളെക്കുറിച്ചും ഞാൻ ആലോചിക്കുന്നില്ല?"

അവൾ എന്റെ നെഞ്ചിൽക്കിടന്നു മരവിക്കുകയായിരുന്നു. എന്റെ നെഞ്ചിൽ മുഖമിട്ടുരസിക്കൊണ്ട് അവൾ പറഞ്ഞു: "ഇല്ല, എന്നെക്കുറിച്ചുള്ള ഒരു കാര്യവും നിങ്ങൾ അറിയേണ്ട. എനിക്കൊന്നും പറയാനില്ല. നിങ്ങളോട് എന്തുകൊണ്ടോ എനിക്കു സ്നേഹമുണ്ട്. എന്നാലും ദയവായി നിങ്ങൾ എന്നെ ആശിക്കാതിരിക്കൂ. നമ്മൾ എന്തിനാണ് ഇങ്ങനെ അടുത്തത്? അതിനെക്കുറിച്ച് ഓർക്കുമ്പോൾ എനിക്കു പേടിയാവുന്നു."

പിന്നെ അവളെപ്പോലെ ഞാനും മരവിച്ചുപോവുകയായിരുന്നു. രാത്രി വളരെ ചെല്ലുന്നതുവരെ ഞങ്ങൾ ഇരുന്നു. എരുമക്കാരനും കിഴവിയും ഉറങ്ങിപ്പോയിരുന്നു. പാവങ്ങൾ ഉറങ്ങാതെ ഒരുപാടുനേരം കാത്തിരുന്ന് എന്നെ ശപിച്ചിട്ടുണ്ടാവും. കോളനി എപ്പോഴോ ഉറങ്ങിയതാണ്.

ഞാൻ ഇറങ്ങിവരുമ്പോൾ അവൾ പറഞ്ഞു: "എന്നെ സ്നേഹിക്കരുത്. എനിക്കതിന് അർഹതയില്ല. പക്ഷേ, നിങ്ങൾ ഇവിടെ വരണം. എനിക്ക് നിങ്ങളെ നോക്കിയിരിക്കണം."

ഇല്ല. ഞാൻ പിൻമാറുകയില്ല എന്ന ദൃഢനിശ്ചയത്തോടെയാണ് ഞാൻ എന്റെ വീട്ടിലേക്കു നടന്നത്. വീട്ടിലെത്തിയ ഉടനെ ഞാൻ എന്റെ ടെറസിലേക്ക് ഓടിക്കയറി. അവളും ആ ടെറസിൽ എന്നെ കാത്തുനിൽക്കുകയായിരുന്നു. തെരുവുവിളക്കിന്റെ വെളിച്ചത്തിലേക്കു മാറിനിന്ന് ഞാൻ ചിരിച്ചു.

അടുത്ത ദിവസം ഞാൻ ആദി ശങ്കരനാരായണറാവുവിനോട് പറഞ്ഞു: "റാവൂ, റാവു ഒരു നല്ല മനുഷ്യനാണെന്ന് എനിക്ക് അറിയാം. എനിക്ക് പ്രേമയെക്കുറിച്ചുള്ള ചില സത്യങ്ങൾ അറിയാനുണ്ട്. അവളെക്കുറിച്ച് അറിയുന്നത് എന്തിനാണെന്ന് റാവു ചോദിക്കരുത്. പ്രേമയുടെ ജീവിതത്തിൽ എന്തോ രഹസ്യമുണ്ട്. ആ രഹസ്യം റാവുവിന് അറിയാം. എനിക്ക് അതു പറഞ്ഞുതരണം."

റാവു പറഞ്ഞു: "നിങ്ങളെന്തിനതറിയണം? മാത്രവുമല്ല, എനിക്കവളെക്കുറിച്ചറിയാവുന്നത് വളരെക്കുറച്ചു കാര്യമാണ്. അതുതന്നെ ശരിയാണെന്നു പറഞ്ഞുകൂടാ. പ്രേമ പഴയ ദേവദാസികുടുംബത്തിൽ നിന്നാണ് വരുന്നതെന്ന് തോന്നുന്നു. റായൽസീമയിലാണ് അവളുടെ സ്ഥലമെന്നറിയാം. അവളെപ്പോഴാണ് ഈ നഗരത്തിലെത്തിയതെന്നൊന്നും എനിക്കറിഞ്ഞുകൂടാ. നരസിംഹറാവുവായിരിക്കാം അവളെ റായൽസീമയിൽനിന്ന് ഇവിടെ കൊണ്ടുവന്നത്. പിന്നെ അവൾ ജയചന്ദ്രറെഡ്ഡിയുടെ കൈയിൽ എങ്ങനെ എത്തിപ്പെട്ടുവെന്നെനിക്കറിയില്ല. ഇപ്പോൾ ജയചന്ദ്രറെഡ്ഡിയുടെ സ്വന്തമാണെന്നെനിക്കറിയാം. എന്നാൽ അവൾ അയാളുടെ ഭാര്യയുമല്ല, കാമുകിയുമല്ല. വെപ്പാട്ടിയുമല്ല. അവർ തമ്മിലുള്ള ബന്ധം ഒരു മഹാരഹസ്യമായിട്ടാണെനിക്കു തോന്നിയത്. ഇത്രയുമേ എനിക്കറിഞ്ഞുകൂടൂ. അപ്പോൾ അവളെക്കുറിച്ചൊന്നുമറിഞ്ഞുകൂടെന്നു നിങ്ങൾക്കു മനസിലായല്ലോ. നാഗിറെഡ്ഡിക്കും പ്രേമയെക്കുറിച്ചിത്രയേ അറിയാവൂ. എന്നെയും നാഗിറെഡ്ഡിയെയും അവൾക്ക് വലിയ ബഹുമാനമാണ്. സാധാരണ മനസുകൊണ്ടാലോചിച്ചാൽ നമുക്കവളെ വേശ്യ എന്നു വിളിക്കാം. പക്ഷേ, അവൾ ഒരിക്കലും ഒരു വേശ്യയല്ല."

ആദിശങ്കരനാരായണറാവു ആ വിഷയത്തിൽ നിന്ന് വേഗം മാറിക്കളഞ്ഞു. എന്നിട്ട് റാവു എന്നെ സൂക്ഷിച്ചു നോക്കുകയായിരുന്നു. എന്റെ മനസറിയാം എന്നു പറയുന്നതുപോലെ ഒന്നു ചിരിച്ചു. ഞാൻ അവളെ സ്നേഹിക്കുന്നുവെന്നു അപ്പോൾ റാവുവിനോടെനിക്ക് പറയണമെന്നുണ്ടായിരുന്നു.

അന്നുതന്നെ ഞാൻ നരസിംഹറാവുവിനെ തേടിച്ചെന്നു. അയാൾ എന്റെ സ്നേഹിതനെപ്പോലെ ആയിക്കഴിഞ്ഞിരുന്നു. പ്രേമയെക്കുറിച്ച് ചോദിച്ചു. അവൾക്ക് സുഖമാണെന്നും മുറിവൊക്കെ ഉണങ്ങിയെന്നും ഞാൻ പറഞ്ഞു.

"നരസിംഹറാവൂ, ഞാൻ ഒരു കാര്യം ചോദിച്ചാൽ സത്യം പറയുമോ?" ഞാൻ ചോദിച്ചു. റാവുവിനറിയാം ഞാൻ എന്താണ് ചോദിക്കാൻ പോകുന്നതെന്ന്.

"പ്രേമ നിങ്ങളുടെ ആരാണെന്നെനിക്കറിയണം." ഞാൻ പറഞ്ഞു. "നിങ്ങൾ അവളെ എന്തിനാണ് വെട്ടിയതെന്നുമറിയണം. നിങ്ങളുടെ ഭാര്യയായിരുന്നു പ്രേമ എന്നു ചിലർ പറയുന്നു. അതു ശരിയാണോ റാവൂ."

പെട്ടെന്ന് നരസിംഹറാവുവിന്റെ മുഖം വല്ലാതങ്ങു വിളർത്തു പോയി. ഏതോ രഹസ്യം അയാൾ ക്രൂരമായി ഉള്ളിലൊതുക്കിപ്പിടിക്കുകയാണെന്നും എനിക്കറിയാമായിരുന്നു.

"സ്നേഹിതാ, നിങ്ങൾക്കുപോകാം. പ്രേമയെപ്പറ്റി എനിക്കൊന്നുമറിഞ്ഞുകൂടാ." നരസിംഹറാവു പറഞ്ഞു.

നരസിംഹറാവു മൂകനായി അനന്തതയിലേക്കു നോക്കി ഇരിക്കുന്നു. കുറേനേരംകൂടി അവിടെ ഇരുന്നിട്ട് ഞാൻ ഇറങ്ങിപ്പോന്നു. നരസിംഹറാവുവിന്റെ വീട്ടിൽ നിന്നുള്ള വഴി പിന്നിടുമ്പോൾ എനിക്ക് കരച്ചിൽ വരികയായിരുന്നു. എന്തൊരു മനുഷ്യരാണിവരെല്ലാം. സത്യം പട്ടടയിലേക്ക് കൊണ്ടുപോകാൻ തീരുമാനിച്ച ക്രൂരന്മാരായ മനുഷ്യർ.

അന്നുരാത്രി ഞാൻ പ്രേമയുടെ വീട്ടിൽ ചെന്നു. എന്റെ മനസ്സ് എല്ലാ രീതിയിലും എരിപിരികൊള്ളുകയായിരുന്നു. വളരെ സന്തോഷവതിയായി പ്രേമ എന്റെ മുമ്പിൽ വന്നു നിന്നു. എരുമക്കാരനും വേലക്കാരിയുമൊക്കെ എന്നോട് സ്നേഹഭാവം കാണിച്ചുതുടങ്ങിയിരിക്കുന്നു.

എരുമപ്പാലിലുണ്ടാക്കിയ തൈലംപോലുള്ള ചായ എന്റെ മുമ്പിൽ വച്ചിട്ട് തലേദിവസം ജയചന്ദ്രറെഡ്ഡി അവിടെ വന്ന കാര്യം പറഞ്ഞു അയാൾ അവളെ റായൽസീമയിലേക്കു പോകാൻ നിർബന്ധിക്കുകയാണ്. റെഡ്ഡി ആറേക്കർ നിലക്കടലത്തോട്ടം പ്രേമക്കു കൊടുക്കാൻ തീരുമാനിച്ചിരിക്കുന്നു. ഒരുകൊല്ലത്തോളമായി ജയചന്ദ്രറെഡ്ഡി ഇതുപറയാൻ തുടങ്ങിയിട്ട്.

എന്താണ് റെഡ്ഡി ഇങ്ങനെ റായൽസീമയിലേക്ക് പോകാൻ അവളെ നിർബന്ധിക്കുന്നത്? അയാൾക്കവളെ ജീവനുതുല്യം സ്നേഹമാണെന്ന് പറയുന്നു. ജയചന്ദ്രറെഡ്ഡി എന്തു മനുഷ്യനാണ്. ഈ മനുഷ്യനെ മനസിലാക്കാനേ പറ്റുന്നില്ലല്ലോ. പ്രേമക്ക് എങ്ങോട്ടും പോകാൻ ആഗ്രഹവുമില്ല. ഇവിടെയും അവൾക്കൊരു ജീവിതമുള്ളതായി തോന്നുന്നില്ല. എവിടെയാണ് പ്രേമ നഷ്ടപ്പെട്ടുപോയെന്നു മനസിലാക്കാനും കഴിയുന്നില്ല. ദൈവമേ, എത്ര വലിയൊരു രഹസ്യമാണ് മനുഷ്യന്റെ മനസ്സ്.

ഒരു ദിവസം ജയചന്ദ്രറെഡ്ഡി എന്നോട് പറഞ്ഞു: "റായൽസീമയിലേക്ക് പോകാൻ പ്രേമയെ നിങ്ങളും ഉപദേശിക്കണം. എന്റെ നിലക്കടലത്തോട്ടം മതി അവൾക്കവിടെ ജീവിക്കാൻ. എനിക്കവളോട് അഗാധമായ സ്നേഹമുണ്ട്. അവളും എന്നെ സ്നേഹിക്കുന്നുണ്ട്. പക്ഷേ, എന്റെ മനസല്ല അവളുടേത്. മനസ്സ് എപ്പോഴും മാറിയെന്നു വരാം. നാളെ നമ്മുടെയെല്ലാം മനസ്സ് എങ്ങനെയായിരിക്കുമെന്ന് നമുക്ക് പറയാൻ വയ്യ.

അപ്പോൾ സമയം വൈകിയിരിക്കും. അവൾക്കൊരു ജീവിതമുണ്ടാകട്ടെ എന്നു ഞാനാശിക്കുന്നു. വാർധക്യമാകുമ്പോൾ നമ്മളാരും ഇങ്ങനെയായിരിക്കില്ല. ഞാൻ എന്തെല്ലാം പറഞ്ഞിട്ടും അവൾക്ക് മനസിലാകുന്നുമില്ല. അവൾക്ക് ഈ ജീവിതത്തോട് ഒരു ആഗ്രഹവുമില്ലെന്നു തോന്നുന്നു."

ജയചന്ദ്രറെഡ്ഡിയുടെ മുമ്പിൽ ഞാനൊരു ബിംബം പോലെയായി മാറുകയായിരുന്നു. അദ്ദേഹം സംസാരിച്ചു തീർന്നുവെന്നു തോന്നിയപ്പോൾ ഞാൻ ചോദിച്ചു. "റെഡ്ഡീ, പ്രേമ എങ്ങനെയാണ് ഈ നഗരത്തിലെത്തിപ്പെട്ടത്. നരസിംഹറാവു അവളുടെ ആരാണ്. പ്രേമക്കു പിന്നിൽ എന്തോ രഹസ്യമുണ്ടല്ലോ. അതിനെക്കുറിച്ച് റെഡ്ഡി എന്താണൊന്നും പറയാത്തത്."

റെഡ്ഡി പറഞ്ഞു: "ജയനാരായണ, അവളുടെ പിന്നിൽ ഒരുപാട് ദുഃഖങ്ങളുണ്ട്. അവൾ മുഴുവനായും കണ്ണുനീരാണ് ജയനാരായണാ. ഞാൻ അറിഞ്ഞ അവളുടെ കഥയിൽ എത്രത്തോളം സത്യമുണ്ടെന്ന് എനിക്കറിഞ്ഞുകൂടാ. ഏതോ ശ്രീരാമുലു അവളെ റായൽസീമയിൽ നിന്നു കല്യാണം കഴിച്ചുകൊണ്ടുവന്നു. ആ ശ്രീരാമുലു അവളെ ഈ നഗരത്തിലെ ഒരു വേശ്യാലയത്തിന് വിറ്റു. ആ വേശ്യാലയത്തിൽ നിന്ന് നരസിംഹറാവു അവളെ രക്ഷിച്ചു. നരസിംഹറാവുവിന്റെ കൂടെ രണ്ടുമൂന്നു കൊല്ലം അവൾ ജീവിച്ചു. അയാൾ എന്നും രാത്രിയിൽ മദ്യപിച്ചു വന്ന് അവളെ മർദിക്കുമായിരുന്നു. അവൻ അവളെ വലിയ ഹോട്ടലുകളിൽ കൊണ്ടുപോയി വിൽക്കുകയും ചെയ്തു. ആ സന്ദർഭത്തിലാണ് ഞാൻ പ്രേമയെ കണ്ടുമുട്ടുന്നത്. എന്റെ നാൽപ്പത്തിരണ്ടാം ജന്മദിനത്തിന്. നരസിംഹറാവുതന്നെ അവളെ റായൽസീമയിൽനിന്ന് കല്യാണംകഴിച്ചു കൊണ്ടുവന്നതാണെന്ന് ഒരു കഥയുണ്ട്. അവളുടെ അമ്മ അവളെ നരസിംഹറാവുവിന് വിറ്റതാണെന്ന വേറൊരു കഥയുമുണ്ട്. ഏതായാലും പ്രേമയെ ഞാൻ ഒരു ഹോട്ടൽമുറിയിൽവച്ചാണ് കണ്ടുമുട്ടുന്നത്. അവളെ ആ ഹോട്ടൽമുറിയിൽ എത്തിച്ചത് നരസിംഹറാവുവായിരുന്നു. ജയനാരായണാ, നിങ്ങൾ അവളെപ്പറ്റി ഒന്നും ചോദിക്കാതിരിക്കൂ. വാസ്തവത്തിൽ എനിക്കും അവളെപ്പറ്റി ഒന്നും അറിഞ്ഞുകൂടാ. അന്നും ഇന്നും അവൾക്ക് മരണവും ജീവിതവും ഒരുപോലെയാണ്. അവൾ ആരുടേതുമല്ല എന്റേതുമല്ല. എനിക്ക് എങ്ങനെയെങ്കിലും അവസാനിക്കണമെന്നാണ് അവൾ പറയുക. എന്റെ സ്നേഹത്തിലൂടെ ഞാൻ അവളെ മാറ്റിയെടുക്കാൻ ശ്രമിച്ചു. വർഷങ്ങളായി ഞാൻ ആലോചിക്കുകയായിരുന്നു അവളെ എങ്ങനെയാണ് ജീവിതത്തിലേക്ക് കൊണ്ടുവരേണ്ടതെന്ന്."

എന്നിട്ട് ജയചന്ദ്രറെഡ്ഡി ഏതോ ഗാഢമായ ചിന്തയിൽ നഷ്ടപ്പെടുകയായിരുന്നു.

ജയനാരായണാ, നിങ്ങൾ ആലോചിക്കൂ. പ്രേമയെ എന്താണ് ചെയ്യുക? അവൾക്കൊരു ജീവിതം കൊടുക്കാൻ നമ്മളെന്താണ് ചെയ്യുക?

അന്നും ഞാൻ പ്രേമയുടെ വീട്ടിൽ പോയി. മണിക്കൂറുകൾ അവളുടെ അടുത്ത് ചെലവഴിച്ചു. എന്റെ ജീവിതവും ഞാൻ കടന്നുവന്ന വഴി

കളും അവൾക്ക് പറഞ്ഞുകൊടുത്തു. എന്റെ മനസ്സ് അവളെ സ്വന്തമാക്കാൻ പൂർണമായും ഒരുങ്ങിയിരിക്കുകയായിരുന്നു. ഞാൻ പറഞ്ഞു: “പ്രേമേ, നിന്നെ എനിക്ക് തരൂ. ഞാൻ എന്നെ നിനക്കും തരാം. നമുക്ക് ഈ ജീവിതം മനോഹരമാക്കാം.”

അവൾ ചിരിക്കുകയായിരുന്നു. ആ ചിരി ഒരു നിശാഗന്ധി വിടരുന്നതുപോലെ വലുതായി വന്നു. ക്രമേണ ആ ചിരിക്കു മുമ്പിൽ അവളുടെ കണ്ണുകൾ നനവാർന്നു. പിന്നെ അവൾ പൊട്ടിക്കരയുകയായിരുന്നു. നാളെ വരാമെന്നു പറഞ്ഞിട്ട് അവളുടെ കണ്ണുനീരിനു മുമ്പിലൂടെ ഞാൻ ഇറങ്ങിപ്പോന്നു. കോളനിയിലെ ചില തൊട്ടികൾ എന്നെ സംശയത്തോടെ നോക്കുന്നുണ്ടായിരുന്നു.

അന്നു രാത്രി എന്നെ കാണാൻ അവൾ ടെറസിൽ വന്നില്ല. പുലർച്ചയ്ക്കും ഞാൻ ടെറസിൽ നിന്ന് അങ്ങോട്ടുനോക്കി. അവളെ കണ്ടില്ല. സൂര്യനുദിക്കുമ്പോഴും സൂര്യന് ചൂടുപിടിക്കുമ്പോഴും ഞാൻ എന്റെ ടെറസിൽത്തന്നെയായിരുന്നു. അവളെ ഒരുനോക്കു കാണാൻ എന്റെ മനസ്സ് പിടയുകയായിരുന്നു.

അന്നു ഞാൻ എന്റെ വീട്ടിൽനിന്നെങ്ങും പോയില്ല. വൈകുന്നേരമാകുന്നതുവരെ കിടന്നും ഇരുന്നും ടെറസിൽ ഇടയ്ക്കിടെ കയറിച്ചെന്നും വീട്ടിൽത്തന്നെ കഴിച്ചുകൂട്ടി.

ആറരമണിയോടുകൂടി ആദിശങ്കരനാരായണറാവു എന്നെ വിളിക്കാൻ കോളനിയിലെ ഒരു കുട്ടിയെ അയച്ചു. ഞാൻ ചെല്ലുമ്പോൾ നാഗിറെഡ്ഡിയും റാവുവും റമ്മിനു മുമ്പിലിരിക്കുകയായിരുന്നു. കോഴിയിറച്ചി വേവുന്നുണ്ടെന്ന് നാഗിറെഡ്ഡി എന്നോടും പറഞ്ഞു.

നാഗിറെഡ്ഡി ചീട്ട് കശക്കാനാരംഭിച്ചു. നാരായണറാവു റമ്മൊഴിക്കുകയായിരുന്നു. രണ്ടാമത്തെയും മൂന്നാമത്തെയും പെഗ്ഗുകൾ മറ്റൊരിക്കലുമില്ലാത്തവിധത്തിൽ ഞാൻ തന്നെയാണ് ഒഴിച്ചുകുടിച്ചത്. അവർ ഇരുവരും ഒന്നാമത്തെ പെഗ്ഗിൽത്തന്നെ സുഖിച്ചിരിക്കുകയായിരുന്നു. എന്റെ തല കറങ്ങിത്തുടങ്ങുകയും ചെയ്തു.

അപ്പോൾ നാരായണറാവുവിന്റെ ഗേറ്റിൽ ആരോ മുട്ടുന്നത് ഞാൻ കേട്ടു. റാവു വേഗം ഗേറ്റിനടുത്തേക്കു ചെന്നു.

രണ്ടു മൂന്നു മിനിറ്റിനകം റാവു തിരിച്ചുവന്നിട്ടു പറഞ്ഞു: “അതു പ്രേമയുടെ വീട്ടിലെ കിഴവിയാണ്. പ്രേമ രാവിലെ ഏഴുമണിക്ക് ജയചന്ദ്രറെഡ്ഡിയെ കാണാനാണെന്നു പറഞ്ഞ് പോയതാണ്. ഇതുവരെയും എത്തിയില്ല. ആ എരുമക്കാരൻ പയ്യൻ ജയചന്ദ്രറെഡ്ഡിക്ക് ഫോൺ ചെയ്തുനോക്കി. അവൾ അവിടെ ചെന്നിട്ടില്ലെന്നാണ് ജയചന്ദ്രറെഡ്ഡി പറഞ്ഞതെന്ന്. പിന്നെ അവൾ എങ്ങോട്ടുപോകാനാ നമ്മൾ അങ്ങോട്ടു ചെല്ലാമെന്നു പറഞ്ഞിട്ടുണ്ട്.”

നാഗിറെഡ്ഡി ചോദിച്ചു: “നമ്മൾ എവിടെ നോക്കാനാ?”

അതിനിടയിൽ ആദിശങ്കരനാരായണറാവുവിന്റെ കോഴിയിറച്ചി വന്നു. അവർക്കിരുവർക്കും അതിലായി താൽപ്പര്യം. ഞാൻ എന്റെ നാലാമത്തെ

പെഗ്ഗിനു മുമ്പിൽ പ്രേമയെക്കുറിച്ചോർത്തുകൊണ്ടുതന്നെ ഇരിക്കുന്നുണ്ടായിരുന്നു. എവിടെയാണ് അവളെ ചെന്നുനോക്കുക? എനിക്ക് ഭയമായിത്തുടങ്ങി. എനിക്കവിടെ ഇരിക്കാൻ കഴിയുന്നുണ്ടായിരുന്നില്ല. പിടയുന്ന മനസും കറങ്ങുന്ന തലയുമായി ഞാൻ എങ്ങോട്ടെല്ലാമോ വഴുതുകയായിരുന്നു.

തല കറങ്ങുന്നുവെന്ന് പറഞ്ഞ് ഞാൻ റമ്മിനു മുമ്പിൽ നിന്നെഴുന്നേറ്റ് ഗേറ്റിനു വെളിയിലിറങ്ങി. എന്നിട്ട് നേരെ പ്രേമയുടെ വീട്ടിലേക്കു നടന്നു. സമയം പത്തു മണിയൊക്കെ കഴിഞ്ഞുപോയിരുന്നു. വീടിന്റെ മൂകതയും വേലക്കാരിയുടെ മുഖവും എന്നെ വല്ലാതെ വേദനിപ്പിച്ചു.

ഞാൻ മെയിൻ റോഡിൽ ചെന്ന് പബ്ളിക് ടെലഫോൺ ബൂത്തിൽ നിന്ന് ജയചന്ദ്രറെഡ്ഡിയെ വിളിച്ചു. എന്റെ ശബ്ദം കേട്ട ഉടനെ റെഡ്ഡി പറഞ്ഞു: “ജയനാരായണാ, ഞാൻ അങ്ങോട്ടു വരാൻ നിൽക്കുകയായിരുന്നു. നമ്മൾ എന്തു ചെയ്യും. എവിടെ അന്വേഷിക്കും?”

ജയചന്ദ്രറെഡ്ഡി ഇതിനകം നാലുവശത്തേക്കും ആളുകളെ വിട്ടുകഴിഞ്ഞിരുന്നു. റെഡ്ഡി എന്നെ കടൽക്കരയിലേക്കു വിളിച്ചു. അരമണിക്കൂറിനകം ഞങ്ങൾ കടൽക്കരയിൽവെച്ചു സന്ധിക്കുകയും ചെയ്തു. ഉടനെ ഞങ്ങൾ നരസിംഹറാവുവിന്റെ വീട്ടിലേക്കു തിരിച്ചു. റെഡ്ഡി പറഞ്ഞു: “അവിടെയൊന്നും അവൾ പോവുകയില്ല. അവൾക്കവിടെ ആരുമില്ല.”

നരസിംഹറാവുവിന്റെ വീട്ടിൽനിന്നു തിരിച്ചുപോരുമ്പോൾ ജയചന്ദ്രറെഡ്ഡിയുടെ കണ്ണു നനഞ്ഞു. മനസിനകത്ത് ഞാനും കരയുകയായിരുന്നു.

കടൽക്കരയിലിരുന്നുകൊണ്ടാണ് അന്നു ഞങ്ങൾ നേരം വെളുപ്പിച്ചത്. നേരം വെളുത്ത ഉടനെ ഒരു നിമിഷം പോലും വിശ്രമമെടുക്കാതെ ആ പകൽ മുഴുവൻ ഞങ്ങൾ നഗരത്തിൽ പലേടത്തും അവളെ തിരഞ്ഞു. അവളെ തേടിത്തേടി ഞങ്ങൾക്ക് ഭ്രാന്തുപിടിക്കുകയായിരുന്നു. അന്നു വൈകുന്നേരം നഗരത്തിലെ ഏറ്റവും തിരക്കുപിടിച്ച റോഡിലൂടെ കടന്നുപോകുമ്പോൾ ഞാൻ റെഡ്ഡിയോടു ചോദിച്ചു: “റായൽസീമയിലേക്കെങ്ങാൻ പോയിട്ടുണ്ടാവുമോ?”

“അവൾക്ക് അവിടെ ആരുമില്ലല്ലോ. അവളുടെ അമ്മയൊക്കെ എന്നോ മരിച്ചുപോയി. അവൾ അങ്ങോട്ടൊന്നും പോവുകയില്ല.” റെഡ്ഡി പറഞ്ഞു.

സന്ധ്യ കഴിഞ്ഞ് ഞാൻ ഇന്ദിരാകോളനിയിൽ എത്തിയപ്പോൾ കോളനിവാസികളായ തെലുങ്കന്മാർ എനിക്ക് ചുറ്റുംകൂടി. അവർ എന്നെ കാത്തിരിക്കുകയായിരുന്നു.

തോട്ടി ഭൂമയ്യ തലേദിവസം ഉച്ചയ്ക്ക് റെയിൽവേസ്റ്റേഷനടുത്തുവച്ച് അവളെ കണ്ടിരുന്നുവെന്ന വിവരം ഭൂമയ്യതന്നെ എന്നോടുപറഞ്ഞു.

ബോട്ട്ക്ലബ്ബിനടുത്തുകൂടി പ്രേമ നടന്നുപോകുന്നതുകണ്ട ബാലയ്യ പറഞ്ഞു: “അമ്മ എന്നെ കണ്ടപ്പോൾ ചിരിച്ച് ലോഹ്യം പറഞ്ഞിരുന്നു. എങ്ങോട്ടാണു പോകുന്നതെന്നൊന്നും ഞാൻ ചോദിച്ചില്ല.”

സന്ധ്യാനേരത്ത് ജനറൽ പോസ്റ്റോഫീസിനടുത്ത് അവളെ കണ്ടവ

രുമുണ്ട്. ഞാൻ ഓടിപ്പോയി ഈ വിവരമെല്ലാം ജയചന്ദ്രറെഡ്ഡിയെ അറിയിച്ചു.

ജയചന്ദ്രറെഡ്ഡിയുടെ ശബ്ദം ദയനീയമായി തളർന്നുപോയ ഒരു മനുഷ്യന്റേതായിരുന്നു.

പ്രേമയെ കാണാതായ വിവരം പൊലീസിൽ അറിയിക്കുകയും ഒരാഴ്ച തുടർച്ചയായി നഗരത്തിലെ എല്ലാ പത്രങ്ങളിലും പ്രസിദ്ധപ്പെടുത്തുകയും ചെയ്തു. റായൽസീമയിൽ അവളെത്തേടി പോയവരും തിരിച്ചുവന്ന്, കൈമലർത്തി. നഗരത്തിലെ എല്ലാ ചേരിപ്രദേശങ്ങളിലും തെലുങ്കന്മാരുടെ കോളനിയിലും പൊലീസ് അവളെ തെരഞ്ഞു. ജയചന്ദ്രറെഡ്ഡിയുടെ എല്ലാ സ്വാധീനങ്ങളും ഉപയോഗിക്കുകയായിരുന്നു.

പ്രേമയെ കാണാതായതുമുതൽ അവൾ മാത്രമായിരുന്നു ഞങ്ങളുടെ കോളനിയിലെ സംസാരവിഷയം. പലരും പലതും പറഞ്ഞു. പ്രേമ ജയചന്ദ്രറെഡ്ഡിയുടെ രഹസ്യത്താവളത്തിൽ എവിടെയോ ജീവിക്കുന്നുണ്ടെന്ന് ഒരു കഥ. നരസിംഹറാവു അവളെ എവിടെയോ ഒളിപ്പിച്ചുവച്ചിരിക്കുകയാണെന്ന് മറ്റൊരു കഥ. പ്രേമ തിരുപ്പതിയിൽ മൊട്ടയടിക്കാൻ പോയി എന്നു പറഞ്ഞു പ്രചരിപ്പിച്ചവരുമുണ്ട്.

എല്ലാ ദിവസവും പ്രഭാതത്തിൽ ഞാൻ എന്റെ ടെറസിൽ കയറി നിന്ന് അങ്ങോട്ടുനോക്കും. രാത്രിയിൽ അവളെക്കുറിച്ചോർത്ത് ഉറക്കം വരാതിരിക്കുമ്പോഴും ഞാൻ ടെറസിൽക്കയറി പ്രേമയുടെ വീട്ടിലേക്കു തന്നെ നോക്കി ഇരിക്കും.

നാലാഴ്ചകൊണ്ട് ജയചന്ദ്രറെഡ്ഡി കിഴവനായിപ്പോയി. അദ്ദേഹത്തെ കാണുമ്പോൾ എനിക്ക് പാവം തോന്നും.

പ്രേമയുടെ വേലക്കാരിയും എരുമക്കാരനും ആറുമാസത്തിലധികം അവളെ കാത്തിരുന്നു.

പിന്നെ എരുമകളെയൊക്കെ വിറ്റ് അവർ ഇരുവരും അവരവരുടെ വഴിക്കുപോയി.

പ്രേമയുടെ വീട്ടിൽ മറ്റേതോ കുടുംബം താമസിമായിട്ടും എല്ലാ പ്രഭാതങ്ങളിലും ഞാൻ എന്റെ ടെറസിൽ കയറി അങ്ങോട്ടു നോക്കാറുണ്ടായിരുന്നു.

www.ingramcontent.com/pod-product-compliance
Ingram Content Group UK Ltd.
Pitfield, Milton Keynes, MK11 3LW, UK
UKHW042134021026
15589UKWH00003B/815

9 789385 018213